தமிழ் பயிற்றுமொழி
கனவும் நனவும்

கலைமாமணி
முனைவர் டாக்டர் சு. நரேந்திரன்
MS., Ph.D., F.I.C.S., F.R.C.S. (glesg) F.A.C.S (USA).
சிறப்பு நிலைப் பேராசிரியர்
தமிழ்நாடு டாக்டர் எம்.ஜி.ஆர். மருத்துவப் பல்கலைக்கழகம்.

நியூ செஞ்சுரி புக் ஹவுஸ் (பி) லிட்.,
41-பி, சிட்கோ இண்டஸ்டிரியல் எஸ்டேட்,
அம்பத்தூர், சென்னை - 600 050.
☎ : 044 - 26251968, 26258410, 48601884

Language: Tamil
Thamizh Payitrumozhi
Kanavum Nanavum
Author: **Dr.S.Narendran**
First Edition: August, 2022
Copyright: Author
No.of Pages: 304
Publisher:
New Century Book House Pvt. Ltd.,
41-B, SIDCO Industrial Estate,
Ambattur, Chennai - 600 050.
Tamilnadu State, India.
email: info@ncbh.in
Online: www.ncbhpublisher.in

ISBN: 978 - 81 - 2344 - 305 - 8
Code No. A 4658
₹ 340/-

Branches

Ambattur (H.O.) 044 - 26359906, **Spenzer Plaza (Chennai)** 044-28490027
Trichy 0431-2700885 **Pudukkottai** 04322- 227773 **Thanjavur** 04362-231371
Tirunelveli 0462-4210990, 2323990, **Madurai** 0452-2344106, 4374106
Dindigul 0451-2432172 **Coimbatore** 0422-2380554 **Erode** 0424-2256667
Salem 0427-2450817 **Hosur** 04344-245726 **Krishnagiri** 04343-234387
Ooty 0423-2441743 **Vellore** 0416-2234495 **Villupuram** 04146-227800
Pondicherry 0413-2280101 **Nagercoil** 04652-234990

தமிழ் பயிற்றுமொழி
கனவும் நனவும்
ஆசிரியர்: டாக்டர் சு.நரேந்திரன்
முதல் பதிப்பு : ஆகஸ்ட், 2022

அச்சிட்டோர்: **பாவை பிரிண்டர்ஸ் (பி) லிட்.,**
16 (142), ஜானி ஜான் கான் சாலை, இராயப்பேட்டை, சென்னை - 14
☎: 044-28482441

All rights reserved. No part of this book may be reprinted or reproduced or utilised in any form or by any electronic, mechanical, or other means, now known or hereafter invented, including photocopying and recording, or in any information storage or retrieval system, without permission in writing from the publishers.

நலவாழ்வு செய்திகளை
உரை நிகழ்த்தச் செய்து
அறிக அறிவியல்
இதழில் தொடர்ந்து
எழுதச் செய்து
அறிவியல் தமிழ் பாலூட்டிய
அருள்நெறித் தந்தை
குன்றக்குடி அடிகளார் அவர்களுக்கு
இந்நூல் காணிக்கை.

கல்வி என்னைக் கரை மட்டும் சேர்க்கவில்லை. நிலவு வரை சென்று சேர்த்திருக்கிறது. அரசுப் பள்ளியில், தமிழ் வழியில் படித்துத்தான் முன்னேறி இருக்கிறேன். தமிழ் எனக்குத் தடையாக இருந்தது இல்லை.

- 'விஞ்ஞானி' மயில்சாமி அண்ணாதுரை

பொருளடக்கம்

	அருள் வாழ்த்துரை	7
	தனித்தமிழ் அறிஞர் அணிந்துரை	11
	முன்னுரை	19
1.	ஐரோப்பியர் வருகையில் மலர்ந்தது தமிழ்வழிக் கல்வி	37
2.	ஐரோப்பியர் வருகைக்குப்பின் கல்வி மொழி	50
3.	இங்கிலாந்திலிருந்து மெக்காலே இந்தியாவிற்கு வருகை - புதிய திருப்பங்கள்	65
4.	கிறித்தவ வட்டார மொழிக் கல்விச் சங்கம்	78
5.	காங்கிரஸ் கட்சியும் பயிற்று மொழியும்	94
6.	தமிழால் முடியும் - இராஜாஜி	112
7.	கல்லூரி இடைநிலை வகுப்புகளில் தமிழ்	124
8.	நடுவண் அரசும், பயிற்றுமொழித் திட்டமும்	129
9.	உயர்கல்வியில் தமிழ் - ஆதரவும் எதிர்ப்பும்	164
10.	ஆணையங்களும், பரிந்துரையும்	175
11.	தமிழ்ப் பல்கலைக்கழகமும் தொடர் பணிகளும்	194
12.	உச்சநீதிமன்றத்தில் மேல் முறையீடு	218
13.	அரசு சரியாக வாதாடவில்லை - தமிழண்ணல்	220
14.	உச்சநீதிமன்ற வழக்கில் வ.அய்.சுப்பிரமணியம் தன்னையும் இணைத்துக்கொண்டார்	222
	பின்னிணைப்பு	
15.	தமிழ் ஆட்சிமொழி வரலாறு	237
16.	தமிழ் பயிற்றுமொழி: வரலாறு	250
17.	தமிழ் பயிற்றுமொழி: பாரதியார் முழு ஆதரவு	256

18.	தாய்மொழியில் தொழில் கல்வி - அவசியம் - ஏன்?	259
19.	தமிழ் பயிற்றுமொழி வெளிநாட்டிலும் தமிழ் நாட்டிலும் நடைபெற்றது; நடைபெறுகிறது	262
20.	உலக நாடுகளில் தாய்மொழிக் கல்வி	266
21.	தமிழர்களே! செயல்படுங்கள்; உணர்வு கொள்வீர்!	271
22.	தமிழ் பயிற்றுமொழியானால் நீட் தேர்வுக்கு நாம் பயப்படத் தேவையில்லை	275
23.	தமிழ்நாட்டில் வழக்காடு மொழியாக தமிழ் வர ஏற்பாடு	282
24.	நம்பிக்கை நாற்றுகள்	284
	தமிழ் பாடமொழியாக்க தமிழ்நாடு அரசின் முன்முயற்சிகள் பாராட்டப்பட வேண்டியவைகள்	288
	முத்தமிழ் அறிஞர் மொழிபெயர்ப்புத் திட்டம்	293
	முடிவுரை	301
	துணைநூற் பட்டியல்	302

சிவமயம்
சாந்தலிங்கர் தாண்மலர் வாழ்க!

திருக்கயிலாய மரபு மெய்கண்டார் வழிவழி
பேரூராதீன குருமகா சந்நிதானங்கள்
கயிலைப்புனிதர் திருப்பெருந்திரு
சாந்தலிங்க மருதாசல அடிகள்
பேரூராதீனம், பேரூர், கோயம்புத்தூர்-641 010
9894761125 / perurmutt@yahoo.com f omanbu

அருள் வாழ்த்துரை

"தாய்மொழியில் கற்பதுவும் வழிபடுவதும் தெளிவை ஏற்படுத்தும்" என்பது தெய்வத்திருப் பெருந்திரு இருபத்துநான்காம் குருமகா சந்நிதானங்களின் திருவாக்கு. இவ்வாக்கிற்கேற்ப தாய்மொழியில் ஒருவரது கல்வியும் வழிபாடும் அமையுமானால் அவரது வாழ்க்கைத் தரம் உயரும் என்பதில் ஐயமில்லை. அவ்வகையில் தாய்மொழிக்கல்வி என்பது மாணவர்களுக்கு அவர்களின் அடிப்படைக் கல்வியான தொடக்கப் பள்ளிக் கல்வியில் இருந்து வழங்கப்பட வேண்டும். அவ்வகையில் நமது தாய்மொழியான தமிழ்வழிக் கல்வியின் வரலாற்றை எடுத்துரைக்கும் வகையில் இந்நூல் அமைந்துள்ளது.

தமிழ்வழிக் கல்வி தமிழகத்தில் மலர்ந்த முறை, பள்ளி, கல்லூரிகளில் பயிற்றுமொழியாகத் தமிழ், நடுவண் அரசின் பயிற்று மொழித் திட்டம், உயர்கல்வியில் தமிழ் - ஆதரவும் எதிர்ப்பும் ஆகிய பல்வேறு செய்திகளை உள்ளடக்கியதாக இந்நூல் வெளிவந்துள்ளது. தமிழ்வழிக் கல்வியின் வரலாற்றை ஆழ்நோக்குடன் மிகத் தெளிவாகவும் மிக விரிவாகவும் கூறும் இந்நூலின் ஆசிரியர் மருத்துவர் சு.நரேந்திரன் அவர்கள், இதற்கு முன்னதாகத் 'தமிழால் மருத்துவக்கல்வி முடியும்' என்ற ஓர் ஆழ்நோக்கு நூலை பாராட்டுதற்குரிய வகையில் மிகச் சிறப்பாக எழுதியிருந்தார். அதன் தொடர்ச்சியாக இந்நூலை எழுதியிருப்பது மகிழ்விற்குரியது.

பேரூராதீனம் இருபத்து நான்காம் குருமகா சந்நிதானம் கயிலைக் குருமணி தெய்வத்திருப் பெருந்திரு அடிகள் பெருந்தகை அவர்கள் தமிழ்க் கல்லூரியின் செயல்பாடுகளோடு இணைத்துக் கொண்டு தமிழ்ப் பணிக்காக அயராது தொண்டாற்றினார்கள். பேரூரில் தமிழ்க்

கல்லூரியைத் தொடங்கியபோது முதன்முதலாகப் பேரூர்ப் பட்டிப் பெருமான் திருக்கோயிலில் தமிழில் மலர்அருச்சனை நிகழ வழிவகை செய்தார். இக்கல்லூரியின் 60ஆம் ஆண்டு நிறைவு விழாவையும் வெறுமனே ஓர் ஆரவாரமான விழாவாகக் கொண்டாடாமல் அந்தக் காலகட்டத்தின் சூழலுக்கு ஏற்ற வகையில் அமைத்துக் கொள்ள ஏற்பாடு செய்தார்.

அந்தக் காலகட்டத்தில் ஒரு சிக்கல் இருந்தது. அரசு அப்பொழுது தான் ஒவ்வொரு அரசுப் பள்ளியிலும் தமிழ்வழிக் கல்விக்குப் பதிலாக ஆங்கில வழிக் கல்வியைக் கொண்டு வருவது எனத் திட்டமிட்டு இருந்தது. அப்பொழுது தமிழ் ஆர்வலர்கள், தமிழ்ச் சான்றோர்கள் என அனைவரையும் அழைத்து இதைப்பற்றி வெகு ஆழமாகச் சிந்தித்துக் கலந்துரையாடல் செய்தார்கள். ஏதாவது ஒரு செயல் செய்ய வேண்டும் என்று நினைத்துக் கொண்டு இருந்தபோது அரசு படிப்படியாக 500, 1000 என பள்ளிகளில் ஆங்கில வழிக் கல்வியைத் தொடங்க நடவடிக்கை எடுத்தது. கல்லூரியினுடைய மணிவிழாவைத் தமிழ்ப் பயிற்றுமொழி - வழிபாட்டு மொழி மாநாடாக நடத்துவது என்கின்ற அடிப்படையில் அடிகள் பெருந்தகை அவர்கள் ஏற்பாடு செய்யச் சொன்னார்கள். அவ்வகையில் அம்மாநாடு தொடங்கப்பட்ட போது மேனாள் குடியரசுத்தலைவர் தெய்வத்திரு ஆ.ப.ஜெ.அப்துல்கலாம் அவர்கள் வளர்தமிழ் இயக்கத்தினைத் தொடங்கி வைத்தார்கள். தாய்மொழியில் கல்வி பயின்றால் எப்படிச் சான்றோராக, அறிஞராக உருவாகலாம் என்பதைத் தன்னையே சான்றாகக் கொண்டு அம்மாநாட்டில் எடுத்துரைத்தார்.

வளர்தமிழ் இயக்கத்தின் முதன்மையான நோக்கம் பயிற்று மொழியாகத் தமிழ் இருக்க வேண்டும் என்பது. உலகத்தில் வளர்ந்த நாடுகளெல்லாம் அவர்களின் தாய்மொழியில்தான் உயர்கல்வி வரை கல்வி கற்பிக்கிறார்கள். இன்னும் சொல்ல வேண்டுமானால் மாணவர்கள் இரசியாவிற்கு மருத்துவக்கல்வி பயிலச் சென்றால் அவர்களுக்கு அவர்களின் மொழியில்தான் மருத்துவக்கல்வி கற்பிக்கப்படுகிறது. அம்மாணவர்களுக்கு ரசியமொழி தெரியாதபட்சத்தில் அவர்களுக்கு அம்மொழி கற்க 6 ஆண்டு காலம் வாய்ப்பு கொடுத்து, அதன் பிறகு அவர்களுக்கு மருத்துவக்கல்வி கற்க ஏற்பாடு செய்கிறார்கள். அதைப் போல் தமிழ்நாட்டிலும் மருத்துவம்- பொறியியல் என்று அனைத்துப் பாடங்களும் தமிழில் கற்பிக்க வேண்டும் என்பதுதான் அடிப்படை நோக்கம். இருந்தாலும் தமிழ்நாட்டுப் பள்ளிகளில் தொடக்கப்பள்ளி, நடுநிலைப்பள்ளி என எட்டாம் வகுப்பு வரை தமிழே பயிற்று

மொழியாக இருக்க வேண்டும் என்பது பேரூராதீனத்தின் வளர்தமிழ் இயக்கத்தின் நோக்கம்.

வளர்தமிழ் இயக்கம் கூறிய வழிமுறையைச் செயல்படுத்த அனைத்துத் தமிழ்மொழி இயக்கங்களை ஒன்றிணைத்து உருவாக்கப் பட்டதுதான் தமிழ்மொழிக் காப்புக் கூட்டியக்கம். இது தனி அமைப்பு அல்ல. அவரவர்களின் அமைப்புக்கு ஏற்ப அவரவர்கள் செயல்பட்டுக் கொள்ளலாம். அதன் முதல் செயல்பாடாகக் கோவையில் மிகப்பெரிய உண்ணாநோன்பு கடைபிடிக்கப்பட்டது. மொழியில் கலப்பு இருக்கக் கூடாது. பெரும்பாலும் வளர்தமிழ் இயக்கத்தின் நோக்கங்களே எடுத்துரைக்கப்பட்டன. 150 மாணவர்கள் படிக்கக் கூடிய பள்ளியில் ஒரு மாணவன் மட்டும் சென்ற ஆண்டு தமிழ்வழியில் படித்தான். அதுவும் இந்த ஆண்டு படிக்கமாட்டான். ஏனென்றால் அவன் ஐந்தாம் வகுப்பு மாணவன். எல்லாப் பள்ளியிலும் இம்மாதிரியான நிலை வந்து கொண்டிருக்கிறது. இதை மாற்ற வேண்டும் என்கின்ற எண்ணம்தான்.

அரசு கல்வி நிலையங்களில் கட்டாயமாகத் தாய்மொழியில்தான் கல்வி பயில வேண்டும் என்கின்ற சட்டத்தைக் கொண்டு வரவேண்டும். அதுமட்டுமல்லாமல் தேசியக்கல்விக் கொள்கைகளில் இருக்கும் தாய் மொழிக்கு எதிரான திட்டங்களை அது சம்பந்தப்பட்டவர்களை அணுகி அம்மாதிரியான சட்டங்களை நீக்க வேண்டும் என்பதற்காகச் செயலாற்றி வருகின்றோம். நிறைய அமைச்சர்கள், அதிகாரிகளை அணுகி அம்மாதிரியான குறைகளை எடுத்துச் சொல்லியுள்ளோம். கர்நாடகத்திலும் மராட்டியத்திலும் மண்ணின் மைந்தர்களுக்கு வேலை வாய்ப்பு என்கிற நிலை இருக்கின்றது. அதுபோல் தமிழ்நாட்டில் தமிழர் களுக்கே வேலைவாய்ப்பு என்ற நிலை வேண்டும். தமிழகத்தில் தற்போது அமைந்துள்ள மாண்புமிகு முதலமைச்சர் மு.க.ஸ்டாலின் அவர்களின் தலைமையிலான அரசு தமிழ்வழிக் கல்விக்கும், தமிழர்களுக்கான வேலைவாய்ப்புகளுக்கும் பல்வேறு வளர்ச்சிப் பணிகளைத் திட்டமிட்டிருந்தாலும் தமிழில் படித்தோர்க்கு 20 விழுக்காடு என்ற கணக்கை நீக்கி 60 விழுக்காடு முன்னுரிமை என்கின்ற வகையில் முயற்சி செய்ய வேண்டும்.

கர்நாடகத்தில் கன்னடர்களுக்கென்று தனிக்கொடியும் ஆணையமும் அமைத்து செயல்படுத்தப்படுகிறது. அதுபோல இங்கேயும் தமிழ்மொழிக் காப்பு கூட்டியக்கத்தின் மூலமாகத் தமிழுக்கென்று ஒரு கொடியும் ஆணையமும் அமைத்துச் செயல்படுத்த வேண்டும். செர்மனி போன்ற

நாடுகளில் மொழிக்கு இயக்கம் வைத்திருக்கின்றார்கள். அங்கே ஒருவர் மொழியை ஆய்வு செய்ய வேண்டுமானாலும் அவர்கள் அம்மொழி ஆணையத்திற்குச் சென்று அவர்களிடத்தில்தான் அனுமதி வாங்க வேண்டும். அதுபோல தமிழகத்திலும் ஆணையத்தின் மூலமாகச் செயல்பட வேண்டும்.

அரசாணையைச் செயல்படுத்தும் வகையில் கட்டாயமாக அனைவரும் தமிழில் கையொப்பமிட்டார்களா? தமிழில் கடிதப் போக்குவரத்து நடைபெறுகிறதா? தமிழில் பிழையின்றி எழுது கிறார்களா? வணிக நிறுவனங்களுக்குத் தமிழில் பெயர் வைத்து உள்ளார்களா? என்பதை எல்லாம் தமிழ் வளர்ச்சித்துறை கண்காணிக்க வேண்டும். இந்நூலின் இறுதியில் பின்னிணைப்பாகத் தமிழ் ஆட்சி மொழி வரலாறு, தமிழ் பயிற்றுமொழி வரலாறு, தாய்மொழியில் கல்வி-அவசியம்-ஏன்? ஆகிய தகவல்களை அளித்துள்ளார். அதில் ஆட்சிமொழித் திட்டம் செயலாக்கம், பணிப்பதிவேடுகள் தமிழில் பேணுதல், தமிழில் கையொப்பமிடுதல், தமிழ் பயிற்றுமொழி வரலாறு, மருத்துவம், வேளாண்மை ஆகிய படிப்புகளில் தமிழ் ஆகிய செயல்பாடுகளில் ஆண்டுகள் வாரியாக நடைபெற்ற செயல்முறைகள் மிக விளக்கமாகக் கூறியுள்ளது குறிப்பிடத்தக்கது.

அவ்வகையில் பல்வேறு தமிழ் நூல்கள், மடல்கள், இதழ்கள், ஆங்கில நூல்களின் துணைகொண்டு உருவாகியுள்ள இவ்வரிய நூல் சிறக்கவும், அனைவரிடத்தும் சென்று சேரவும் இந்நூலை மிகச் சிறப்பான முறையில் எழுதியுள்ள மருத்துவர் சு.நரேந்திரன் அவர்களும் இந்நூல் உருவாக உழைத்த அனைவரும் வாழ்வில் எல்லா நலங்களும் வளங்களும் பெற்றுப் பெருவாழ்வு வாழவும் எல்லாம் வல்ல அருள்மிகு அம்பலவாணப்பெருமான் இன்னருளையும் அருள்திரு சாந்தலிங்கப் பெருமான் தண்ணருளையும் கயிலைக்குருமணி தமிழ்நெறி வழிபாட்டுத் தந்தை இருபத்து நான்காம் குருமகா சந்நிதானங்களின் குருவருளையும் நினைந்து வாழ்த்தி மகிழ்கின்றோம்.

வேண்டுந்தங்களன்பு,

அன்புள்ள
சாந்தலிங்க மருதாசல அடிகள்

முனைவர் கு.திருமாறன்
பொதுச் செயலாளர்
தமிழியக்கம் (1972)

672, பெரியார் சாலை
கருணாநிதி நகர்
திருச்சி - 620021

தனித்தமிழ் அறிஞர் அணிந்துரை

மருத்துவ மாமணி முனைவர் சு.நரேந்திரன் அவர்கள் பெருநற்பெயரும் மீயுயர் புகழும் பெற்ற தலைசிறந்த மருத்துவர்களில் ஒருவர், தான் உண்டு, தன் குடும்பம் உண்டு, தன் தொழில் உண்டு, தொழில் மூலம் கிடைக்கும் செல்வம் உண்டு எனப் பெரும்பாலான மனிதர்கள் வாழ்கின்ற காலம் இது. அவர்களில் இருந்து மாறுபட்டுத் தான் வாழும் குமுகாயத்தைப் பற்றிச் சிந்தித்து, தன் உடன்வாழ் மனிதர்கள் நலமாக வாழ வேண்டும் என்று எண்ணி மருத்துவத்தை மக்கள் தொண்டாகச் செய்துவரும் ஒப்புரவாளர் அவர். அது மட்டுமன்று, தனையீன்ற தமிழ்நாட்டுக்கும், தமிழுக்கும் தன் நூல்கள் வாயிலாக நற்றொண்டாற்றி வரும் தமிழறிஞராகவும் விளங்குகிறார் அவர். மக்கள் உடல் நலம் காக்க வழிகாட்டும் மருத்துவ நூல்கள் பலவற்றைத் தமிழில் எழுதியுள்ளார் மருத்துவர் சு.நரேந்திரன். மருந்தாகித் தப்பா மரம்போல மக்கள் நலம் பேணி, உயிர் காக்கும் பெருந்தகையாளரான அவர் தமிழர்களின் அயன்மொழி மயக்க நோய் நீக்க மருந்தொன்றைக் கண்டறிந்து பரிந்துரைக்கிறார்.

அயன்மொழி மயக்க நோய் மட்டுமன்று, தமிழ்நாட்டைப் பிணித்துள்ள பல்வேறு குமுக நோய்களையும் முற்றாக நீக்கி நலம் நல்கும் ஒரே மருந்து தமிழ்வழிக் கல்வியே எனத் தேர்ந்து தெளிந்துள்ளார். பேரறிஞர் அண்ணா அவர்களின் 'கடமை, கண்ணியம், கட்டுப்பாடு' என்று மூன்று கட்டளைச் சொற்களைப் பலரும் அறிவர். ஆனால் அண்ணா வழங்கிய 'தெளிவு, துணிவு, கனிவு' எனும் மும்மணி மந்திரச் சொற்களைச் சிலரே அறிவர். அறிஞர் சு.நரேந்திரன், தமிழ்நாடு, தமிழினம், தமிழ்மொழி ஆகிய மூன்றையும் உய்விக்கத் தமிழ்க் கல்வியே ஒரே மாமருந்து எனத் தேர்ந்து தெளிந்துள்ளார்; அதைத்

துணிந்துரைக்கிறார். கனிவுடன் அம்மருந்துண்டு நலம் பெறப் பரிந்துரைக்கிறார். அதை மக்களும் ஆட்சியாளரும் ஏற்றுச் செயற்படுத்த வேண்டும் எனும் விழைவில் நூல்களை எழுதுகிறார். களப்பணியும் ஆற்றி வருகிறார். அத்தூய தமிழ் அருந்தொண்டின் ஒரு பகுதியாக அவர் எழுதியளித்திருப்பதுதான் நம் கைகளில் தவழும் இந்நூல்.

கருத்துச் செறிந்த முன்னுரையோடு தொடங்குகிறது நூல். தொடர்ந்து 15 தலைப்புகளில் தமிழ்நாட்டுக் கல்வி வரலாறு, தமிழ்வழிக் கல்வி வரலாறு, தமிழ்வழிக் கல்விக்கான முயற்சிகள், எதிர்ப்புகள், தடைகள், பின்னடைவுகள், இன்றைய நிலை, ஆட்சியாளரும் கல்வியாளர்களும் உடனடியாகச் செயத்தக்க வினைகள் முதலியன உரிய தரவுகளுடன் தெளிவாக, நிரல்பட நூலின்கண் விரித்துரைக்கப் பெற்றுள்ளன. இறுதியில் நூலாசிரியர் வலியுறுத்தும் கருத்துகளுக்கு அரண் செய்யும் தரவுகள் குறித்த விவரங்கள் ஆறு தலைப்புகளில் பின்னிணைப்பாகத் தரப்பெற்றுள்ளன.

தமிழ்வழிக் கல்வியே தமிழர்களின் சிந்தனை மலர்ச்சி, அறிவு வளர்ச்சி, பொருளியல் முன்னேற்றம் முதலியவற்றிற்கு இன்றியமையாதன என்பதை முன்னுரை தெளிவுபடுத்துகிறது. கருநாடக அரசின் கன்னட மொழி ஆக்கச் செயற்பாடுகள், இலங்கை, இசுரேல் முதலிய நாடுகள் தாய்மொழிவழிக் கல்வியில் சிறந்து விளங்குதல் ஆகியவற்றைச் சுட்டி, ஆங்கில மயக்க இருண்மையில் தடுமாறும் தமிழர்களுக்கு அறிவொளி தந்து நல்வழி காட்டுகிறது அது. ‘ஆங்கில வழியில் படித்தால் அயல்நாடுகளில் வேலை கிடைக்கும். தமிழ் வழியில் படித்தால் அந்த வேலை கிடைக்குமா? தமிழ் சோறு போடுமா?’ இவை ஆங்கில வழிக் கல்வியை வலியுறுத்தும் ‘அறிவுக்கொழுந்து(!)’களின் வினாக்கள். “ஒரு நாடு வெளிநாடுகளில் வேலை தேடுவதை அடிப்படையான திட்டமாக வைத்துத் தனது கல்விக் கொள்கையையோ பொருளாதாரக் கொள்கையையோ வகுத்தால் அந்நாடு முன்னேற்றத்தின் முதற்படியில் கூட ஏற முடியாது” என்று உறுதிபட மொழிந்து, அத்தகு வினா எழுப்புவோர்க்கு அறிவு கொளுத்துகிறார் நூலாசிரியர் முனைவர் சு.நரேந்திரன்.

தொடர்ந்து, கி.பி.16 ஆம் நூற்றாண்டு முதல் இன்றுவரை தமிழகப் பொதுக் கல்வி வரலாறு விரித்துரைக்கப்படுகிறது. அதன் ஊடும் பாவுமாகத் தமிழ்வழிக் கல்வி வரலாறு நிரல்பட விளக்கப்படுகிறது. சோவியத்தின் புரட்சியாளர் மாமேதை இலெனின் ‘ஓரடி பின்னால் ஈரடி முன்னால்’ என்றார். கடந்த நூற்றாண்டில் ‘ஓரடி முன்னால்’

அடியெடுத்து வைத்த தமிழ்வழிக் கல்வி கடந்த 40 ஆண்டுகளில் பல 'அடி பின்னால்' என்ற வகையில் பெரும் பின்னடைவைக் கண்டுள்ளதை வருந்தியுரைக்கிறார் நூலாசிரியர். தமிழ்வழிக் கல்வி மட்டுமன்று, தமிழ்க்கல்வியும் தமிழ்நாட்டில் கட்டாயம் இல்லை எனக் குறிப்பிடும் நூலாசிரியர், "தமிழக வரலாற்றில் எந்தக் காலக் கட்டத்திலும் ஓர் அயல்மொழியைக் கட்டாயப் பாடமாக்கி இருபதாம் நூற்றாண்டுக்கு முன் எந்த ஆட்சியும் மக்கள் மீது திணித்ததில்லை. இருபதாம் நூற்றாண்டில் அதிலும் விடுதலை பெற்றபின் தமிழ்நாட்டில் ஓர் அயல்மொழியை ஒரு கட்டாயப் பாடமாக்கிப் பொதுக்கல்வியிலே மக்கள் மீது திணித்திருக்கிறோம். அதே நேரத்தில் இந்த மண்ணுக்கும் மக்களுக்கும் சொந்தமான மொழியைப் புறக்கணித்துவிட்டுக்கூட ஒருவன் பட்டமும் பதவியும் பெற முடியும் என்ற ஓர் அவல நிலை உருவாகத் தமிழகம் எப்படியோ இடம் கொடுத்து விட்டது" என மனம் வெந்து எழுதுகிறார். மேலும், "வடமொழி ஆதிக்க எதிர்ப்புச் சூழலையும் இந்தி ஆதிக்க எதிர்ப்புச் சூழலையும் நன்கு பயன்படுத்திக் கொண்டு, ஆங்கிலேயர்கள் இந்நாட்டை விட்டு வெளியேறிய பின்னும் ஆங்கிலப் பற்றாளர்கள் ஆங்கில ஆதிக்கத்திற்கு என்றுமில்லாத அளவுக்கு இங்கே வழி வகுத்துவிட்டனர்" என்று உண்மையை உரத்து மொழிகிறார் முனைவர் சு.நரேந்திரன். இதன் மூலம் தமிழ்மொழியை அச்சுறுத்துவன, அழிக்க முயல்வன இந்தி, சமற்கிருத வல்லாண்மை மட்டுமன்று, ஆங்கில வல்லாண்மையும் தான் என்பதைத் தெளிவாக உணர்த்தித் தமிழரை விழிப்புறுத்துகிறார் அவர்.

தமிழர்கள் கட்டாயம் அறிந்து கொள்ள வேண்டிய வரலாற்று உண்மைகள் பல நூல் முழுதும் விரவிக் கிடக்கின்றன.

- ஆங்கிலேயர் காலத்தில் உட்சு (Woods) அண்டர் (Hunter) மன்றோ (Manro) ஆகியோர் பள்ளிக்கல்வி மாணவர்கள் சிந்திக்கும் மொழியில் (தாய்மொழியில்) கற்பிக்கப்பெற வேண்டும் எனப் பரிந்துரைத்தனர்.
- திரு இராசகோபால ஆச்சாரியாத் தொடக்கத்தில் தமிழ்வழிக் கல்வியை ஆதரித்தார்.
- 1970ஆம் ஆண்டில் அன்றைய தமிழ்நாட்டு முதல்வர் மு.கருணாநிதி கல்லூரிகளில் தமிழைப் பயிற்று மொழியாக்க முயன்றபோது திரு காமராசர் தலைமையிலான பேராயக் கட்சி (சிண்டிகேட் காங்கிரசு) திரு இராசகோபாலர் தலைமையிலான சுதந்திராக்கட்சி ஆகியன அதை எதிர்த்தன. மேலும்

அக்கட்சிகளின் மாணவர் அமைப்பினர் 'தமிழைத் திணிக்காதே!' என முழக்கமிட்டுத் தமிழ் எதிர்ப்புப் போராட்டம் நடத்தினர்.

- ஆற்காட்டு இரட்டையர்களான இராமசாமி முதலியார், இலட்சுமணசாமி முதலியார் ஆகியோர் ஆங்கில ஆதரவு மாநாடு நடத்தினர். பின்னர் தமிழ்வழிக் கல்விக் கலந்தாய்வுக் குழுவின் தலைவராக அதே இலட்சுமணசாமி அமர்த்தப் பட்டார்.

- 1978இல் திரு ம.கோ.இராமச்சந்திரன் ஆட்சியில் 11, 12ஆம் வகுப்புகளில் ஒவ்வொரு பிரிவு ஆங்கில வழிக் கல்விக்கு வழிவகை செய்து பள்ளிகளில் தமிழ்வழிக் கல்வி ஒழிப்புக்குத் தொடக்கம் செய்யப்பட்டது.

- 1999இல் நீதியரசர் மோகன் குழு தமிழ்வழிக் கல்விக்கான சட்டம் இயற்றுமாறு பரிந்துரைத்ததை ஏற்று முதல்வர் மு. கருணாநிதி அரசாணை வெளியிட்டார்.

இப்படிப் பல செய்திகளை இந்நூலைப் படிப்போர் அறிந்து கொள்ளலாம். நம் தமிழகத்து அறிஞர்களிடமும் அரசியல் தலைவர்களிடமும் நம் தாய்த்தமிழ் பட்ட பாடுகளை உணர்ந்து மனம் நோகலாம், கண்ணீர் வடிக்கலாம்.

இவை மட்டுமா?

"தமிழுக்குத் தகும் உயர்வளிக்கும் தலைவனை எண்ணித் தவங்கிடக்கையில் இலகு பாரதிப் புலவன் தோன்றினான்"

என்று பாவேந்தர் பாடினார். அதுபோல, தமிழ்வழிக் கல்வி அரசாணைக்கு எதிராகத் தமிழினப் பகைவர் தொடர்ந்த வழக்கில் அன்றைய முதல்வர் ஜெயலலிதா தமிழக அரசு வலிமையாக வாதாடாமல் வஞ்சனையாகச் செயற்பட்ட போது, தஞ்சாவூர்த் தமிழ்ப் பல்கலைக்கழக மேனாள் துணைவேந்தர் முனைவர் வ.அய் சுப்பிரமணியம் வழக்கில் தமிழுக்கு ஆதரவாகத் தன்னை இணைத்துக் கொண்டார்; உறுதி ஆவணம் (Affidavit) ஒன்றை உச்சநீதிமன்றத்தில் அளித்தார். வழக்கில் வெற்றி பெறப் பெருந்துணையான அந்த உறுதி ஆவணம் அளிக்கப்பட்டது.

இன்று வரை அவ்வழக்கு நிலுவையில் உள்ளது. அப்பகுதியைப் படிக்கும் போது 'ஏணிபெற்றும் ஏறாத தமிழர் உயிர் வாழ்தலினும் சாதல் நன்றாம்' எனும் பாவேந்தர் பாடல்தான் நினைவுக்கு வருகிறது.

இங்ஙனம் தமிழ்வழிக் கல்வி வரலாற்றின் அரிய ஆவணத் திரட்டாக விளங்கும் இந்நூல் தமிழ்வழிக் கல்வி வெற்றி பெறாமைக்குரிய காரணங்களையும் பட்டியலிடுகிறது. கல்வி தனியார் மயமானது, கல்வி வணிகர்களின் சூழ்ச்சி, சாதி, பொருள், பதவி ஆகியவற்றில் மேனிலையில் உள்ள குழுவினரின் தன்னலம் 'ஆங்கில வழியில் கற்காவிட்டால் தமிழர்களின் எதிர்காலம் பாழ்படும்' என்ற அத்தன்னலக் குழுவினரின் பொய்மைப் பரப்புரை, அதற்குத் துணை போகும் ஊடகங்கள், அதை நம்பி ஆங்கில மயக்கத்தில் ஏமாந்து, தங்கள் மக்களை தொழில்நுட்பக் கூலிகளாக்கும் பேதைத் தமிழர்களின் பேதைமை, ஆட்சியாளர்களுக்கு உண்மையான, உள்ளார்ந்த தமிழ்ச் சார்பின்மை, சொன்னதைச் செய்யும் உறுதிப்பாடின்மை முதலியவற்றைக் கூர்ந்து நோக்கி, அகலமாகவும் ஆழமாகவும் ஆராய்ந்து உண்மைகளை துணிந்துரைக்கும் ஆசிரியரின் திறத்திற்கும் நடுநிலைமைக்கும் இது ஒரு சான்று. காரணங்களைச் சுட்டும் ஆசிரியர் ஆங்கில வழிக்கல்வியின் கேடுகளையும் தமிழ்வழிக் கல்வியின் நன்மைகளையும் எதிர்ப்பாளர்களும் ஏற்குமாறு அறிவியல் அணுகுமுறையிலும் ஏரண நெறியிலும் விளக்கி யுள்ளார்.

முனைவர் சு.நரேந்திரன் தரவுகளைத் திரட்டி, வகைமைப்படுத்தி அவற்றைப் பரும (Macro) அளவிலும் நுண்ம (Micro) அளவிலும் கூராய்வு செய்து, தன் கருத்துகளைத் தெளிவாகவும், துல்லியமாகவும் வெளிப்படுத்தியுள்ளார். தமிழக அரசின் தமிழ்ப்பயிற்றுமொழி அரசாணை செல்லாது என்ற சென்னை உயர்நீதிமன்றத் தீர்ப்பினை அவர் மதிப்பிட்டுரைத்துள்ள பாங்கு அவரது சட்ட அறிவுக்கும் வாதிடு திறனுக்கும் சான்று பகர்கிறது.

1999-இல் கலைஞர் அரசு வெளியிட்ட அரசாணையை எதிர்த்துப் பதிகைப்பள்ளிகள் கூட்டமைப்பு தொடர்ந்த வழக்கில் அந்த ஆணை செல்லாது என்று தீர்ப்பளித்தது சென்னை உயர்நீதிமன்றம். அந்தத் தீர்ப்பினை ஆய்வுக்குட்படுத்துகிறார் ஆசிரியர். மாண்பமை நீதிபதிகளின் தீர்ப்பினை, நுண்ணிதின் நோக்கி, முழுமையாக ஆராய்ந்து, 'அரசியற் சட்டக் கூறுகளைக் கவனத்தில் கொள்ளாமல் வழங்கப்பட்ட தீர்ப்பு அது' என்று துணிந்துரைக்கிறார்.

தமிழ்ப்பயிற்று மொழி அரசாணை செல்லாது என்று தீர்ப்புரைத்ததற்குக் கூறப்பட்ட ஒரு காரணம்,

'சட்டம் இயற்றியிருக்க வேண்டும். அரசாணை செல்லாது' என்பது. 'பதிகைப் பள்ளிகள் சட்டம் இயற்றப்படாமல் அரசாணை

வழிச் செயற்படும் போது அப்பள்ளிகளில் பாடங்கள் தமிழ்வழியில் கற்பிக்கப்பெற வேண்டும் என்ற அரசாணை மட்டும் எப்படிச் செல்லாததாகும்?' என்ற அறிவார்ந்த வினா மூலம் நடுவர்களின் தீர்ப்பில் உள்ள குறைபாட்டைச் சுட்டிக்காட்டுகிறார் நூலாசிரியர்.

அனைத்துலக மனித உரிமை ஒப்பந்தம் 'தங்கள் குழந்தைகளுக்கு எத்தகைய கல்வி வழங்க வேண்டும்' என்று விதித்துள்ளது. இந்திய அரசு அதை ஏற்றுக் கொண்டுள்ளது. தமிழ்வழிக் கல்வி அரசாணை அந்த உரிமையை மறுக்கிறது. எனவே செல்லாது-இது நடுவர்கள் கூறும் இன்னொரு காரணம்.

இந்திய அரசியல் சட்டத்தின் 253-ஆம் பிரிவின் கீழ் அரசியல் சாசனம் இந்தியப் பாராளுமன்றத்திற்கு வழங்கியுள்ள அதிகாரத்தின்படி 1992 செப்டம்பர் 11 இல் மத்திய அரசாங்கம் கையெழுத்திட்ட மனித உரிமைகள் அமலாக்கும் வகையில் பாராளுமன்றத்தில் சட்டம் இயற்றப்பட வேண்டும். அப்படி ஒரு சட்டம் பாராளுமன்றத்தில் இயற்றப்படாத நிலையில் மேற்பட சர்வதேச ஒப்பந்தத்தின் சரத்துக்கள் இந்திய மக்களைச் சட்டப்படி கட்டுப்படுத்துவதில்லை. அரசியல் சாசனத்தின் இந்த ஷரத்தைச் சரிவரக் கணக்கில் கொள்ளாத நீதிமன்றம் 'வண்டிக்கு எதிராகக் குதிரையைப் பூட்டுகிறது' எனச் சென்னை உயர்நீதிமன்றத் தீர்ப்பு அரசியல் சட்டத்துக்கு எதிரானது என்று வன்மையாக நிறுவுகிறார் முனைவர் நரேந்திரன். கவியரசர் கண்ணதாசன் 'நீதிமன்ற நீதிக்கே நீதி சொல்வார்' என்று பெரியாரைப் போற்றினார். ஆம்! இந்நூலாசிரியர் முனைவர் சு.நரேந்திரன் அவர்களும் நீதிமன்ற நீதிக்கே நீதி சொல்லியுள்ளார் தந்தை பெரியார் போல.

நூலின் சீர்மைகளையும் நூலாசிரியரின் பன்முகத் திறங்களையும் விரித்தெழுதினால் அதுவே தனி நூலாகிவிடும். சுருங்கக்கூறின் இந்நூல், மருத்துவர், முனைவர் சு. நரேந்திரன் அவர்களின் பேரறிவுக் கூர்மையின் அருமையான வெளிப்பாடு. அவரது கடும் உழைப்பின் நல்விளைச்சல்; தமிழ்நாட்டின் எல்லாத் துறைகளிலும் தமிழே ஆட்சி செய்ய வேண்டும் என விழையும் தமிழியக்கத்தார்க்கு ஒரு படைக் கருவி; தமிழ் மொழிப்பகைவர்களின் சூழ்ச்சிகளை முறியடிக்கும் அறிவுக் கூர்வாள்; பேதைத் தமிழர்களின் அயன்மொழி மயக்கம் போக்கும் மாமருந்து. அரசியல் தலைவர்கள், ஆட்சியாளர்கள் ஆகியோருக்கு உணர்ச்சியும் எழுச்சியும் ஊட்டி, அவர்கள் அறிவுக் கண்களைத் திறந்து, எப்பணிக்கும் முதற் பணியாய்த் 'தமிழை

முழுமையாக, எல்லாத்துறைகளிலும் ஆட்சி மொழியாக்குக!' என வலியுறுத்தும் உரிமை ஆவணம். இத்தகு அரிய நூலை வழங்கியுள்ள ஆசிரியர்க்கு நெஞ்சம் நிறைந்த பாராட்டுகள்.

"தமிழ்நாடு மீட்டுருவாக்கம் பெற வேண்டுமானால் அனைத்து மட்டத்திலும் தமிழ் நடைமுறைப்படுத்தப்பட்டாக வேண்டும். அனைத்து மட்டத்திலும் தமிழ் நடைமுறைக்கு வந்தால்தான் தமிழகமெங்கும் அறிவியல் அணுகுமுறை எனும் நெறி முகிழ்க்கும்.

அறிவியல் மனப்பாங்கு பரவிடும்போதுதான் அறிவியல் தொழில் நுட்பம் பெருகும். அறிவியல் தொழில்நுட்பப் பெருவளர்ச்சியே தமிழ்நாடு பொருளாதார மேலாண்மை பெறுவதற்கு ஒரே வழியாகும்.

தமிழ்நாடு மீட்டுருவாக்கம் பெறுவதென்பது பொருளாதார மேலாண்மை பெறுவதைப் பொருத்தே அமையும்.

எனவே, எங்கும் எதிலும் தமிழை நடைமுறைப்படுத்துவோம் வாரீர்!" என்று அழைக்கிறார் நூலாசிரியர்.

மருத்துவர் சு.நரேந்திரன் நூலின் உள்ளீடாக உள்ள இந்த அறைகூவல் தமிழர்களின் இரண்டு செவிகளிலும் விழும் என நம்புவோம்.

அருமையான இந்த நூலுக்கு அணிந்துரை எழுதும் வாய்ப்பளித்த மருத்துவ மாமணிக்கு நெஞ்சம் நிறைந்த நன்றி.

திருச்சிராப்பள்ளி
15.04.2022

வாழ்த்துகளுடன்
கு.திருமாறன்

முன்னுரை

"தமிழன் என்று சொல்லடா, தலை நிமிர்ந்து நில்லடா" என்று பாட்டு மட்டும் பாடாது, வளர்ந்த நாடுகளையும், பிற மாநிலத்தவரையும் பார்த்து மொழி உணர்வு கொள்வீர்.

"தமிழ்ப் படிக்காதவர்கள், தமிழ்நாட்டில் வசிக்க யோக்கியர்கள் அல்லர். அவர்கள் எந்த ஊரின் மொழிகளைப் படிக்கிறார்களோ, அந்த ஊரே அவர்களுக்குத் தகுந்த இடமாகையால், தாய் மொழியைப் படிக்காமல், இங்கிலீஷ் மட்டும் படிக்கிறவர்களை இங்கிலாந்து தேசத்துக்கு அனுப்பிவிடுவோம். பிரெஞ்சு மட்டும் படிப்பவர்களை நாகரிகப் பட்டணத்துக்கு அனுப்புவோம். லத்தீன் முதலிய பாஷைகளுக்குச் சொந்த ஊர் இல்லாதபடியால், அந்தப் பாஷைகளைப் படிப்பவர்களை அநாமகரணத் தீவுக்கு அனுப்புவோம்."

- மயிலாடுதுறை வேதநாயகம் பிள்ளை

எந்நிலையிலும் கருநாடக மாநில மொழிக் கொள்கை தாய்மொழிக்கே

கருநாடக மாநிலத்தில் எந்த அரசியல் கட்சி ஆட்சிக்கு வந்தாலும், கன்னட மொழிக்கு முதன்மை கொடுப்பதில், அரசியல் கட்சிகள் அனைத்தும் ஒற்றுமையாகவே இருக்கின்றன. அந்த அடிப்படையில் கருநாடக மாநில மொழிக் கொள்கையைப் பார்க்க வேண்டும்.

உயர்நிலைப் பள்ளி மட்டத்தில் கன்னடம் அல்லது மாணவனின் தாய்மொழி முதல் மொழியாக வேண்டுமென்று 1982 ஏப்ரல் 30 தேதியிட்ட ஆணையில் அரசு முடிவு செய்திருந்தது. இத்துடன் மாணவன் இந்த ஆணையில் குறிப்பிட்டிருக்கும் 10 மொழிகளில் இரண்டில் தேர்வு பெற வேண்டியிருந்தது. அரசு இந்த ஆணையை மறுபரிசீலனை செய்து 1982 சூலை 20ஆம் தேதியில் திருத்த ஆணை பிறப்பித்து 1987-88ஆம் கல்வியாண்டிலிருந்து உயர்நிலைப்பள்ளி மட்டத்தில் கன்னடம் மட்டும் ஒரே முதல் மொழியாவதென்றும் இந்த ஆணையில் தெரிவித்திருப்பது போல் கன்னடம் உட்பட்ட 10 மொழிகளில் மற்ற இரண்டு மொழிகளை மாணவர்கள் பயில ஆய்வு செய்து கொள்ளலாம் என்றும் ஆணையிட்டிருந்தது. கன்னடமில்லாத பள்ளிகளில் தொடக்கக் கல்வியின் முதலாண்டிலிருந்தே கன்னடப்பயிற்சி கட்டாயமாகத் தக்கதென்றும் இந்த ஆணையில் கட்டளையிடப்பட்டிருந்தது.

இவற்றை எதிர்த்து வழக்குத் தொடர்ந்தனர். ஆணையும் தள்ளுபடி செய்யப்பட்டது. எனினும் நீதிமன்றம், “தொடக்கக் கல்வியின் பொது மாதிரிபோல் தாய்மொழியுடன் மற்றொரு மொழியின் பயிற்சியைக் கட்டாயமாக்கப்பட்ட தொடக்க வகுப்புகளிலிருந்து இரண்டு மொழிகளில் ஒன்றாகக் கன்னடத்தைப் பயிற்றுவிக்க, உயர்நிலைப்பள்ளி மட்டத்தில் கன்னடத்தை மூன்று மொழிகளில் ஒரு கட்டாய மொழியாக ஏற்படுத்த உரிய ஆணை அல்லது சட்டம் ஏற்படுத்தி அதைக் கன்னடம் தாய்மொழியாகக் கொண்ட எல்லாருக்கும், மாநிலத்தின் நிரந்தரக் குடிகளாகும் மொழிச் சிறுபான்மையினர்க்கும் பயன்படுத்த மாநில அரசுக்கு உரிமையளித்தது.

உயர்நீதி மன்றத்தின் ஆணைக்கெதிராக மாநில அரசு உச்ச நீதி மன்றத்தில் மேல்முறையீடு கொடுத்தது. ஆனாலும் உச்ச நீதி மன்றத்தின் தீர்ப்பை நிலுவையில் வைத்து மாநில அரசு, 1989 சூன் 19 தேதியிட்ட ஆணையில் மொழிக்கொள்கையை உருவாக்கி ஆணை பிறப்பித்தது. இந்த ஆணையின் பிரகாரம் 1லிருந்து 4ஆம் வகுப்பு வரைக்கும் குழந்தைகள் அங்கே குறிப்பிட்ட 8 மொழிகளில் (கன்னடமும், ஆங்கிலமும் சேர்த்து) ஒரு மொழியை மட்டும் கட்டாயமாகக் கற்க வேண்டும். 5லிருந்து 7ஆம் வகுப்பு வரைக்கும் கன்னடத்தை முதல் மொழியாகப் பயிலாத மாணவர்களுக்குக் கன்னடத்தைப் பயிற்றுவிப்பது. ஆனால் கன்னடமொழித் தேர்வில் தேர்வு பெறுவது கட்டாயமில்லை. 8லிருந்து 10ஆம் வகுப்பு வரைக்கும் மூன்று மொழிகளில் ஒரு மொழிப் பாடமாகக் கன்னடத்தைக் கட்டாயமாகப் பயில வேண்டும்.

அரசு ஆங்கில வழிப் பள்ளிகளில் தொடக்க நிலையில் ஆங்கிலப் பயிற்றுமொழி குறித்து ஆராய்ந்திட டாக்டர் எச். நரசிம்மையா தலைமையில் குழு ஒன்றை அமைத்தது. அதன் அறிக்கை அடிப்படையில், “தொடக்கப்பள்ளிகளின் கல்விச் சட்ட அமைப்பு, 12(2)(1)லிருந்து (4) வரையிலான பிரிவுகளில் கூறப்பட்டுள்ள நிபந்தனைகளைத் தவறாது அனுசரிக்கும் அங்கீகரிக்கப்படாத ஆங்கிலப் பயிற்றுமொழிப் பள்ளிகளுக்கு அரசு அனுமதி வழங்கலாம் என்றும், ஆங்கிலப் பயிற்றுமொழிப் பள்ளியின் இசைவாணைக்குத் தகுதியற்ற பள்ளிகள் மானிய சட்ட நிபந்தனைக்குத் தகுதியற்ற பள்ளிகள் மானிய சட்ட நிபந்தனைகளைப் பூர்த்தி செய்தால் கன்னடம் அல்லது இதர மொழிப் பயிற்றுமொழிப் பள்ளிகளைப் பெற அனுமதி கொடுக்கலாம் என்றும் 5லிருந்து அடுத்த வகுப்புகளில் மாணவர்கள் மற்ற எந்த மொழிப் பயிற்றுமொழிக்கும் மாற்றம் பெறலாம் என்றும் இந்த ஆணையில் வரையறுக்கப் பட்டிருந்தது.”

இந்நிலையில் உச்சநீதிமன்றம் 8.12.1993இல் தீர்ப்பு வழங்கியது. மாநில உயர் நீதிமன்றத்தின் கருத்தின்படியும் உயர் நீதிமன்றத்தின் ஆணைப்படியும் 19.6.1989இல் பிறப்பித்த அரசு ஆணையின் வாய்மையை உறுதிப்படுத்தியது. உச்ச நீதிமன்றம் வழங்கிய கருத்தினையும் மனதில் கொள்ளவேண்டும். அது இதுதான்.

“மொழிக் கொள்கையைப் பயனளிக்கும் வகையில் அமலுக்குக் கொண்டுவர வேண்டும் என்று மாநிலத்திற்குத் தெரிந்திருக்கிறது என்றும் இதில் நீதிமன்றம் உள்ளே நுழையக் கூடியது அல்ல” என்றும் தெரிவித்துள்ளது.

மறுபடியும் 1993ஆம் ஆண்டுத் தீர்ப்பு அடிப்படையில் 29.4.1994இல் மறுஆணை பிறப்பித்துள்ளது.

அ. பொதுவாகக் குழந்தையின் தாய்மொழியே பயிற்றுமொழி ஆக இருக்க வேண்டுமென்று எதிர்பார்ப்பு இருக்கும். 1லிருந்து 4ஆம் வகுப்பு வரைக்கும் பின்னிணைப்பில் கொடுத்திருக்கும் மொழிகளில் ஒரு தாய்மொழி அல்லது கன்னடம் மட்டும் கட்டாய மொழியாக இருக்கும்.

ஆ. 3ஆம் வகுப்பிலிருந்து கன்னடரல்லாதவர்க்குக் கன்னடம் விருப்பப்பாடமாக இருக்கும். இதைச் சொந்த விருப்பத்தோடு மட்டுமே பயிற்றுவிக்கப்படும். இந்தப் பயிற்சியால் வேறு பாடங்களின் பயிற்சி அல்லது பள்ளியின் எல்லா மாணவர்கள் பங்கேற்கும், பள்ளி செயல்பாடுகளுக்கு எந்தப்பாதகமும் ஏற்படக்கூடாது. ஆண்டு இறுதியில் 3, 4ஆம் வகுப்புகளில் கன்னட மொழிக்கு எந்தத் தேர்வும் இருக்காது.

இ. 5ஆம் வகுப்பிலிருந்து அதாவது பொது வழக்கத்தைப் போல இரண்டாம் மொழியைக்கற்பிக்கும் ஏற்பாடு எங்குள்ளதோ அங்கிருந்து மாணவன் பின்னிணைப்பு-1இல் கூறியிருக்கும் மொழிகளிலிருந்து ஆய்ந்து கொண்ட முதல் மொழியாக இல்லாத மொழியை இரண்டாம் மொழியாகப் பயில வேண்டும். கன்னடத்தை முதல் மொழியாகப் பயிலாத குழந்தை கன்னடத்தை இரண்டாம் மொழியாகக் கற்க வேண்டும் என்ற நிபந்தனைக்குட்பட்டிருக்கும். 5ஆம் வகுப்பிலிருந்து மூன்றாவது மொழியைக் கற்க ஏற்பாடு செய்து கொடுக்கப்படும். மூன்றாவது மொழி மாணவன் முதல் அல்லது இரண்டாவது மொழியாகக் கற்ற மொழியாக

இருக்கக் கூடாது. மாணவன் பயிலக்கூடிய மூன்றாவது மொழி விவரம் பின்னிணைப்பு 2இல் அளிக்கப்பட்டிருக்கிறது.

மூன்றாவது மொழி வகுப்புகளுக்கு வருகை தருவது, தேர்வு எடுத்துக் கொள்வது கட்டாயமாகும். மாணவர்கள் மூன்றாவது மொழிப்பயிற்சியை 5லிருந்து 7ஆம் வகுப்பு வரை தொடர் வார்கள். ஆனால் மூன்றாம் மொழித் தேர்வில் தேர்ச்சி யடைவது கட்டாயமில்லை. 5லிருந்து 7ஆம் வகுப்பு வரை வகுப்புகளில் மூன்றாம் மொழியில் பெறும் மதிப்பெண்கள் மீது ரேங்க், வகுப்பு முதலானவைகளில் சிறப்பிடம் அளிக்கப் படாது.

ஈ. உயர்நிலைப் பள்ளி மட்டத்தில் அதாவது 8லிருந்து 10ஆம் வகுப்பு வரை, வகுப்புகளில் மூன்று மொழிகள் கற்பிக்கப் படும். இவைகளில் இரண்டு மொழிகளில் தேர்ச்சி பெறுவது கட்டாயமாகும். அதோடு இரண்டு மொழிகளில் ஒன்று கன்னட மொழியாக இருக்க வேண்டும்.

நன்கு கவனியுங்கள், மும்மொழித் திட்டம் என்றாலும் இரண்டு மொழிகளில் தேர்ச்சி பெறுவது கட்டாயமாகும். ஆங்கிலம் எல்லார்க்கும் தேவை. எனவே அதைக் கட்டாயம் எடுப்பர். இரண்டு மொழிகளில் ஒன்று கன்னடமாக இருக்கவேண்டும்.

உ. கன்னடம் தாய்மொழியாக இல்லாத மாணவர்களுக்குக், கன்னட மொழித் தேர்விலும் இந்தி தாய்மொழியாக இல்லாத மாணவர்களுக்கு இந்தி மொழித் தேர்விலும் கருணை மதிப்பெண்கள் அளிக்கப்படும். இந்த மொழிகளில் மாணவர்கள் தேர்ச்சி பெற உதவியாக அதிகபட்சம் 15 மதிப்பெண்கள் வரை கருணை மதிப்பெண் அளிக்க வேண்டும். இந்த வசதி, ஆணை பிறப்பித்ததிலிருந்து 10 ஆண்டுகள் வரை கிடைக்கும்.

1994-95ஆம் கல்வியாண்டிலிருந்து மாநில அரசால் அங்கீகரிக்கப் பட்ட எல்லாப் பள்ளிகளிலும் 1லிருந்து 4ஆம் வகுப்பு வரை கல்விப் பயிற்றுமொழி தாய்மொழி அல்லது கன்னட மொழியே ஆகத்தக்கதென்று ஆணையிடப்படுகிறது.

1994-95ஆம் கல்வியாண்டில் 1ஆம் வகுப்பிற்குச் சேரும் மாணவர் களுக்குத் தாய்மொழி அல்லது கன்னட மொழிப் பயிற்றுமொழி யிலேயே கற்பிக்கத்தக்கது.

*1994-95*ஆம் கல்வியாண்டில் 2, 3, 4ஆம் வகுப்புகளில் பயிலும் மாணவர்களுக்கு அவர்கள் இப்போது கற்றுக்கொண்டிருக்கும் பயிற்று மொழியிலேயே கற்பிக்கப் பள்ளிகளுக்கு அனுமதியளிக்கலாம்.

மாணவர்கள் 5ஆம் வகுப்பிலிருந்து தம் விருப்பம் போல ஆங்கிலம் அல்லது எந்தப் பயிற்று மொழிக்கும் மாற்றம் பெற்றுக் கொள்ளலாம்.

ஆங்கிலம் தாய்மொழியாக உள்ள மாணவர்களுக்கு மட்டும் இப்போது இருக்கும் அங்கீகரிக்கப்பட்ட ஆங்கிலப் பயிற்றுமொழிப் பள்ளிகளில் 1லிருந்து 4ஆம் வகுப்பு வரை வகுப்புகளில் ஆங்கில வழியிலேயே கற்க அனுமதியளிக்கலாம்.

மேற்கூறிய நிபந்தனைகளை நிறைவேற்றாத அனைத்து அங்கீகரிக்கப்படாத பள்ளிகளை மூடிவிட ஆணையிடப்படுகிறது.

மிகவும் முக்கியமான பகுதி:

சென்ட்ரல் போர்ட் ஆப் செகண்டரி எஜுகேசன் (CBSE) அல்லது இண்டியன் கவுன்சில் ஆப் செகண்டரி எஜுகேசன் (ICSE) Composite பள்ளிகளைத் தொடங்கக் கீழே கொடுக்கப்பட்டுள்ள விதிகளை நிறைவேற்றும் பள்ளிகளுக்கு மட்டுமே அரசு மட்டத்தில் 'No objection certificate' அளிக்க கவனத்திற் கொள்ளப்படும்.

மாநிலங்களிடையே மாற்றல் பெறும் அனைந்திந்தியப் பள்ளி, பணி மற்றும் மத்திய அரசின் நிறுவனங்களைச் சார்ந்த பெற்றோர்களின் குழந்தைகளிருந்தால் (இதற்குச் சான்றாகச் சம்பந்தப்பட்ட துறை / நிறுவனம் இவைகளிலிருந்து) சான்றிதழ் சமர்ப்பிக்க வேண்டும்.

பல மாநிலங்களில் கிளைகளைப் பெற்றிருக்கும் அதோடு மாநிலங்களிடையே மாற்றங்களுக்குட்படும் வங்கிகள், நிறுவனங்கள் அல்லது வணிக நிறுவனங்களில் பணிபுரியும் பெற்றோர்களின் குழந்தைகளிருந்தால் (இதற்குச் சான்றாகச் சம்பந்தப்பட்ட வங்கி/ நிறுவனங்களிலிருந்து) சான்றிதழ் அளிக்க வேண்டும்.

அரசு அவ்வப்போது பிறப்பித்திருக்கும் / பிறப்பிக்கும் ஆணைகளைப் பின்பற்றியிருக்கவேண்டும்.

CBSE/ICSE பள்ளிகள் யாருக்காக? என்பதையும் இவர்கள் தெளிவு படுத்தியிருக்கிறார்கள்.

Admissions: Kannada medium students to get priority

The State Government had decided in principle to give priority to Kannada medium students in admission to all professional and higher education courses, Chief Minister S M Krishna said in the Legislative Assembly today.

The decision was taken following a suggestion by the Kannada Development Authority.

Poor students from villages who had no access to English medium education would benefit from the measure which is primarily aimed at making students take up Kannada medium on their own upto SSLC, Mr Krishna said.

The details on implementation of the measure would be decided after consulting the Kannada Development Authority chairman and officials of the departments concerned.

எத்தனைச் செய்திகள் அமைந்துள்ளன என்று பாருங்கள்?

அனைத்து உயர்நிலைப் பாடங்களிலும் தொழிற்கல்வியிலும் கன்னடப் பயிற்றுமொழியில் படித்தவர்களுக்கே முன்னுரிமை கொடுப்பதென்பது மாநில அரசின் கொள்கை முடிவாகும்.

கன்னட வளர்ச்சி மையத்தின் பரிந்துரையை ஏற்றே இந்த முடிவு எடுக்கப்பட்டது என்கிறார் முதல்வர்.

ஆங்கிலப் பயிற்றுமொழியில் பயில்வதற்கான வாய்ப்பே இல்லாத கிராமப்புற ஏழை மாணவர்களுக்கு இது பெருமளவில் பயனளிக்கும். அவரவர் 12ஆம் வகுப்பு வரை கன்னடப் பயிற்று மொழியைத் தேர்ந்தெடுத்துக் கொள்ள உதவும் வகையில் நாம் கொள்கை முடிவு எடுத்துக் கொண்டிருக்கிறோம் என்கிறார் முதல்வர். (தமிழ்க் குடிமகன் முதல் தொகுதி, 2007:97).

கன்னடம் படித்தால் தொழில்கல்வியில் இலவச இடம்

24.5.2001இல் கருநாடக உயர் கல்வித்துறை அமைச்சர் கூறியிருப்பதைக் கவனியுங்கள்.

"கன்னடத்தைப் பயிற்று மொழியாகக் கொண்டு 10ஆம் வகுப்பு வரை படிக்கும் மாணவர்களுக்கு ஏற்கனவே தொழில் கல்வி படிப்பில் 5% இட ஒதுக்கீடு வழங்கப்பட்டுள்ளது. இந்தக் கல்வியாண்டில் இந்த மாணவர்களில் ஆயிரத்து 500 பேருக்குத் தொழில் கல்விகளில் இலவச சீட் வழங்க அமைச்சரவை முடிவு செய்துள்ளது. பர்கூர் ராமச்சந்திரா கமிட்டி அறிக்கைப் பரிந்துரையின்படி எம்.பி.பி.எஸ்., பல் மருத்துவப் படிப்புகளில் தலா 65 இடங்களும், பொறியியல் படிப்புகளில் ஆயிரத்து 1370 இடங்களும் ஒதுக்கப்பட்டுள்ளன." (தினமலர்: 24.05.2001)

கர்நாடக அரசு, வழியில் கண்ணை மூடிக்கொண்டு தாய் மொழியில் பயிற்றுமொழி என்பதை நாம் அணுகினாலேயே போதும், தமிழர்களுக்குத் தாய்மொழி தமிழாக முற்றிலும் மாறிவிடும்.

கர்நாடகத்தில் எந்தக்கட்சி ஆட்சிக்கு வந்தாலும், தாய்மொழி வழிக் கல்வி நிலைப்பாடு மாறுவதில்லை. இதைத், தமிழ்நாட்டில் அரசியல் கட்சிகள் உணரும் நாள் எந்நாளோ? அந்நாளே தமிழ் நாட்டில் தமிழ் பயிற்றுமொழியாகும் என்பது காலனி ஆட்சியிலிருந்து இன்றுவரை உள்ள வரலாறு உணர்த்துகிறது. சிறுசிறு கவனமின்மையால், காங்கிரஸ் ஆளும்போதும், திமுக ஆட்சியில் இருந்தபோதும் தாய்மொழிக் கல்வி கைநழுவிப் போனது, உண்மைதானே! மொழி இங்கே அரசியல் ஆக்கப்பட்டிருக்கிறது. மொழி வளர்ச்சியை அரசியல் ஆக்குவது மக்களுக்கு இழைக்கின்ற மாபெரும் கேடு. இன்று வாழ்கின்ற மக்களுக்கு மட்டுமில்லை எதிர்காலத்தில் வரப்போகும் மக்களுக்கும் இழைக்கின்ற மாபெரும் கேடு. ஏனென்றால் மொழியினுடைய முன்னேற்றம் பின் தள்ளிப் போடப்படுகிறது. அப்பொழுது அதனால் வருகிற இழப்பு இருக்கிறதே அது சாதாரண எளிய இழப்பு அல்ல. மாபெரும் இழப்பு. அந்த உணர்வு நம்முடைய மக்களுக்கும் அரசியல் கட்சிக்காரர்களுக்கும் வேண்டும். மொழியை அரசியல் ஆக்கக்கூடாது. மொழி வளர்ச்சிப்பணி கடந்த காலம், நிகழ்காலம், எதிர்காலம் எல்லாவற்றையும் மனதிற் கொண்டு இயற்றப்பட வேண்டிய ஒன்று. அந்த சிந்தனையோடு செயல்பட்டிருந்தால் சில சிக்கல்களை ஒருக்கால் எளிதாகத் தீர்த்திருக்கலாம். (டாக்டர். பொற்கோ)

தாய்மொழியில் அறிவியல் கல்வி வளர்ந்த நாடுகளில் நடைபெறுகிறது

காந்தி, பாரதியார், தாகூர் ஆகியோரைப் பற்றி அறிவோம். எல்லாரினும் மேலாக இராமேசுவரத்து தமிழரும் மேனாள் இந்தியக் குடியரசுத் தலைவருமான அப்துல் கலாம் பற்றி அண்மைக் காலத்திலேனும் நன்றாக அறியலாம். இதுபோல் சந்திரயான் புகழ் மயில்சாமி அண்ணாதுரையையும் நாம் அறிவோம். இவர்கள் எல்லாரும் தாய்மொழி வழிக் கல்வியை வற்புறுத்தியவர்கள், அப்துல் கலாமும், மயில்சாமி அண்ணாதுரையும் தமிழ் வழிப் படித்து உயர்ந்தவர்கள். அறிவு வளர்ச்சிக்குத் தாய்மொழி வழிக்கல்வியே சிறந்தது என்பதே இவர்கள் அனைவரும் எடுத்துரைக்கும் கருத்தாகும். சொல்லால் மட்டுமின்றிச் செயலாலும் காட்டியவர்கள். இவர்கள் கருத்துக்கு நாம் இன்றும் சரியாகக் காது கொடுக்கவில்லை. காது

கொடுக்க நினைத்தபொழுதும் பல சருக்குகள். இதனால் நமது கல்வியும், மனப்பாடக் கல்வியாகி ஒரு வட்டத்துக்குள் நின்று விட்டது. இந்திய அரசு அமைத்த பல்வேறு குழுக்கள் தாய்மொழி வழிக்கல்வியின் நன்மை குறித்து கருத்துரைத்துள்ளன. இது இன்றும் எதிர்பார்த்தபடி செயல் வடிவு பெறவில்லை. இதற்குக் காரணம் எல்லாம் அறிந்தவர்களாகத் தங்களைக் கருதிக் கொள்ளும் மேட்டுக்குடி மக்களின் மனப்பாங்குதான். தங்களின் வளமான வாழ்வுக்குப் போட்டியாக மற்றவர்கள் வந்துவிடக்கூடாது என்பதில் உள்ள அவர்களின் தன்னலம்தான் இந்தியக் கல்விச் சூழலையே கெடுத்துக் கொண்டிருக்கிறது.

தாய்மொழி வழிக்கல்விக்கு முதன்மை கொடுத்து தேவையான நடவடிக்கைகளை அரசுதான் மேற்கொள்ள வேண்டும். இது நம்முடைய குரல் மட்டுமில்லை. வளர்ந்த நாடுகளின் குரல்

உலக நாடுகளில் பயிற்று மொழி

1971-ஆம் ஆண்டு பிரெஞ்சின் தலைமை அமைச்சர் சேச்சு சாபால்டெல்யி விடுத்த கட்டளை பிரெஞ்சு மொழிக்குக் கிடைத்த பெரிய அரவணைப்பாகும். பிரெஞ்சில் கலந்துள்ள பிறமொழிச் சொற்களில் பட்டியல் உருவாக்கி, அவற்றுக்கேற்ற தனி பிரெஞ்சுச் சொற்களை உருவாக்குங்கள் என்பதுதான் அவர் இட்ட கட்டளை. இதன் அடிப்படையில் பிரெஞ்சுக்கழகம் தோன்றியது, இது ஒரு பேரகராதியை வெளியிட்டது, இது மொழி ஆதிக்கத்திற்குப் பேருதவி புரிந்தது. இக்காலத்தில் எழுதப்பட்ட நூல்கள் பிரெஞ்சுக்கழகத்தின் பார்வைக்கு வந்த பின்னரே வெளியிடப்பட்டன, பிரெஞ்சு மொழியில் பிறமொழிச் சொற்கள் கலப்பதைத் தடுப்பதற்காக 1975இல் சட்டம் ஒன்று இயற்றப்பட்டது.

பாரிசில் 'அதலப்' என்ற தனியார் அமைப்பு மூலம் பிரெஞ்சு மொழியில் கலப்பு நடப்பது தடுக்கப்படுகிறது. இவ்வமைப்பு பிரெஞ்சு மொழியில் எவரேனும் பிறமொழிச் சொல்லைக் கலந்தால் அவர் மீது வழக்குத் தொடுக்கும். அவரைத் தண்டம் கட்டச் செய்யும். இதன் விளைவாகக் கலந்து வழங்கும் "பிரெஞ்சு பிரான்லெய்சு" ஒழிக்கப்படும் என்றாயிற்று. இதுபோலவே பிரெஞ்சு செய்தித் துறையின் சட்டத்தால் (19/12/1976) பிற மொழிச் சொற்களைக் கலப்படம் செய்தால் அவருக்கு 100 பிராங்குகள் தண்டம் விதிக்கப்படும், இது பிரெஞ்சு மொழி வளர்ச்சிக்கு எவ்வளவு தூரம் உதவியிருக்கக்கூடும்? என்பது நமக்குச் சொல்லாமலே புரியும்.

இந்தோனேசியா

இந்தோனேசியாவில் இரண்டாம் உலக மகாயுத்தத்திற்குப் பிறகு நூற்றுக்கு மேற்பட்ட மொழி வழக்குகள் வட்டார மொழி வழக்குகள் இருந்தன. அந்த வழக்குகள் எல்லாவற்றையும் ஒருமுகப்படுத்திப் பொது நிலை வழக்கு ஒன்றை உருவாக்கி அதற்குப் "பாஷா இந்தோனிசியா" என்று பெயர் வைத்திருக்கிறார்கள். இம்மொழியே பாடமொழியாக இருக்க வேண்டும் என்று அரசு ஆணையிட்டது. இதில் ஒரு முக்கியமான செய்தி என்னவெனில்? மொழி சார்பான **இம்முடிவில் கட்சி வேறுபாடு காரணமாக எந்தக் குழப்பமும் வர இடம் தரக்கூடாது என்று அவர்களுக்குள் ஒரு மரபு தழுவிய ஒப்பந்தம் நிலவுகிறது.** இவ்வாணைக்குப் பிறகு அரசே நூல் எழுதும் சிலரை நியமித்தது. அவர்களுக்கு உதவியாக மொழி வல்லுநர்களையும் உதவிக்கு அழைத்து அறிவியல் மொழியை வளர்த்தனர். அதன் பிறகு பாஷா இந்தோனேசியாவிலேதான் பள்ளியிலிருந்து பல்கழைக்கழகம் வரை நூல்கள் எல்லாம் வெளிவருகின்றன.

இந்தோனேசியாவைப் போல் மலேசியாவும் நமக்குப் பின்னர் உரிமை பெற்ற நாடு. இங்கும் பல்கலைக்கழகக் கல்வி வரை அவர்கள் தாய்மொழியிலேயே நடைபெறச் செய்துள்ளனர்.

இஸ்ரேல்

இஸ்ரேல் 1948இல் உருவாக்கப்பட்டது, உலகில் பல பகுதிகளிலிருந்து மக்கள் இஸ்ரேலில் குடியேறியதால் பல மொழி பேசப்பட்டது. யூதர்களின் சமய மொழி, "ஈப்ரு". இதை மக்கள் அனைவரும் ஏற்றுக்கொண்டனர். 1953இல் "ஈப்ரு" மொழிக் கலைக்கழகம் தோற்றுவிக்கப்பட்டது. இதன் மூலம் ஈப்ரு மொழி, மக்கள் மொழியாக்கப்பட்டது. இதற்கு உறுதுணை அவர்களின் மொழி மேம்பாட்டுத் திட்டம். இன்று அகர வரிசைப் பாடத்திலிருந்து முதுமுனைவர் பட்ட மேற்படிப்பிற்குரிய ஆராய்ச்சிக் கல்வி வரை அதனைப் பயின்றும் பயிற்றுவித்தும் பயன்படுத்திக் கொண்டு, மீட்சியெய்தி இன்று மேனிலையில் நின்று மிளிருகின்றார்கள்.

இதுபோன்றே மாலி, கினியா ஆகியன புதிதாக விடுதலை பெற்ற ஆப்பிரிக்க நாடுகள். இவ்விரு நாடுகளின் தாய்மொழி பேச்சு மொழியாக மட்டும் இருந்தது. இவர்கள் மொழிக்கு இதுநாள் வரை எழுத்தே கிடையாது. தற்பொழுது எழுத்து வடிவத்தை உருவாக்கிக் கல்வி கற்பிக்கத் தொடங்கி விட்டனர். தங்களை ஆண்ட ஆங்கில மொழியை உதறிவிட்டு அனைத்து நிலைகளிலும் தாய்மொழியையே

பயன்படுத்துவதில் மிக உறுதியாக உள்ளார்கள். (சு.நரேந்திரன், 2004:158)

"மொழி என்பது மனித குல மெய்யறிவின் பொக்கிஷங்களைப் பாதுகாத்து மரபு வழியாக அளித்துச் செழுமைப்படுத்தவல்ல மதிப்பு மிக்க சாதனம்" (லெனின்). "மொழி என்பது தொடர்பு சாதனம் மட்டு மன்று, அது ஒரு தேசிய இனத்தின் அடையாளம் என்றே கூறலாம்."

இலங்கை

இலங்கையில் இனவாத கிளர்ச்சி வரை தமிழ்வழிக் கல்வி பல்கலைப் படிப்புவரை உச்ச நிலையில் இருந்தது. இச்செய்தியை, கோ. சந்திரசேகரன் நூலான "இலங்கையில் தமிழ்க்கல்வி" எனும் நூல் வழிப் பார்ப்போம்.

உலகிலேயே பாடசாலை மட்டத்தில் அனைத்து தமிழ் மாணவருக்கும், தமிழ்மொழி வழியில் கல்வி வழங்கப்படுவது இலங்கையில் மட்டுமே. அத்துடன் பல்கலைக்கழக நிலையில் கடந்த நான்கு தசாப்தங்களாகக் கலைத்துறைப்பாடங்கள் (பொருளியல், புவியியல், அரசியல், சமூகவியல், கல்வியியல், தத்துவம்) தமிழ் வழியிலேயே கற்பிக்கப்படுகின்றன. காலப்போக்கில் பல்கலைக்கழக நிலையில் சட்டம், வர்த்தகவியல், முகாமைத்துவம், விஞ்ஞானம் போன்ற துறைகளிலும் தமிழ்வழிக்கல்வி அறிமுகம் செய்யப்பட்டது. (இலங்கையில் தமிழ்க் கல்வி - கோ.சந்திரசேகரன், ப.40)

பாடசாலைக் கல்வி

இன்று (1995) நாட்டில் காணப்படும் 10,191 பாடசாலைகளில், 2,130 பாடசாலைகள் தமிழ்மொழிவழியில் கற்பிக்கும் தமிழ்ப்பாட சாலைகள். இவற்றைவிட பெரும்பாலும் தமிழ் வழியில் கற்பிக்கும் 739 முஸ்லிம் பாடசாலைகளும் உண்டு. (கல்வி உயர்கல்வி அமைச்சு, 1995).

இலங்கைப் பாடசாலை முறையில் சேர்ந்து பயிலும் 42 லட்சம் மாணவர்களில் ஏறத்தாழ 25 சதவீதம் பேர் (9,86,000 பேர்) தமிழ்மொழி வழிக்கல்வி பெறுபவர்களாவர். இவர்களில் முஸ்லீம் மாணவர்களும் அடங்குவர்.

தமிழ்வழிக் கல்வி பெறும் மாணவர்களில் ஏறத்தாழ 53 சதவீதம் பேர் (5,22,482 பேர்) ஆரம்பக்கல்வி நிலையில் (தரம் 1/5) பயின்று வருகின்றனர். இடைநிலை வகுப்புகளில் (தரம் 12-13) 38,760 பேரும் பயிலுகின்றனர். உயர் இடைநிலையில் பயிலும் தமிழ்மொழிவழி

மாணவர்களில் மூன்றில் இரு பங்கினர் வடகிழக்கு மாகாணங்களில் பயிலுகின்றனர். ஏனைய மூன்றில் ஒரு பங்கினர் ஏனைய 7 மாகாணங்களில் பரந்து காணப்படுகின்றனர்.

பல்கலைக்கழகக் கல்வியைப் பொறுத்தவரையில் கலை வர்த்தகவியல் சட்டம் முகாமைத்துவம் கல்வியியல் போன்ற துறைகளில் தமிழ் வழிக் கல்வியே பெரும்பாலும் நடைபெறுகின்றது, சில பல்கலைக்கழகங்களில்/விஞ்ஞானப் பட்ட நெறிகளும் தமிழ் வழியில் கற்பிக்கப்படுகின்றன, மேற்கூறிய துறைகளில் தமிழ்மொழியிலேயே பட்டப்படிப்பின் படிப்புப் பயிற்சி நெறிகளும் நடாத்தப்படுகின்றன.

ஆசிரியர் கல்வி

ஆசிரியர் கல்வியையும் பயிற்சியையும் பொறுத்தவரையில் ஆரம்பநிலை, இடைநிலைக் கல்வி நிலைகளுக்கான பயிற்சி நெறிகள் தமிழ் மொழியிலேயே நடாத்தப்படுகின்றன, பல்கலைக்கழகங்களும் தேசியக் கல்வி நிறுவனமும், ஆசிரியர் பயிற்சிக் கல்லூரிகளும் தேசியக் கல்வியியல் கல்லூரிகளும் தமிழ் வழியில் பயிற்சி நெறிகளை நடாத்துகின்றன. கல்வித் தத்துவம், உளவியல் மதிப்பீட்டு முறைகள், கல்வி முறைகளின் வளர்ச்சி, கல்வி நிர்வாகம், கல்வித் திட்டமிடல், கற்பித்தல் முறைகள், பாட ஏற்பாட்டுத் தத்துவங்கள், கல்விச் சமூகவியல், கல்விப் பொருளியல் போன்ற பாடத் துறைகள் கடந்த மூன்று தசாப்தங்களுக்கு மேலாகத் தமிழில் கற்பிக்கப்படுகின்றன.

ஆசிரியர் கல்விப் பயிற்சியைத் தமிழில் வழங்கும் நிறுவனங்கள்

1. பல்கலைக்கழகங்கள்:
   - கொழும்புப் பல்கலைக்கழகம்
   - யாழ்ப்பாணப் பல்கலைக்கழகம்
   - கிழக்கிலங்கைப் பல்கலைக்கழகம் (தற்போது கல்வியியல் அறிமுகம் செய்யப்பட்டுள்ளது).
   - திறந்தவெளிப் பல்கலைக்கழகம்
2. தேசியக் கல்வி நிறுவகம்
3. ஆசிரியர் பயிற்சிக் கல்லூரிகள்:
   - எத்தென்ஸ்சைட்
   - கோப்பாய்
   - மட்டக்களப்பு
   - அட்டாளைச்சேனை
   - அலுத்கம

4. *தேசியக் கல்வியியல் கல்லூரிகள்:*
   - *பத்தன*
   - *மட்டக்களப்பு*
   - *வவுனியா*
   - *அட்டாளைச்சேனை*
   - *யாழ்ப்பாணம்*

யாழ்ப் பல்கலைக்கழகம் தவிர்ந்த ஏனைய தென்னிலங்கைப் பல்கலைக்கழகங்கள் கல்வியியல் உயர்பட்டப் பயிற்சி நெறிகளைத் (M.Ed.,/M.Phil.,) தமிழ் வழியில் நடாத்த முன்வருவதில்லை என்ற முக்கிய முறைப்பாடொன்று உண்டு. தென்னிலங்கையில் இப்பயிற்சி நெறிகளைப் பயிலக்கூடிய தகுதியுடையவர்கள் ஏராளமாக இருந்த போதிலும் அதற்கான வாய்ப்புகளைத் தென்னிந்தியப் பல்கலைக் கழகங்கள் வழங்கத் தவறிவிட்டன. ஆயினும் அண்மையில் திறந்த வெளிப் பல்கலைக்கழகமும், தேசியக் கல்வி நிறுவகமும், தமிழ் வழியில் முதுமாணி (M.Ed.,M.A.,) கற்கை நெறிகளைத் தொடங்கி யுள்ளன. (இலங்கையில் தமிழ்க்கல்வி, சோ. சந்திரசேகரன், பக்.15).

ஒவ்வொரு மாநிலத்திலும் அவரவர் பயிற்று மொழியைத் தேர்ந்தெடுத்துக் கொள்ளுவதும், மொழிப் பயிற்சிக்கான மொழியைத் தேர்ந்தெடுத்துக் கொள்ளுவதும், காலங்காலமாக நடந்து கொண்டு வருகிறது. பல மாறுதல்களும் கல்வியாளர்களின் துணையுடன் நடந்து வருவதும் வரலாறு.

தமிழ்நாடே விழித்தெழு! தமிழர்களே உணர்வு கொள்வீர்!

மக்கள் ஆட்சியில் மக்கள் மொழியில் மக்களுக்குக் கல்வி அவசியம்

மருத்துவத் தமிழ்க் கல்வி வளர்ச்சியுறாததற்குப் பல்வேறு அரசியல் சமூகக் காரணங்கள் உண்டு. ஒரு சமூகத்தில் முழுமையான ஆட்சி மொழியாக, மலராத மொழியை அச்சமூகத்தினர் கல்வி மொழியாக ஏற்றுக்கொள்வதில் பல்வேறு சமூகத் தடைகள் உண்டென்பது வரலாற்று உண்மை.

அரசு எங்கும் தமிழ் என்பதை அறிவியல் கல்வி நிலையிலும் நடைமுறைப்படுத்த விழைந்தால், அதற்குக் கல்வி மொழி நிலைசார் தடைகள் இல்லை, இருக்கின்ற மிகச் சில தடைகளை அகற்றுவது மிக எளிதே.

இருக்கின்றதை இல்லாததுபோல் அங்கும், இங்கும் நடக்கும் சில மொழிபெயர்ப்பு தவறுகளை மட்டும் சுட்டிக்காட்டி எப்படியும் தமிழ்வழிக் கல்வி வரக்கூடாது என்பதில் கங்கணம் கட்டிக்கொண்டு எதிர்ப்பதில் ஏதோ சூட்சுமம் மட்டும் உள்ளது என்பது தெளிவாகப் புரிகிறது.

சூட்சுமம் என்ன?

தமிழ்வழிக் கல்வி தமிழ்நாட்டில் விடுதலைக்கு முன்பே கட்டாய மாக்கப்பட்டிருந்தது, ஆங்கிலம் இரண்டாம் மொழியாக ஆறாம் வகுப்புக்கு மேல் ஒரு மொழிப்பாடமாக மட்டுமே கற்பிக்கப்பட்டு வந்தது. 1941இல் மாணவர்கள் முதலாவதாகத் தமிழ்வழிக் கல்வி பெற்று பள்ளியிறுதித் தேர்வினை எழுதினார்கள்.

பொதுக் கல்வியில் தாய்மொழி வழிக்கல்வி கட்டாயம் என்று ஒரு நிலை இருந்தது, ஆறாம் வகுப்பு முதல் ஆங்கிலம் ஒரு மொழிப் பாடமாக மட்டுமே கற்பிக்கப்பட்டது, விடுதலைக்கு முன்பே இங்கே நிலவிய, இந்த நிலை கைநழுவிப் போனது தமிழகத்துக்குப் பெருமை யளிப்பதாக இல்லை. தமிழக வரலாற்றில் எந்தக் காலகட்டத்திலும் ஓர், அயல்மொழி ஒரு கட்டாயப்பாடமாக்கி இருபதாம் நூற்றாண்டுக்கு முன் எந்த ஆட்சியும் மக்கள் மீது திணித்ததில்லை, இருபதாம் நூற்றாண்டில் அதிலும் நாம் விடுதலை பெற்ற பின் தமிழ்நாட்டில் ஓர் அயல்மொழியை ஒரு கட்டாயப்பாடமாக்கிப் பொதுக் கல்வியிலேயே மக்கள் மீது திணித்திருக்கிறோம். அதே நேரத்தில் இந்த மண்ணுக்கும் மக்களுக்கும் சொந்தமான மொழியைப் புறக்கணித்துவிட்டுக்கூட ஒருவன் பட்டமும், பதவியும் பெற முடியும் என்னும் ஓர் அவல நிலை உருவாகத் தமிழகம் எப்படியோ இடம் கொடுத்துவிட்டது.

வடமொழி ஆதிக்க எதிர்ப்புச் சூழலையும், இந்தி ஆதிக்க எதிர்ப்புச் சூழலையும் நன்கு பயன்படுத்திக் கொண்டு ஆங்கிலேயர்களே இந்நாட்டைவிட்டு வெளியேறிய நிலையில் ஆங்கிலப் பற்றாளர்கள் ஆங்கில ஆதிக்கத்திற்கு என்றுமில்லாத அளவுக்கு இங்கே வழிவகுத்து விட்டனர்.

பன்மொழிச் சூழலைக் கொண்ட இந்தியா போன்ற நாடுகளில் ஒரு மொழியை மட்டும் மேலே தூக்கி நிறுத்தி ஆதிக்க மொழியாக ஆக்குவது மக்களாட்சிப் பண்புக்கும் பொருந்தாது, ஒரு மொழி, ஆதிக்க மொழி ஆகிவிட்டால் அது மற்ற மொழிகளின் வளர்ச்சிக்கு ஊறு விளைவிப்பதாக ஆகிவிடும், தமிழ்வழிக் கல்விக்கும், ஒரு வகையில் தடையாகத்தான் இருக்கும். (டாக்டர் பொற்கோ, *1986:90*)

தமிழ் வழிக்கல்வி என்பது கல்வியாளர்களும், தலைவர்களும், துறை வல்லுநர்களும், ஆட்சியாளர்களும் ஒருங்கிணைந்து முழு மூச்சோடு பாடுபட்டு நிறைவேற்ற வேண்டிய பணி, இந்தப் பணி பல ஆண்டுகளுக்கு முன்பே நிறைவேற்றப்பட்டிருக்க வேண்டும். மக்களாட்சியில் மக்கள் மொழியின் வாயிலாக மக்களுக்குக் கல்வி வழங்கப்பட வேண்டும், இதுபற்றிய பொறுப்புணர்ச்சி தமிழகத்தில் ஒவ்வொருவருக்கும் இருக்கவேண்டும், தமிழ்வழிக்கல்வி என்பது தமிழுக்குக் கிடைக்க வேண்டிய உரிமையில் ஓர் இன்றியமையாத பகுதி. இதை விடுத்து ஆங்கில வழியில் பயின்றால் உலகம் முழுதும் வேலை கிடைக்கும் என்று கூறிக் கானல் நீர் கனவுகளை வளர்க்கிறார்கள். இது உண்மையில்லை. ஆங்கில வழியில் படித்தவர்கள் 2 விழுக்காடே வெளிநாடுகளுக்கு வேலைக்குப் போகிறார்கள். அதிலும் வளர்ந்துள்ள நாடுகளில் அமெரிக்கா, இங்கிலாந்து போன்ற ஆங்கிலம் பேசும் நாடுகள் சிலவே. அரபு நாடுகளுக்கு வேலைக்குப் போக ஆங்கிலம் தேவையில்லை. போகிறவர்களும் அரபி மொழியைக் கற்றுக்கொள்ளப் போவதில்லை இதுவே உண்மை.

ஒரு நாடு வெளிநாடுகளில் வேலை தேடுவதை அடிப்படைத் திட்டமாக வைத்து தனது கல்விக் கொள்கையோ, பொருளாதாரக் கொள்கையோ வகுத்தால் அந்நாடு முன்னேற்றத்தின் முதல்படியில் கூட ஏற முடியாது.

இது தவிர விஞ்ஞானிகள் அனைவரும் ஆங்கிலேயர் என்பது போன்ற தவறான பார்வையும் உள்ளது. விஞ்ஞானிகள் அவரவர் தாய் மொழியில் கண்டுபிடிப்புகளை எழுதுகிறார்கள். சில சமயங்களில் ஆங்கிலம் தவிர்த்து மற்ற மொழிகளில் வெளிவரும் ஆய்வுக் கட்டுரைகளில் கட்டுரைச் சுருக்கம் உள்ளது.

இதுபோலவே பல்கலைப்படிப்புகள் தொழிற்கல்வியில் நூற்கள் இல்லாது படிப்புகளைத் தொடங்க முடியாது என்று சொல்வதும் ஒரு முரட்டுவாதம். இலங்கையில், பள்ளியிலிருந்து பல்கலை வரையிலும் தமிழில் நடைபெற்றது. இது போலவே 100 மொழிகளுக்கு மேல் இருந்த இந்தோனேஷியாவில், இந்தோனேஷியாவின் மொழியான 'பாஷா'வில் பாடங்கள் நடைபெறுகிறது, எழுத்து வடிவங்களே இல்லாத மலாய் மொழியில் கூட பாடங்கள் அனைத்தையும் கற்பித்து மலாயாவில் சாதனை புரிந்து வருகிறது. இவைகள் எல்லாம் விடுத்து தமிழ் நாட்டை நோக்கினால் கூட தமிழ்ப் பல்கலைக்கழகத்தின் வழியாகப் பொறியியல், மருத்துவம் தொடர்பான பல பாட நூல்கள்

தமிழில் வெளிவந்துள்ளன. இதைத் தொடர்ந்து 1997, 1998ஆம் கல்வி ஆண்டில் பொறியியலைத் தமிழ் வழியில் கற்பிப்பதாகத் தமிழக அரசு அறிவித்தது. 700 மாணவர்கள் தமிழ்வழிப் பொறியியல் கற்க விண்ணப்பித்தனர். ஆனால் அரசு பல காரணங்களைக் கூறி இதை நடைமுறைப்படுத்தவில்லை. எனினும் மாணவர்கள் தமிழ்வழிப் பொறியியலைக் கற்கத் தயாராக இருக்கிறார்கள் என்பது மெய்ப்பிக்கப் பட்டிருப்பதே இத்திட்டத்திற்கு வெற்றி, இல்லையா? வெற்றிதான். இதற்குத் தமிழ்ப் பல்கலைக்கழகத் துணைவேந்தர் முதுமுனைவர் வ.அய்.சுப்பிரமணியத்தையும் அவருடன் கை கோர்த்து நின்ற முனைவர் இராமசுந்தரத்தையும் எவ்வளவு பாராட்டினாலும் தகும்.

நடப்புகளைக் கூட்டிக் கழித்துப் பார்க்கையில் நாம் அறிவது புரட்சிக்கவி பாரதிதாசனுக்குப் புலப்பட்டதுதான். அது தான்,

தமிழ்க் கல்வி தமிழ் நாட்டில்
கட்டாயம் என்பதோடு
சட்டம் செய்க

என்ற ஆணையேயாகும்.

மன மாற்றமும் உள்ள உறுதியும் தேவை

தமிழைப் பயிற்றுமொழியாக்க வேண்டும் எனக் கூறும்போது பாடநூற்கள் இல்லை, கலைச் சொற்கள் இல்லை, வேலை கிடைக்காது, வெளிநாடு செல்ல இயலாது என்பன போன்ற தடைகள் எழுப்பப்படுகின்றன. வேலை வாய்ப்பு, வெளிநாட்டு வாய்ப்பு இரண்டும் அரசியல், பொருளாதாரச் சக்திகளோடு தொடர்புடையன. திட்டமிட்ட பொருளாதாரமும் சமுதாய அமைப்பு குறித்த அரசியல் சித்தாந்தமும் நடைமுறைப்படுத்தப்பட்டால் வேலைவாய்ப்பை உருவாக்குதல் எளிது. பல சோசலிச நாடுகளில் வேலையில்லாத் திண்டாட்டம் ஒரு சிக்கலாக இருந்ததே இல்லை. அதே நேரத்தில், பல முதலாளித்துவ நாடுகளில் வேலையில்லாத் திண்டாட்டம் காரணமாகக் குற்றங்கள் பெருகியதையும் பார்த்திருக்கிறோம். அரசியல் பொருளாதாரச் சித்தாந்தம் சமுதாய நலன் கருதியதாக அமையும்போது இந்தப் பிரச்சினை எழ வாய்ப்பில்லை.

ஆங்கிலம் கற்றால் அயல்நாடு செல்லலாம் என்பதும் ஒருவகை மயக்கம் தான். ஆங்கிலம் முதன்மை மொழியாக உள்ள நாடுகளில் வேண்டுமானால் ஆங்கில வழிக் கல்வி உதவக்கூடும். ஜெர்மன், சுவிட்சர்லாந்து, ஜப்பான், ஸ்பெயின் முதலிய நாடுகளில் ஆங்கிலம் உதவப் போவதில்லை. அந்தந்த நாட்டு மொழிகளைக் கற்றால்தான்

நிலைத்து நிற்க முடியும். ஆங்கிலம் கல்வி மொழியாக இல்லாத நாடுகளுக்குப் பயிலச் செல்லும் நமது மாணவர்கள் அங்குள்ள பயிற்று மொழியைக் கற்ற பின்னரே படிப்பைத் தொடர முடிகிறது. ஒரு போலிஷ் மாணவன் 4 ஆண்டுகளில் முடிக்கும் படிப்பை ஆங்கிலம் வழிக் கற்ற இந்திய மாணவன் 5 ஆண்டுகளில் முடிக்கிறான். இவற்றில் ஓராண்டு போலிஷ் மொழிக்கல்விக்கு ஒதுக்கப்படுகிறது. ஆங்கிலம் கோலோச்சாத சில நாடுகளில் இதுதான் நிலை. என் தாத்தாவுக்குத் தமிழைத் தவிர எம்மொழியும் தெரியாது. அவர் இலங்கையில் 40 ஆண்டுகளாகச் சிறப்பாக வாணிகம் செய்தார். நீர்க்கொழும்பு சென்ற பின்தான் சிங்களமும் தேவையான ஆங்கிலமும் கற்றுக் கொண்டார். இலங்கை போவதற்கு முன் ஆங்கிலமும், சிங்களமும் கற்றுக்கொள்ளவில்லை. அங்குப் போனால் கற்றுக்கொண்டு விடலாம் என்ற தன்னம்பிக்கையில் சென்றார், வென்றார். அந்தத் தன்னம்பிக்கை நமக்கு இல்லை. கடந்த 200 ஆண்டுகளாக ஆங்கிலம் வழிக் கற்ற நம்மவரில் எத்தனை பேர் வெளியிடங்களில் பணி புரிகிறார்கள்? அப்படிப் பணியாற்றுபவரின் சமூக நிலை என்ன? சமுதாயத்தின் உயர் மட்டத்தில் உள்ள சிலர் இந்த வாய்ப்பைப் பயன்படுத்திக்கொள்ளச் சமுதாயம் முழுதுமே பலி ஆக வேண்டுமா? இத்தனை ஆண்டுகள் ஆங்கிலம் வழிப் படித்தவர்களில் எத்தனைப் பேர் தேசிய, சர்வதேசியப் புகழ்வாய்ந்த நூல்களை, கட்டுரைகளை ஆங்கிலத்தில் எழுதியுள்ளனர்? வெளிநாடுகளில்/மாநிலங்களில் பணியாற்றும் தமிழர்களின் எண்ணிக்கையும் ஆங்கிலம் வழிக் கற்ற அவர்கள் எழுதியுள்ள ஆங்கில நூல்களின் எண்ணிக்கையும் மிகக்குறைவே. அமெரிக்காவிலும், பிரிட்டனிலும் எழுதப்பட்ட நூல்களே நமது கல்விக் கூடங்களைக் கட்டுக்குள் வைத்துள்ளன. ஆக, நமது ஆங்கில வழிக் கல்வி சிலரது முன்னேற்றத்திற்குப் பயன்பட்டதே தவிர, ஒட்டுமொத்த சமுதாயத்துக்கும் பயன்படவில்லை என்பதே உண்மை. இந்த உண்மை புரியாததால் சமுதாயத்தின் அடிநிலையில் உள்ளவர்களும் ஆங்கில மோகம் கொண்டு அவதிப்படுகின்றனர்.

தமிழ் மொழிகாக்க உறுதி ஏற்போம், ஒவ்வொரு மொழியும் பயிற்று மொழியாகும் போது புதிய துறை சார்ந்த கல்வியை அம்மொழிக்குப் புதிய அனுபவமாகவே அமையும்.

பல புதிய துறைகளைத் தமிழில்கொண்டு வரும்போது கலைச் சொற்கள் இன்மை, உலகஅளவில் வேலை வாய்ப்பு, உயர்கல்வி தமிழில் தொடர வாய்ப்பின்மை போன்ற பல சிந்தனைகள் மனதில் எழக்கூடும். ஆனால் அத்தனையும் சாத்தியமானதே,

பாடநூல்கள் இல்லை என்ற குறை தாய்மொழி வழிக்கல்விக்குத் தடையாக இருக்க முடியாது. ஏனெனில் அவசியம் இருந்தால் நூற்கள் தானே பெருகும். பாடநூல்கள் அனைத்தும் இருக்கிற மொழிதான் பயிற்று மொழியாக வேண்டுமெனில் உலகிலுள்ள எம்மொழியும் ஆக முடியாது.

உலகில் உள்ள 187 நாடுகளில் ஆட்டிப் படைக்கின்ற வல்லமை கொண்ட நாடுகள் அமெரிக்கா, இங்கிலாந்து, ஜெர்மனி, பிரான்சு, ஜப்பான் முதலியவை. இங்கிலாந்து அமெரிக்காவைத் தவிர்த்து ஜெர்மனியில் ஜெர்மானிய மொழியே, பிரான்சில் பிரெஞ்சு மட்டுமே. ஜப்பானில் ஜப்பானிய மொழி மட்டுமே. தத்தம் தாய்மொழி வழியில் கற்றுத் தாய்மொழியில் மட்டுமே ஆட்சிமொழி பெற்ற இவர்களே இன்று உலகத்தை ஆட்டிப்படைக்கின்றனர்.

அரசியல், அறிவியல், பொருளியல், தொழில்நுட்ப இயல், கணினி இயல் என்கிற எல்லாத் துறைக் கல்வியையும் அவரவர் தாய் மொழியில் கற்றதனால் தான் அவர்கள் அறிவாளிகளாகக் கண்டு பிடிப்பாளர்களாக உலகத்தை ஆட்டிப்படைப்பவர்களாக உருவாக முடிந்தது. இதுவே நடக்கக் கூடியது. இதுவே சரியானது.

மேலே கண்ட நாடுகளில் தொழில்நுட்ப அறிவுக்கான மேற் படிப்புக்குப் போகிற மற்ற நாட்டினரும் எந்த எந்த நாட்டிற்குப் போகிறார்களோ அந்த அந்த நாட்டுத் தாய் மொழியை ஓராண்டு காலம் கற்றுக் கொண்டு அதன் வழியாகப் பெற்று செயலாற்றுகின்ற அறிவை (working knowledge) மட்டுமே வைத்துக் கொண்டு அந்தந்த மொழி மூலம் மட்டுமே மேல் படிப்பு, ஆய்வுப்படிப்பு என்பதை ஆங்காங்கே பெறுகிறார்கள்.

ஐரோப்பாவிலுள்ள 20 தனித்தனி நாட்டினரும் அவரவர் தாய்மொழி வழியேதான் எல்லாத் துறைக் கல்வியையும் பெறுகின்றனர். ஆங்காங்கு உள்ள அரசும் மக்களும், கல்வியாளர்களும், ஏடுகளும் மாணவர்களும் இதை அப்படியே ஏற்கின்றனர். **தமிழ்வழிக்கல்வி கேட்கிற யாரும் ஆங்கிலத்துக்கு எதிரானவர்கள் அல்ல. மொழிப் பயிற்சி வேறு, பயிற்று மொழி வேறு என்பதை நாம் சரியாக உணர்ந்தாக வேண்டும்.** தமிழ்வழிக்கல்வி எல்லா நிலைகளிலும் பயிற்று மொழியாக இருக்க ஆங்கிலம் 1950ஆம் ஆண்டு பயிற்று மொழி திட்டத்தைப் போல ஒரு மொழிப்பாடமாக இருக்கலாம்.

அறிவியல் நூல்கள் இல்லாதபோது தமிழில் பயிற்சி எப்படி முடியும்? என்று ஒரு தடையாகப் பேசப்பட்டது. உயர்நிலைப் பள்ளிகளில்

தமிழைப் பயிற்று மொழி ஆக்கிய நிலையில் தரமான நூல்கள் வெளியிடப்பட்டன. ஆகவே தேவை மிகும் போது பயிற்று மொழியாகத் தமிழை ஆக்கிய பின்னரே இது கைகூடியது. தேவை என்பது ஏற்பட்டால் நூல்கள் தானாகவே எழுதப்பட்டு வெளிவரும். தேவையான பயன்பாட்டிற்கான நூல்கள் இருக்கும் நிலையிலேயே ஒரு மொழி பயிற்று மொழி ஆகவேண்டும் என்று கூறினால் அது அந்த மொழிக்குப் பொருந்தா நிலைப்பாடேயாகும். நம் நாட்டினருக்கு ஆங்கிலேயர் வருகைக்கு முன் அறிவியல் அறிவு கிடையாது என்றும் எல்லாமே மேலை நாட்டிலிருந்தே பெற்று வருகிறோம் என்ற கருத்து இன்று பரவலாகப் பேசப்படுகிறது. இது சரியானதல்ல. ஏனெனில் கல்லணை, தஞ்சை பெரியகோயில் கட்டுமானம் போன்ற அறிவியல் திறன் இன்று வரை போற்றப்படுகிறது. இது தவிர தொல்காப்பியர் கூறும் உயிரியல் கோட்பாடுகளும் தமிழரின் அறிவியல் திறத்தை வெளிக்காட்டும் கண்ணாடியாகும்.

தமிழ் பயிற்று மொழியாக்க வேண்டுமெனில் தமிழர்களிடம் உள்ள தாழ்வுமனப்பான்மை, அரசின் சரியான மொழிக்கொள்கை, நூற்றில் ஒருவர் வெளிநாடு செல்வதைப் பார்த்து அனைவருக்கும் ஆங்கிலமே பயிற்று மொழியாக இருப்பது நல்லது என்ற தவறான எண்ணம் போன்றவைகள் கவனத்தில் கொள்ள வேண்டும். கல்வியாளர் வா.செ. குழந்தைசாமி மிக வேகமாக வளர்ந்து வரும் உலகம் அறிவியலோடு தமிழும் போட்டியிட்டு வளர வேண்டுமெனவும், முத்தமிழோடு நான்காம் அறிவியல் தமிழும் ஒருங்கிணைந்து போவதே சிறந்த ஒன்றாகும் என்கிறார். இல்லையெனில் நம் மொழி வளர்ச்சி பின்தங்கிப் போய்விடுமோ என அஞ்சி,

"நாளும் நம்மொழி பிந்துதடா
புவி நம்மைப் பிரிந்து முந்துதடா
ஆளுமை தருவது கல்வியடா"

என ஏக்கம் கொண்டு எழுச்சியூட்டுகிறார்.

டாக்டர் சு.நரேந்திரன்

போன் : 04362 - 230366, 271235

1. ஐரோப்பியர் வருகையில் மலர்ந்தது தமிழ்வழிக் கல்வி

உலகம் முழுவதும் பத்தொன்பதாம் நூற்றாண்டு வரை பரவியிருந்த காலனியாதிக்கத்தின் விளைவாகப் பல நாடுகளின் கல்வி அமைப்பில் பயிற்றுமொழி என்பது மூன்று நிலைகளில் காணப்பட்டன. தாய் மொழி வழிக் கற்பித்தல், அயல்மொழி வழிக் கற்பித்தல், தாய்மொழி - அயல்மொழி என இரு மொழிகளின் வழியிலும் கற்பித்தல் என்று மூன்று நிலைகளும் காணப்பட்டன.

இங்கிலாந்து, பிரான்ஸ், டென்மார்க், ஸ்பெயின், போர்த்துக்கல் ஆகிய நாடுகள் பத்தொன்பதாம் நூற்றாண்டு வரை உலக நாடுகள் பலவற்றைத் தங்களின் ஆளுகையின் கீழ் வைத்திருந்தன. அவர்களின் ஆளுகைக்கு உட்பட்ட நாடுகளில் ஆட்சி மொழியாகவும் பயிற்று மொழியாகவும் ஆங்கிலம், பிரெஞ்சு, டச்சு, ஸ்பானிஷ், போர்த்துக்கீசியம் ஆகிய மொழிகளைத் திணித்தனர். அடிமைப்பட்டிருந்த நாடுகள் விடுதலையடைந்தபோதிலும் கூட முந்தைய ஆட்சியாளர்களின் மொழிகளே ஆட்சி மொழியாகவும் பயிற்று மொழியாகவும் தொடர்கின்றன.

உலகில் உள்ள பல குடியேற்ற நாடுகளின் மீது திணிக்கப்பட்ட மொழி ஆங்கிலமேயாகும். ஆங்கிலமே பல நாடுகளின் ஆட்சிமொழியாக, தொடர்பு மொழியாக, பயிற்று மொழியாக இன்று வரை இருந்து வருகிறது. ஆசிய நாடுகளைப் பொறுத்த அளவில் ஆங்கிலமே விடுதலைக்கு முந்தைய, பிந்தைய காலங்களில் அரசின் ஆட்சி மொழியாக இருந்து வருகிறது. ஆசியக் கண்டத்தில் உள்ள 33 நாடுகளில் சுமார் 30 நாடுகளில் ஆங்கிலமே அலுவல் மொழியாகவும், அதிகாரச்சார்பற்ற அலுவல் மொழியாகவும் முதன்மை மொழியாகவும் சமூக மதிப்புமிக்க மொழியாகவும் விளங்கிவருகிறது. (கோ. கேசவன் 1991: 21)

ஓர் ஆட்சியமைப்பு தன் ஆளுகைக்குட்பட்ட பகுதியின் செயல் நடவடிக்கைகளை மக்களுக்குத் தெரிவிக்கவும் அதற்கான ஆணைகளை வெளியிடவும் பயன்படுத்தும் மொழியே ஆட்சிமொழியாகும். ஆட்சி மொழியாக ஒரு குறிப்பிட்ட மொழியோ பல மொழிகளோ இருக்கலாம். தன் ஆட்சிக்கு உட்பட்ட பகுதிகளின் கல்வி நிலையங்களில்

பயிற்றுவிக்கப்படும் மொழிக்கல்வி (Language Education) மொழி வழிக்கல்வி (Medium of Instruction) ஆகியவற்றை அரசே தீர்மானிக்கும்.

அரசினுடைய ஆட்சிமொழியின் துணைஉறுப்பாகவே கல்வி நிறுவனங்களில் கற்பிக்கப்படும் கல்விமொழி இருந்துவருகிறது. அரசின் மொழிக்கொள்கையே கல்விமொழி எது என்பதைத் தீர்மானிக்கிறது.

"தொடக்கநிலைக் கல்வியிலிருந்து உயர்நிலைக் கல்விவரை நாம் பாடங்களைப் படிப்பதற்கு - அறிவு பெறுவதற்கு - எந்த மொழியைக் கருவியாகப் பயன்படுத்துகிறோமோ? அம்மொழியைப் பயிற்றுமொழி என்று குறிப்பிடுகிறோம் இந்தப் பயிற்றுமொழியைக் கல்விக்குரிய கருவிமொழி என்றும் நாம் குறிப்பிடலாம்" என பயிற்றுமொழி பற்றி பொன். கோதண்டராமன் விளக்குகிறார். (பொன். கோதண்டராமன், 1997:25)

தாய்மொழி அல்லது ஒரு குறிப்பிட்ட மொழியின் இலக்கண இயல்புகளை முறையாக அறிந்துகொண்ட குழந்தைக்கு அம்மொழியின் வாயிலாக மொழியல்லாத பாடங்களைக் (Non-Language Subjects) கற்பிக்கும் முறையே பயிற்றுமொழிக் கல்வி எனலாம்.

பயிற்றுமொழி என்பது ஆட்சியமைப்புடன் தொடர்புடையது. இன்று இந்தியாவில் நடைபெற்றுவரும் ஆட்சிமுறையும், கல்வி முறையும் ஐரோப்பியத் தொடர்பின் காரணமாகவே தமிழகத்துக்கு அறிமுகமாயின. தமிழகத்துக்கும் ஐரோப்பாவுக்கும் இருந்த தொடர்பை வரலாற்று நோக்கில் அறிவது அவசியம்.

பதினாறாம் நூற்றாண்டில் கல்வி

ஐரோப்பியத் தொடர்புகளின் வழியாகவே ஐரோப்பிய அரசியல் ஆட்சியமைப்பு, கல்விமுறை, அச்சு ஊடகம், அகராதியியல் இன்னும் பிற துறைகள் தமிழகத்துக்கு அறிமுகமாகின, இதனை வரலாற்று நோக்கில் பார்க்கும்பொழுது இத்தொடர்புகள் பதினைந்தாம் நூற்றாண்டு முதல் இருந்துவந்துள்ளது தெரிய வருகிறது.

சமயப்பணியாளர்களின் வருகை

வாஸ்கோடகாமா (Vascodagama) என்ற போர்த்துக்கீசிய மாலுமி 1498 ஆம் ஆண்டு முதன்முதலாகத் தென்னிந்தியாவின் மேற்குக் கடற்கரைப் பகுதிக்கு வந்தார். அவருக்குப் பிறகு வந்த சமயப் பணியாளர்கள் மேற்குக் கடற்கரையிலுள்ள கோவாவுக்கு வந்தனர். கோவாவை மையமாகக் கொண்டு செயல்பட்டு வந்த கிறித்தவச்

சமயப்பணியாளர்களில் ஒருவராகச் சான்பிரான்சிஸ் சேவியர் (San Francis Xavier 1506-1552) தமிழகத்தின் கடற்கரைப்பகுதிகளுக்கு வருகைதந்து, தமிழ்மொழியைக் கற்க முயன்றார்.

தமிழகத்தில் கல்வி நிறுவனம்... முன் முயற்சி

சேவியரின் சீடரான ஹென்றிகே ஹென்றிக்கஸ் (Henrique Henriques, 1520-1600) தமிழகத்திற்கு வந்து தமிழைக் கற்றார். கிறித்தவச் சமய நூல்களை முதன்முதலாகத் தமிழில் எழுதி, தமிழ் அச்செழுத்துக்களை உருவாக்கி அச்சிட்டு வெளியிட்டார். இவர் ஐரோப்பியர்கள் கற்க உதவும் வகையில் இலக்கண நூல் ஒன்றையும் அகராதி ஒன்றையும் உருவாக்கியுள்ளார். தமிழகத்திலும் இலங்கையிலும் கல்வி நிலையம் தொடங்க முயற்சி மேற்கொண்டார் என்பதை விளக்கும் தனிநாயகத்தின் கருத்து வருமாறு:

"1560 ஆம் ஆண்டில் மன்னார் (இலங்கை) புன்னக்காயலில் (தமிழகம்) தமிழ்ப் பள்ளி ஒன்றையும் அமைக்க முயற்சிகளை ஹென்றிக்கஸ் மேற்கொண்டதாகத் தெரிகிறது" (Xavier. Thaninayagam, 1958:288). ஹென்றிக்கஸ் தமிழ்ப் பள்ளி தொடங்குவதில் அடைந்த வெற்றி பற்றிய தகவல் ஏதும் கிடைக்கவில்லை. ஐரோப்பியர் ஒருவர் தமிழ்மொழியைக் கற்று, கல்வி நிலையம் ஒன்றை அமைக்க மேற்கொண்ட முதல் முயற்சியும் இதுவேயாகும்.

பதினேழாம் நூற்றாண்டில் கல்வி

பதினேழாம் நூற்றாண்டின் தொடக்கத்தில் தமிழகத்திற்கு வந்த ஐரோப்பியர்கள் பெரும்பாலும் வணிகர்களே. வணிகர்களைத் தொடர்ந்து தமிழகம் வந்த கிறித்தவச் சமயப் பணியாளர்கள் தமிழகக் கடற்கரைப் பகுதியில் சமயப் பிரச்சாரத்தில் ஈடுபட்டனர். தமிழகத்திற்கு வந்த கிறித்தவச் சமயப் பணியாளர்களில் முக்கியமானவர் இராபர்ட் டி. நொபிலியாவார்.

இராபர்ட் டி நொபிலியரின் குறிப்புகள்

ஹென்றிக்கஸைத் தொடர்ந்து தமிழகத்தில் சமயப்பிரச்சாரம் செய்வதில் ஈடுபட்ட ராபர்ட் டி நொபிலி (Robert De Nobili) கிறித்தவச் சமய நூல்களை ஓலைச்சுவடிகளில் எழுதினார். இவர் நாயக்க மன்னர்களின் அனுமதியுடன் மதுரைப் பகுதிகளில் சமயப்பிரச்சாரம் செய்து வந்தார். ஐரோப்பாவுக்கு 22.11.1610 இல் எழுதிய கடிதம் ஒன்றில்,

"மதுரையில் பத்தாயிரத்திற்கும் மேற்பட்ட மாணவர்கள் இருநூறு அல்லது முந்நூறு எண்ணிக்கையில் பல்வேறு வகுப்புக்களாகப்

பிரிக்கப்பட்டிருந்தார்கள். இவர்கள் அனைவரும் பிராமணர்களாய் இருந்தனர். ஏனெனில் பிராமணர்கள் மட்டுமே உயர் அறிவியலைக் கற்கத் தகுதியுடையவர்களாகவும் இருந்தனர். மற்ற பிரிவினரான வைசியர்களும், சூத்திரர்களும் கல்வி கற்க அனுமதிக்கப்படவில்லை," (R. Sathyanatha Iyer 1956:177) எனக் குறிப்பிட்டுள்ளார். நொபிலி எழுதியுள்ள இக்குறிப்பு தமிழகத்தில் அன்று நடைமுறையில் இருந்த கல்விநிலையை விளக்குவதாக அமைகிறது. நொபிலியின் குறிப்புக் களுக்குப் பிறகு கிழக்கிந்திய வணிகக் குழுமத்தின் (East India Trading Company) ஆவணங்களில் கல்வி பற்றிய குறிப்புக்கள் காணப்படுகின்றன.

கிழக்கிந்திய வணிகக்குழுமம்

ஆங்கிலேய, டென்மார்க், போர்த்துக்கீசிய வணிகர்கள் தென்னிந்தி யாவின் கடற்கரைப் பகுதிகளுடன் வணிகத் தொடர்பில் ஈடுபட்டு வந்தனர். அக்காலகட்டத்தில் கீழைநாடுகளில் வணிகம் செய்வதற்காகக் கிழக்கிந்திய வணிகக் குழுமம் தோற்றுவிக்கப்பட்டது.

"ஆளுநர் ஒருவரின் பெயரிலும் லண்டனைச் சேர்ந்த வணிகர்கள் அடங்கிய வாணிகக்குழுவின் பெயரிலும் ஒரே கூட்டு நிறுவனத்தின் கீழ் கிழக்கு இந்தியத் தீவுகளுடன் வாணிகம் நடத்துவதற்கு அனுமதி வழங்கும் சாசனம் ஒன்றை 1600ஆம் ஆண்டு டிசம்பர் 31ஆம் நாளன்று சுமார் 220 ஆங்கிலப் பிரமுகர்களுக்கும் வாணிகர்களுக்கும் இங்கிலாந்தின் எலிசபெத் அரசி வழங்கினார். இதன்படி வாணிக நோக்கத்திற்காகவே கிழக்கிந்திய வாணிகக்குழு தோன்றியது" (*து.சதாசிவன்1983:15-16*).

இவ்வாறு தோற்றுவிக்கப்பட்ட வணிகக்குழுமத்தின் கிளைகள் சென்னையிலும் இந்தியாவின் பிற நகரங்களிலும் செயல்பட்டன.

ஒரு மொழியின் வளர்ச்சி அதன் பலதுறைப் பயன்பாட்டைப் பொருத்தே அமைகிறது. கல்வி, ஆட்சி, நீதி, பண்பாடு முதலிய துறைகளில் மொழி எவ்வளவு விரிவாகப் பயன்படுத்தப்படுகிறதோ அவ்வளவு விரிவாக அதன் வளர்ச்சி அமையும். மொழிக்கு எந்தப் பொருளையும் சொல்லுந்திறன், எந்த உணர்வையும் உணர்த்தும் திறன் அதன் பயன்பாட்டைப் பொருத்தே அமையும். தமிழைப் பொருத்த வரை, அது உயர்கல்வி நிறுவனங்களிலோ, ஆட்சித்துறையிலோ நீதிமன்றங்களிலோ பெரிய அளவிலும் உரிய அளவிலும் பயன்படுத்தப் படவில்லை. இலக்கிய மொழியாகவே பயன்பட்டு வந்தது. இலக்கிய மொழியில் ஏனைய துறை அறிவைத் தமிழ் வெளிப்படுத்தியிருந்தும் போதிய வாய்ப்பு இல்லாததால் முழு அளவில் அதன் திறன் வெளிப்படவில்லை.

ஆங்கிலேயர் ஆட்சியில் ஆங்கிலமே அனைத்துத் துறைகளிலும் நிலைகளிலும் பயன்படுத்தப்பட்டது. கல்வித்துறையைப் பொருத்தமட்டில் தொடக்கநிலைக் கல்வியைத் தாண்டி தமிழ் வரவில்லை. உயர்நிலைப் பள்ளி, கல்லூரி, பல்கலைக்கழக மட்டங்களில் தமிழ் பயிற்றுமொழி ஆக வேண்டும் என்று அவ்வப்போது குரல் எழுப்பப்பட்டாலும் தீர்மானங்கள் இயற்றப்பட்டாலும் 1940 வரை அது செயல்படவில்லை, 'தமிழ் பயிற்றுமொழி' என்பது ஒரு பெரிய வரலாற்றையே உள்ளடக்கி இருக்கிறது.

இப்போது நம் கருத்தில் உருவாகியுள்ள நவீன பள்ளிக்கல்வி முறைக்குச் சுமார் 320 வயதாகிறது. தமிழகத்தில் 1673இல் போர்த்துக் கீசியரால் முதலாவது பள்ளிக் கூடம் ஏற்படுத்தப்பட்டது. அதில் Feringhi என்கிற போர்த்துக்கீசிய மொழி பயிற்று மொழியாக இருந்தது. கிழக்கிந்தியக் கம்பெனி 1687இல் ஆங்கிலம் வழிக் கற்பிக்கும் பள்ளிகளை உருவாக்கியது, அதற்கென நிதியும் மக்களிடம் வசூலித்தது. 1717இல் டேனிஷ் பாதிரியார் சென்னையில் 2 பள்ளிகளை ஏற்படுத்தினார்.

1783ஆம் ஆண்டில் தஞ்சாவூரில் வசித்த ஜான் சலீவன் (John Sullivan) என்பவர் கருத்தை ஏற்று, இராமநாதபுரம், தஞ்சாவூர், சிவகங்கை அரசுகள் ஆங்கிலமும், தமிழும் கற்பிக்கும் பள்ளிகளைத் தத்தம் பகுதிகளில் ஏற்படுத்தின. 1617இல் பாளையங்கோட்டையிலும், 1818இல் திருநெல்வேலியிலும் ஆங்கிலப் பள்ளிகள் நிறுவப்பட்டன. சென்னை மாநில ஆளுநராக (1822-26) இருந்த தாமஸ் மன்றோ கருத்துக்கிணங்க கலெக்டர் பள்ளிகள், தாசில்தார் பள்ளிகள் (மாவட்ட / வட்ட) நிறுவப்பட்டன. இவற்றுள் முன்னவற்றுள் ஆங்கிலமும், பின்னவற்றுள் தமிழும் பயிற்று மொழியாகும்.

தமிழகக்கல்வி : முதற்குறிப்பு

கிழக்கிந்திய வணிகக்குழு ஆவணங்களில் இடம்பெற்றுள்ள கல்வி தொடர்பான முதற்குறிப்பு கிழக்கிந்திய வணிகக் குழுவின் பணியாளர்களின் ஊதியப் பட்டியலாகும். 31.12.1678 என்னும் நாளிடப்பட்டு இயக்குநருக்கு ஊதியப் பட்டியல் ஒன்று அனுப்பப் பட்டது. அப்பட்டியலில், "ரால்ஃப் ஒர்ட் (Ralph ord) என்ற ஆசிரியர் மாத ஊதியமாக 50 டாலரை, கிழக்கிந்திய வணிகக்குழுக் கவுன்சிலின் இளைய உறுப்பினரின் ஊதியத்துக்கு இணையாகப் பெற்றுள்ளார்," (Maclean 1888:565) என்று குறிப்பு இடம்பெற்றுள்ளது.

சென்னையில் கல்வி நிறுவனம் : திட்ட வரைவு

கல்வி பற்றிய இரண்டாவது குறிப்பு சென்னை அரசாங்கத்துக்கு 28.09.1687 நாளிட்ட இயக்குநர் குழுவின் பொதுக் கடிதத்தில் காணப் படுகிறது. இக்கடிதத்தில் சென்னையை ஒரு மாநகராட்சியாக உருவாக்குவது குறித்த ஒரு திட்டவரைவு இடம் பெற்றிருந்தது. அத்திட்ட வரைவில் டச்சு மாநகராட்சி அமைப்பின் சாயலில் ஆங்கிலேய மாநகராட்சி அமைப்பை உருவாக்கும் திட்டம் இடம்பெற்றிருந்தது.

திட்டவரைவில் இடம் பெற்றுள்ள கல்வி குறித்த செய்திகள் பின்வருமாறு: "எங்களது இந்த உத்தேச திட்டவரைவின்படி பெறப்பட்ட அதிகாரங்களைக் கொண்டு நீதிமன்றமானது இங்கு வசிப்பவர்களிடம் இடத்தை மதிப்பிட்டு வரிவிதிக்கலாம். இந்த வரிகள் ஜென்டுகள் (Gentoos), மோர்ஸ் (moors) அல்லது வேறு இந்தியக் குழந்தைகளுக்கு ஆங்கில மொழி கற்பிக்க ஒன்று அல்லது ஒன்றுக்கு மேற்பட்ட இலவசப் பள்ளிகளை நிறுவுவதற்கும், பள்ளி ஆசிரியர்களுக்குச் சம்பளம் வழங்கவும் மற்றும் வேறு சில நல்ல பணிகளுக்கும் பயன்படுத்தப்படும்." (Maclean 1888 : 565)

மாநகராட்சிக்கான திட்டவரைவில் இடம்பெற்றுள்ள கல்வி பற்றிய குறிப்புகள் வணிகக்குழும அதிகாரிகள் சுதேசிகளுக்குத் தங்களின் மொழியான ஆங்கிலத்தைக் கற்பிக்கத் திட்டமிட்டதற்கான சான்றாக அமைகின்றன. இதற்கிடையில் சென்னையில் ஆளுநர் யேல் (Yale), பள்ளிகளுக்கு நிதி கொடுப்பது குறித்து எந்த நடவடிக்கையும் மேற்கொள்ளப்படவில்லை என்பதை 1691ஆம் ஆண்டு மாநகராட்சிக்குச் சுட்டிக்காட்டியுள்ளார். ஆளுநர் யேலின் நினைவூட்டலின் வழியாகச் சென்னை மாநகராட்சியின் கல்வி பற்றிய குறிப்புகள், திட்டவரைவு நிலையிலேயே 1691ஆம் ஆண்டு வரை இருந்துள்ளதை அறியலாம். கிழக்கிந்திய வணிகக்குழுமம் எந்தப் பள்ளிகளையும் இக்காலகட்டத்தில் தொடங்கவில்லை.

பதினெட்டாம் நூற்றாண்டில் கல்வி

1616-ஆம் ஆண்டு டேனிஷ் மன்னர் நான்காம் கிறிஸ்டியன் (Christian IV) இந்தியாவுடனும் பிற நாடுகளுடனும் வணிகம் செய்வதற்காக டேனிஷ் வணிகக்குழுமத்தை உருவாக்கினார். (Walter Leifer 1977:37) டேனிஷ் வணிகர்கள் இலங்கைப் பகுதியின் கடற்கரைப் பகுதிகளில் முதலில் வணிகம் செய்து வந்தனர். பிறகு, தமிழகக் கடற்கரைப்பகுதியான தரங்கம்பாடியை, 1620ஆம் ஆண்டு ஒப்பந்த அடிப்படையில் விலைக்கு வாங்கினர். அது முதல் டேனிஷ் வணிகர்கள்

தரங்கம்பாடியில் குடியேறினர். கிழக்கிந்தியப் பகுதிகளில் கிறித்தவச் சமயத்தைப் பரப்ப விரும்பிய டென்மார்க் அரசர் நான்காம் பிரெடிரிக் (Fredrick IV) ஆணையின் பேரில் தமிழகத்திற்குச் சமயப்பணி ஆற்ற சீகன்பால்கு (Zeigenbalg), ஹென்ரிச் புளட்செள (Heinrich Plutschau) ஆகிய இருவரும் அனுப்பப்பட்டனர். அவர்கள் 09.07.1706இல் அன்று தரங்கம்பாடிக்கு வந்தனர்.

ஐரோப்பியர் தொடங்கிய முதல் பள்ளி

தரங்கம்பாடிக்கு வந்த சீகன்பால்கு, தமிழ் மொழியைக் கற்றுக் கிறித்தவ சமயக் கருத்துக்களைப் பரப்பி வந்தார். அவர் சுதேசிகளின் குழந்தைகளுக்குக் கல்வி கற்பிக்க விரும்பிப் பள்ளி ஒன்றைத் தொடங்கத் திட்டமிட்டார். பள்ளியைப் பற்றிய குறிப்புகளை அவர் எழுதிய கடிதம் மூலம் அறியமுடிகிறது. பள்ளிக்காக 1709ஆம் ஆண்டு இடம் ஒன்றை விலை கொடுத்து வாங்கினார். கல்வி நிலையம் தொடர்பாக 19.10.1709இல் அவர் எழுதிய கடிதத்தில், "இக்கட்டிடத்திற்கு வந்தபின் ஆதரிப்பு சாலையிலிருந்து பிள்ளைகள் 44, தமிழ்ப்பள்ளிக்கூடத்தில் 3 கிருத்துவ உபாத்திமார்களிடம் 25 பிள்ளைகள் படித்தார்கள். போர்த்துக்கீஸ் பள்ளிக்கூடத்தில் 2 உபாத்திமார்களிடம் 16 பிள்ளைகள் படித்தார்கள். சில பிள்ளைகள் தையல் வேலையைக் கற்றுக்கொண்டார்கள். அச்சுப் புத்தகங்கள் இல்லாமையால் கோயிலுக்கும் பள்ளிக்கூடங்களுக்கும் வேண்டிய நூல்களைப் பிரதி செய்வதற்கு 7 கணக்குப் பிள்ளைகள் நியமிக்கப்பட்டிருக்கிறார்கள்," (சாமுவேல் 1906:14) எனக் குறிப்பிட்டு உள்ளார். சீகன்பால்கு குறிப்பிடும் இப்பள்ளியே ஐரோப்பிய கிறித்தவ சமயப்பணியாளர்களால் தமிழகத்தில் தொடங்கப்பட்ட முதல் பள்ளியாகும்.

பாடநூல்கள்

தமிழகத்தில் அமைந்த முதல் பள்ளிக்கூடத்தில் தமிழ் வகுப்புக்களும், போர்த்துக்கீசிய வகுப்புக்களும் இயங்கியுள்ளன. தையல் வேலை சுதேசிகளின் மொழியிலேயே கற்பிக்கப்பட்டது. தரங்கம்பாடியில் 1713ஆம் ஆண்டுதான் அச்சகம் தோற்றுவிக்கப்பட்டது. இப்பள்ளிகளுக்குத் தேவையான நூல்கள் அச்சிடப்படவில்லை. அதனால் சுவடிகளே நூல்களாகப் பயன்படுத்தப்பட்டன. கணக்குப் பிள்ளைகள் என சீகன்பால்குவால் குறிக்கப்படுவோர் சுவடிகளைப் படியெடுக்கும் பணிக்காக அமர்த்தப்பட்டவராவார்கள்.

பள்ளியின் செயல்பாடுகள்

சீகன்பால்கு 1713ஆம் ஆண்டு ஏப்ரலில் எழுதிய கடிதமொன்றில் தரங்கம்பாடியில் செயல்பட்ட கல்விநிலையங்கள் பற்றிய தகவல்கள்

இடம் பெற்றுள்ளன. 1713ஆம் ஆண்டில் தரங்கம்பாடியில் ஐந்து பள்ளிகள் செயல்பட்டன. அப்பள்ளிகளில் பயின்ற மாணவர்கள், பணியாற்றிய ஆசிரியர்கள் எண்ணிக்கை வருமாறு:

பாடசாலையின் பெயர்	பாடசாலை	ஆசிரியர்	மாணவர்கள்
தமிழ் ஆண்கள் பாடசாலை	1	1	11
தமிழ் ஆண்கள் பாடசாலை	1	1	21
தமிழ்ப் பெண்கள் பாடசாலை	1	1	11
போர்த்துக்கீஸ் பாடசாலை	1	விவரம் இல்லை	21 (இரு பாலர்கள்)
டேனீஷ் பாடசாலை	1	விவரம் இல்லை	14 (இரு பாலர்கள்)

வகுப்புக்கள் காலை 7 மணி முதல் 11 மணி வரையிலும் மாலையில் 2 மணி முதல் 6 மணி வரையிலும் நடத்தப்பட்டுள்ளன. வெள்ளிக் கிழமைகளில் மாலை 6 மணி முதல் 7 மணி வரை, ஆசிரியர்கள், உபதேசிமார், கணக்குப்பிள்ளைகள் (பாடநூல் படியெடுப்பவர்கள்) பங்கேற்கும் கூட்டங்கள் நடத்தப்பட்டன. இக் கூட்டங்களில் சமயப் பணியாளர்கள் ஆசிரியர்களுக்குக் கல்வி தொடர்பான ஆலோசனைகளை வழங்கினர். தரங்கம்பாடியைத் தொடர்ந்து சென்னையிலும் பள்ளிகளைத் தொடங்க சீகன்பால்கு முயன்றார்.

சென்னையில் பள்ளிகள்

தரங்கம்பாடியில் செயல்பட்டு வந்த சீகன்பால்கு கிறித்தவ அறிவு பரப்பும் சங்கம் (Society for Promotion of Christian Knowledge) என்ற அமைப்பை 1710ஆம் ஆண்டு தொடங்கினார். இவ்வமைப்பின் சார்பில் சென்னையில் 1711இல் இரு கல்விநிலையங்களைத் தொடங்க, கிழக்கிந்திய வணிகக்குழுமத்திடம் அனுமதி வேண்டப்பட்டது. இக்காலகட்டத்தில் கிழக்கிந்திய வணிகக் குழுமம் பழைய பிரிவு, புதிய பிரிவு என இரு பிரிவுகளாகச் செயல்பட்டு வந்தது. இந்த இரு பிரிவுகள் இணைக்கப்பட்டு 1711ஆம் ஆண்டு ஐக்கியக் கிழக்கிந்திய வணிகக்குழுமம் (United Company of Merchants Trading to East India) தோற்றுவிக்கப்பட்டது. இந்த அமைப்பின் விதிகளில் கொத்தளங்களிலும் (Garrisons) தொழிற்சாலைகளிலும் பள்ளி ஆசிரியர்களை இணைத்துக் கொள்வது என்ற புதிய விதி சேர்க்கப்பட்டது. இயக்குநர்கள்

இவ்விதியை 1712ஆம் ஆண்டு முதல் ஏற்றுக் கொள்வதாக உறுதியளித்தனர்.

பள்ளிகளைத் தொடங்க கி.அ.ப.சங்கம் 1711ஆம் ஆண்டு இசைவு வேண்டியதைக் கிழக்கிந்திய வணிகக்குழுமம் தனது புதிய விதியின்படி ஏற்றுக்கொண்டது. பள்ளி தொடங்க அனைத்து உதவிகளையும் செய்வதாக 1713ஆம் ஆண்டு உறுதியளித்தது. இதற்கிடையில் அக்டோபர் 1715ஆம் ஆண்டு சென்னையில் குடியேறிய ஆங்கிலேயர்களின் கூட்டத்தில் அவர்களுக்கென ஒரு பள்ளி தொடங்க முடிவு எடுக்கப்பட்டது. அக் கூட்டத்தில் எடுக்கப்பட்ட முடிவு வருமாறு:

“ஆண்குழந்தைகளுக்கு எழுதவும் படிக்கவும் (To read) கணக்குகள் (Accounts) மற்றும் அவர்கள் எந்தத் துறை கல்வி கற்பதில் ஆர்வமாக இருக்கிறார்களோ, அந்தத் துறையில் கல்வி அளிக்கலாம். பெண் குழந்தைகளுக்குப் படிக்கவும், வீட்டுவேலைகள் தொடர்பான கல்வி வழங்கலாம்” (Maclean 1888 : 565).

சமயப்பணியாளர்களின் பள்ளிகள்

கிழக்கிந்திய வணிகக்குழுமம் அனுமதியளித்ததன் விளைவாக, கிரண்டலர் (Grundler) என்ற சமயப்பணியாளர் சென்னையில் பள்ளிகளைத் தொடங்குவதற்கான திட்டவரைவை 1717ஆம் ஆண்டு கிழக்கிந்திய வணிகக்குழுமத்திடம் அளித்தார். அவர் அளித்த திட்டவரைவின் அடிப்படையில் ஆங்கிலேயர் வசிக்கும் பகுதிகளில் போர்த்துக்கீசிய பள்ளி ஒன்றையும், சுதேசிகள் வசிக்கும் பகுதிகளில் தமிழ்ப்பள்ளி ஒன்றையும் தொடங்க ஒப்புதல் அளிக்கப்பட்டது. இதுவே சுதேசிகளான தமிழர்களுக்குக் கிறித்தவச் சமயப்பணியாளர்களால் சென்னையில் தொடங்கப்பட்ட முதல் கல்வி நிலையமாகும். அதே ஆண்டு கடலூரில் கிரண்டலர் இன்னொரு பள்ளியையும் தொடங்கியுள்ளார்.

கல்விமுறை

தரங்கம்பாடியைத் தொடர்ந்து, சென்னையிலும், கடலூரிலும் பள்ளிகளைத் தொடங்கிய கிறித்தவச் சமயப்பணியாளர்கள், மொழிப் பாடம், தமிழ் இலக்கியம், நிகண்டுகள், ஐரோப்பியக் கணிதம் ஆகியவற்றைக் கற்பித்துள்ளனர்.

இப்பள்ளிகளில் குழந்தைகளின் தாய்மொழியிலேயே கல்வி அளிக்கப்பட வேண்டும் என்ற நோக்கில் தமிழும் பயிற்றுமொழியாக இடம் பெற்றது.

கணிதம்

"சுதேசிகளின் கல்விக்காக, தமிழ்மொழியில் மலபார் அரித்மெடிக் என்ற நூலை ஓலைச்சுவடியில் எழுதியுள்ளதாகச் சீகன்பால்கு குறிப்பிட்டுள்ளார் (Mohanavelu 1993 : 148). ஓலைச்சுவடி வடிவில் இருந்த சீகன்பால்குவின் இந்நூல் 1863இல் அச்சிடப்பட்டுள்ளது. தரங்கம்பாடியில் அச்சிடப்பட்ட இந்த 31 பக்கக் கணித நூலின் தலைப்பு, 'Tamil First Book of Mental Arithmetic' என்பதாகும். சீகன்பால்கு, தரங்கம்பாடியில் பள்ளியைத் தொடங்கி 1718 முதல் அவர் மறைந்த 1719ஆம் ஆண்டுக்கு இடைப்பட்ட காலகட்டத்தில் இந்த நூலை ஓலைச்சுவடியில் எழுதியிருக்கக்கூடும். ஐரோப்பியக் கணித அறிவியலின் ஒரு பகுதியான எண்கணிதத்தை (Arithmetic) முதலில் தமிழில் வெளியிட்ட பெருமை சீகன்பால்குவைச் சாரும்.

தமிழகத்தில் செயல்பட்டுவந்த கிறித்தவப் பள்ளி மாணவர்களுக்குக் கணிதத்தில் ஒரு பிரிவான வடிவக் கணிதத்தைக் கற்பிக்க, சமயப் பணியாளர்கள் வடிவக் கணிதக் கருவிப்பெட்டிகளை (Geometry Boxes) ஐரோப்பாவிலிருந்து வரவழைத்துள்ளனர். கிறித்தவச் சமயப் பணியாளர்களின் குறிப்புக்கள் வழி பெறப்படும் இக்குறிப்புகள் ஐரோப்பியக் கணிதத்தின் சில பகுதிகள் பதினெட்டாம் நூற்றாண்டிலேயே தமிழ்வழியில் கற்பிக்கப்பட்டதை உறுதி செய்கின்றன.

மரபு சார்ந்த மருத்துவக்கல்வி

ஐரோப்பிய அறிவியலைப் பள்ளி மாணவர்களுக்குக் கற்பித்த சமயப் பணியாளர்கள் தமிழகத்தில் இருந்த மரபு சார்ந்த மருத்துவத்தையும் கற்பிக்க முயற்சிகள் மேற்கொண்டுள்ளதை அவர்களின் நிலைய நாட் குறிப்பேடுகள் (Station Diaries) வழி அறிகிறோம். 26.06.1712 நிலைய நாட் குறிப்பில் காணப்படும் பின்வரும் குறிப்பு மரபு சார்ந்த மருத்துவர்களுக்கான பணிகளை விளக்குகிறது.

1. குழந்தைகள் மற்றும் திருச்சபை உறுப்பினர்களுக்கு (மக்களுக்கு) நாட்டு மூலிகைகளைக் கொண்டு சிகிச்சை அளிக்க வேண்டும்.

2. திருச்சபையில் படித்த மூத்த சிறுவர்களுக்கு நாட்டு மருத்துவர் (Native Medical Author) ஒருவரைப் பற்றித் தினம் ஒரு மணி நேரம் விளக்கவேண்டும்.

3. ஒவ்வொரு திங்கட்கிழமையும் திருச்சபைக் குழந்தைகளைக் கிராமப்புறக் காடுகளுக்கு அழைத்துச் சென்று அவர்களுக்கு

மூலிகைகளை அறிமுகப்படுத்தவேண்டும். மூலிகைகளை எடுத்து வந்து திருச்சபைக் கட்டடத்திலேயே ஒரு சிறிய அறையில் தாவரப் பாதுகாப்பகம் (Herbarium) ஒன்று அமைக்க முயற்சிகள் மேற்கொள்ளப்படவேண்டும். அவசியம் நேரும்போது அந்த மூலிகைகளிலிருந்து மருந்துகளைப் பிழிந்தெடுத்துக் கொள்ளும் வகையில் அவர்களுக்குப் பயிற்சியளிக்க வேண்டும்.

4. தமிழ் மருத்துவச் சுவடிகளில் குறிப்பிட்டுள்ள மருந்துகளைப் பல்வேறு பகுதிகளிலிருந்து சேகரித்துக் கொண்டு வந்து இந்தத் தாவரப் பாதுகாப்பகத்தில் வைத்து, அவற்றைத் தயாரிக்கும் உபயோகிக்கும் முறைகளை அச்சிறுவர்களுக்குக் கற்பிக்க வேண்டும்.

5. ஆசிரியர் தம்முடைய ஓய்வு நேரங்களில் தமிழர்களிடமிருந்து தமிழ் மருத்துவ ஓலைச்சுவடிகளைப் பெற்று அவற்றைப் படி எடுக்க வேண்டும். (C.S. Mohanavelu 1993:132)

கிறித்தவச் சமயப்பணியாளர்கள் மரபுசார்ந்த மருத்துவத்தை அனைத்துப் பிரிவு மாணவர்களுக்கும் கற்பிக்க முயற்சிகள் மேற்கொண்டனர். ஏனெனில் இந்திய, தமிழ்ச்சூழலில் மரபுசார்ந்த அறிவியல் குலவழி, குடும்பவழியாகவே கற்பிக்கப்பட்டு வந்தது. மரபுசார்ந்த அறிவியலை ஐரோப்பிய அறிவியல் முறைகளுக்கு உட்படுத்தி வளர்க்க முயற்சிகள் மேற்கொள்ளப்பட்டதை இக்குறிப்புகள் வாயிலாக அறிகிறோம். இம்முயற்சி கீழ்க்காணும் இரு தன்மைகளைக் கொண்டிருந்தது. ஐரோப்பியக் கணித அறிவியலைத் தமிழ்வழியில் கற்பித்தல் மரபுசார்ந்த மருத்துவ முறைகளை ஐரோப்பிய அறிவியல் தொழில்நுட்பங்களின் பயன்பாட்டோடு மேம்படுத்துதல்.

சுதேசிகளின் பள்ளிகள்

கிறித்தவச் சமயப்பணியாளர்கள் தமிழகத்தில் கல்விநிலையங்களைத் தொடங்கியதற்கு முன்பாகச் சுதேசிப் பள்ளிகள் இயங்கிவந்தன. சுதேசிப் பள்ளிகள் என்பவை திண்ணைப் பள்ளிக்கூடங்களே. கிறித்தவச் சமயப் பணியாளர்கள் தங்கள் கல்வி நிலையங்களைத் தொடங்கி நடத்தி வந்த காலகட்டத்திலும் இப்பள்ளிகள் தொடர்ந்து செயல்பட்டு வந்தன. இக்கல்விமுறையின் செயல்பாட்டைச் சுதேசிக்கல்வி முறை (Native Education) எனலாம். இக்கல்வி நிறுவனங்கள் பற்றிய குறிப்புக்கள் சமயப் பணியாளர்களின் நாட்குறிப்புக்களில் இடம் பெற்றுள்ளன. சீகன்பால்குவின் 11.04.1708ஆம் ஆண்டு நாட்குறிப்பில்,

"சுதேசிப் பள்ளிகளில் படிக்கும் மாணவர்கள் பல்வேறு நூல்களை மனப்பாடம் செய்து கல்வி கற்றனர். இளம்பள்ளிக் குழந்தைகளால் மனப்பாடம் செய்யப்பட்ட நூல் உலக நீதியாகும்" (C.S.Mohanavelu 1993 : 170) என்ற செய்தி இடம் பெற்றுள்ளது.

தஞ்சை மராட்டிய மன்னர்களின் காலத்தில் இருந்த கல்வி முறையை மராட்டிய மொழி மோடி ஆவணங்கள் விளக்கி நிற்கின்றன. நவ வித்யாகலாநிதி சாலை என்ற பெயருடைய கல்வி நிலையம் 1785ஆம் ஆண்டு தஞ்சை அரண்மனையில் இயங்கியுள்ளது.

சுதேசிப் பள்ளிப் பாடநூல்கள்

தமிழகத்தில் இருந்த சுதேசிக் கல்வி நிலையங்களைப் பற்றியும், பாட நூல்களைப் பற்றியும் உ.வே.சாமிநாதையர் கருத்து தெரிவிக்கும் போது, "பண்டையக் காலத்தில் தமிழ்நாட்டில் ஊர்கள்தோறும் பள்ளிக்கூடங்கள் இருந்தன. திண்ணைப் பள்ளிக்கூடங்களென்னும் பெயரால் அவை வழங்கப்பெறும். அங்கே தமிழ் நூல்களைப் படித்து இன்புறுதற்குரிய அறிவு பெறுவதற்குக் கருவிகளாகிய நிகண்டு, நீதிநூல்கள், பிரபந்தங்கள் முதலியன கற்பிக்கப்பட்டன. கணிதத்துக்கு அடிப்படையான எண்சுவடி முதலியவற்றையும் கற்பித்தனர். அவற்றின் உதவியால் மிகச்சிறிய பின்னங்களையும் அமைத்துக் கணக்கிடும் ஆற்றல் மாணாக்கர்களுக்கு உண்டாகும். குடும்பத்துக்கு வேண்டிய வைத்தியமுறைகளும், நாள் பார்த்தல் சாதகம் பார்த்தல் முதலிய சோதிட நூல்வழிகளும், ஆலய வழிபாட்டு முறை, கலாசாரங்கள் முதலியனவும், ஞாபக சக்தியை வளர்ப்பதற்குரிய பயிற்சிகளும் கற்பிக்கப்பட்டன," (உ.வே.சாமிநாதையர் 1986 : 5) எனக் குறிப்பிட்டுள்ளார்.

தமிழகத்தில் இருந்த கல்விநிலையங்களில் தமிழ்மொழி, இலக்கிய இலக்கணங்கள், மரபுசார்ந்த கணிதம், மரபுசார்ந்த மருத்துவம், சோதிடம் ஆகியவைக் கற்பிக்கப்பட்டன என்ற கருத்து பெறப்படுகின்றன. இக்கருத்துக்குத் துணையாகத் தமிழகத் திண்ணைப்பள்ளிகளில் கற்பிக்கப்பட்ட பாடங்களைப் பற்றி சுப்பிரமணியன் தரும் தகவல்கள் வருமாறு.

"திண்ணைப்பள்ளிகளில் திருவள்ளுவரின் திருக்குறள், அவ்வையாரின் ஆத்திசூடி, கிருஷ்ணன் தூது, கம்பனின் ராமாயணம், சீவகசிந்தாமணி ஆகியவையும் நன்னூலின் பகுதிகளும், நிகண்டுகளின் பகுதிகளும் கற்பிக்கப்பட்டுள்ளன." (P.Subramanian 1993 : 293)

கல்வியில் பாகுபாடுகள்

சுதேசிகளின் கல்வி அமைப்பில் இந்தியச் சமூகத்துக்கே உரிய சாதியப் பாகுபாடுகள் காணப்பட்டன என்பதை விளக்கும் வகையில் அமைந்துள்ள கருத்து வருமாறு:

"இக்கல்வி நிலையத்தில் வேதம், சமஸ்கிருதம் ஆகியவற்றைப் பார்ப்பனர்களே கற்றனர் என்பதில் ஐயமில்லை. தருக்கம், சோதிடம், மராட்டி, தெலுங்கு, தமிழ், ஆங்கிலம், உடற்பயிற்சி ஆகியவற்றைச் சத்திரியர் பயின்றனர் (கே.எம். வெங்கடராமையா 1984 : 241).

பதினெட்டாம் நூற்றாண்டில் செயல்பட்ட திண்ணைப் பள்ளிகளில், கல்வி கற்றவர்களில் பெரும்பாலானோர் பிராமணர்களே. இப்பள்ளிகளில் சில அரசு நிலங்களின் வருவாயில் செயல்பட்டு வந்தன. அரசு உதவி பெறாத கல்வி நிறுவனங்களில் கல்வி கற்கும் மாணவர்களிடமிருந்து, தொகையையோ விளைபொருட்களையோ பெற்றுக்கொண்டு, ஆசிரியர்கள் கல்வி கற்பித்தனர்.

2. ஐரோப்பியர் வருகைக்குப்பின் கல்வி மொழி

அரசர்களால் மத அடிப்படையிலான கட்டமைப்புக்குள்ளும், கருத்தமைவுக்குள்ளும் அமைந்திருந்து நடைமுறைப்படுத்தப்பட்ட கால கட்டத்திற்குப் பிறகு திட்டமிட்ட பள்ளிகள் என்ற நிலையில் ஜனநாயகப்படுத்தப்பட்ட கல்விமுறை ஐரோப்பியர்களால் தமிழகத்தில் உருவெடுத்தது. ஆகையால் கல்வி மக்களுக்கு வந்து சேர்ந்தது. ஏடும் எழுத்தாணியும் கொண்டிருந்த காலம் மறைந்து, தாளும் எழுதுகோலும் தோன்றின. அச்சிட்ட நூல்கள் பல்கின. மேலைநாட்டின் அறிவியல் வளர்ச்சி இந்தியாவில் புக வழிகோலிற்று.

ஆங்கிலேயர் ஆட்சி ஏற்பட்ட பின்னர் அவர்களின் வசதிக்காக வட்டாரமொழி, இலக்கியம், பண்பாடு மற்றும் பிற மரபுகள் ஒதுக்கப் பெற்றன. அந்நியர் ஆட்சிக்குட்பட்ட மக்கள், ஆங்கில மொழியைப் புறக்கணிக்க முடியாத கட்டாய நிலைக்குள்ளாயினர்.

தமிழும், வடமொழிச் சொற்களும் கலந்திருந்த ஆட்சிமொழி நிலை அடியோடு மாறியது. முதன்முறையாகத் தமிழகத்தில் ஆங்கில மொழி தமிழை வீழ்த்திவிட்டுத் தனி ஆட்சிமொழியாகியது.

ஆட்சிப் பணியில் பயிற்சி பெற்று மாவட்ட ஆட்சியராகப் பொறுப்பேற்ற ஆங்கிலேயர்கள் அரசாட்சித்துறை, நீதித்துறை ஆகிய இரண்டிலும் முழு அளவிற்கு ஆங்கிலத்தைப் பயன்படுத்தி வந்தார்கள். தமிழ் பின்னுக்குத் தள்ளப்பட்டது. சில ஆங்கிலேய ஆட்சியாளர்கள் தமக்கும் ஆளப்படுவோருக்கும் இடையே மொழியைப் பொருத்தமட்டில் பெரும் இடைவெளி இருப்பதனை உணர்ந்தனர். இதனை மாற்ற தமிழ் மொழியில் சில வரைவு மாதிரித் தயாரித்து அச்சிட்டு ஆங்கில மாவட்ட ஆட்சியரிடம் கொடுத்து உதவினர். இது ஒரு புறம் இருப்பினும் இதுவே பரந்த அளவிலான வீச்சோடு கல்வியின் கணபரிமாணத்தை வளர்த்தெடுக்கும் உந்து சக்தியாக இன்றுவரை இருந்து வருகிறது.

ஐரோப்பியர் மூலம் தமிழகத்தில் மேல்நாட்டுக் கல்வி

1673ஆம் ஆண்டில் தமிழ்நாட்டில் தங்கியிருக்கும் போர்ச்சுக்கீசியர் களின் குழந்தைகளுக்குக் கல்வி அளிக்கும் நோக்கில் "பெரிங்கி" என்ற போர்ச்சுக்கீசிய மொழி பயிற்று மொழியாக இடம்பெற்ற முதல்

கல்விக்கூடம் நிறுவப்பட்டது. 1678இல் கிழக்கிந்தியக் கம்பெனியால் அதன் அலுவலர்களின் குடும்பப் பிள்ளைகளுக்காகத் தொடங்கப்பட்ட ஒரு பள்ளியில் சில இந்தியக் குழந்தைகளும் சேர்த்துக் கொள்ளப் பட்டனர். 1687இல் கிழக்கிந்தியக் கம்பெனியால் சென்னை நகராட்சியின் வருவாயின் ஒரு பகுதியைக் கொண்டு இந்நகர இந்துக் களுக்கும், முஸ்லீம்களுக்கும், ஆங்கிலக் கல்வி போதிக்கப்பட்டது.

இந்தியாவின் முதல் அச்சகம் தரங்கம்பாடியில்
தரங்கை அச்சகமும்-சீகன்பால்கு சீரிய பணியும், கிறித்தவ அறிவு பரப்பும் சங்கமும்

1712ஆம் ஆண்டு கிறித்தவ அறிவு பரப்பும் சங்கத்தினரே அச்சு இயந்திரத்தை ஐரோப்பாவிலிருந்து தருவித்துத் தரங்கையில் நிறுவினர். இத்துடன் அச்சுக்குத் தேவையான 100 ரீம் காகிதமும் தருவிக்கப்பட்டது. இதன் மூலம் முதலில் போர்த்துக்கீசிய மொழியில் புதிய ஏற்பாடு நூலின் 213 பிரதிகள் அச்சிடப்பட்டன. 1714இல் பைபிள் தமிழில் அச்சிடப்பட்டது.

தொடக்க காலத்தில் பிரதிகள் அதிகம் அச்சாகவில்லை. ஆயினும் இந்த நூல்களுக்குக் கற்றவரின் மத்தியில் வரவேற்பு இருந்துள்ளதை அறிய முடிகிறது. ஆய்வாளர் ஞானவேல் இதைக்குறித்துக் கூறுகையில், "தரங்கம்பாடியில் வெளியிடப்பட்ட இந்த ஆசீர்வாதங்கள் தரங்கம் பாடியோடு போகவில்லை. இதன் பிரஸ்தாபம் வெளியூர்களிலும், இலங்கைக்கும் கூடச் சென்றது. இங்கே அச்சிடப்பட்ட புத்தகங்களை வெளியூரிலுள்ளோர்களை அழைப்பித்து ஆவலோடு வாசித்தார்கள்" என குறிப்பிட்டுள்ளார். இது இச்சங்க நூல்களுக்கு இருந்த வரவேற்பை எடுத்துக் காட்டுகிறது.

ஆங்கிலேயர்களுக்கும் பிரெஞ்சுக்காரர்களுக்கும் ஐரோப்பாவில் ஏற்பட்ட யுத்தத்தின் தொடர்ச்சியாக இந்தியாவிலும் இவர்களிடையே போர் மூண்டது. 1761ஆம் ஆண்டு ஆங்கிலேயர்கள் புதுவையைக் கைப்பற்றிய போது அங்கிருந்த அச்சு இயந்திரங்களைச் சென்னைக்கு எடுத்து வந்தனர். இதனைக் கிறித்தவ அறிவு பரப்பும் சங்கத்தாரிடம் ஒப்படைத்தனர். இதனைத் தொடர்ந்து வேப்பேரியில் மற்றொரு அச்சுக்கூடத்தை இச்சங்கமே நிறுவியது. இவ்வச்சுக் கூடத்தில் கிறித்தவ மிஷினரிகளும், கிழக்கிந்திய அரசும், தங்களுக்குத் தேவையான நூல்கள், துண்டறிக்கைகள், அறிக்கைகள் எனப் பல பிரசுரங்களை அச்சிட்டு வெளியிட்டனர்.

1822ஆம் ஆண்டு நாகர்கோயிலில் கிறித்தவ அபிவிருத்தி சங்கத்தின் அச்சுக்கூடம் தொடங்கப்பட்டது. 1830ஆம் ஆண்டு பாளையங் கோட்டையிலும் நெய்யூரிலும் அச்சுச்கூடங்கள் நிறுவப்பட்டன. தமிழகத்தின் பல பகுதிகளில் அச்சுக்கூடங்கள் நிறுவியதின் மூலம் அச்சு ஊடகத்தில் ஒரு முக்கியப் பங்கினை இச்சங்கம் வகித்தது. முர்டாக்கின் நூலின்படி 1863இல் தமிழகப் பகுதிகளில் 10 அச்சுக்கூடங்களே இருந்தன. 1830களிலேயே கிறித்தவ அபிவிருத்தி சங்கத்திற்கு ஐந்திற்கும் மேற்பட்ட அச்சுக்கூடங்கள் சொந்தமாக இருந்ததால் இச்சங்கத்தாரின் அச்சு மேலாண்மையை உணர முடிகிறது.

கிறித்தவ அறிவு பரப்பும் சங்கம் மத நூல்கள் மட்டுமன்றி பள்ளிக் கல்விக்கான நூல்களையும் வெளியிட்டுள்ளது. 1850ஆம் ஆண்டுக்கு முன் கிழக்கிந்தியக் கம்பெனி அரசு அமைப்பிற்கு வெளியே இயங்கிய முக்கிய வெளியீட்டு நிறுவனமாக இச்சங்கம் திகழ்ந்தது. கிறித்தவ மிஷினரிகள் நடத்தும் பள்ளிகளில் பயன்படுத்தப்பட்ட நூல்களையும் இச்சங்கம் அச்சிட்டது. இப்புத்தகங்களின் வாயிலாகவே தமிழகப் பள்ளிகளில் முறையாக அறிவியல் நுழைந்து வேத பாடம், எண் கணக்கு என்பதிலிருந்து அறிவியல் திசைக்குத் திரும்பியது.

இக்காலகட்டத்தில் தரங்கம்பாடியில் சீகன்பால்கு பாதிரியாரால் (1713) முதன் முதலாகத் தமிழகத்தில் தமிழ் எழுத்துக்களுடன் அச்சகம் ஒன்று தொடங்கப்பட்டது. எனினும் இந்திய மொழிகளில் எது எழுதப்பட்டாலும் அதை ஆங்கிலத்திலும் மொழிபெயர்ப்புச் செய்ய வேண்டும் என்ற சட்டத்தையும், இந்தியர்கள் அச்சகம் தொடங்கும் உரிமையை மறுக்கும் சட்டத்தையும், ஆங்கிலேயர் உருவாக்கினர். இத்தடை 1836ல்தான் நீங்கியது. 1717இல் சென்னையில் டேனிஷ் கிரண்டரினால் இரண்டு இலவசப் பாடசாலைகள் தொடங்கப்பெற்றன. மேல்நாட்டு முறையில் அமைந்த இக்கல்வி நிலையங்களில் சாதி, சமயப் பொருளாதார எல்லைக் கோடுகளைப் புறக்கணித்து வேற்றுமை பாராட்டாது மாணவர்களைச் சேர்த்தனர். இப்பள்ளிகளில் குழந்தைகளின் தாய்மொழிகளிலேயே கல்வி அளிக்கப்படவேண்டும் என்ற நோக்கில் தமிழும் பயிற்று மொழியாக இடம் பெற்றது.

இதுபோலவே, தஞ்சாவூருக்கு அருகில் உள்ள வேதியபுரத்தில் 1783இல் செயிண்ட் பீட்டர் கல்லூரி ஆரம்பிக்கப்பட்டது. பிறகு இது தஞ்சைக்கு மாற்றப்பட்டு செயிண்ட் பீட்டர் பள்ளி ஆனது. இங்கு ஆரம்ப காலங்களில் ஆங்கிலம் பாடமொழியாக இருந்தது.

1790இல் ஜான் சலீவன் என்பாரது பரிந்துரைப்படிச் சென்னை மாகாணத்தில் ஆங்கிலத்தோடு தமிழும் கற்பிக்கப்பட்டது. சுவார்ட்ஸ் (Swartz) பாதிரியாரின் முயற்சியில் தஞ்சை, சிவகங்கை. இராமநாதபுரம் ஆகிய இடங்களில் கல்வி நிலையங்கள் எழுந்தன.

இப்பள்ளிகளில் ஆங்கிலத்தோடு தமிழும் கற்பிக்கப்பட வேண்டும் எனும் கருத்தைச் செயல்படுத்துவதற்கு இராமநாதபுரம் அரசர், தஞ்சாவூர் மன்னர் நிதி உதவி செய்தனர். இக்காலத்தில் ஆசிரியர்களுக்குத் தேவையான இரு மொழிப் பயிற்சி அளிக்கப்பட்டன.

1784இல் ஏசு சபையினர் நாகப்பட்டினத்தில் கல்வி நிலையத்தை எழுப்பினர். பின்னர் திருச்சியிலும் பிறவிடங்களிலும் விரிவுபடுத்தி கல்லூரி மன்னார்குடியில் பின்லே கல்லூரி என விரிவுபடுத்தினர். மன்னார்குடி பின்லே கல்லூரி தற்போது மேனிலைப் பள்ளியாக இயங்கி வருகின்றது.

1817-1818இல் முறையாக ஆங்கில மொழிக் கல்விக் கூடங்கள் நிறுவப்பட்டன. முதன் முதலாக இப்பள்ளிகள் பாளையங் கோட்டையிலும், திருநெல்வேலியிலும் தொடங்கப்பட்டன. 1822க்கும் 1826க்கும் இடைப்பட்ட காலத்தில் ஆங்கில முறைப் பள்ளிக்கூடங்கள் பரவலாகப் பெருகின. இதற்கு முக்கிய காரணமாக விளங்கியவர், சென்னை மாகாண ஆளுநர் தாமஸ் மன்றோ ஆளுநரின் பரிந்துரை தாய்மொழியைக் கல்வி மொழியாக்குவதற்கு உதவியதோடு ஆங்கில வழிக் கல்வியை மேலும் வளர்ப்பதற்கும் வாய்ப்பளித்தது. 1830இல் ஆட்சிப் பணிகளில் இடம்பெறுவதற்கு வாய்ப்பாக, அவர்களின் கல்வி ஆங்கிலத்தில் அமைவதே நல்லது என்ற கருத்தை மையக் கல்விக்குழு சென்னை மாகாணக் கல்விக் குழுவிற்குப் பரிந்துரை செய்தது. இப்பரிந்துரையை ஏற்று சென்னை மாகாண அரசு மேலும் பல புதிய ஆங்கில வழிப் பள்ளிகளைத் திறந்தது.

1834இல் அமெரிக்கன் மதுரை சபை உருவாகிய பின்னர் மதுரையிலும், திண்டுக்கல்லிலும் கல்வி நிலையங்களை எழுப்பினர். லண்டன் சமயப்பணி சங்கத்தினர் (London Mission) நாகர்கோயிலிலும், நெய்யூரிலும், பாளையங்கோட்டை யிலும் சமயப் பணியுடன் கல்விப் பணியையும் ஆற்றினர்.

ஏசு சபையினரும் பிற சமயத் தொண்டர்களும், மக்களைக் கவரும் வண்ணம் தமிழைப் பயிற்றுமொழியாக வைத்துக் கல்வியளித்தனர். எண்ணும், எழுத்தும் கிறித்துவ சமய சார்பான தொடக்கப்பள்ளிகளில் போதிக்கப்பட்டன. இலக்கியம், அறிவியல், வரலாறு. புவியியல்

போன்ற பாடங்கள் மேல் நாட்டுப் பாணியின் உயர்நிலைப் பள்ளிகளில் பாடங்களாக்கப்பட்டன. "இந்தியாவில் சென்னை மாநிலத்திலேயே கிறித்துவப் பாதிரிகளின் கல்வி முயற்சி வெற்றி கண்டது." என்று இயக்குநர் வாரியம் கருத்து தெரிவிக்குமளவுக்குக் கல்விப்பணி சிறந்திருந்தது. மேல் நாட்டுக் கல்வி மூலம் இந்து அறிவர் சங்கத்தார் (Hindu Literary Society) *1834*இல் சென்னையில் இந்துக்கள் சார்பில் கல்வி நிறுவனங்களைத் தொடங்க முன்வந்தனர்.

கம்பெனியாரின் கல்விக் கொள்கைகள்

விசய நகரப் பேரரசின் பிரதிநிதியான சந்திரகிரி அரசரிடமிருந்து கிழக்கிந்திய கம்பெனியைச் சார்ந்த பிரான்சிஸ் டே என்பார் *1639*இல் சென்னைப் பட்டினத்தைக் குத்தகைக்கு எடுத்து, அடுத்த ஆண்டே அங்கு செயின்ட் ஜார்ஜ் கோட்டையைக் கட்டி, தமிழகத்தில் கம்பெனி காலூன்ற வழிவகுத்தார்.

கிழக்கிந்திய கம்பெனியார் நான்காம் மைசூர் யுத்தம் வரை *(1799)* வருமானத்தைப் பெருக்குவதில் மட்டுமே ஆர்வம் காட்டினர். அப்பொழுது இருந்த பள்ளிகளும் தனியார் வசமும் சமய சார்புடையன வாகவும் இருந்ததால் கல்வி கற்பிப்பது இரண்டாம் நிலையாகவே இருந்தது.

இக்கம்பெனி நாடாள்வதைக் கையில் எடுத்துக் கொண்ட பொழுதும் நாட்டில் கல்வி நடைபெறும் வழியில் தலையிடவில்லை. ஆனால் கிறித்துவத்தைப் பரப்ப வந்த பாதிரிகள் பள்ளிகளைத் தொடங்கி கணிதம், பூகோளம், திருகோண கணிதம் என்று தமிழர் களுக்குத் தெரியாத பாடங்களைச் சொல்லிக் கொடுத்தனர்.

*1698*இல் வாணிகச் சாசனம் திருத்தப்பட்டது, ஆங்கிலிக்கன் குருக்கள் பள்ளிகளைத் தொடங்கி விவிலியத்தைப் பரப்பினர். பள்ளிகளை அமைத்திட நிலங்கள் மானியமாக வர்த்தகக் குழு வழங்கி, தமிழ்க் கல்விக்குச் சேவை ஆற்றியது. ஐரோப்பியர் 15ஆம் நூற்றாண்டு நலன்களுக்கும் பொருத்தமான வகையில் விழிப்புணர்வு ஏற்படுத்த, சில கொள்கைகளை வகுத்துச் செயல்படத் தொடங்கினர்.

கம்பெனியில் சென்னை ஆளுநருக்கு உட்பட்டதாக இருந்தது தமிழகம். 1773இல் கொண்டு வரப்பட்ட ஒழுங்குமுறைச் சட்டத்தின் மூலம் கல்கத்தாவின் தலைமை ஆளுநருக்கு உட்பட்டதாக மாற்றப் பட்டது. ஏன் மாற்றப்பட்டது? என்பதற்கான ஒரு விளக்கத்தை ஆங்கிலப்படைத் தலைவராயிருந்த கிச்சனர் பெருமகன், "We have comrades in Bombay, administrators in Delhi, enemies in Bengal and slaves in Madras" என்று கூறியதற்கொப்ப சென்னை ஆளுநருக்கு உட்பட்ட தமிழகம் கல்கத்தா ஆளுநர் தலைமைக்கு மாற்றப்பட்டு ஆளுமை முழுதும் கல்கத்தாவிலேயே நடைபெற்றது.

1817-18இல் முறையான ஆங்கில முறைக் கல்விக் கூடங்கள் நிறுவப்பட்டன. முதன்முறையாக இப்பள்ளிகள் பாளையங் கோட்டையிலும், திருநெல்வேலியிலும் தொடங்கப்பட்டன.

பத்தாண்டுகளுக்கு ஒருமுறை வெளியிடப்படும் இக்கம்பெனிக் குழுமம் 1813இல் வெளியிட்ட அறிக்கையில், "இந்திய மக்களுக்குச் சமய நல்லொழுக்க முறையில் ஓரளவு பயனுள்ள கல்வியை அறிமுகப் படுத்த முயலவேண்டும்" என்று கூறியது. ஆயினும், அறிவிப்பு வெளியிடப் பட்டு 20 ஆண்டுகள் கடந்த பின்னும் எவ்வித நடவடிக்கையும் மேற்கொள்ளப்படவில்லை.

ஆங்கிலக் கம்பெனி அரசாங்கம் ஆரம்ப காலங்களில் கல்வியில் குறுக்கிடாக் கொள்கையை வைத்திருந்தது. 18ஆம் நூற்றாண்டின் இறுதியில் கம்பெனியார் அடைந்த அரசியல் வெற்றியால் 1801க்குப் பின் கிழக்கிந்திய நிருவாகத்தார் கல்வியில் கவனம் செலுத்தினர் என்றாலும், செலவைக் கண்டு அஞ்சி கைவிட்டனர். ஆனால் விரைவில் வளர்ந்து கொண்டிருந்த நிருவாக இயந்திரத்தின் அடிமட்டத்தை இயக்க, நாட்டு மக்களின் பணி தேவையாகியது. கம்பெனி நிருவாகத்துடன் ஒத்துழைக்கும் மனப்போக்கை மேல்நாட்டுக்கல்வி முறை வழங்கும் என்று நம்பினர். கல்விக் கொள்கையில் மாற்றம் கொண்டு வந்தனர். அம்மாற்றங்கள்,

1. வர்த்தகக் குழுவினர் பாரம்பரியக் கல்விமுறையைப் பின்பற்ற நினைத்தனர்.
2. கல்வி கற்ற இந்தியர்களைக் கொண்டு அரசின் நிருவாகத்திற்குத் துணைபுரிந்திட விரும்பினர்.
3. உயர்குடியினருக்குக் கல்வி அளித்து அரசின் உயர் பணிகளில் அமர்த்தி அவர்களைத் திருப்திப்படுத்தினர்.

இதற்கு மாறாகக் கிறித்துவப் பாதிரிகள் 'எல்லாருக்கும் கல்வி' என்ற ஒரு நிலையைக் கடைப்பிடித்தனர். இதனடிப்படையில் 1822இல் நெல்லை வண்ணார்பேட்டையில் இரேனியஸ் என்ற பாதிரியார் முதல் பள்ளியைத் தொடங்கினார். 1823இல் ஒரு செமினரிப் பள்ளி பெண்களுக்கும் தொடங்கப்பட்டது. 1823, 24, 25ஆம் ஆண்டுகளில் ஒடுக்கப்பட்ட

அடிமைப்பட்ட மக்கள் நெல்லைப் பகுதியில் கூட்டம் கூட்டமாகக் கிறித்துவ மதத்தைத் தழுவி பனை ஏறிய மக்கள் பனை ஏடுகளை எடுத்துப் படிக்க ஆரம்பித்தனர்.

பதினெட்டாம் நூற்றாண்டில் சமயப்பணி செய்து வந்த கிறித்தவச் சமயப்பணியாளர்கள், தமிழகத்தின் பல பகுதிகளில் பள்ளிகளைத் தொடங்கி நடத்தினர். கிறித்தவச் சமயப் பணியாளர்களின் கல்வி நிறுவனங்கள் தமிழகத்தில் வழக்கில் இருந்த சுதேசி திண்ணைக் கல்விமுறைக்குச் சவாலாக அமைந்தன. கிறித்தவச் சமயப்பணியாளர்கள் உள்ளூர் அரசுகளின் உதவியுடன் கல்வி நிறுவனங்களை நடத்தினர். "இந்தியாவில் இலக்கியம், அறிவியல் கல்வி புறக்கணிக்கப்படுவதாக 1811ஆம் ஆண்டு லார்ட் மின்டோ (Lord Minto) கருத்துத் தெரிவித்தார். இத்துறைகளை வளர்க்கும் முயற்சிகள் இதுவரை தொடங்கப்பட்டுள்ள கல்லூரிகளில் மேற்கொள்ளப்பட வேண்டும். பல புதிய கல்லூரிகள் தொடங்கப்பட வேண்டும் எனவும் கோரினார்." (V.D. Mahajan, 1986 : 354).

1812ஆம் ஆண்டு சென்னை செயின்ட் தாமஸ் மௌண்டில் உள்ள கண்டோன்மெண்ட் பகுதியில் ஒரு பள்ளி தொடங்கப்பட்டது. இராணுவத்தில் பணியாற்றிய சுதேசிகளின் குழந்தைகளுக்காகத் தொடங்கப்பட்ட இப்பள்ளிக்குச் சென்னை மாகாணத்தில் பணியாற்றிய ஆங்கிலேயர்கள் பலர் பொருளுதவி செய்தனர். 1814ஆம் ஆண்டு திருநெல்வேலியில் கி.அ.ப.சங்கத்தின் சார்பில் க்யூக் (Hugh), ஒன்பது பள்ளிகளை நடத்தினார். சமயப்பணியாளர்களின் முயற்சிகளின் விளைவாகத் தமிழகம் முழுதும் கல்வி நிறுவனங்கள் தொடங்கப் பெற்றன. இக்கல்வி நிறுவனங்களில் அனைத்துப் பிரிவினருக்கும் சமயப் பணியாளர்கள் கல்வியளித்தனர். இப்போக்குத் தமிழகச் சமூக அமைப்பில் கல்வி பற்றிய சிந்தனை பரவக் காரணமாக அமைந்தது.

ஆங்கிலக் கல்விக்கான அடித்தளம்

இந்தியாவில் இலக்கியக்கல்வியும் அறிவியல் கல்வியும் புறக்கணிக்கப்படுவதாக 1811ஆம் ஆண்டு லார்ட் மின்டோ வெளியிட்ட கருத்துக்களை ஆங்கில அரசு கவனத்தில் கொண்டு அறிவியல் இலக்கியக் கல்விக்காக நிதி ஒதுக்கும் முயற்சியில் ஈடுபட்டது. இதன் விளைவாக 1813இல் சாசனச் சட்டத்தை அரசு நிறைவேற்றியது. இந்தியாவில் ஆங்கிலக்கல்விக்கு நிலையான அடித்தளம் இட்டது. 1813ஆம் ஆண்டு நிறைவேற்றப்பட்ட சாசனச் சட்டமாகும்.

"இந்தியாவில் இலக்கிய மறுமலர்ச்சிக்கும் வளர்ச்சிக்கும் இந்தியக் குடிகளிடையே கல்வியறிவை ஊக்குவிக்கவும், இந்தியாவிலுள்ள பிரிட்டிஷ் பகுதிகளில் வாழும் மக்களிடையே விஞ்ஞான அறிவைப் புகுத்தவும் அரசு வருமானத்தில் ஆண்டுதோறும் ஓர் இலட்சம் ரூபாய்க்குக் குறையாமல் நிதி ஒதுக்குவதற்கு 1813 சாசன சட்டத்தின் 43ஆவது பிரிவு தலைமை ஆளுநருக்கு அதிகாரம் அளித்தது." (து. சதாசிவம் 1983. 21)

ஆனால், இந்தப் பணத்தைச் செலவு செய்வதற்கான ஆக்கப் பூர்வமான முயற்சிகளைப் பத்தாண்டுகள் வரை (1823) அன்றைய மைய அரசு மேற்கொள்ளவில்லை.

இந்திய அளவில் மேல்நாட்டுக் கல்வி முறையைப் புகுத்த 1820ல் சென்னையில் ஆளுநர் பொறுப்பேற்ற பின் தாமஸ் மன்றோ முற்போக்குத் திட்டத்தை உருவாக்கினார். மேல்நாட்டு இலக்கியமும் அறிவியலும் இந்திய மக்களைப் பழமையிலிருந்து மீட்க வல்லமை உடையவை என்றும் கல்விக்குச் செலவிடும் பணம் ஒரு போதும் வீணாகாது என்றும் நம்பி அவர் 1822ல் கல்விக் குழுவை அமைத்தார். 1813இல் சார்ட்டர் சட்டம் இந்தியர் கல்வி வளர்ச்சிக்காக ஆங்கில கிழக்கிந்தியக் கம்பெனி ஒரு லட்சம் ரூபாய் செலவு செய்ய வேண்டுமெனக் கூறியது. இச்சட்டத்தின்படி கல்வி வளர்ச்சிப் பணிகளில் இக்கம்பெனி ஈடுபடவும் தொடங்கியது. இதன்படி சென்னை மாகாணக் கல்வியின் உண்மை நிலை, தேவைகள் பற்றி ஆராய ஆளுநர் தாமஸ் மன்றோ விரும்பினார். மாவட்ட ஆட்சித் தலைவர்கள் தங்கள் மாவட்டங்களில் இவ்வாய்வினை மேற்கொள்ள மன்றோ ஆணையிட்டார். அவ்வாய்வின் முடிவுகளைப் பின்வருமாறு அறியலாம்.

திண்ணைப் பள்ளிக்கூடங்களில் ஓராசிரியர் பள்ளிகள் இருந்தன. அவற்றில் அக்கிராமத்தில் ஆண் குழந்தைகள் மட்டும் கற்று வந்தனர், வாசித்தல், எழுதுதல், கணிதம் (Reading, Writing, Arithmetic) ஆகிய வற்றில் அடிப்படைத்திறன்கள் அப்பள்ளியில் கற்றுக் கொடுக்கப் பட்டன. தினசரி நடைமுறை வாழ்க்கையின் வரவு செலவுகளுக்கும், வாணிகம் மற்றும் பல்வேறு தொழில்களுக்கும் தேவையான பின்ன வாய்ப்பாடுகள் மனப்பாடமாகக் கற்றுக்கொடுக்கப்பட்டன. உள்ளூரிலேயே கிடைத்த விலை மலிவான பொருள்களான கடல் சிப்பிகள், வாழை இலைகள், பனையோலைகள், கரிச்சாயம், சுண்ணாம்புக்கட்டி ஆகியன கற்கும் பொருள்களாகப் பயன்படுத்தப்பட்டன. மூத்த மாணவர்களோடு பாடம் நடத்தும் முதன்மை மாணாக்க முறைக்

கல்வியானது அப்பள்ளியில் நடைமுறையில் இருந்தது. இம் முறையின் மூலம் ஓர் ஆசிரியர் பலதரப்பட்ட பல வயதுக்குட்பட்ட மாணவர்களை ஒரே வகுப்பறையில் வைத்துக் கற்பிக்க முடிந்தது. கிராமத்தில் விளைந்த விளைபொருட்களே ஆசிரியருக்கு ஊதியமாகக் கொடுக்கப்பட்டன. ஒரு சில சமயங்களில் ஆறு, ஏழு ரூபாய் ஊதியமாகக் கொடுக்கப்பட்டது என்பதே அவ்வாய்வின் முடிவு.

இதை மேம்படுத்த திரு, மன்றோ கல்வி பராமரிப்புக்குப் பொதுக் கல்வி வாரியத்தையும் (Board of Public Instructions), மேல்நாட்டுப் புத்தகங்களை மொழி பெயர்த்து உதவ, பள்ளிப் புத்தகச் சங்கத்தையும் (School Book Society) நிறுவினார். மாவட்டங்கள் தோறும் இரண்டு பொதுப்பள்ளிகளையும் நிறுவியதோடு, 1834இல் தாலுக்காக்களில் மொத்தம் 70 பள்ளிகளைத் தொடங்கினார். ஆயிரம் மக்கள் உள்ள ஒவ்வொரு ஊரிலும் கட்டாயம் ஒரு பள்ளி நிறுவப்படவேண்டும் என்பது இவரது ஆணை ஆகும். ஆசிரியர்களுக்குப் பயிற்சியளிக்க, சென்னை மத்தியப் பள்ளியை நிறுவினர். 1835இல் சென்னை மருத்துவப் பள்ளியொன்றும் தொடங்கப்பட்டது. மாவட்டப் பள்ளிகளில் ஆங்கிலமும், தாலுக்கா பள்ளிகளில் தமிழும் பயிற்று மொழியாகின. இதன்படித் தமிழும், ஆங்கில வழிக் கல்வியும் மேலும் வளர்ந்தன.

ஆங்கிலக் கல்வி முறை இந்தியர்களின் சிந்தனை முறையிலும் நிறுவனங்களின் செயல்பாட்டு முறைகளிலும் ஏற்படுத்திய மாறுதல்கள் வியக்கத்தக்தாகும். மேனாட்டார் கொள்கைகளும் தற்கால அறிவியலும் ஆங்கிலக் கல்வி வழியாக இந்தியர்களையடைந்தன. அவைப் பகுத்தாயும் தன்மையையும் பகுத்தறிவு மனப்போக்கையும் தூண்ட வகை செய்தன. தனிமனிதனின் தன்னம்பிக்கையை வளர்த்ததுடன் நிறுவனங்களிலிருந்து அறிவுக்கு எட்டாத வழக்காறுகளை நெகிழச் செய்து, மூடப் பழக்கங்களை உதறித்தள்ளவும் ஊக்கமளித்தன.

"கண்ணுடையர் என்பவர் கற்றோர் முகத்திரண்டு புண்ணுடையர் கல்லா தவர்" என்று போற்றப்பட்ட நாட்டில், கல்வி வகுப்புவாதத்திற்கு அடிமைப்பட்டுக் கிடந்தது. ஆங்கிலேயர் ஆட்சி நடைமுறைப்படுத்திய புதுமுறைக் கல்வி முறையினால் சமூகத்தில் ஒரு பிரிவினருக்கு மட்டும்தான் கல்வி என்ற நிலை ஒழிந்தது அல்லது ஒழிக்கப்பட்டது. கல்வி சமயத்தின் ஆதிக்கத்திலிருந்து விலக்கப்பட்டது. "எல்லாரும் அறிவோம். நன்றாகக் கற்போம்" என்ற மனநிலை உருவாக வித்திட்டது. ஆனாலும் 1830இல் சென்னை மாகாண அரசு, ஆட்சிப் பணிகளில்

இடம் பெறுவதற்கு வாய்ப்பாகக் கல்வி ஆங்கிலத்தில் அமைவதே நல்லது என்ற கருத்தைச் சென்னை மாகாணக் கல்விக்குழுப் பரிந்துரை செய்தது. இப்பரிந்துரையை ஏற்ற சென்னை மாகாண அரசு மேலும் பல புதிய ஆங்கில வழிப் பள்ளிகளைத் திறந்தது.

1832 ஆம் ஆண்டில்தான் முதல் வகுப்பிலிருந்து 8ஆம் வகுப்பு வரை தமிழ் பயிற்று மொழியானது. இதனால் ஆங்கிலத்தில் எழுதப்பட்டிருந்த அறிவியல் நூல்களைத் தமிழில் மொழியாக்கம் செய்யும் முயற்சிகள் மேற்கொள்ளப்பட்டன. இக்காலத்தில்தான் தமிழ் மக்களும் அறிவியல் கற்கவும், எழுதவும் முற்படும்போக்கு எழுந்தது. ஆனால் தமிழ் வழிக் கல்வி கட்டாயமாக்கப்படவில்லை. ஆரம்பக் கல்வியை, ஆங்கிலத்தில் நடத்துவது தவறு என்றுணர்ந்த கிழக்கிந்திய கம்பெனியினர் தாய்மொழிக் கல்விக்கு முன்னுரிமை வழங்கினர். ஆனால் நிருவாக அமைப்பின் மேல்தளத்தில் இடம் பெறுவதில் கவனம் செலுத்தினர்.

1830ஆம் ஆண்டு முதல் சென்னை கம்பெனி நிருவாகம் கல்வி நிலையங்களை விரிவாக்கிக் கொண்டிருந்தபோது, செலவை மனத்தில் கொண்டு, லண்டனிலிருந்த இயக்குநரகம் மாற்றுக் கருத்து கொண்டது. இந்திய சமூகத்தின் மேல்மட்டத்தில் செல்வமும், செல்வாக்குமுடைய சிலருக்கு மட்டும் மேல் நாட்டுக் கல்வியையளித்தால் அவர்கள் மூலமாக மேல்நாட்டு சமூகத் தத்துவமும் அறிவியலும் இந்திய சமூகத்தில் படர்ந்து பரவும் என்று அவர்கள் கருதினர். சாமானியர் களிடத்தில் கல்வி ஆர்வத்தை அடிமட்டம் வரை படியிறக்க, வடிகட்டும் கல்வி முறையைக் (Filtration Theory) கொண்டு வந்தனர். செலவைக் குறைக்கும் நோக்குடன் இதைக் கொண்டு வந்தனர்.

சென்னை மாகாணத்தின் ஆளுநராக, சர்.தாமஸ்மன்றோ (Sir Thomas Munro) பொறுப்பேற்றுக்கொண்டார். 1820ஆம் ஆண்டுக்கு முன் சென்னை மாகாணத்தில் செயல்பட்டு வந்த கல்வி நிலையங்கள், அவைச் செயல்படும் முறை, பள்ளிகளின் நிதியாதாரங்கள் பற்றிய எந்தத் தகவலும் அரசிடம் இல்லை. எனவே, இது தொடர்பான கணக்கெடுக்கும் பணியை மன்றோ தொடங்க விரும்பினார்.

தாமஸ் மன்றோவின் முயற்சிகள்

மன்றோ சென்னை மாகாணத்தில் செயல்பட்டு வந்த கல்வி நிறுவனங்களைப் பற்றிய தகவல்களைத் திரட்ட திட்டமிட்டார். அன்றைய சென்னை மாகாணத்தில் பல பகுதிகளில் செயல்பட்டு வந்த சுதேசிகளின் கல்வி நிறுவனங்கள், மாணவர்கள் எண்ணிக்கை, நிதிப்

பின்புலங்கள், கற்பிக்கப்படும் பாடங்கள், பள்ளி இயங்கும் நேரம் முதலிய தகவல்களைத் திரட்டுவதற்கான ஆணையை 1822 ஜூனில் வெளியிட்டார். பின்வரும் குறிப்பு அவரின் முயற்சியைக் காட்டுவதாக அமைகிறது.

மன்றோவின் முயற்சி பின்வரும் குறிப்பு மூலம் அறியப்படுகிறது.

"இந்திய மக்களின் அறியாமையைப் பற்றியும் அவர்களிடையே அறிவைப் பரப்புவது பற்றியும் இந்நாட்டிலும் இங்கிலாந்திலும் பலவாறு எழுதப்பட்டது. ஆயினும் இது குறித்த கருத்துக்கள் ஆதாரம் ஏதுமற்ற வெறும் ஊகமாகவும் ஒன்றுக்கொன்று முரண்படுபவையாகவும் உள்ளன. மக்களின் மனநிலையைப் பற்றி மதிப்பிடும் வகையில் செய்திகளைச் சேகரிக்க இந்நாட்டில் நமது சக்தியும் இந்நாட்டின் நகராட்சி அமைப்புகளும் பெரிதும் துணைநின்றுள்ளன. நமது மாகாணங்களில் புவியியல், வேளாண்மையியல் துறைகளில் ஆய்வுகளை மேற்கொண்டிருக்கிறோம். அவற்றின் வளங்களையும் மக்கள் தொகையையும் ஆராய்ந்து உறுதிப்படுத்த முனைந்திருக்கிறோம். ஆயினும் கல்வியின் நிலை பற்றி இன்னும் ஆராயப்பட வில்லை, நாடு முழுவதிலும் உள்ள உண்மையான கல்வி நிலையை விளக்கும் எப்பதிவும் நம்மிடமில்லை." (Revenue Consultations: Vol 920: Dated 02.07.1822)

ஒவ்வொரு மாவட்டத்திலும் எழுதப்படிக்கக் கற்பிக்கின்ற பள்ளிகள், மாணவர் எண்ணிக்கை, அவர்களின் சாதி, பயன்படுத்தப்படும் புத்தகங்களின் பெயர், பள்ளியின் வேலைநேரம், மாதக்கட்டணமாக மாணவர்களிடமிருந்து பெறப்படும் தொகை, பொது மக்களால் வழங்கப் பட்ட நிதி பற்றிய விபரம் ஆகியவற்றையும் அரசுக்கு அனுப்ப, மன்றோ ஆணையில் குறிப்பிட்டிருந்தார். சமயவியல் (Theology), சட்டம் (Law), வானசாஸ்திரம் (Astronomy) ஆகியவற்றைக் கற்பிக்கும் வேறு கல்வி நிறுவனங்கள் இருப்பின் அவற்றைப் பற்றிய குறிப்பும் அனுப்பப்பட வேண்டும் எனவும் அவ்வாணையில் குறிப்பிடப்பட்டிருந்தது.

தகவல் திரட்டும் பணி

சர் தாமஸ் மன்றோவின் ஆணையின் விளைவாக அந்நாளைய அரசு செயலர் டி.ஹில் (D. Hill), மாவட்ட ஆட்சித் தலைவர்களுக்கும் வருவாய்த் துறையினருக்கும், மன்றோவின் ஆணையில் குறிப்பிடப் பட்டிருக்கும் தகவல்களை அனுப்ப வேண்டியிருந்தார். அரசு செயலரின் இக்கடிதம் மாவட்ட நிர்வாகங்களுக்கு 28.07.1822இல் சுற்றறிக்கையாக அனுப்பப்பட்டது. (Dharampal 1983:85)

அரசு செயலரின் கடிதத்துக்கு அன்றைய சென்னை மாகாணத்திற்கு உட்பட்ட கன்னரா (கன்னடம்), திருநெல்வேலி, ஸ்ரீரங்கப்பட்டினம், கோயம்புத்தூர், மதுரை, தஞ்சாவூர், சென்னை, வடஆற்காடு, தென்னாற்காடு, நெல்லூர், மசூதிப்பட்டினம், விசாகப்பட்டினம், திருச்சிராப்பள்ளி, பெல்லாரி, ராஜமுந்திரி, மலபார், சேலம், குண்டூர், கஞ்சம், கடப்பா முதலான மாவட்டங்களின் ஆட்சித் தலைவர்கள், மாவட்டங்களில் கணக்கெடுப்பு நடத்தி அறிக்கைகளைப் பட்டியல் களுடன் அனுப்பி வைத்துள்ளனர். அப்பட்டியல்களே 1822ஆம் ஆண்டுக்கு முந்தைய காலகட்டத்தில் தமிழகத்தில் செயல்பட்டுவந்த கல்விநிலையை அறிய உதவும் வரலாற்று ஆவணங்களாகும்.

தமிழகக் கல்வி நிலை (1822)

மாவட்ட நிர்வாகங்களின் பதில் கடிதங்களில் இடம்பெற்ற செய்திகளிலிருந்து ஒருங்கிணைந்த சென்னை மாகாணத்தில் இருந்த இன்றைய தமிழகப் பகுதிகளின் மரபுசார்ந்த அறிவியல் துறைகளின் அல்லது மொழியல்லாத பாடங்களின் (Non-Language Subjects) கல்வி நிலையைப் பின்வருமாறு தொகுத்துரைக்கலாம்:

“சேலம் மாவட்டத்தில் ஆத்தூர், நாமக்கல், சேலம், பரமத்தி வட்டங்களில் வானியல், சட்டம், சமயப்பாடங்களைக் கற்பிக்க இருபது ஆசிரியர்கள் நியமிக்கப்பட்டிருந்தனர், அவர்களுக்கு மாதம் ஒன்றுக்கு 1,109 ரூபாய் வருமானம் தரும் இனாம் நிலங்கள் வழங்கப் பட்டுள்ளன. இம்மாவட்டத்தில் வானியல், சட்டம் கற்ற மாணவர்களின் மொத்த எண்ணிக்கை 324. தென்னார்க்காடு மாவட்டத்தில் வானியல் பிற துறைப் பள்ளிகள், கல்வி நிறுவனங்கள் இருந்தமைக்கான குறிப்புகள் இல்லை. கோயமுத்தூர் மாவட்டத்தில் சமயம், சட்டம், வானியல் கற்பிக்கப்பட்டுள்ளது. கோவை மாவட்டத்தின் 14 வட்டத்தில் படித்த 724 மாணவர்களில் 10 மாணவர்கள் மட்டுமே வானியல் கற்று வந்துள்ளனர். சென்னை மாவட்டத்தில் வானியல், சோதிடவியல் கல்வி பிராமணர்களுக்கு மட்டுமே வழங்கப்பட்டுள்ளது. வட ஆர்க்காடு மாவட்டத்தில் உள்ள பள்ளிகளில் கணித சாஸ்திரமும் வானியலும் கற்பிக்கப்பட்டுள்ளன. திருநெல்வேலி மாவட்டத்தில் பள்ளிகள் செயல்பட்டு வந்துள்ளன. தஞ்சை மாவட்டப் பள்ளிகளில் வேதம், தருக்கம் முதலியன கற்பிக்கப்பட்டுள்ளன. வட ஆர்க்காடு மாவட்டத்தில் சோழங்கூர் வட்டத்தில் மட்டும் கணித சாஸ்திரம் இரண்டு கல்வி நிறுவனங்களில் கற்பிக்கப்பட்டுள்ளது. கல்வி கற்ற மாணவர்கள் மூவரும் பிராமணர்களேயாவர். திருச்சி மாவட்டக் கல்வி

நிறுவனங்களில் அறிவியல் கல்வி கற்பிக்கப்பட்டதற்கான குறிப்பு ஏதும் இல்லை." (Dharampal 1983:97-238)

தாமஸ் மன்றோவின் முயற்சியினால் திரட்டப்பட்ட தகவல்களிலிருந்து தமிழகத்தில் செயல்பட்டு வந்த கல்வி நிறுவனங்களில் கற்பிக்கப்பட்ட சுதேசிகளின் அறிவியலைப் பற்றிய செய்திகளை அறியமுடிகிறது. சில கல்வி நிறுவனங்களில் வானியல், தருக்கம், கணிதம் ஆகியவை, குறிப்பிட்ட ஒரு வகுப்பினருக்கு மட்டுமே வழங்கப்பட்டுள்ளன. கல்வி அனைத்து வகுப்பினருக்கும் வழங்கப்படவில்லை என்ற செய்தியை அறியமுடிகிறது.

1817-1818இல் முறையான ஆங்கில முறைக் கல்விக் கூடங்கள் நிறுவப்பட்டன. முதன் முதலாக இப்பள்ளிகள் பாளையங்கோட்டையிலும் திருநெல்வேலியிலும் தொடங்கப்பட்டன. 1822க்கும் 1826க்கும் இடைப்பட்ட காலங்களில் ஆங்கில முறைப்பள்ளிக் கூடங்கள் பலவாகப் பெருகின. இப்பெருக்கத்திற்குச் சர். தாமஸ் மன்றோ (சென்னை மாகாண ஆளுநர்) என்பாரது பரிந்துரை காரணமாக அமைந்தது. அவர் பின்வரும் மூன்று பரிந்துரைகளைச் செய்தார்.

1. ஆயிரம் மக்கள் உள்ள ஒவ்வொரு ஊரிலும் கட்டாயம் ஒரு பள்ளியாவது நிறுவப்பட வேண்டும்.
2. வட்டாட்சிப் பள்ளிகள் அமைக்கப்பட்டு (Dahsildar Schools) அப்பள்ளிகளில் மாணவர்களின் தாய்மொழியில் கல்வி அளிக்கப்பட வேண்டும்.
3. மாகாணத்தின் பெரிய நகரங்களில் நகராட்சிப் பள்ளிகள் (Collectorate Schools) அமைக்கப்பட்டு ஆங்கில வழிக்கல்வி அளிக்கப்பட வேண்டும்.

இப்பரிந்துரை தாய்மொழிகளைக் கல்வி மொழியாக்குவதற்கு உதவியதோடு ஆங்கில வழிக்கல்வியை மேலும் வளர்ப்பதற்கு வாய்ப்பளித்தது.

பொதுக்கல்விக்குழு

சென்னை மாகாணக் கல்வி பற்றிய கணக்கெடுப்பின் அடிப்படையில் தாமஸ் மன்றோ பள்ளிகளின் எண்ணிக்கையை அதிகப்படுத்தவும், ஐரோப்பியக் கல்வியை அறிமுகப்படுத்தவும் விரும்பியதன் முதல் கட்டமாகப் பள்ளிகளுக்கு நிதி ஆதாரங்களை அரசே வழங்கும் என ஆணையிட்டார். இதன் விளைவாகச் சென்னை மாகாணத்தின் கல்வியைக் கண்காணிக்கும் பொதுக்கல்விக்குழு

(Committee of Public Instruction) 1826ஆம் ஆண்டு தோற்றுவிக்கப் பட்டது. இதன் உறுப்பினர்களாக எச். எஸ். கிரியம் (H.S. Greama) ஜூனியர் டபிள்யூ ஆலிவர் (Junior W. Oliver) ஜோன் ஸ்டோக் மற்றும் ஏ.டி. காம்பெல் (A.D. Campbell) ஆகியோர் நியமிக்கப்பட்டனர்.

பொதுக்கல்விக்குழு பள்ளிகளுக்குத் தேவைப்படும் ஆசிரியர்களைப் பயிற்றுவிக்கும் நோக்கத்தை அடிப்படையாகக் கொண்டு செயல்பட்டது. இதன் பொருட்டு சென்னையில் ஆசிரியர் பயிற்சிப் பள்ளி ஒன்றைத் தொடங்க பொதுக்கல்விக்குழு திட்டமிட்டது. இப்பயிற்சிப் பள்ளியில் இருபது மாவட்டங்களுக்கு இருவர் வீதம் 40 பேர் (20 இந்து / 20 இசுலாமியர்) பயிற்சிக்குத் தேர்ந்தெடுக்கப்பட்டனர். ஆசிரியர் பள்ளிகளில் பயிற்சிபெறும் ஆசிரியர்கள் வழியாக ஒவ்வொரு தாலுக்காவிலும் தலா ஓர் இந்துப் பள்ளி, ஓர் இசுலாமியப்பள்ளி என்ற வீதத்தில் 300 பள்ளிகளைத் தொடங்கத் திட்டமிடப்பட்டது. மாவட்டந் தோறும் கலெக்டரேட் பள்ளிகள் ஒரு மாவட்டத்துக்கு இரண்டு வீதம் 40 பள்ளிகள் தொடங்கத் திட்டமிடப்பட்டது. இத்திட்டத்தை நடைமுறைப்படுத்த பொதுக்கல்விக்குழு ஒரு துறையாக மாற்றப் பட்டது.

ஆசிரியர்களைப் பயிற்றுவித்துக் கல்வியை மாகாணம் முழுவதும் பரவலாக்கும் திட்டம் தொடங்கப்பட்டது. ஆசிரியர் பயிற்சிப் பள்ளிகளில், 1826 இல் 8 மாணவர்களும், 1827 இல் 12 மாணவர்களும், 1837 இல் 40 மாணவர்களும் பயிற்சி பெற்றனர். தாசில்தார் கலெக்டரேட் பள்ளிகளின் வாயிலாகக் கல்வியைப் பரவலாக்கும் திட்டத்திற்கு ஆசிரியர் பயிற்சிப்பள்ளிகளுக்குப் போதிய மாணவர்கள் வராததால் பயிற்சி அளிக்கும் பணியில் பின்னடைவு ஏற்பட்டது. இருப்பினும் புதிய கல்வி நிலையங்கள் தொடங்கப்பட்டன என்பதை விளக்கும் குறிப்பு வருமாறு.

"1826ல் மூன்று இந்து தாசில்தார் பள்ளிகள் தொடங்கப்பட்டன. இப்பள்ளிகளில் வட்டார மொழிகளில் எழுதவும் படிக்கவும் கற்பிக்கப் பட்டதோடு கணிதமும் வட்டாரமொழியிலேயே கற்பிக்கப்பட்டது." (P. Subramanian 1994 : 305)

1830இல் 'சென்னை மாகாணத்தார்' அரசு ஆட்சிப் பணிகளில் இடம் பெறுவதற்கு வாய்ப்பாக அவர்களின் கல்வி ஆங்கிலத்தில் அமைவதே நல்லது என்ற கருத்தை மையக் கல்விக்குழு சென்னை மாகாணக் கல்விக் குழுவிற்குப் பரிந்துரை செய்தது. இப்பரிந்துரையை ஏற்ற சென்னை மாகாண அரசு மேலும் பல புதிய ஆங்கில வழிப் பள்ளிகளைத் திறந்தது.

இந்திய ஆட்சிப் பொறுப்பு 1857ஆம் ஆண்டு கிழக்கிந்தியக் கம்பெனி ஆட்சி முறையிலிருந்து இங்கிலாந்துப் பாராளுமன்றத்தின் பொறுப்பில் ஒப்படைக்கப்பட்டது. இந்தியச் செயலாளராகப் பொறுப்பேற்ற 'ஸ்டான்லி பிரபு', 'சார்லஸ் உட்' கல்விக் குழுவின் அறிக்கையோடு 'எல்லன்பரோ' என்பவர் தலைமையில் அமைந்த கல்விக் குழுவின் அறிக்கையினையும் ஏற்று 1859இல் தொடக்கக் கல்விக்கான முழுப் பொறுப்பையும் அரசு ஏற்க ஆணை பிறப்பித்தார். இவருக்குப் பின் வந்த மேயோ பிரபு (Lord Mayo) கல்விப் பொறுப்பினை முழுமையாக மாகாண அரசுகளிடம் ஒப்படைக்க ஆணை பிறப்பித்தார். இந்த முறை தாய்மொழிவழிக் கல்விக்கு உதவியது.

3. இங்கிலாந்திலிருந்து மெக்காலே இந்தியாவிற்கு வருகை - புதிய திருப்பங்கள்

1832இல் ஆங்கில அரசு இந்தியக் கல்வி முறையை ஆராய ஒரு குழுவை நியமித்தது. அதில் மாறுபட்ட கருத்துக்கள் நிலவிய காரணத்தால் இறுதி முடிவெடுக்கும் பொறுப்பு லிபரல் கட்சியின் தலைவராக இருந்த லார்டு மெக்காலே இந்தியா வந்து கல்விப் பொறுப்பை ஏற்க அனுமதி அளிக்கப்பட்டது.

அவர் இந்தியாவிற்கு வந்த பிறகு ஆங்கிலம் வழி பயிற்றுவிப்பதே சிறந்தது என்ற முடிவுக்கு வந்தார். இத்தோடு மட்டுமல்லாது, இந்தியக் கல்விமுறை எவ்வாறு அமைய வேண்டும் என்பதையும் திட்டமிட்டார். உடலால் இந்தியராக இருந்தாலும் உள்ளத்தாலும் ஆங்கிலேயராக இருக்கவேண்டும் என்பதைக் கருத்திற்கொண்டு அவரது கல்வித் திட்டம் அமைந்தது. உயர் வகுப்பினருக்கு ஆங்கிலக் கல்வி எனும் கொள்கை அறிவிக்கப்பட்டது. முதலில் உயர்ந்தோருக்குப் பின்னர் ஏனையோருக்குக் கல்வி அளித்தல் எனும் பாகுபாடு இவரால் போற்றப்பட்டது.

ஆங்கில ஆதரவுக்கொள்கை

மெக்காலே ஆங்கிலமொழி மூலம் ஐரோப்பிய அறிவியலைப் பரப்பும் எண்ணமுடையவராகவும், இந்தியர்களை ஆங்கிலேயத் தன்மை வாய்ந்தவர்களாக உருவாக்க வேண்டும் என்ற கருத்தில் அதிக அழுத்தமுடையவராகவும் இருந்தார் என்பதைப் பின்வரும் அவர்தம் கருத்தால் அறிகிறோம்.

"நமக்கு முன்னுள்ள கேள்வி, உலகம் தழுவியதும் நாம் முழு மனதோடு ஒப்புக்கொண்டதுமான ஒரு மொழியின் மூலம் கற்பிக்கப் போகின்றோமா, இல்லையா? என்பதுதான், நமது மொழியில் உள்ள நூல்களுக்கு ஈடாக, எந்த ஒரு துறையிலும் எவ்விதமான நூல்களும் இல்லாத ஒரு நாட்டில், ஆங்கில வழிக்கல்வியைத் தவிர வேறு வழி என்ன உள்ளது? ஐரோப்பிய அறிவுத்துறைகளைக் கற்பிக்கின்றோம் என்றால் உலகப் பொதுமையான அறிவுத் துறையைக் கற்பிக்கிறோம் என்பது பொருளாகும். இதைப் புறக்கணித்துவிட்டு நம்மை எதிர்க்க முன்வருவோர், தீமைக்குத் துணை போனவர்கள் ஆவர். ஐரோப்பிய

அறிவியல், தத்துவம், மருத்துவம், கால்நடை மருத்துவம், கலையியல் ஆகிய பாடங்களுக்கு மட்டுமே பொதுநிதியைப் பயன்படுத்த வேண்டும். அப்படி இல்லாமல் இந்தியக் கல்விமுறைகளுக்கு நாம் செலவிடுவோமேயானால் அது பயனற்றதாகும். இந்திய வரலாறு என்பது என்ன? 30 அடி உயரமுள்ள அரசன் 30 ஆயிரம் ஆண்டுகள் அரசாண்டார் என்று சொல்வது தானே! இதே போல இந்தியப் புவியியலிலும் உள்ள கடல்கள் பாற்கடல், வெள்ளை கடல் பற்றியது தானே! இதைப்படிக்கும் சிறுமிகளிடம் கூட இக்கருத்துக்கள் நகைப்பை வரவழைக்குமே"

ஐரோப்பிய அறிவுத்துறைகளே உலகின் உன்னதமான அறிவுப் பெட்டகங்கள் என்ற கருத்துடையவராகிய மெக்காலே இந்திய அறிவுத் துறைகளை எள்ளி நகையாடியுள்ளதை அறிகிறோம். மெக்காலே ஆங்கிலத் தன்மை, ஆங்கிலேய அறிவு படைத்த இந்தியர்களை ஆங்கில வழிக் கல்வி மூலம் உருவாக்க நினைத்தார் என்பது வெளிப்படை.

மெக்காலே ஆணை

ஆங்கிலக் கல்விக்கு ஆதரவான மெக்காலேயின் கல்விக் கொள்கையை அன்றைய இந்திய கவர்னர் ஜெனரலான பெண்டிங் பிரபு ஏற்றுக்கொண்டு, மெக்காலே திட்டத்திற்குரிய ஆணையை 7.03.1835இல் வெளியிட்டார். இத்திட்டத்தின் ஆணை நேரடியாக வங்காள மாகாணத்தில் நடைமுறைப்படுத்தப்பட்டாலும், அதன் தாக்கம் சென்னை மாகாணத்திலும் எதிரொலித்தது (S.K. Mukherjee 1951:121). பெண்டிங் பிரபுவின் ஆணையைத் தொடர்ந்து வட்டார மொழிகள் வழியாகக் கற்பிப்பதற்கான செலவுத்தொகை ஆங்கில வழிக் கல்விக்கே ஒதுக்கப்பட்டது. ஆங்கிலமே பள்ளிகளில் பயிற்று மொழியாக்கப்பட்டது.

மெக்காலேயின் கல்வித் திட்டம், கீழ்வரும் அம்சங்களை அடிப்படையாகக் கொண்டதாகும்.

(1) அரசாங்க நிருவாகத்திற்குத் தேவைப்படும் ஊழியர்களைத் தயாரிப்பது

(2) உயர்நிலைப்பள்ளிகளில் முதல் படிவம் தொடங்கி ஆறாம் படிவம் வரை பூகோளம், வரலாறு, கணக்கு, அறிவியல் ஆகிய பாடங்களெல்லாம் ஆங்கில மொழியைக் கருவியாகக் கொண்டு போதிப்பதற்காக மாணவர்கட்குத் தொடக்கப் பள்ளியிலேயே அம்மொழியில் போதிய பயிற்சி அளிக்க வேண்டுமென்பது.

இதற்கெல்லாம் மேலாக இந்திய மக்களின் சுதந்திர உணர்ச்சியைச் சொந்தப் பண்பாட்டைக் கொல்லும் நஞ்சாகவும், ஆங்கில மொழியைப் பயன்படுத்தவேண்டும் என்ற கருத்தியல் தலைதூக்கியது

இன்னும் சற்று விளக்கமாக லார்டு மெக்காலேயையும், அவர் திட்டத்தையும் அறிந்து கொள்வது இங்குப் பொருத்தமுடையதாக அமையும்.

இவர் கண்டுபிடித்த கல்விக் கொள்கை ஓர் ஐரோப்பிய நாகரிகக் கல்வி முறை. அவர் இந்திய நாகரிகத்தை மதியாதவர். இந்திய மக்கள் எதனைத் தங்கள் பூர்வ நாகரிகம் என்று கொண்டிருக்கிறார்களோ? அதனைக் கேவலமாக வருணித்து புத்தகம் எழுதியவர். இந்திய நாகரிகத்தை அழித்தொழித்து நவீன முறையில் கல்வி கற்பவர்களை ஐரோப்பிய நாகரிகத்துக்கு அடிமைப்படுத்தும் நோக்குடனேயே அவர் தனது கல்வித் திட்டத்தை வகுத்தார். அந்த நோக்கத்தை அவர் வெளிப்படையாகவும் சொன்னார்.

உலகில் உள்ள சுதந்திர நாடு ஒவ்வொன்றிலும் கட்டாய இலவச தொடக்கக் கல்வியை அடிப்படையாகக் கொண்டு இக்கால கட்டத்தில் அமல்படுத்தப்பட்டது. இந்தியாவில் கட்டாய இலவச ஆரம்பக்கல்வி மறுக்கப்பட்டு ஒரு சிலருக்கே கல்வி என்ற அடிப்படையில் நவீன கல்வித் திட்டம் அமல்படுத்தப்பட்டது.

பிரிட்டன் உள்ளிட்ட சுதந்திர நாடுகளிலெல்லாம் தாய்மொழியைப் பயிற்று மொழியாகக் கொண்டு நவீன கல்வித் திட்டம் வந்திருக்க, அடிமை இந்தியாவில் அன்னிய மொழியான ஆங்கிலத்தைப் பயிற்று மொழியாக்கி அத்திட்டம் திணிக்கப்பட்டது. இதன்படி மூன்றாம் வகுப்பு தொடங்கி ஆங்கிலம், கட்டாயப்பாடம். ஆனால் தாய்மொழி கற்க வேண்டும் என்று கட்டாயமில்லை, விரும்புவோர் கற்கலாம்.

இத்திட்டத்தை மற்றொரு வகையில் சொன்னால் சுதந்திர நாடுகளிலே பழைய கல்வி முறையை அழிக்காமல் அதன் மறுமலர்ச்சியாகப் புதிய கல்வி முறை செயல்படுத்தப்பட்டது. இந்தியாவில், மற்றைய காலனிய நாடுகளைப்போலவே பழைய கல்வி முறை அடியோடு புறக்கணிக்கப் பட்டு புதிய முறை மக்கள் மீது திணிக்கப்பட்டது. அதாவது அடிமைப் பட்ட சாதிக்கு ஆளுஞ்சாதியினர் இக்கொடுமையைச் செய்தனர்.

இந்தியா ஏழ்மை மிகுந்த கிராமங்களை மிகுதியாகக் கொண்ட விவசாய நாடு. இந்த நாட்டிலே பெருஞ்செலவு செய்து சுமார் பதினைந்தாண்டு காலம் வரை தொழிலோடு தொடர்பற்ற கல்வி

கற்கும் ஒரு திட்டத்தை உருவாக்கி அதனை நடைமுறைக்குக் கொண்டு வந்தார் மெக்காலே. இதனால் நவீன கல்வி முறை சுகஜீவிகளின் தனிவுடைமையானது.

மெக்காலே திட்டம் : ஆங்கில அரசு ஏற்பு

1813 சாசனச் சட்டத்தின் அடிப்படையில் வழங்கப்பட்ட நிதி பத்தாண்டுகள் வரை பயன்படுத்தப்படவில்லை. இதற்கான மிக முக்கியக் காரணம் கல்வியை எந்த மொழியில் வழங்குவது என்ற சிக்கலே ஆகும். கீழைமொழி ஆதரவாளர்கள் சமஸ்கிருதத்தையும், மேலைமொழி ஆதரவாளர்கள் ஆங்கிலத்தையும் ஆதரித்ததால் இத்திட்டம் செயற்பாட்டுக்கு வரவில்லை. இக்காலத்தில் வாரன் ஹேஸ்டிங் (1813-1835) தலைமை ஆளுநராக இருந்து வந்தார். வாரன் ஹேஸ்டிங் இத்திட்டத்தைப் பற்றி அறிக்கை தரும் பொறுப்பை 1834 ஆம் ஆண்டு ஜூன் மாதம் இந்தியா வந்த மெக்காலேவிடம் (Lord Macaulay) ஒப்படைத்தார்.

மெக்காலே இந்தியக் கல்விமுறையைப் பற்றிய கருத்துக்களை ஆராய்ந்து கொண்டிருந்த காலகட்டத்தில் இந்தியாவில் கல்வியை ஆங்கில வழியாகக் கொடுப்பதா, கீழைமொழிகள் வழியாகக் கொடுப்பதா என்ற விவாதம் தொடர்ந்தது. இந்தியர்களுக்குக் கீழை, மொழிகளில் கல்வியளிப்பதைவிட ஆங்கிலத்தில் கல்வியளிப்பதே சிறந்தது என மெக்காலே கருதினார்.

மெக்காலே திட்டம் ஆங்கில அரசுக்கு உதவியாக அமையும் என்று பெண்டிங் பிரபு ஏற்றுக்கொண்டார். 1835ஆம் ஆண்டு மார்ச் 7ம்நாள் இதற்கான ஆணை பிறப்பிக்கப்பட்டது. இதன் மூலம் தாய் மொழி வாயிலாகக் கல்வி கற்பிக்கப்பட்டு வந்த கல்வி நிறுவனங் களுக்கான உதவிகள் முழுவதும் நிறுத்தப்பட்டன. அது மட்டுமல்லாது அரசு நிதியினைக் கொண்டு இந்திய மொழிகளில் வெளிவந்த நூல்களின் வெளியீட்டுக்குத் தடையும் விதிக்கப்பட்டது. இதன் விளைவாகத், தமிழகம் உள்ளிட்ட அனைத்துப் பகுதியிலும் ஆங்கிலமே ஆட்சி மொழியாகியது. தமிழகத்தில் தமிழ் புறக்கணிக்கப்பட்டு ஆங்கிலம் வேரூன்றித் தழைத்துப் பரவத் தொடங்கியது. 1836ல் சென்னை மத்தியப் பள்ளி நீங்கலாகப் பிற பள்ளிகள் புறக்கணிக்கப்பட்டன. மேலாளுநராகவிருந்த (Governor General) பெண்டிங்கின் சீர்திருத்தம் மூலம் குறிப்பிட்ட ஆங்கிலப் பள்ளிகள் பெரு நகரங்களில் தொடங்கப் பட்டன. 1840இல் சென்னைக் கிருத்துவக் கல்லூரியும், 1841ல் சென்னை பச்சையப்பன் அறக்கட்டளைச் சார்பில் பச்சையப்பன் கல்லூரியும்

இன்றைய மாநிலக் கல்லூரி இருக்குமிடத்தில் ஒரு மாநிலப் பள்ளியும் தொடங்கப்பட்டன. இதுவே மாநிலக் கல்லூரியாக மாறி 1857இல் சென்னைப் பல்கலைக்கழகமாக மலர்ந்தது. 1835இல் சென்னையில் தொடங்கப்பட்ட மருத்துவப் பள்ளி, மருத்துவக் கல்லூரியாக வளர்ந்தது.

பெண்டிங் பிரபுவுக்குப் பின்னர் ஆக்லெண்ட் பிரபு இந்தியாவின் கவர்னர் ஜெனரலாகப் பதவி ஏற்றார். அவர் வங்காளக் கல்வி முறையினை ஆராய சர் வில்லியம் ஆதம் என்பவரை நியமித்தார். ஆதம் வட்டார மொழிகளின் வளர்ச்சிக்கும் வட்டாரமொழிகளைப் பயிற்றுமொழிகளாக ஆக்குவதற்கும் உரிய கருத்துக்களைத் தன் அறிக்கையில் வெளியிட்டிருந்தார். ஆனால் சர் வில்லியம் ஆதம்மின் பரிந்துரைகள் ஆங்கில அரசால் ஏற்கப்படவில்லை.

ஹார்டிஞ்ச் பிரபுவின் ஆணை

கவர்னர் ஹார்டிஞ்ச் பிரபு 1844இல் ஆணை ஒன்றை வெளியிட்டார். அந்த ஆணை ஆங்கில அரசின் அங்கீகாரம் பெற்ற கல்வி நிறுவனங்களில் கற்றவர்களே அரசுப்பணிகளில் சேர்க்கப்பட வேண்டும் என்ற கருத்தை வலியுறுத்தும் வகையில் அமைந்தது.

"உயர்நியமனம் பெறும்போது அவர்களின் கல்வித் தகுதி, கல்வி கற்ற நிறுவனம் ஆகியவை ஆழ்ந்து கவனிக்கப்படவேண்டும். அந்தக் கல்வி நிறுவனம், கல்விக்குழுவினரின் அங்கீகாரத்தைப் பெற்றிருக்க வேண்டும்." (எஸ். சந்தானம், 1976:55)

இந்த ஆணை மரபுசார்ந்த சுதேசிக் கல்வி நிறுவனங்களின் எதிர்காலத்தைக் கேள்விக்குரியதாக்கியது. இந்த ஆணை ஆங்கிலக் கல்விமுறையினை இந்தியர்கள் மீது திணிக்கக் காரணமாக அமைந்தது.

உட்ஸ் சுற்றறிக்கை

மெக்காலேயின் ஆங்கில ஆதரவு கொள்கைகளை உள்ளடக்கிய அரசின் கல்விக்கொள்கை, கிழக்கிந்திய வணிகக்குழும விதிகளின்படி இருபது ஆண்டுகளுக்குப் பின்னர் 1854 ஆம் ஆண்டு பாராளுமன்றத்தின் கருதுதலுக்கும், (Consideration) புதுப்பித்தலுக்கும் அனுப்பப்பட்டது. அதற்காக 1853ஆம் ஆண்டில் சார்லஸ் உட்ஸ் என்பவர் தலைமையில் ஆங்கில அரசு கல்விக்குழு ஒன்றினை அமைத்தது. இக்குழு இந்தியாவில் கல்வி நிறுவனங்களில் இருந்த தொடக்கக் கல்வி முதல் அன்றைய காலகட்டத்தில் புதிதாக அறிமுகப்படுத்தப்பட்ட கல்லூரிக் கல்வி வரை அனைத்தையும் ஆராய்ந்தது. இந்தியக் கல்வி முறையில்

மேற்கொள்ளப்பட வேண்டிய மாற்றங்கள் குறித்த பல பரிந்துரைகள் சார்லஸ் உட்ஸ் குழுவின் அறிக்கையில் இடம் பெற்றன. அப் பரிந்துரைகளின் சில பகுதிகள் வருமாறு:

"வட்டார மொழிகளுக்குப் பதிலாக ஆங்கிலத்தைப் பயன்படுத்த வேண்டும் என்பது எங்களுடைய விருப்பமோ நோக்கமோ அல்ல. மக்களால் புரிந்துகொள்ளக்கூடிய அளவில் பயன்படுத்தப்படும் மொழிகள் குறித்து நாங்கள் எப்பொழுதும் விவேகத்துடனே இருந்திருக்கிறோம். கல்வியில் பொதுவான முறை எதிலும் தேவை அல்லது கோரிக்கை இருப்பின் ஆங்கிலமே பயன்படுத்தப்பட வேண்டும். ஆயினும் அந்த மாவட்டத்தில் வட்டார மொழியைக் கற்பது குறித்த ஒரு நோக்கத்துடனே செயல்பட வேண்டும்.

பொதுக்கல்வியைக் (ஆங்கிலம் மூலமாக) கற்கக் கூடிய அளவு ஆங்கில அறிவு பெற்றவர்களுக்குப் பயிற்றுமொழியாக அது தொடர வேண்டிய அதே சமயத்தில் ஆங்கிலமே அறியாமல் இருக்கின்ற பல மக்களுக்கு வட்டாரமொழிகளின் மூலமாகவே பயிற்றுவிக்கப்பட வேண்டும். ஆதலால், நாங்கள் ஆங்கிலத்தையும் மற்ற இந்திய வட்டார மொழிகளையும் ஒரே மாதிரியான ஐரோப்பிய அறிவைப் பரப்பும் சாதனங்களாகவே கருதுகிறோம்." (G.O. No. 112, Home (Education), Dated 01.02.1918)

உட்ஸ் அறிக்கை - வட்டாரமொழி பயிற்றுமொழிக்கு ஆதரவு

இவ்வறிக்கையின் முக்கியச் செய்தி மெக்காலே கல்வித் திட்டத்தினால் அமைந்த ஆங்கில வழிக் கல்வி விரல் விட்டு எண்ணக் கூடிய ஒருசிலரை மட்டுமே மிகச் சிறந்த கல்விமான்களாக உருவாக்க முடிகிறது. பரந்துபட்ட மக்களையும் இக்கல்வி சென்றடைய இந்திய மொழிகள் அனைத்திலும் இக்கல்வியைத் தர வேண்டும் என்பதே. சுருக்கமாகச் சொல்ல வேண்டுமானால், இவ்வறிக்கை வட்டார மொழி பயிற்றுமொழிக்கான திருப்புமுனை.

இது தவிர கல்வி மதச் சார்பற்றதாக இருக்க வேண்டும் என்பது போன்ற பல முக்கியமான கருத்துக்களையும் இத்திட்டம் பரிந்துரை செய்துள்ளது. இதுவே பின்னாளில் இந்தியாவின் ஆங்கிலக் கல்விப் பட்டயம் அல்லது ஆங்கிலக் கல்வியின் மகாசாசனம் என்று கூறப்பட்டது.

சுதந்திரப் போராட்டத்தின் ஒரு திருப்புமுனையான சிப்பாய்க் கலகத்தைத் தொடர்ந்து, கிழக்கிந்தியக் கம்பெனியிடமிருந்து

இங்கிலாந்து அரசு ஆட்சிப் பொறுப்பை 1857ஆம் ஆண்டு ஏற்றுக் கொண்டது. இதற்குப்பின் வந்த மேயோ பிரபு (Lord Mayo) கல்விப் பொறுப்பினை முழுமையாக மாகாண அரசுகளிடம் ஒப்படைக்க ஆணை பிறப்பித்தார். இது தாய்மொழி வழிக் கல்விக்கு உதவியது.

மெக்காலேயின் அறிக்கை ஆங்கில வழிக் கல்விக்கு உறுதியான அடித்தளத்தை 1835 வாக்கில் ஏற்படுத்தியது. எனினும், வட்டார மொழிகளைப் புறக்கணித்தல் கூடாது என்பதைக் கருதிய உட்ஸ் போன்றோர் 1854 வாக்கில் தாய்மொழிப் படிப்பை ஊக்குவித்தனர். மேனிலைக்கல்வியில் ஆங்கிலமும், கீழ்நிலையில் வட்டார மொழிகளும் இடம் பெற்றன.

இதே ஆண்டில், சார்லஸ் உட் குழுவின் பரிந்துரைகளின்படி சென்னை, பம்பாய், கல்கத்தா ஆகிய நகரங்களில் பல்கலைக்கழகங்கள் நிறுவப்பட்டன.

இந்தியச் செயலாளராகப் பொறுப்பேற்ற ஸ்டாலின் பிரபு, சார்லஸ் உட் கல்விக் குழுவின் அறிக்கையோடு எல்லன்பரோ என்பவரது தலைமையில் அமைந்த கல்விக் குழுவின் அறிக்கையினையும் ஏற்று 1859இல் தொடக்கக் கல்விக்கான முழுப்பொறுப்பினை முழுமையாக மாகாண அரசுகளிடம் ஒப்படைக்க ஆணை பிறப்பித்தார், பின்னர் 1867இல் இலக்கிய, அறிவியல் துறைகளில் ஏற்பட்டிருந்த முன்னேற்றம் குறித்து ஆராய இந்தியர்களின் வேண்டுகோள் விண்ணப்பத்தைச் சென்னை மாகாண அரசுக்கு அனுப்பி வைத்து, நடவடிக்கை எடுக்கவும் இங்கிலாந்து அரசு ஆணை பிறப்பித்தது. அதன்படிச் சென்னையில் மதராஸ் புக் அண்டு வெர்னாகுலர் லிட்ரேச்சர் சொசைட்டியை நிறுவியதால் குறைந்த விலையில் பள்ளிப் பாட நூல்களும், அறிவியல், இலக்கிய நூல்களும் வெளிவரலாயின.

இந்நிலையில் கிருத்துவர்கள் கல்வியை அணுகினர். முஸ்லீம்கள் விலகியிருந்தனர். ஆங்கிலேயர் எதிர்பார்த்த முற்போக்குச் சமுதாய முன்னேற்றம் வெற்றியைக் காணாது தோற்றது.

மெக்காலே தம் கல்வித்திட்டத்தை அறிவித்தபோது இருந்த ஆங்கிலவழிக் கல்விக்கான ஆதரவுப்போக்கு உட்ஸ் அறிக்கை வெளிவந்த 1858இல் ஆங்கில அரசிடம் இல்லை. வட்டார மொழிகளின் வழியாகவே கல்வியைப் பரவலாக்க முடியும் என்ற கருத்தை ஆங்கில அரசு உணர்ந்துகொண்டது. மெக்காலே ஐரோப்பிய அறிவைப் பரப்புவதற்கான சாதனம் ஆங்கிலமே என அறிவித்தார்; எனினும் உட்ஸ் போன்றோர் வட்டார மொழிகளையும் அறிவு

பரப்புவதற்கான சாதனங்களாகக் கருதிய ஆரோக்கியமான போக்கே ஐரோப்பியக் கல்வி முறை இந்தியாவில் வேகமாகப் பரவக் காரணமாக அமைந்தது.

உட்ஸ் இந்தியாவின் கல்விநிலை வளர்ச்சி குறித்தும் கருத்து தெரிவித்துள்ளார். இந்தியக் கல்விமுறை தொடக்கக் கல்வி, இடைநிலைக் கல்வி, கல்லூரிக் கல்வி என வகைப்படுத்த வேண்டும், பல்கலைக்கழகங்கள் நிறுவ வேண்டும், புதிய நடுத்தரப்பள்ளிகள், பெண்கள் பள்ளிகள் ஏற்படுத்தப்படவேண்டும், தனியார்துறைப் பள்ளி களுக்கு மானியங்கள் வழங்க வேண்டும், ஒவ்வொரு கல்விக்கும் காலஅளவு நிர்ணயிக்க வேண்டும், எல்லாருக்கும் கல்வி அளிக்க முயற்சி செய்ய வேண்டும், எல்லாக் கல்விமுறையும், அரசாங்கப் பணியில் வேலை செய்ய உதவியாக அமைய வேண்டும் என்ற கருத்துக்கள் பரிந்துரைக்கப்பட்டன (எஸ். சந்தானம் 1976:60). ஆங்கிலேயர்கள் தங்களின் மொழி பரவுவதைவிட தங்களின் அறிவு வளங்களைப் பரப்பவே விரும்பியுள்ளனர் எனலாம்.

புதிய புத்தக நிறுவனங்கள்

1857ஆம் ஆண்டு இந்தியாவில் சிப்பாய்க் கலகம் ஏற்பட்டதைத் தொடர்ந்து கிழக்கிந்திய வணிகக் குழுமத்திடமிருந்து ஆட்சிப் பொறுப்பை இங்கிலாந்து அரசி ஏற்றுக் கொண்டார். இந்தியாவின் கலை, இலக்கியம், அறிவியல் மேம்பாட்டிற்குப் பாடுபடப்போவதாகத் தாம் பதவி ஏற்கும்போது வாக்களித்தார். இதனைச் சுட்டிக்காட்டி இந்தியன் அசோசியேசன் என்னும் இயக்கம் 1867ஆம் ஆண்டு முந்தைய 10 ஆண்டுகளில் கலை, இலக்கிய, அறிவியல் துறைகளில் ஏற்பட்டுள்ள முன்னேற்றம் குறித்து ஆராய வேண்டுகோள் விடுத்தது.

இந்தியன் அசோசியேசன் அமைப்பின் விண்ணப்பத்தை இங்கிலாந்து அரசு சென்னை மாகாணத்திற்கு அனுப்பி அறிக்கை யளிக்கக் கட்டளையிட்டது. இந்த விண்ணப்பத்தில் கண்டுள்ள பொருண்மைகளின் மீது மேல்நடவடிக்கை எடுக்க ஆணை பிறப்பித்தது. (G.O.No.275. Education, Dated 31.07.1868) இந்த ஆணையின் விளைவாகச் சென்னை மாகாண அரசு அறிவியல், கலை இலக்கியத் துறையில் மாகாண மொழியில் நூல்களை வெளியிடுவோருக்குப் பரிசளிப்பதாக அறிவித்தது. கல்வித்துறையின் அன்றைய இயக்குநராகப் பணியாற்றிய கிருஷ்ணமாச்சாரியாரின் முயற்சியால் சென்னை, பாடநூல் மற்றும் வட்டார மொழி இலக்கிய சங்கம் (Madras School Books & Vernacular Literature Society) தொடங்கப்பட்டது. இந்நிறுவனம் சென்னை

மாகாணப் பள்ளிகளில் பயிலும் மாணவர்களுக்கு மலிவு விலையில் பள்ளிப் பாடநூல்கள், இலக்கிய நூல்கள், வட்டார மொழிகளில் அறிவியல் நூல்கள் ஆகியவற்றை வெளியிட்டது.

1857இல் சிப்பாய்க் கலகம் (முதல் இந்திய விடுதலைப் போர்) வரை இந்தியாவில் ஆங்கிலேயர் ஆட்சி என்பது கிழக்கிந்திய கம்பெனியின் ஆட்சியாகவே இருந்தது. 1857 இல் கலகம் அடக்கப் பட்ட பிறகு இங்கிலாந்து மகாராணி இந்திய அரசாட்சியைத் தனது ஆளுகைக்குக் கீழ் கொண்டு வந்தார். இவ்வாறு தனது ஆட்சிக்குக் கீழ் இந்தியப் பகுதிகளை ஆளத் தொடங்கும் முன் மகாராணி ஓர் அறிவிக்கையை வெளியிட்டார். இதில் இத்தேசத்தவரின் இலக்கியம், கலை வளர்ச்சிக்காகப் பாடுபடுவேன் என மகாராணி வாக்குறுதி நல்கியிருந்தார்.

கிருஷ்ணமாச்சாரி - தமிழில் நூல்கள் வெளியிடுவதைத் தலைமேல் மேற்கொண்டார்

மெக்காலேவின் கல்விக்கோட்பாடுகளின் தொடர்ச்சியாக வட்டார மொழியில் கல்விப்பணிகள் அரசு ஆதரவின்றித் தவித்தன. இதனால், வட்டார மொழிகளில் நவீன அறிவியல், இலக்கியக் கருத்துக்கள் வெளிவருவது எளிதாக இருக்கவில்லை. மகாராணியின் அறிவிப்பை இலக்கியம், கலைகளை வளர்க்க வாக்குறுதி அறிந்திருந்ததைச் சுட்டிக்காட்டி வடமேற்குப் பகுதியினைச் சார்ந்த பிரிட்டிஷ் இந்தியன் அசோசியேசன் இந்திய அரசாங்கத்திடமும், லண்டனில் உள்ள இந்திய அலுவலகத்திடமும் முறையிட்டுக் கடிதம் எழுதியது. 49 கடிதங்கள் அனைத்து மாகாணக் கல்வித்துறை இயக்குநர்களுக்கும் அனுப்பப்பட்டு, பத்தாண்டுகளில் ஏற்பட்டுள்ள வளர்ச்சி குறித்து அறிக்கைகள் கேட்கப் பட்டன. 50ஆவது அரசுக்கடிதம் அன்றைய சென்னை மாகாணத்தின் கல்வித்துறை இயக்குநர் திரு. ஈ.பி.போவல் என்பவரிடம் வந்தடைந்தது. இவ்வறிக்கையின் அடிப்படையில் போவல் என்பார் 1820இல் நிறுவப்பட்டு, எப்போது கிடப்பில் கிடக்கும் சென்னை பள்ளிப்பாட நூல் சங்கத்தைப் புனரமைப்பது? என்றும், இந்தச் சங்கத்தின் மூலம் மாகாணத்தின் வட்டார மொழிகளில் இலக்கியங்களை வெளியிடலாம் எனவும் ஆலோசனை வழங்கினார். இச்சங்கத்திற்கு அளிக்கப்படும் நிதியுதவியினை இருமடங்காக்கவும் 1868இல் பரிந்துரைத்தார். இச்சமயத்தில் கல்வித்துறையில் பணியாற்றிய வி. கிருஷ்ணமாச்சாரியர் என்பார் சென்னை பள்ளிப்பாட நூல் சங்கத்திற்குப் புத்துயிர்ப்பு அளிப்பதில் ஆர்வம் காட்டியது மட்டுமின்றிப் புதிதாக வடிவமைக்கப்பட்ட சென்னை பள்ளிப்பாட நூல், வட்டார மொழி இலக்கிய சங்கத்திற்குச்

செயலாளராகப் பணிபுரிய ஒப்புதல் தெரிவித்தார். இத்தகையக் கூடுதல் பணிகளுக்கு அதிக ஊதியம் எதுவும் வேண்டாம் எனக்கூறித் தன்னார்வத்துடன் செயல்படவும் வி. கிருஷ்ணமாச்சாரி முன்வந்தார்.

கல்வி பரவலாவதற்குச் சங்கம் வாதிடுவது போல வட்டார மொழிக் கல்வியே சிறந்தது எனவும், மேலை இலக்கியங்களை மொழிபெயர்ப்பு செய்து வட்டார மொழிகளில் வெளியிடுவது இத்தேச மக்களின் அறிவு வளர வழி செய்யும் என்றும், வட்டார மொழி இலக்கியச் சங்கம் இரண்டு நூல்களை வெளியிட்டுள்ளது எனவும் தனது 1868 ஆகஸ்ட் 11 ஆம் தேதியிட்ட கடிதத்தில் போவல் என்பார் குறிப்பிடுகிறார். இரயில் நீராவி இயந்திரத்தினை வடிவமைத்த ஜார்ஜ் ஸ்டிவென்ஸன் என்பார் குறித்துத் தமிழிலும், நீராவி, நீராவி இயந்திரம் குறித்துத் தமிழ், தெலுங்கிலும் நூல்களை 1868இல் வட்டார மொழி இலக்கியச்சங்கம் வெளியிட்டுள்ளது குறித்தும் இந்தச் சங்கத்தின் மூலம் அறிய முடிகிறது. 1868ஆம் ஆண்டு அக்டோபர் மாதம் சங்கத்தின் செயலாளராக இருந்த கிருஷ்ணமாச்சாரி வட்டார மொழி இலக்கிய சங்கம் மேலும் திறன்பட இயங்க தனது ஆலோசனைகளைக் கல்வி இயக்குநருக்கு ஓர் அறிக்கை மூலம் தெரிவித்தார். இதில் இது வரையிலும் மதநூல்களும் செய்யுள் இலக்கிய நூல்களும் மனிதர்களின் குணநலன்களை வளர்ப்பதிலும் சிற்சில தகவல்களை அளிப்பதுமான பொதுக் கல்விக்கு முகாந்திரமாக அமைந்திருந்தன. மதநூல்கள் தற்பொழுதுள்ள சட்டத்தின்படி கல்விக்கூடங்களிலிருந்து ஒதுக்கப் பட்டுள்ளன. இவை தற்காலத்திற்குப் பொருந்தாதத் தகவல்களைக் கொண்டுள்ளது இன்றைய காலத்தின் சூழ்நிலையில் தேவைக்கு இயைந்த உணர்வுகளையும் கொண்டுள்ளதாக இல்லை. ஐரோப்பாவின் அறிவியல், இலக்கியத்தினைப் பயன்படுத்தி வளர்ந்துவரும் தலைமுறையைச் சரியான திசைவழியில் திருப்பி விட வேண்டும் எனக் கூறுகிறார்.

ஊதியம் பெறாத கிருஷ்ணமாச்சாரியின் உயரிய தொண்டு

முதலாவதாக வட்டார மொழிகளில் பயனுள்ள, ஆரோக்கியமான, மகிழ்வூட்டக்கூடிய இலக்கியங்களைப் பதிப்பிப்பது அவசியம். பள்ளி மாணாக்கர்களுக்குப் பயன்படும் நூல்கள் மட்டுமல்ல, முக்கியமாகப் பள்ளிக்கு வெளியே உள்ள வாசகர்களுக்குப் பயன்படும் நூல்களையும் வெளியிடவேண்டும் எனவும் வி. கிருஷ்ணமாச்சாரி ஆலோசனை வழங்கினார்.

அந்நிய மொழி நூல்களை மட்டுமே மொழி பெயர்த்து வெளியிடுவதன் மூலம் அடிப்படை அஸ்திவாரத்தை நாட்டமுடியுமா

எனவும் கேள்வி எழுப்பினார். இந்திய மக்களுக்குப் புரியும்படியாகவும். இவர்கள் ஏற்கும்படியாகவும் பொருத்தமாக மாற்றி அமைக்கப்பட்ட நூல்களை வெளியிடுவதே சாலச்சிறந்தது எனவும் வாதிட்டார். சுதேசிகள் மத்தியிலிருந்து உருவான சிந்தனையாளர்களால் மட்டுமே மக்களை எளிதாகச் சென்றடையும் எனவும், இந்தியர்கள் எழுதிய நூல்கள், மேலை நூல்களின் மொழிபெயர்ப்பை விட அதிக நன்மை பயக்கும் எனவும் கூறினார்.

கல்வி பரவலாக்கம், வட்டார மொழியில் கல்வி ஆகிய கொள்கைகளை அமல்படுத்துவதன் மூலம் காலப்போக்கில் வட்டாரமொழிகளில் அறிவியல் இலக்கியங்களின் தேவை தானாகவே அதிகரிக்கும் எனவும் அதுவரை ஆண்டுதோறும் வழங்கப்படும் அரசு நிதியுதவி இருமடங்காக்கப்பட வேண்டும் எனவும் மேற்கூறிய அறிக்கையில் வேண்டுகோள் விடுத்தார்.

உடல் இயங்கியல் (Physiology), உடற்கூறியல் (Anatomy), மனதை ஒழுங்குபடுத்துதல், நற்குணங்களை வளர்த்தல், நாம் சுவாசிக்கும் காற்று, பருகும் நீர் முதலிய வெகு சாதாரண இயற்கைப் பொருட்கள் குறித்து வட்டார மொழிகளில் எளிமையான வெளியீடுகள் வெளியாக, மக்கள் ஆவலோடு உள்ளனர் எனக் கருதி மேற்கூறிய துறைகள் குறித்தும், தந்தியில்லாக் கம்பி, துறைமுகம், அச்சு இயந்திரம், புகைப்படம், நீராவி இயந்திரம், சேமிப்பு வங்கி, பருத்தி, தாள் உற்பத்தி முதலியவை குறித்தும் செய்திகள் அடங்கியுள்ள நூல்கள் வெளியிட வேண்டும் எனவும் பட்டியலிட்டிருந்தார். 1869 பிப்ரவரியில் அளித்த ஓர் அறிக்கையிலிருந்து, வட்டார மொழி இலக்கியச் சங்கம் சுமார் 30க்கும் மேற்பட்ட நூல்களை வெளியிட்டுள்ளது புலனாகிறது.

கிருஷ்ணமாச்சாரியின் தலைமையில் வட்டார மொழி இலக்கியச் சங்கம் சீரமைக்கப்பட்டது. இதன் இயக்குநர் குழுவில் பல இந்தியர்களைக் கிருஷ்ணமாச்சாரி நியமித்தார். ஐரோப்பியர்களே இந்தக் குழுவில் இல்லாதது கண்டு, தமிழ் தெரியாவிட்டாலும் ஆலோசனைக்கு உதவுவார்கள் என ஓரிரு ஐரோப்பியர்களை வலிந்து இயக்குநர் நியமிக்கும் அளவிற்குக் கிருஷ்ணமாச்சாரியின் இந்திய மயமாக்கல் அமைந்திருந்தது.

வட்டார மொழிக் கொள்கை – தமிழில் நூல்கள் எண்ணிக்கை பெருக்கம்

18ஆம் நூற்றாண்டிலேயே தமிழகத்தில் அச்சு இயந்திரங்கள் நிறுவப்பட்டிருந்தாலும் தொடக்கத்தில் கிறித்தவ மிஷனரிகளும், காலனிய அரசும் மட்டுமே நூல்களை அச்சு செய்யும் உரிமை

பெற்றிருந்தது. 1835இல் வட்டார மொழியில் கல்வி எனும் கொள்கை காலனி அரசால் வகுக்கப்பட்டது. இம்மாற்றங்களின் தொடர்ச்சியாகத் தமிழில் நூல்களின் எண்ணிக்கை பெருகத் தொடங்கியது.

நூல்களைப் பதிவு செய் - இல்லையேல் அபராதம்

நூல் வெளியீடுகள் எண்ணிக்கை பெருகத் தொடங்கியதும், வெளியீடுகள் பற்றிய செய்திகளைத் தொகுக்கவும், நூல் வெளியீடுகள் மீது கண்காணிப்பு செய்யவும் 1869ஆம் ஆண்டில் ஒரு சட்டம் நிறைவேற்றப்பட்டது. இச்சட்டத்தின்படி வெளியாகும் நூல்கள் அனைத்தையும் பதிவாளரிடம் பதிவு செய்ய வேண்டும் என்ற நிபந்தனை விதிக்கப்பட்டது. பதிவு செய்யவில்லை எனில் அபராதம் என்றும் சட்டம் இயற்றப்பட்டது. இதன் தொடர்ச்சியாகச் சென்னை மாகாணத்தில் 1869ஆம் ஆண்டுக்குப் பிறகு பதிவான நூல்களின் விவரங்கள் நமக்குக் கிடைத்துள்ளன.

முர்டாக்கினால் தமிழில் நூலடைவு

1875ஆம் ஆண்டு அரசறிக்கைக் குறிப்பிலிருந்து இக்காலத்தில் வெளிவந்த நூல்கள் பெரும்பாலும் பதிவாகியுள்ளதால் பதிவு செய்யப்படாத நூல்கள் வெளியிடுபவர்கள் மீது தண்டனை விதிக்கும் விதியைப் பயன்படுத்த அவசியமில்லாமல் போனது. 1861ஆம் ஆண்டுக்கு முன் வெளியான நூல்கள் மற்றும் இதழ்கள் குறித்து வியப்புறும் வகையில் நூலடைவு ஒன்றினை ஜான் முர்டாக் தொகுத்தார். தமிழில் இதழியல் மற்றும் நூல்கள் தொடர்பான ஆய்வுக்கு ஆதாரமாக இந்நூலடைவு விளங்குகிறது

1875 ஆம் ஆண்டு அரசறிக்கைக் குறிப்பிலிருந்து இக்காலத்தில் வெளிவந்த நூல்கள் பெரும்பாலும் பதிவாகியுள்ளதால் பதிவு செய்யப்படாத நூல்கள் வெளியிடுபவர்கள் மீது தண்டனை விதிக்கும் விதியைப் பயன்படுத்த அவசியமில்லாமல் போனது.

1832 ஆம் ஆண்டில் இரேனியஸ் வெளியிட்ட பூமி சாஸ்திரத்தி லிருந்து 1860ஆம் ஆண்டு வரை தமிழில் அறிவியல் நூல்களைப் படைத்தவர்கள் பெரும்பாலும் கிறித்தவ மறை போதகர்களே.

கிறித்தவ நூல் வெளியீட்டு நிறுவனங்கள்

கிறித்தவ நிறுவனங்களில் நூல் வெளியீட்டில் முக்கிய இடம் வகிப்பது கிறித்தவ அறிவு பரப்பும் சங்கமாகும்.

இந்தியாவில் குறிப்பாகத் தமிழகத்தில் ஆங்கிலேயரின் மேலாண்மை ஏற்படுவதற்கு முன்னரே லுத்தரன் பிரிவு சங்கம்,

சீர்திருத்தக் கிறித்தவ சார்புடையதாக நிறுவப்பட்டது. ஜெர்மனி, ஹாலந்து, ஸ்காட்லாந்து பகுதிகளிலிருந்து இப்பிரிவைச் சார்ந்த மறை போதகர்கள் தமிழகத்திற்கு வந்துள்ளனர். முதலில் இச்சங்கம் டச்சு அரசின் ஆளுகைக்குட்பட்டு இருந்திருந்தாலும் காலப்போக்கில் டச்சு ஆதிக்கம் தமிழகத்தில் அகன்றபோது, ஆங்கிலிக்கன் பிரிவினரிடம் ஒப்படைக்கப்பட்டது.

இந்த அறிவு விருத்தி சங்கம் 1699ஆம் ஆண்டு நிறுவப்பட்டது. இதுகுறித்து 1699ஆம் ஆண்டில் ஏற்பட்ட இந்தச் சங்கம் பிற மதத்தாரைத் திருப்புவதற்கு ஏற்பட்டதல்ல, புத்தகங்களைப் பிரசுரித்து பள்ளிக்கூடங்களை, ஸ்தாபித்து நடத்துவதால் கிறித்தவ மார்க்க அறிவை விருத்தி செய்வதே இதன் நோக்கம் என கிறித்தவ மிஷனரி வரலாற்றாசிரியர்கள் மதிப்பீடு செய்துள்ளனர்.

கிறித்தவ அறிவு பரப்பும் சங்கம் (Society for Promoters of Christian Knowledge)

சீகன்பால்கு தரங்கம்பாடியில் செயல்பட்டு வந்தபொழுது கிறித்தவ அறிவு பரப்பும் சங்க அமைப்பை 1710ஆம் ஆண்டு தொடங்கினார். இவ்வமைப்பின் சார்பில் சென்னையில் 1711ஆம் ஆண்டில் இரு கல்வி நிலையங்களைத் தொடங்க கிழக்கிந்திய வணிகக் குழுமத்திடம் அனுமதி வேண்டப்பட்டது. இந்திய அமைப்பின் விதிகளில் கொத்தளங்களிலும், தொழிற்சாலைகளிலும், பள்ளி ஆசிரியர்களை இணைத்துக் கொள்வது என்ற விதி சேர்க்கப்பட்டது.

பள்ளிகளைத் தொடங்க கிறித்தவ அறிவு பரப்பும் சங்கம் 1711ஆம் ஆண்டு இசைவு வேண்டியதைக் கிழக்கிந்திய வணிகக் குழுமம் தனது புதிய விதியின்படி ஏற்றுக்கொண்டது. பள்ளி தொடங்க அனைத்து உதவிகளையும் செய்வதாக 1713ஆம் ஆண்டு உறுதியளித்தது.

4. கிறித்தவ வட்டார மொழிக் கல்விச் சங்கம்

1858ஆம் ஆண்டு, மே 20ஆம் நாள் லண்டனில் செயிண்ட் ஜேம்ஸ் மண்டபத்தில் நடைபெற்ற பொதுக்கூட்டத்தில் கிறித்துவ வட்டார மொழிக் கல்விச் சங்கம் நிறுவப்பட்டது. இச்சங்கம் இந்தியப் பள்ளி ஆசிரியர்களைப் பயிற்றுவிக்கவும், இந்தியாவின் முதன்மை மொழிகளில் கிறித்தவ இலக்கியங்களை வெளியிடுவதையும் குறிக்கோளாகக் கொண்டு தொடங்கப்பட்டது.

1857ஆம் ஆண்டு நடந்த முதல் இந்திய விடுதலைப் போரில் வெற்றியடைந்த ஆங்கிலேயரின் கிறித்தவ நெறியான மன்னிப்பு, பரிதாபம் முதலிவற்றால் உந்தப்பட வேண்டும். வெற்றிக்களிப்பு கூடாது எனும் கருத்தின் அடிப்படையில் மிஷினரிகள் பலர் இச்சங்கத்தைத் தோற்றுவிக்க முயன்றனர். வீழ்ந்த எதிரியை அன்புடன் அணுகும் மனப்பான்மையின் அடிப்படையில் இந்திய மக்களின் நன்மையை மட்டுமே குறிக்கோளாக உடைய சங்கமே கலகத்தில் மறைந்தவர்களுக்கு நினைவுச் சின்னமாக அமையும் எனும் கருத்தில் இச்சங்கம் தொடங்கப்பட்டது. முர்டாக்கின் பணிகளை அறிந்த நெட் என்பார் இச்சங்கம் தொடங்கிய உடனே அவரை இந்தியாவின் பிரதிநிதியாகத் தலைமைப் பொறுப்பை ஏற்கும்படி வேண்டினர். இதற்குக் காரணம் ஜான் முர்டாக் வட்டார மொழிகளில் கிறித்தவ இலக்கியம் பரப்பும் நோக்கத்துடன் தமிழகத்தில் உள்ள மிஷனரி களுடன் இணைந்து நூல் வெளியிடுவதற்கான திட்டம் தயாரித்தார். இச்சமயத்தில் முர்டாக் இலங்கையில் ஆசிரியராகப் பணியாற்றிக் கொண்டிருந்தார். இதன் தொடர்ச்சியாகப் பல சீர்திருத்த கிறித்தவ பிரிவினரின் ஒத்துழைப்புடன் தென்னிந்திய கிறித்தவ பள்ளி பாடநூல் சங்கம் ஒன்றினை 1854இல் உருவாக்கி நடத்திக் கொண்டிருந்தார் என்பது குறிப்பிடத்தக்கது.

“கடவுளின் வாக்கினை நேரடியாகப் பரப்புவது மிஷினரிகளின் முதன்மைப் பணியாக இருப்பினும் இளைஞர்களுக்குக் கல்வி அளிக்கும் பணி முக்கியமானது. மேலும் இத்தகைய முயற்சிக்கு இந்தியா தகுந்த ஏதுவான வாய்ப்பினை நல்குகிறது. இந்து இளைஞர்கள் சோம்பேறி களாகவும் உயிரோட்டமுள்ளவர்களாகவும் உள்ளனர்” எனக் கூறுகிறது. கிறித்தவ பள்ளிப் பாடநூல் சங்கத்தின் மூலமாகப் பள்ளிப் பாட நூல்களை வட்டார மொழிகளில் வெளியிடும் ஆவலைக் கிறித்தவ

வட்டார மொழிக் கல்விச் சங்கம் கொண்டிருந்தது, இதிலிருந்து புலனாகிறது.

கிறித்தவ வட்டார மொழிக் கழகத்துடன் தென்னிந்தியப் பாடநூல் சங்கம் 1885 இல் இணைந்தது. இச்சங்கம் சமயநூல்களுடன் பாடநூல்களையும் 22 மொழிகளில் வெளியிட்டது. கொழும்பு, யாழ்ப்பாணம், கல்கத்தா, பம்பாய், அலகாபாத், ரங்கூன் ஆகிய இடங்களில் கிளைகள் நிறுவப்பட்டன. இக்கிளைகள் சென்னைப் பல்கழைக்கழகத்தோடும் தொடர்பு கொண்டிருந்தன. 1866ஆம் ஆண்டு அப்போது அச்சிலிருந்த அனைத்துத் தமிழ் நூல்களின் பட்டியலைத் தொகுத்து வெளியிட்டனர். (சூ. இன்னாசி, 2010:207)

இந்தியாவின் பிரதிநிதியாக முர்டாக் தலைமைப் பொறுப்பை ஏற்று கல்கத்தா, பம்பாய் போன்ற மத்திய இந்திய பகுதிகளுக்குச் சென்று பின் சென்னைக்கு வந்தார். மற்ற நகரங்களை விட சென்னையில் எல்லாப் பிரிவு கிறித்தவ மிஷினரிகளும் ஆதரவு தெரிவித்தார்கள். இதன் பலனாகச் சென்னையில் இச்சங்கம் நிலைபெற்றது. வெகு விரைவில் 19ஆம் நூற்றாண்டின் நடுப்பகுதியிலிருந்து இச்சங்கம் சென்னை மாகாணத்தில் மிகப் பெரிய அச்சு சக்தியாக வளர்ந்தது. குறிப்பாக 19ஆம் நூற்றாண்டின் பிற்பகுதிகளில் பாட நூல்களில் முதன்மை நிலையை வகுத்திருந்தது.

முர்டாக்கின் கொள்கை வட்டார மொழிக் கல்வியைக் கொடுப்பதுவே என்றாலும் அன்றைய காலனி அரசு ஆங்கிலக் கல்விக்கே முக்கியத்துவம் கொடுத்தது. உயர்குடியினருக்கு அவர்களை மேம்படுத்த இது உதவும் என்பது வெளிப்படை. மாறாக அதே சமயம் வட்டார மொழியில் அடிப்படைக் கல்வி அனைவருக்கும் பரவலாகக் கிடைக்க வேண்டும் என்ற கருத்தினையும் முர்டாக் கொண்டிருந்தார். இவர் மதப் பிரச்சாரப் பணியையே பிரச்சாரம், கல்வி, இலக்கியம் என மூன்று பிரிவாகப் பிரித்துக் கொள்ள விரும்பினார். ஏனெனில் இந்தியா அபரிமிதமான இலக்கியங்களைத் தன்னகத்தே உடைய ஓரளவு கல்வி பரவிய நாடு, வெளியீடுகள் அதிக முக்கியத்துவம் பெறும் என்பதே முர்டாக்கின் கொள்கை. இதனுடன் இச்சங்கம் வட்டார மொழிகளில் வெளியீடுகள் என்பதில் கவனம் செலுத்தியது. இதற்குக் காரணம் மிஷனரிகளின் பள்ளிகள் சமூகத்தின் அடித்தட்டு மக்களைச் சென்றடைந்தன. இம்மிஷனரிகள் முதல் தலைமுறை கற்போருக்கு வட்டார மொழியே சிறந்தது என்று உணர்ந்து தங்கள் பள்ளிகள் பலவற்றில் தாய்மொழிக் கல்விக்கே முதலிடம் கொடுத்தனர். பெரும்பாலான மிஷனரி பள்ளி மாணாக்கர்கள் வட்டார மொழி

கல்வியில் புவியியல், வரலாறு, அறிவியல் நூல்களைக் கற்றனர். மரபு அறிவியலுக்கு மாற்றாக, நவீன அறிவியல் துறை சார் பாடங்கள் பள்ளிகளில் புகுத்தப்பட்டன. இச்சங்கத்திற்கு முன்பு கிறித்தவ பள்ளிப் பாடநூல்கள் எதுவும் இந்திய மொழிகளில் குறிப்பிடும்படி இருக்கவில்லை என்பதும் இங்குக் குறிப்பிடத்தக்கது. இந்நூல்கள் மிஷனரி பள்ளிகளில் மட்டுமின்றி ஏனைய பள்ளிகளிலும் பாடநூல்களாகப் பயன்படுத்தப்பட்டன.

காலப்போக்கில் இச்சங்கத்தின் மேலாண்மை மெல்ல மெல்ல குறைந்தது. ஏனெனில் அரசு ஆதரவு பெற்ற பள்ளிகளில் அரசு அங்கீகரிக்கும் பாடநூல்களே ஏற்கப்படும் என்ற விதி உருவாக்கப் பட்டதால் தனிப்பட்ட பலரும் பள்ளிப் பாடநூல்களைத் தயாரித்தனர். காலப்போக்கில் மாற்றங்களின் காரணமாகப் பள்ளிப் பாடநூல்கள் என்பதில் முதன்மைக் கவனம் என்ற நிலை மாறி, 1891ஆம் ஆண்டில் இச்சங்கத்தின் பெயர் கிறித்தவ இலக்கியம் என மாற்றப்பட்டது.

1915ஆம் ஆண்டு சென்னை சமயத் துண்டுப் பிரதி நூல்கள் வெளியீட்டுச் சங்கம் கிறிஸ்தவ வட்டார மொழிச் சங்கத்துடன் இணைந்தது. தொடக்க காலத்தில் இங்கிலாந்திலுள்ள ஐக்கிய கிறித்தவ இலக்கிய சங்கத்தின் அங்கமாகச் செயல்பட்டு வந்த கிறித்தவ இலக்கிய சங்கம் 1953ஆம் ஆண்டு முதல் முழுக்க முழுக்க இந்தியச் சங்கமாக இயங்கி சிறப்பாகத் தொண்டாற்றி வருகிறது.

ஹண்டர் குழுவும் - வட்டார மொழிப் பயிற்சிக்கே ஆதரவு

சிப்பாய்க் கலகத்தின் விளைவாகக் கிழக்கிந்திய வணிகக்குழுவின் ஆட்சி ஆங்கில அரசின் நேரடியாட்சிக்கு மாறியது. அப்போதைய இந்திய கவர்னர் ஜெனரலாகப் பதவியேற்ற ரிப்பன் பிரபு 1862இல் இந்தியக் கல்வி ஆணையம் (Indian Education Commission) ஒன்றை அமைத்தார். இதன் தலைவராகச் சர் வில்லியம் ஹண்டர் நியமிக்கப் பட்டார்.

இந்திய ஆட்சிப் பொறுப்பு 1857இல் கிழக்கிந்திய ஆட்சி முறையிலிருந்து இங்கிலாந்து பாராளுமன்றத்தின் பொறுப்பில் ஒப்படைக்கப்பட்டது. இந்தியச் செயலாளராகப் பொறுப்பேற்ற ஸ்டான்லி பிரபு, சார்லஸ் உட் கல்விக் குழுவின் அறிக்கையோடு எல்லன்பரோ என்பவரின் தலைமையில் அமைந்த கல்விக் குழுவின் அறிக்கையினையும், ஏற்று 1859இல் தொடக்கக் கல்விக்கான முழுப் பொறுப்பினை அரசு ஏற்றது. இவருக்குப் பின் வந்த மேயோ பிரபு (Lord Mayo), கல்விப் பொறுப்பினை முழுமையாக மாகாண

அரசுகளிடம் ஒப்படைக்க ஆணை பிறப்பித்தார். இந்தமுறை தாய்மொழிக் கல்விக்கு உதவியது.

1882 ஹண்டர் குழுவும், சார்லஸ் உட் அறிக்கையை ஒத்து தொடக்கக் கல்வி தாய்மொழி வழியே அளிக்கப்பட வேண்டும் என்றே கூறியது. ஹண்டர் குழுக் கல்வி முறையும், அதன் தரமும் பாதிக்கப் படாதபடிக் கல்லூரி, உயர்தரப்பள்ளிகளின் நிருவாகத்தை இந்தியர்களின் கைக்கு மாற்றவும், கல்லூரிகளுக்கு அரசு மானியம் மற்றும் பொதுவான பாடநூல்கள் வழங்கவும், மாநில அரசின் வருவாயில் ஒரு பகுதி கல்விக்கு ஒதுக்கவும் பல்வேறு பரிந்துரைகளை வழங்கியது.

இப்பரிந்துரைகளை அரசு ஏற்றதோடு கல்வித் துறையில் ஒவ்வோராண்டும் ஏற்பட்டு வரும் வளர்ச்சி குறித்து ஆண்டறிக்கை அனுப்புமாறும் ஆணையிட்டது. இதன்பின் உயர் கல்வியில் மிக வேகமான முன்னேற்றம் ஏற்பட்டது. இருப்பினும் ஆங்கில மொழியே பயிற்று மொழியாக நாட்டில் அனைத்து நிலையிலும் நடைமுறைப் படுத்தப்பட்டது. இதன்படி ஆங்கிலக்கல்வி பெற்ற சிறுபிரிவினர் தாங்கள் மற்றவர்களைக் காட்டிலும் உயர்ந்தவர்கள் என்ற மனப்போக்கு உடையவராயினர். இதனால் அவர்கள் பொது மக்களிடமிருந்து விலகியே வாழத் தொடங்கினர். தொடக்கப் பள்ளிப் பிரிவுகளில் ஒன்றான மாநிலப் பள்ளிகளில் முதலிரண்டு வகுப்புகளிலிருந்து 9ஆம் வகுப்பு வரை ஆங்கிலமே பயிற்றுமொழியாக இருந்தது. கோட்டப் பள்ளிகளிலும் ஆங்கிலமே பயிற்று மொழியாக இருந்தது. நாள் தோறும் முதல் வகுப்பில் இரண்டு மணி நேரம் ஆங்கிலம் கட்டாய பாடமாகக் கற்பிக்கப்பட்டது. ஆனால் அரசுப் பள்ளி, வாரியப் பள்ளி ஆகியவற்றில் மூன்றாம் பாரம் வரை வேளாண்மை, எண் கணிதம் ஆகியவைத் தமிழில் நடத்தப்பட்டன.

1914 இல் சென்னை மாகாணத்தில் உள்ள பள்ளிக்கல்வியின் எல்லா நிலைகளிலும் தாய்மொழிகளைக் கொண்டு வருவதற்கான பல்வேறு முன்னேற்பாடுகள் செய்யப்பட்டன. ஆனால், சென்னை ஆட்சிமன்றக் குழு (Madras Legislative Council) தாய்மொழி வழிக் கல்விக்குப் பல்வேறு மறுப்புகளைக் கூறித் தடையாக இருந்தது.

அதற்குப் பின்வரும் காரணங்களை அக்குழுச் சுட்டிக் காட்டியது.

1. பொது மக்கள் தாய்மொழி வழிக்கல்வியில் முழு ஈடுபாடு கொள்ளவில்லை.

2. தேவையான பாடப்புத்தகங்கள் கிடைக்கவில்லை.
3. போதுமான கலைச் சொற்கள் இல்லை.
4. சென்னை மாகாணம், பன்மொழிச் சூழலைக் கொண்டதாக இருக்கிறது.
5. உயர்கல்வியைத் தொடர்வதற்கு வாய்ப்பில்லை.
6. தாய்மொழியில் பயிற்றுவிக்க ஆசிரியர்கள் முன்வருவதில்லை.

இதே ஆண்டில், பொதுமக்கள் பயிற்றுக்குழு இயக்குநர் மாநாட்டில் பேசிய ஆளுநர் தாய்மொழிகளைப் பயிற்று மொழிகளாகத் தொடருவதில் உள்ள சிக்கலைப் பின்வருமாறு சுட்டிக் காட்டினார்.

1. ஆங்கிலக் கல்வியில் எல்லா நிலைகளிலும் இடம் பெறுகிறது.
2. கற்றவர்கள் ஆங்கிலத்தில் நாட்டம் உடையவர்களாக இருக்கின்றனர்.
3. ஆட்சி நிருவாகத் துறைகளில் ஆங்கிலமே தொடர்ந்து பயன்படுத்தப்பட்டு வருகிறது.
4. புதிய கல்வியியல் துறைகள் இந்திய மொழிகளுக்குப் புதியன. எனவே, இவைகளைப் பயிலுவதற்கு ஆங்கிலமே உகந்தது.
5. தாய்மொழிகளைப் பயிற்று மொழியாக்க அரசே விரும்பினாலும், இந்நாட்டுக் கல்வி கற்றோரின் எதிர்ப்பைச் சமாளிப்பது பெரும் சிக்கலாகும்.

1915இல் உயர்மட்ட ஆட்சிக்குழு (Imperial Legislative Council) தாய்மொழிவழிக் கல்விக்கு வாய்ப்பாக ஒரு சட்டம் இயற்றியது. இச்சட்டம், பள்ளிக் கல்வி முழுவதும் தாய் மொழிகளிலேயே அமைய வேண்டும், ஆங்கிலம் இரண்டாவது மொழியாக இடம் பெற வேண்டும் என்றது. இச்சட்டமானது "நாட்டின் முன்னேற்றத்தைப் பாழாக்கும்," "கல்வியின் தரத்தைக் குறைத்துவிடும்" என்று பலரும் எதிர்ப்புத் தெரிவித்தனர். இவ்வெதிர்ப்பைத் தொடர்ந்து பொதுமக்கள் கருத்துக் கணிப்பிற்கு விடப்பட்டது. அக்கணிப்பில், ஆங்கிலம் பயிற்று மொழியாக இருப்பதில் உள்ள பல்வேறு சிக்கல்களும், தாய்மொழிவழிக் கற்பதில் உள்ள நன்மைகளும் கூறப்பட்டன. பின்னர் சென்னை மாகாண அரசு கொள்கை அளவில் இச்சட்டத்தை ஏற்றுக்கொண்டது.

1919இல் அமைக்கப்பெற்ற கல்கத்தா கல்விக்குழு உயர்நிலைப் பள்ளி வரை தாய்மொழியில் கற்பிக்க வேண்டும் எனும் பரிந்துரையை

வைத்தது. 1917-18இல் சென்னை பொது மக்கள் இயக்கம் (Director of Madras Public Instruction) உயர்நிலைப் பள்ளிக் கல்வியைத் தாய் மொழியில் பயிற்றுவிக்கக் கருத்துத் தெரிவித்தது. இதைச் சட்டமாக்க இயலாதென்றும், விரும்பினால் பள்ளி நிர்வாகம் தாய்மொழிக் கல்வி கற்பிக்கலாம் என்றும் அரசு ஆணை அறிவித்தது. ஆனால், நடைமுறையில் பள்ளியில் மாணவர்கள் விரும்பவில்லை என்று தேர்வும் ஆங்கிலத்தில் நடத்தப்பட்டது.

உயர்நிலைப் பள்ளிகளில் வட்டார மொழியே பயிற்றுமொழியாகப் பயன்படுத்த வேண்டும். ஆங்கிலம், கணிதக் கல்வி ஆகியவை மட்டும் பள்ளிப்படிப்பில் கடைசி நான்கு ஆண்டுகளில் ஆங்கிலத்திலே கற்பிக்கப்பட வேண்டும். உயர்நிலைப்பள்ளித் தேர்வுகளில் மாணவர்கள் ஆங்கிலம், கணிதம் தவிர பிற பாடங்களில் வட்டார மொழிகளிலோ ஆங்கிலத்திலோ எழுத அனுமதிக்க வேண்டும். (G.O.No.535, Law (Education) dated 10-4-1923.)

இந்தியக் கல்வி ஆணையம்

ஹண்டர் குழுவின் பரிந்துரைகளின்படித் "தொடக்கக்கல்வி மிகுதியாக ஊக்குவிக்கப்படுதல், தொடக்கக் கல்விக்காக மாநிலங்களின் வருவாயில் ஒரு பகுதியை ஒதுக்குதல், உயர் கல்வியை உள்ளாட்சி, மற்றும் தனியார் பொறுப்பில் விடுதல் ஆகிய இருமுறைகளையும் தேர்ந்தெடுத்தல் என்னும் செயல்முறைகள் நடைமுறைப்படுத்தப் பட்டன. இவற்றுள் தொடக்கக்கல்வியின் பொறுப்பு உள்ளாட்சி நிர்வாகத்திடமும் உயர்நிலைப் பள்ளிகளின் பொறுப்பு தனியார் நிர்வாகத்திடமும் பெரும்பான்மையான அளவில் ஒப்படைக்கப் பட்டன," (Indian Education Commission Report:1885) என்ற முடிவுகளால் அறியமுடிகிறது.

1882இல் கல்வி பற்றி மறுஆய்வு செய்த ஹண்டர் குழு (Hunter Commission) தொடக்க நிலைக் கல்வி புறக்கணிக்கப்பட்டிருப்பதைச் சுட்டிக்காட்டி நகராண்மைக் கழகங்களின் நிருவாகத்திலும், மாவட்ட வாரியங்களின் (District Boards) நிருவாகத்திலும் கல்வி நிலையங்களைக் கொண்டு வர வேண்டுமென்றும், அரசு நிதியுதவி அளிக்க வேண்டு மென்றும் பரிந்துரை செய்தது.

இக்காலத்தில் அறிவியலை இயற்கை பொருட்பாடம் என்ற தலைப்பில் ஒரு தேர்வுப் பாடமாகப் (Optional) பரிந்துரைத்ததின் விளைவே 1880க்குப் பிறகு உருவான அறிவியல் பாடநூல்கள், இவற்றில் நிருவாகத்தின் ஆதரவுடன் கல்வி விரிவடைந்தது. கல்வி

நிலையங்கள் பெருகின. 19ஆம் நூற்றாண்டின் முடிவில் மாநிலத்தில் 5,628 தொடக்கப் பள்ளிகளும், 467 உயர் நிலைப்பள்ளிகளும், 12 கல்லூரிகளும் கல்வியளித்துக் கொண்டிருந்தன.

ஆங்கிலக்கல்வியின் தோல்வி

சென்னை மாகாணத்தில் 1885ஆம் ஆண்டு செயல்பட்டு வந்த 623 தொடக்கப் பள்ளிகளில் 108 பள்ளிகளில் வட்டார மொழிகளில் கல்வி கற்பிக்கப்பட்டது. (Maclean 1888 : 583) எனினும் ஆங்கிலத்தில் பயின்ற மாணவர்களைவிட வட்டாரமொழிகளில் பயின்ற மாணவர்களின் தேர்ச்சி எண்ணிக்கை அதிகமாக இருந்தது. தொழில்நுட்பக் கல்வி வகுப்புகளில் ஆங்கிலவழிக் கற்ற மாணவர்களிடம் அறிவு வளர்ச்சியில்லை என்பதை 1893-94ஆம் ஆண்டில் தாமஸ் மன்றோ அளித்த அறிக்கை ஒன்றில், "மாணவர்களிடம் கல்வியில் போதிய வளர்ச்சியில்லை - மிக முக்கியக் காரணமாகக் கருதப்படுவது அடிப்படை அறிவியல் (Basic Science) ஆங்கில வழியில் கற்பிக்கப்பட்டதேயாகும்," (G.O.No. 152, Education, Dated 07.11.1894) என்று இடம் பெறும் குறிப்பு உறுதிப்படுத்துகிறது. மாணவர்கள் படிக்கும் பாடம், மொழிச் சிக்கல் பற்றிக் குறிப்பிடும் உட்ஸ், "ஆங்கிலேய மாணவர்களுக்குப் பிரெஞ்சு மொழியில் அறிவியல் கல்வி கற்பிக்கப்பட்ட போது அவர்களுக்கு அறிவியலின் அடிப்படைகள் புரியவில்லை. அவர்கள் தேர்வு அறைகளில் மனப்பாடம் செய்த விதிகளைத் திரும்ப எழுதும் திறனை மட்டும் பெற்றிருந்தனர். மேலும், மெட்ரிகுலேசன் வகுப்புகள்வரை மாணவர்கள் தாம் சிந்திக்கும் மொழியிலேயே பயிற்றுவிக்கப்பட வேண்டும்," (G.O.No. Education, Dated 07.11.1894) எனவும் இந்தியச் சூழலுக்கு ஏற்ப அறிவுறுத்தியுள்ளார்.

ரிப்பன் பிரபுவை அடுத்து பதவியேற்ற கர்சன் பிரபு வருவாயின் பெரும்பகுதி தொடக்கக் கல்விக்காகச் செலவிடப்படும் என்ற அறிவிப்பை வெளியிட்டார். அரசின் அங்கீகாரம் பெற்ற பள்ளிகளில் பயின்றவர்கள் மட்டுமே அரசுத் தேர்வெழுத அனுமதிக்கப்படுவர் என்ற ஆணையையும் வெளியிட்டார் (எஸ். சந்தானம் 1976:76).

உட்ஸ் அறிக்கை அரசாங்கப்பணி செய்வதற்காக ஆங்கிலம் கற்ற இந்தியர்களை உருவாக்க வேண்டும் என வற்புறுத்தியது. இந்த அறிக்கை சுதேசிக்கல்வி நிறுவனங்களில் பயின்றவர்கள் அரசாங்கப் பணிகளுக்கு வர வாய்ப்பில்லை என மறைமுக எச்சரிக்கையை வழங்கியது. இதனைத் தொடர்ந்து வெளிவந்த அரசு அங்கீகாரம் பெற்ற பள்ளிகளில்

பயின்றவர்கள் மட்டுமே அரசுத் தேர்விற்கு அனுமதிக்கப்படுவர் என்ற கர்சன் பிரபுவின் ஆணை அரசாங்கக் கல்விமுறைக்கு எதிராகச் சுதேசிகளால் நடத்தப்பட்டு வந்த கல்விமுறைக்குப் பேரிடியாக அமைந்தது. அரசின் இதுபோன்ற ஆணைகளின் விளைவாகத் தமிழகக் கல்வியமைப்பில் ஐரோப்பியக் கல்விமுறையின் மேலாதிக்கம் உருவாகி, சுதேசிக் கல்விமுறை மெல்ல மறையத் தொடங்கியது.

இருபதாம் நூற்றாண்டு (விடுதலைக்கு முன்) முதல் பகுதி

பத்தொன்பதாம் நூற்றாண்டின் இறுதியிலும் இருபதாம் நூற்றாண்டின் தொடக்கத்திலும் இந்தியாவெங்கும் எழுந்த விடுதலை உணர்வு தமிழகத்தையும் பாதித்தது. ஆங்கிலக்கல்விக்கு மாற்றாக வட்டாரமொழிகளில் கல்வி அளிக்கப்பட வேண்டும் என்னும் கோரிக்கைகள் முன்வைக்கப்பட்டன. இருப்பினும் ஆங்கிலக்கல்வி முறையில் ஆங்கிலவழி கல்வி கற்பதே வாழ்க்கைக்கு உதவும் என்ற பொதுக்கருத்து எழுந்ததைத் தொடர்ந்து ஆங்கிலக்கல்வி முறையை மக்கள் பெரிதும் விரும்பினர். இருபதாம் நூற்றாண்டின் தொடக்கத்தில் சென்னை மாகாணத்தில் மூன்று வகையான பள்ளிகள் செயல்பட்டு வந்தன. அவை வருமாறு.

(1) மாகாணப்பள்ளிகள் (Provincial Schools)

(2) மாவட்டப்பள்ளிகள் (Zillah Schools)

(3) கோட்டப்பள்ளிகள் (Talook Schools)

மாகாணப்பள்ளிகளில் முதல் வகுப்பு முதல் ஒன்பது வகுப்புக்களும் மாவட்டப்பள்ளிகளில் முதல் வகுப்பு முதல் ஆறு வகுப்புக்களும், கோட்டப்பள்ளிகளில் முதல் வகுப்பு முதல் ஐந்து வகுப்புக்களும் செயல்பட்டு வந்தன. இப்பள்ளிகள் வகுப்புக்கள் அடிப்படையிலும் பெயரிடப்பட்டிருந்தன.

தொடக்கப்பள்ளிகள் - ஒன்று முதல் ஐந்தாம் வகுப்பு வரை

நடுநிலைப்பள்ளிகள் - ஒன்று முதல் எட்டாம் வகுப்பு வரை

உயர்நிலைப்பள்ளிகள் - ஒன்று முதல் பதினோறாம் வகுப்பு வரை

வகுப்புகள் (Classes) வகுப்புகள், பாரங்கள் என இரண்டு சொற்களால் வழங்கப்பட்டன. இருபதாம் நூற்றாண்டின் தொடக்கத்தில் இருந்த பிரிவுகள் வருமாறு.

தொடக்க வகுப்பு (Infant Class)

ஒன்றாம் முதல் ஐந்தாம் வரை	-	வகுப்பு
ஆறாம்	-	I பாரம்
ஏழாம்	-	II பாரம்
எட்டாம்	-	III பாரம்
ஒன்பதாம்	-	IV பாரம்
பத்தாம்	-	V பாரம்
பதினோறாம்	-	VI பாரம்

(G.O.No.404, Education, Dated 20.07.1901)

கல்வித்திட்டத்தில் அறிவியல் பாடங்கள்

1900ஆம் ஆண்டில் வெளியிடப்பட்ட கல்வித்திட்டத்தில் பள்ளிக் கல்வியில் அறிவியல் பாடநூல்களை இணைப்பது என்ற கொள்கை முடிவு எடுக்கப்பட்டது. இம்முடிவின் விளைவாகப் பாடத்திட்டம் சார்ந்த அறிவியல் நூல்கள் தயாரித்து வெளியிடப்பட்டன. 1902இல் கூடிய இந்தியப்பல்கலைக்கழக ஆணையம் (Indian University Commission) வட்டார மொழிகளையே கொண்டு பயிற்றுவிக்கலாம் என முடிவெடுத்தது. அம்முடிவைத் தொடர்ந்து 1904ஆம் ஆண்டு வெளியிடப்பட்ட கல்விக் கொள்கையில் 13 வயது வரையில் உள்ள குழந்தைகளுக்கு வட்டார மொழியையே பயிற்றுமொழியாக்கவும் உயர்நிலைப்பள்ளிகளைப் பொறுத்தவரை மூன்றாம் வகுப்பு முதல் எட்டாம் வகுப்புவரை வட்டார மொழியே பயிற்றுமொழியாக நீடிக்கவும் கொள்கையளவில் உறுதி செய்தது.

1904ஆம் ஆண்டு வெளியிடப்பட்ட கொள்கைமுடிவு சென்னை மாகாணத்தின் பல்வேறு பகுதிகளில் செயல்பட்டுவந்த தொடக்கப் பள்ளிகளில் நடைமுறைப்படுத்தப்பட்டது. தமிழகப் பகுதிகளில் தமிழ்வழியில் கல்வியும், பிறபகுதிகளில் மலையாளம், கன்னடம், தெலுங்கு வழிக் கல்வியும் கற்பிக்கப்பட்டன. சில இசுலாமியப் பள்ளிகளில் உருதுவழிக் கல்வியும் வழங்கப்பட்டது. ஒன்றாம் வகுப்பு முதல் ஐந்தாம் வகுப்புவரை வட்டாரமொழிகளில் மொழியல்லாத பாடங்கள் பயிற்றுவிக்கப்பட்டன.

பள்ளிகளின் பயிற்றுமொழி குறித்து சட்டமன்றத்தில் விவாதங்கள்

சென்னை மாகாண சட்டமன்றத்தில் 18.05.1913 அன்று நடந்த கூட்டத்தொடரில் வட்டாரமொழிகளில் அறிவியல் பாடநூல்களைத்

தயாரிக்க அரசு எடுத்துவரும் முயற்சிகள் தொடர்பாக உறுப்பினர் இராமச்சந்திரராவ் கேள்வி எழுப்பினார் அவருடைய கேள்விக்கு, "இதுவரை அரசின் சார்பில் செய்யப்பட்ட முயற்சிகள் யாவும் பள்ளிகளில் பயன்படுத்தக்கூடிய அளவுக்கு அங்கீகரிக்கப்பட்ட அறிவியல் பாடநூல்களைத் தேர்வு செய்வது என்ற நிலையிலேயே உள்ளன. ஆயினும் நேரடியான உதவி என்ற முறையில் பார்த்தால் சில சமயங்களில் நூலாசிரியருக்கோ, மொழிபெயர்ப்பாளர்களுக்கோ அவர்களுடைய நூல்களை அரசு வாங்கும்போது அரசு ஒரு தொகையை ஊக்கத்தொகை என்ற பெயரில் வழங்குகிறது" (G.O. No. Education. Dated 09.06.1913) என அரசுத் தரப்பில் பதில் அளிக்கப்பட்டது. அன்றைய அரசின் இக்கூற்று, தனியார்களே அறிவியல் நூல்களை எழுதித் தயாரிக்கும் முயற்சிகளில் ஈடுபட்டிருந்தனர் என்பதை உறுதிசெய்கிறது. மேலும் பள்ளிகளில் வட்டார மொழிகளிலேயே கல்வி கற்பிக்கப்பட்டுள்ளது என்ற கருத்தும் பெறப்படுகிறது.

1913 ஆம் ஆண்டில் அன்றைய சென்னை மாகாணத்தில் தனியார் பள்ளிகள், அரசுப் பள்ளிகள், அரசு உதவி பெறும் பள்ளிகள் என மூன்று வகையான கல்வி நிறுவனங்கள் செயல்பட்டுவந்தன.

ஹாட்டின்ஸ் பிரபுவின் சென்னை வருகையின்போது வட்டார மொழிகளில் அறிவியல் பாடநூல்களை வெளியிடுபவர்களுக்கு *10,000* ரூபாய் பரிசளிக்கப் போவதாகச் சென்னைப் பல்கலைக்கழகம் *1912*ஆம் ஆண்டு அறிவித்தது. (G.O. 865, Home (Education), Dated 27.6.1917). *04.04.194*ஆம் நாள் நடந்த மற்றொரு சட்டமன்றக் கூட்டத்தில் அரசு உதவி பெறும் அனைத்துப் பள்ளிகளிலும் பள்ளியிறுதிப் படிப்பு வரை மொழியில்லாத பாடங்களை (Non Language Subjects) வட்டார மொழிகளில் கற்பிக்க வேண்டும் என்ற தீர்மானத்தை நரசிம்மேஸ்வரர் சர்மா கொண்டுவர, அப்போது நடந்த விவாதத்திற்குப் பதிலளித்த சீனிவாச சாஸ்திரி, "மொழியில்லாத பாடங்களைப் பயிற்றுவிப்பதற்கான பாடநூல்கள் தரமானதாக இல்லை என்பதை நான் அறிவேன். நம்மிடையே உள்ள புத்தகங்கள் தொடக்கநிலையில் எழுதப் பட்டவை. அப்புத்தகங்களில் அறிவியல், வரலாறு, நிர்வாகவியல் கருத்துக்களை விளக்கும் கலைச்சொற்கள் போதுமானதாக இல்லை. அவை உருவாக அதிக நாட்களாகலாம். நவீன அறிவியல் கருத்துக்களை வட்டார மொழிகளில் எடுத்துச் சொல்ல பதினைந்து அல்லது இருபது வருடங்களாகலாம்" (G.O.No. 693. Education Dated: 11.07.1914) எனக் கூறினார்.

இதனைத் தொடர்ந்து பேசிய பிரிட்டன் ரிக் என்ற அரசு அதிகாரி சீனிவாச சாஸ்திரியின் கருத்தை ஆதரித்து, "வட்டார மொழிகளையே பயிற்றுமொழியாக்கும் தீர்மானம் நடைமுறையில் சாத்தியமில்லாதது. முதலாவது நம்மிடையே செய்முறைக்கல்வியும், பயிற்சி அளிக்க நல்ல திறமை பெற்ற ஆசிரியர்களும் இல்லை. இரண்டாவதாக உயர்நிலை வகுப்புகளில் இயற்பியலையும் வேதியியலையும் கற்பிக்க வட்டார மொழிகளில் அறிவியல் இலக்கியம் (Science Literature) இல்லை. மூன்றாவதாக அறிவியல் கலைச்சொல்லியல் (Science Terminology) நம்மிடையே உருவாகவில்லை. நான்காவதாக இந்த மாகாணத்தில் பல பகுதிகளில் செயல்படும் பள்ளிகள் பல்வேறு மொழிகளைப் பேசும் மாணவர்களைக் கொண்டிருக்கின்றன" (G.O. No. Education, Dated: 11.07.1914) என்று வட்டார மொழிகளைப் பயிற்று மொழி யாக்குவதிலுள்ள சிக்கல்களை எடுத்துரைத்தார். மேலே காட்டப்பட்ட இரண்டு விளக்கங்களையும் காரணம் காட்டி அப்போதைய கல்வி யதிகாரி ஸ்டோன் இத்தீர்மானம் நடைமுறையில் சாத்தியமில்லாதது என்று கூறியதைத் தொடர்ந்து தீர்மானம் திரும்பப் பெறப்பட்டது.

1917இல் அமைக்கப்பெற்ற கல்கத்தா கல்விக்குழு உயர்நிலைப்பள்ளி வரை தாய்மொழியில் கற்பிக்க வேண்டும் எனும் பரிந்துரையை முன் வைத்தது. இப்பரிந்துரை தாய்மொழி வழிக் கல்விக்கு ஊக்கத்தைக் கொடுத்தது. மேலும் அக்குழு ஆங்கிலத்தையும், கணிதத்தையும் தவிர மற்ற எல்லாப் பாடங்களுக்குமான வினாக்களும், விடைகளும் அவரவர்களின் தாய்மொழிகளில் அமைய வேண்டும் என்றது.

1917-18களில் சென்னை பொதுமக்கள் பயிற்று இயக்ககம் (Directorate of Madras Public Instruction) உயர்நிலைப் பள்ளிக் கல்வியைத் தாய் மொழியில் பயிற்றுவிக்கக் கருத்துத் தெரிவித்தது. ஆனால், இதைச் சட்டமாக்க இயலாதென்றும், பள்ளி நிருவாகத்தினர் விரும்பினால் தாய்மொழிகளில் கல்வி கற்பிக்கலாம் என்றும் அரசு ஆணை பிறப்பித்தது. பயிற்று மொழியைத் தேர்ந்தெடுப்பதைப் பள்ளியின் விருப்பத்திற்கு, விட்டபோதிலும், நடைமுறையில் தாய்மொழிக் கல்வி பின்பற்றப்படவில்லை.

1919-இல் பொதுமக்கள் பயிற்றுக்குழு பொதுத் தேர்வுகளைத் (Public Examinations) தாய் மொழியிலேயே நடத்த வேண்டும் என்று கேட்டுக் கொண்டது. அதற்குத் தமிழக அரசின் சார்பில் தாய் மொழிகளில் தேர்வை நடத்துவதில் அரசிற்கு யாதொரு சிக்கலும் இல்லை. ஆனால், இதை மாணவர்கள் விரும்புவதில்லை என்று பதிலளிக்கப்பட்டது.

1921இல் மாண்டேகு செம்சு போர்டு சீர்திருத்தத்தின் விளைவாக நாட்டில் இரட்டை ஆட்சி முறை ஏற்படுத்தப்பட்டது. இரட்டை ஆட்சியின்படி கல்வித் துறை முழுக்க முழுக்க மாகாண அரசுகளிடம் ஒப்படைக்கப்பட்டது. இது மாகாண மொழிகள் கல்வித் துறையில் இடம் பெறுவதற்கு வாய்ப்பாக அமைந்தது.

1915ஆம் ஆண்டு எல்லா உயர்நிலைப்பள்ளிகளிலும் இந்தியாவில் உள்ள வட்டார மொழிகளைக் கட்டாயப் பாடமாக்க வேண்டும், ஆங்கிலத்தை இரண்டாவது மொழியாக ஆக்கவேண்டும் என்ற தீர்மானத்தை இராமராயநிங்கர் கொண்டுவந்தார். (G.O.No. 112 Home (Education) Dated 01.02.1918). *ஆனால் தீர்மானத்துக்குப் போதிய ஆதரவு கிடைக்கவில்லை.*

பாடநூல் உருவாக்கம் : வேண்டுகோள்

7.04.1916இல் கூடிய சட்டமன்றத்தில் வட்டாரமொழிக் கல்வி நிலையங்களுக்குப் பாடநூல்களின் தேவை பற்றி நரசிம்மேஸ்வர சர்மா என்ற உறுப்பினர் எழுப்பிய கேள்விக்குத் "தமிழில் பன்னிரண்டு புத்தகங்களும், தெலுங்கில் பதினெட்டுப் புத்தகங்களும், இந்துஸ்தானிய மொழியில் ஒன்பது புத்தகங்களும், உருது இந்துஸ்தானிய மொழியில் ஐந்தும், பெர்சிய மொழியில் இரண்டும் வெளியிடப்பட்டுள்ளன," (G.O.No. 681, Education, Dated 22.07.1916) *என்றவாறு அரசுத் தரப்பில் பதிலளிக்கப்பட்டது. அன்றைய சென்னை மாகாண அரசுப் பள்ளி களுக்காகத் தனியாக வட்டாரமொழிகளில் நூல்களை வெளியிட்டு உள்ளதை இக்கூற்று வெளிப்படுத்தி நிற்கிறது. நூல்களைத் தயாரிக்கும் பணிகளில் தனியார் நிறுவனங்களே ஈடுபட்டுள்ளதால் அது போன்ற முயற்சிகளில் ஈடுபடும் எண்ணம் அரசுக்கு இல்லை எனவும் பாட நூல்களின் தயாரிப்பில் அரசு தனியாருடன் ஒத்துழைக்கும் எனவும், அறிவிக்கப்பட்டது.*

13.10.1917இல் வட்டார மொழிகளில் அறிவியல் இலக்கியத்தை வளர்க்கவும் ஊக்குவிக்கவும் ரூ.15,000 ஒதுக்க வேண்டும் என்ற தீர்மானம் கொண்டுவரப்பட்டது. நிதி பற்றிய விவாதம் என்பதால் அன்றைய சென்னை மாகாண நிதி விதி 13(சி) இன்படி (Madras Financial Rule 13 (C) *விவாதத்துக்கு அனுமதியளிக்கப்படவில்லை. இக்காலகட்டத்தில் சென்னையில் செயல்பட்டுவந்த விஞ்ஞான மண்டல் என்ற நூல் வெளியீட்டு நிறுவனத்தின் சார்பில் அறிவியல் பாடநூல்களும், மதுரைத் தமிழ்ச்சங்கத்தின் சார்பில் சில அறிவியல் பாடநூல்களும் வெளியிடப்பட்டுள்ளன.*

இரங்காச்சாரியார் வட்டார மொழிகளில் அறிவியல் பாட நூல்களை உருவாக்க அரசு ரூ.5,000 நிதி ஒதுக்க 02.04.1914இல் வேண்டுகோள் வைத்தார். கே.ஆர்.வி. கிருஷ்ணராவ் என்பவர் வட்டார மொழிகளைப் பயிற்றுமொழியாக்கவும் வட்டார மொழிகளில் அறிவியல் இலக்கிய நூல்களை ஊக்குவிக்கவும் அரசு முயற்சிகள் மேற்கொள்ள வேண்டும் என வற்புறுத்தினார். வட்டாரமொழிகளில் அறிவியல் கலைச்சொற்களை உருவாக்க வேண்டுமெனவும் உருவாக்கிய சொற்களைப் பயன்படுத்தி, நூல்களைக் கொண்டு வரவேண்டும் எனவும், அவ்வாறு உருவாக்கிய நூல்களைப் பாடநூல்களாகப் பரிந்துரைக்க வேண்டுமெனவும், தீர்மானம் கொண்டு வந்தார். அதற்கு, கல்வித்துறை I, II, III பாரங்களுக்கான அறிவியல் பாடநூல்களை வட்டார மொழியில் தயாரிப்பதற்கான முன்முயற்சியில் இறங்கியுள்ளது.

இத்திட்டம் வட்டாரமொழிகளில் அறிவியல் பாடநூல்கள் வளர்ச்சிக்கு உதவிகரமாக அமையும். (G.O. 865, Home (Education), 1917 Dated 27.06.1917) என்ற அரசுக் கல்வித்துறையின் பதிலைத் தொடர்ந்து தீர்மானம் திரும்பப் பெறப்பட்டது.

சிம்லா மாநாடு

இந்தியக் கல்விமுறை (Indian Education System) தொடர்பான மாநாடு 20.21.1917இல் இந்தியாவின் கோடைக்காலத் தலைநகரான சிம்லாவில் நடந்தது. இந்தியாவின் அனைத்து மாகாணங்களின் பிரதிநிதிகளும் முக்கியக் கல்வி அதிகாரிகளும் கலந்து கொண்டனர். இம்மாநாட்டினைத் தொடங்கி வைத்துப் பேசிய சங்கரன்நாயர், மேனிலைப் பள்ளிகளில் ஆங்கிலத்தைக் கற்பித்தல் தொடர்பாகவும், பயிற்றுமொழி தொடர்பாகவும் விவாதிப்பதே மாநாட்டின் முக்கிய நோக்கம் என்று கூறினார். முதலில் பள்ளிகளில் ஆங்கில மொழிக்கல்வி பற்றிய விவாதம் நடைபெற்றது.

விவாதப்பொருள்

இந்தியாவில் பயிற்றுமொழி தொடர்பாக நடைமுறைப்படுத்தப் பட வேண்டிய பணிகள் பற்றிய கேள்வியை மாநாட்டுத்தலைவர் விவாதத்திற்கு முன்வைத்தார். மாநாட்டுத் தலைவரால் முன்வைக்கப்பட்ட கேள்விகள் வருமாறு:

அ. வேற்றுமொழி வாயிலாகக் (மொழியல்லாத பாடங்களை) கற்பித்தல் என்பது எந்த அளவுக்கு?

(i) கல்வி கற்பித்தல் மாணவர்களின் சுதந்திரத்தையும், சிந்திப்பதில் அவர்களின் சுயமான தன்மையையும் (Originality) அழித்து மனப்பாடம் மட்டுமே கல்விக் கற்றலுக்கான ஒரே வழியாகக் கூறுகிறதா?

(ii) ஆசிரியர் மீது பாரமேற்றுகிறதா?

(iii) வட்டார மொழிகளைப் பலவீனமாக்குகிறதா?

ஆ. வட்டார மொழிகளில் பொருத்தமான பாடப்புத்தகங்கள் இல்லாததும். அறிவியல் மற்றும் தொழில்நுட்பச் சொற்கள் வட்டாரமொழிகளில் இல்லாமலிருப்பதும் வட்டார மொழிகளைப் பயிற்றுமொழியாக்கும் முயற்சிக்குத் தடையாக இருக்கின்றனவா?

இ. ஆங்கிலம் பயிற்றுமொழியாகச் சிறிது சிறிதாகச் சேர்க்கப்பட வேண்டுமா? ஆம் எனில் எந்தப் பருவத்தில், எந்த அளவில் அது அறிமுகப்படுத்தப்பட வேண்டும்?

ஈ. பள்ளி இறுதியில் வட்டாரமொழிவழி பயின்ற மாணவர்களின் அறிவைச் சோதிப்பது எந்த அளவுக்கு நன்மை தரும்? (Simla Report: 1917: 16)

மாநாட்டின் பிரதிநிதிகள் மேற்குறித்த கேள்விகள் தொடர்பாக விவாதங்கள் நடத்தினாலும், விவாதங்கள்,

(i) பயிற்றுமொழியாக ஆங்கிலம் இருப்பதால் ஆசிரியர்களும் மாணவர்களும் எதிர்நோக்கும் சிக்கல்கள் எவை?

(ii) அச்சிக்கல்களை எதிர்கொள்ள மேற்கொள்ளப்பட வேண்டிய செயல்முறைகள் எவை?

ஆகிய இரண்டு கேள்விகளையே நோக்கங்களாகக் கொண்டிருந்தன.

மாநாட்டுத் தீர்மானம்

சிம்லா மாநாட்டில் பயிற்றுமொழி தொடர்பாகப் பின்வரும் தீர்மானங்கள் நிறைவேற்றப்பட்டன.

உயர்நிலைப்பள்ளிகளின் அனைத்து வகுப்புகளிலும் வட்டார மொழிகளையே பயிற்றுமொழியாக நடைமுறைப்படுத்தவேண்டும். உயர்நிலைப் பள்ளிகளில் பயிற்றுமொழியாக ஆங்கிலமும் வட்டார மொழிகளும் இருக்கும். ஆங்கிலத்தைத் தவிர மற்ற அனைத்துப் பாடங்களுக்கு நடத்தப்படும். உயர்நிலைப்பள்ளி இறுதித்தேர்வு வட்டார மொழிகளிலேயே அமையவேண்டும்.

மாணவர்களை உயர்நிலைப்பள்ளி இறுதித் தேர்வில் ஆங்கிலம் தவிர மற்ற பாடங்களை வட்டார மொழிகளிலேயே எழுத அனுமதிக்க வேண்டும். (Simla Report 1917: 16-22)

சிம்லா மாநாட்டு முடிவுகள் எல்லா மாகாணங்களுக்கும் அச்சிடப் பட்டு அனுப்பப்பட்டன. இம்மாநாட்டு முடிவுகளை நடைமுறைப் படுத்த சென்னை மாகாணக் கல்வித்துறையினர் முயற்சிகள் எடுத்ததன் விளைவாகச் சால்டர் ஆணையம் நிறுவப்பட்டது.

இக்கால கட்டத்தில் ஊராட்சி மன்றங்களிலும், நகர்மன்றங்களிலும், மாவட்ட மன்றங்களிலும்கூட, 1927ஆம் ஆண்டு வரையில், ஆங்கிலத்தில் நிகழ்ச்சிகள் நடத்தப்பட்டன என்பது வியப்புக்குரியது. ஆங்கிலமே தெரியாத உறுப்பினர்களைக் கொண்ட மாவட்ட மன்ற நடவடிக்கைகள் எப்படி நடத்தப்பட்டன என்பது வியப்புக்குரியது. தொடக்கப் பள்ளி களிலும், உயர்நிலைப் பள்ளிகளிலும் பாடங்கள் அனைத்தும் வட்டார மொழியில் நடத்தப்பட வேண்டும் என்ற ஆணை பிறப்பிக்கப்பட்டதும், இந்தக் காலத்தில்தான். வட்டார மொழிகளைக் கற்றுக் கொள்ள வேண்டும் என்பதற்காக ஆங்கில அதிகாரிகளுக்கும், ஆங்கிலம் தெரிந்த இந்திய அதிகாரிகளுக்கும் உதவித் தொகை வழங்கக் கூடாது என்ற எதிர்ப்பு இருந்த நேரம் உண்டு. (துரை சுந்தரேசன், 1986 : 5)

இந்தக் காலகட்டத்தில் சென்னை மாநில அரசியலில் ஈடுபட்டிருந்த எஸ்.சத்தியமூர்த்தி 1928 அக்டோபர் 9ஆம் நாள் சட்டமன்றத்தில் பாரதியின் கவிதைகளை அரசு பறிமுதல் செய்ததற்காகக் கொண்டு வந்த ஒத்திவைப்புத் தீர்மானமும், அதைத் தொடர்ந்து அவர் ஆற்றிய ஆங்கிலச் சொற்பொழிவும் பொன் எழுத்துக்களால் பொறிக்கப்பட வேண்டிய ஒன்றாகும். அவருடைய பேச்சு வன்மையால் ஆங்கிலேயர் களைத் தவிர மற்ற உறுப்பினர்கள் அவையை ஒத்திவைக்க வேண்டு மென்று சாதகமாக வாக்கு அளித்தது. ஒன்றே தமிழ் மொழியிடத்தும் தமிழ் மொழியில் இயற்றப்பட்டக் கவிதைகளிடத்தும் மக்களிடம் இருந்த பற்றும் விடுதலை விழிப்புணர்ச்சியும் எந்த அளவிற்கு ஏற்பட்டு இருந்தன என்பதற்கு எடுத்துக்காட்டாகும்.

விடுதலையுணர்வும் பயிற்றுமொழியும்

விடுதலையுணர்வு இந்தியாவெங்கும் பரவிவந்த காலகட்டத்தில் ஆங்கிலத்துக்குப் பதிலாக வட்டார மொழிகளிலேயே கல்வி வழங்கலாம் என்ற கருத்து இந்திய விடுதலைக்குச் சார்பாளர்களால் வற்புறுத்தப்பட்டு

வந்தது. இக்கருத்தைத் "தமிழ்நாட்டிலே தேசியக்கல்வி என்பதாக ஒன்று தொடங்கி, அதில் தமிழ்ப்பாஷையைப் பிரதானமாகக் காட்டாமல் பெரும்பான்மைக் கல்வி இங்கிலிஷ் மூலமாகவும் தமிழ் ஒருவித உப பாஷையாகவும் ஏற்படுத்தினால், அது தேசியம் என்ற பதத்தின் பொருளுக்கு முழுதும் விரோதமாக முடியும் என்பதில் ஐயமில்லை. தேச பாஷையே பிரதானம் என்பது தேசியக்கல்வியின் ஆதாரக் கொள்கை. இதை மறந்துவிடக்கூடாது. தேச பாஷையை விருத்தி செய்யும் நோக்கத்துடன் தொடங்கப்படுகின்ற இந்த முயற்சிக்கு நாம் தமிழ்நாட்டிலிருந்து பூரண ஸஹாயத்தை எதிர்பார்க்க வேண்டுமானால் இந்த முயற்சிக்குத் தமிழ்ப் பாஷையே முதற்கருவியாக ஏற்படுத்தப்படும் என்பதைத் தம்பட்டம் அடித்து அறிவிக்க வேண்டும்." *(சி. சுப்பிரமணிய பாரதி, 1977:229)* என்ற பாரதியின் கருத்தால் அறிகிறோம்.

விடுதலைப்போருக்கான கருத்துப் பரப்பும் பணிகள் அந்தந்த வட்டாரமொழிகளிலேயே செய்யப்பட்டன. ஆங்கிலத்தை அகற்றி விட்டு இந்திய மொழிகளை வளர்க்க வேண்டும் என்ற கருத்தின் அடிப் படையில் ஆங்கிலக் கல்விக்கு மாற்றான கல்வித்திட்டம் ஒன்றை உருவாக்கும் பணிகளில் தேசிய இயக்கத்தினர் ஈடுபட்டனர். தேசத் தலைவர்கள் தேசியக்கல்விக்குழு என்னும் ஓர் அமைப்பினைத் தோற்றுவித்தனர். அந்த அமைப்பில் குருதாஸ் பானர்ஜி, ராஷ்பிஹாரி கோஷ், இரவீந்திரநாத் தாகூர் ஆகிய கல்வி வல்லுநர்கள் இடம் பெற்றிருந்தனர். அந்தக் கல்விக்குழுவானது தொடக்கக்கல்வி முதல் பல்கலைக்கழகம் வரையிலான கல்வித்திட்டம் ஒன்றினை உருவாக்கியது. *(த.சுந்தர்ராஜன், 1988:68)*

இக்கல்வித்திட்டம், தாய்மொழி வழியாக மாணவர்களுக்குக் கல்வி கற்றுக்கொடுப்பதை வற்புறுத்தியது. ஆங்கிலவழிக் கல்வி இந்திய இளைஞர்களுக்குத் துன்பத்தைத் தருகிறது. மாணவர்களின் சக்தியை வீணடிக்கிறது. தேவையில்லாத பொருளாதார இழப்பையும் தோற்றுவிக்கிறது என்பதை, "வரலாற்றில் ஆங்கில ஆட்சியில் நம் நாட்டு இளைஞர்களுக்கு ஏற்பட்ட துன்பங்களில் முதன்மையானது அவர்களின் பயிற்றுமொழியாக ஆங்கிலப் பயிற்றுமொழிக் கல்வியைத் திணித்ததேயாகும்." அது நாட்டின் சக்தியைப் பாழ்படுத்தி மாணவர்களின் வாழ்வையும் குலைத்துவிட்டது. பொதுமக்களிடமிருந்து இளைஞர்களைப் பிரித்துவிட்டது. ஆங்கிலப் பயிற்று மொழிக் கல்வி செலவு மிக்கதாகவும் அமைந்துவிட்டது." (Gandhi M.K., 1974:4) என்ற மகாத்மா காந்தியின் கருத்துவழி அறிகிறோம்.

5. காங்கிரஸ் கட்சியும் பயிற்று மொழியும்

கி.பி. 1857 ஆம் ஆண்டு ஆங்கில அரசுக் கல்வியை மாநில அரசுகளிடம் ஒப்படைப்பதைத் தொடர்ந்து தாய்மொழிக் கல்வி சிறப்படையத் தொடங்கியது.

காந்தியடிகள் காங்கிரசில் பிரவேசிக்கும் வரை அம்மகாசபையின் நடவடிக்கைகளில், ஆங்கிலமே ஆதிக்கம் பெற்றிருந்தது. மாநில காங்கிரஸ் கமிட்டிகளின் நிருவாகத்திற்கும் ஆங்கிலமே பயன்படுத்தப் பட்டு வந்தது. மாறாக ஆந்திரதேசக் கோரிக்கையைப் போல் மற்ற பகுதிகளில் தனி மாநிலமாக ஆகவேண்டுமென்று கோரிக்கை வந்ததெல்லாம், மொழிவாரி அடிப்படையில் மாநிலங்களை ஆக்க வேண்டும் என்பதால் தான். காந்திஜி, காங்கிரஸ் ஆட்சியில் கிளைகளை எல்லாம் ஆங்காங்கே பேசப்படுகின்றதாய் மொழிகளை அடிப்படையாகக் கொண்டு தொடங்கினார்.

காந்திஜி தாய்மொழி பயிற்சிக்கு ஆதரவு

ஆங்கிலப் பள்ளிகளுக்கு எதிராக வட்டார மொழிகளை வளர்க்கும் பணியிலேயே வடபுலத்து மாநில காங்கிரஸ் கமிட்டிகள் மிகவும் தீவிரம் காட்டி தேசிய கல்விக் கூடங்களை அமைத்தன. தமிழ்நாடு மாநில காங்கிரஸ் கமிட்டி மட்டும் அப்பணியிலே வேகங்காட்ட வில்லை. இந்நிலையில் ஒவ்வொரு மாநிலத்திலும் அந்தந்த மாநில மொழிக்கெனத் தனித்தனியே வித்யா பீடங்கள் தோன்றி வரும் நிலையிலே அப்படி ஓர் அமைப்பு தமிழகத்தில் ஏற்படவில்லை. இது குறித்து திரு.வி.க. நெஞ்சம் குமுறி, "தமிழ் நாட்டுக் காங்கிரஸ் கூட்டத்தார் நிகழ்ச்சி முறைகளைத் தமிழிலேயே நடத்த வேண்டும், மாறாக நடப்பாராயின் நாட்டவரைத் தமிழ் வழியில் நடத்த முயலல் வேண்டும்" என்று கூறினார், திலகர் காலத்திலேயே பிரதேசமொழி வளர்ச்சிக்கான பணியிலே விடுதலைப் பாசறையினர் ஈடுபட்டனர் என்றாலும் காந்தியடிகள் காலத்தில்தான் தாய்மொழிப் பற்றானது ஆங்கில ஆதிக்க எதிர்ப்பியக்கமாகவே உருவெடுத்தது. ஆங்கிலேயரின் அரசியல் ஆதிக்கத்தினை மட்டுமின்றி அவர்தம் மொழியான ஆங்கிலத்தி லிருந்தும் நம் நாடு விடுதலை பெறுவதனையே உண்மையான விடுதலையாகக் காந்தியடிகள் கருதினார். சுதேசியம் என்பது வெறும் பண்டங்களை மட்டும் குறிப்பதன்று சொந்த மொழியையும் குறிப்பதாகும், என்று விளக்கந்தந்தார் காந்தியடிகள்.

தமிழகத்துக் காங்கிரஸ் பெருந்தலைவர்களுக்கு இருந்த ஆங்கில மோகம் கண்டு அடிகள் வருந்தினர். 1915இல் காந்தி மயிலாடுதுறைக்கு வருகை தந்தபோது நகர காங்கிரஸ் "வரவேற்பிதழ் ஆங்கில மொழியில் தயாரிக்கப்பட்டிருந்தது. அது கண்டு வரவேற்பிதழ் ஆங்கில மொழியில் பொறிக்கப்பட்டிருத்தல் காண்கிறேன். இந்திய தேசியக் காங்கிரசில் சுதேசித் தீர்மானம் நிறைவேறியிருக்கிறது. நீங்கள் உங்கள் நாட்டு மொழிகளைக் கொன்று அவைகளின் சமாதி மீது ஆங்கிலத்தை நிலவச் செய்வீர்களாயின் நீங்கள் உண்மையில் "சுதேசியியத்தை வளர்ப்பவர்களாக மாட்டீர்கள்" என்று கூறினார்.

காந்திஜியினால் காங்கிரஸ் கட்சியில் தொடங்கி இத்திட்டத்தை இந்திய முழுமைக்கும் வட்டாரக் கல்வி முறை ஏற்படவேண்டுமென்று நினைத்து ஆங்கில வழிக் கல்வி முறையை எதிர்த்தார். அவர் தாய் மொழிக் கல்வியை ஆதரிப்பதற்கு இது ஓர் எடுத்துக்காட்டு. இத்துடன்,

"மெக்காலே கல்வி முறைப்படி எனது நாட்டு மக்கள் கல்வி பயின்று அறிவாளிகள் ஆவதைவிட அவர்கள் கல்வியற்ற முட்டாள்களாகவே இருப்பதையே நான் விரும்புவேன்" என்று மேலும் கூறுகிறார்.

இதேபோல மகாகவி பாரதியார் 'தேசியக் கல்வி' இன்னதெனவும் தெளிவு படுத்தியுள்ளார். இதில் தாய்மொழியின் அவசியத்தை குறிப்பிடுகையில்,

"தமிழ்நாட்டில் தேசியக் கல்வியென்பதாக ஒன்று தொடங்கி அதில் தமிழ் பாஷையை ப்ரதானமாக நாட்டாமல் பெரும்பான்மைக் கல்வி இங்கிலீஷ் மூலமாகவும் தமிழ் ஒருவித உப பாஷையாகவும் ஏற்படுத்தினால் அது தேசியம் என்ற பதத்தின் பொருளுக்கு முழுவதும் விரோதமாக முடியுமென்பதில் ஐயமில்லை"

தேச பாஷையே ப்ரதானம் என்பது தேசியக் கல்வியின் ஆதாரக் கொள்கை இதை மறந்துவிடக்கூடாது. தேச பாஷையை விருத்தி செய்யும் நோக்கத்துடன் தொடங்கப்படுகிற இந்த முயற்சிக்கு நாம் தமிழ்நாட்டிலிருந்து பரிபூர்ண ஸஹாயத்தை எதிர்பார்க்க வேண்டுமானால், இந்த முயற்சிக்குத் தமிழ்பாஷையே முதற் கருவியாக ஏற்படுத்தப்படும் என்பன தம்பட்டம் மூலம் அறிவிக்க வேண்டும் என்று கூறுகிறார். (விடுதலைப் போரில் தமிழ் வளர்ந்த வரலாறு, ம.பொ.சி. பக்.291)

இக்கூற்றுகளைக் கொண்டு, காந்திஜி, பாரதியார் போன்றோர் எந்த அளவு, தாய்மொழிக் கல்விக்கு ஆதரவு அளித்தார்கள் என்பது தெரிகிறது.

சட்டசபையில் தீர்மானம் தோல்வி

1914இல் 9, 10, 11ஆவது வகுப்புகளிலும் தமிழைப் பயிற்று மொழியாக்கும் முயற்சி தொடங்கியது. பாரதியார் போன்றவர்கள் தமிழ்ப் பயிற்று மொழியாக வேண்டும் என வற்புறுத்தினர். சட்ட சபையில் இது தொடர்பாகத் தீர்மானம் கொண்டுவரப்பட்டு, தோற்கடிக்கப்பட்டது. காரணம்:

1. மக்கள் மத்தியில் ஆதரவில்லை.
2. போதிய பாடநூல்கள், கலைச்சொற்கள் இல்லை.
3. பல்வேறு தாய்மொழிகளைக் கொண்ட மாணவர்கள் படிக்கிறார்கள்.
4. தாய்மொழியில் கற்பிக்கும் ஆசிரியர்கள் இல்லை.

இன்று சொல்லப்படும் இதே காரணங்கள்தான் 90 ஆண்டுகளுக்கு முன்னும் சொல்லப்பட்டன என்பது விந்தையாக உள்ளது. 1915இல் நடத்தப்பட்ட ஒரு கணிப்பின்படி தாய்மொழி வழிப்படிக்கும் மாணவனைவிட ஆங்கிலம் வழிப்படிக்கும் மாணவன் திறமை குறைவானவன் என்பது கண்டறியப்பட்டது. எனவே, தாய்மொழி வழிக்கல்வி ஊக்குவிக்கப்பட்டது. ஆங்கிலம் இரண்டாவது மொழியாக, ஆனால் கட்டாய மொழியாக இருந்தது.

1917இல் கல்கத்தா பல்கலைக்கழகக் கமிஷன் தாய்மொழியைப் பயிற்று மொழியாக உயர்நிலைக் கல்விக்குப் பரிந்துரைத்தது. கணிதமும், ஆங்கிலமும், மட்டும் ஆங்கில வழி. விடைகள் ஆங்கிலத்திலோ, தாய்மொழியிலோ இருக்கலாம். அரசும் இதற்கு ஆதரவு தந்தது. ஆனால் மக்கள் மத்தியில் போதிய வரவேற்பு இல்லை.

தமிழ் இதழ்கள் சில தமிழைப் பயிற்றுமொழியாக்க வேண்டும் என வற்புறுத்தித் தலையங்கங்கள் எழுதின. 1916 சூலையில் வெளிவந்த "பூர்ண சந்திரோதயம்" இதழில் இது வற்புறுத்தப்பட்டது.

சட்டசபையில் சத்தியமூர்த்தி 1924இல் எஸ்.எஸ்.எல்.சி வரை தாய்மொழியே பயிற்றுமொழியாக இருக்க வேண்டும் என்ற தீர்மானத்தைக் கொண்டு வந்தார். கல்வி இயக்குநர் இதற்கு ஆதரவு தெரிவித்தார். ஆயினும், இரு மொழியும் பயிற்று மொழியாகலாம் என்றும், பயிற்று மொழியைத் தேர்ந்தெடுக்கும் சுதந்திரத்தை மாணவர்களுக்கும் பெற்றோர்களுக்கும் தரலாம் என்றும் கூறினார்.

இந்தக் காலகட்டத்தில் ஊ. சா. வேங்கடராம ஐயர் 'தாய் மொழியை வளர்த்தல்' என்ற நூலை 1922இல் வெளியிட்டு, தமிழ்வழிக் கல்வியின்

அவசியத்தை வற்புறுத்தினார். 'கல்விப் பயிற்சிக்குரிய தாய்மொழி' என்ற தலைப்பில் வே. இராதா கிருஷ்ணப்பிள்ளை ஒரு கட்டுரை எழுதி, 'பாடமொழியாகத் தமிழ் ஆகுமானால் பாடநூற்கள் தாமே வரும், பாடநூற்கள் இல்லை என்பதைத் தடையாகக் கூறிப் பயிற்று மொழியாகத் தமிழ் வருவதைத் தடுத்தல் கூடாது' என்றார்.

1925இல் அரசு அனுப்பிய சுற்றறிக்கை ஆங்கிலம் அல்லது தாய்மொழி பயிற்று மொழியாக இருக்கலாம் என்றும், விடையை எந்த மொழியிலும் எழுதலாம் என்றும் கூறியது.

1930இல் தமிழகத்தில் இருந்த 300 பள்ளிகளில் 55 பள்ளிகளே 4, 5, 6 வது படிவங்களில் (9, 10, 11ஆவது வகுப்பு) தாய்மொழி வழிக் கற்பித்தன. இக்காலக் கட்டத்திற்குப் பிறகே முதன்முதலாக எஸ்.எஸ்.எல்.சி. தேர்வும் தமிழில் எழுதப்பட்டது.

பொது மக்களிடம் தமிழுக்கு ஆதரவு தேட முயற்சிகள் மேற் கொள்ளப்பட்டன. 6-8-1933 இல் துறையூரில் நடைபெற்ற தஞ்சை - திருச்சி மாவட்டத் தமிழ்ப் புலவர் மாநாட்டுத் திறப்புரையில் பண்டிதமணி கதிரேசன் செட்டியார் தமிழ்வழிக்கல்வி பற்றி வற்புறுத்தியதோடு, பிறமொழி நூல்களைத் தமிழில் மொழிபெயர்த்தல் அவசியம் என்றும், அதன் மூலம் பாடநூற்கள் இல்லாத குறைதீரும் என்றும் கூறினார்.

1933 டிசம்பர் 27இல் சென்னை பச்சையப்பன் கலாசாலையில் தமிழ் அன்பர் மாநாடு கூடியது. அதற்கு முன் டிசம்பர் 21 அன்று ஒரு புத்தகக் கண்காட்சி நடைபெற்றது. 2200 புத்தகங்கள் கண்காட்சியில் இடம் பெற்றன. 70 வெளியீட்டாளர்களும், 150 நூலாசிரியர்களும் புத்தகங்களை அனுப்பியிருந்தனர். இலக்கண இலக்கியப் பகுதியில் 550 நூல்கள் இடம் பெற, சாஸ்திரப் பகுதியில் 325 நூல்கள் இடம் பெற்றன. (சென்னைப் புத்தகாலயப் பிரச்சார சங்க வெளியீடு, 1934) கண்காட்சியைத் திறந்து வைத்த ரைட் ஆனரபின் சீனிவாச சாஸ்திரி, "எந்த விஷயத்தையும் தமிழ்ப் பாஷை மூலமாகவே தெரிந்து கொள்ளும்படியான புஸ்தகங்கள் தமிழில் வெளிவர வேண்டும். தமிழ் அன்பர் மாநாடு இம்முயற்சியைத் தொடங்கவேண்டும். இதுவே என் பிரார்த்தனை" என்று குறிப்பிட்டார்.

சத்தியமூர்த்தி கல்வி அமைச்சரிடம் கோரிக்கை

தமிழ் அன்பர் மாநாட்டுக்குத் தலைமை வகித்தவர் அன்றைய சென்னை மாநிலக் கல்வி அமைச்சர் திவான்பகதூர் குமாரசாமி

ரெட்டியார் ஆவார். அவரைத் தலைமை ஏற்குமாறு வழிமொழிந்த எஸ். சத்தியமூர்த்தி தனது உரையில், "ஸ்ரீமான் ரெட்டியார் அவர்களிடம் ஒரு வேண்டுகோள் செய்துகொள்கிறேன். எஸ்.எஸ்.எல்.சி. பரீட்சைக்கு இங்கிலீசைத் தவிர மற்ற பாடங்களைத் தமிழ் மூலமாகத் தான் கற்றுக் கொள்ள வேண்டுமென்ற உத்தரவை அவர் போட வேண்டும். அவர் மனம் வைத்தால் அதைச் செய்யலாம். அந்த உபகாரம் என்றும் மறவாத உபகாரமாக இருக்கும்" என்றார்.

குமாரசாமி ரெட்டியாருடைய தலைமை உரை ஒரு முக்கியமான செய்தியைக் கோடிட்டுக் காட்டுகிறது. கல்வி இலாகா அதிகாரிகள் தாய்மொழிக் கல்விக்கு விதிகளைத் தளர்த்தி அனுமதித்தாலும், பொதுமக்கள் தயாராக இல்லை என்பதே அது. அவரது உரையின் பகுதி:-

"தாய்ப் பாஷை மூலம் எல்லாப் பாடங்களையும் கற்றுக் கொடுக்க வேண்டுமென்பதை நம்முடைய மஹா ஜனங்கள் அனுபவத்தில் கொண்டுவர வேண்டும். இதை நான் சென்ற வருஷம் யூனிவர்சிட்டியில் பட்டமளிப்பு விழாப் பிரசங்கத்தில் சொல்லியிருக்கிறேன். நான் என்னுடைய பேனாவை நாட்டி ஒரு வரி எழுதினால் இதைச் செய்து விடலாம் என்று என்னுடைய நண்பர் ஸ்ரீமான் சத்தியமூர்த்தி அவர்கள் சொன்னார். நான் அப்படிச் செய்வது சாத்தியமாயிருந்தால் முன்பே செய்திருப்பேன். கல்வி இலாகா அதிகாரிகளும் அவர்கள் விதிகளும் இடங்கொடுத்தாலும் பொது ஜனங்களுடைய மனம் அதற்கிடம் கொடுக்கவில்லை. மாணவர்களுக்கு மனதிருந்தால் இதைச் சாதித்துக் கொள்ளலாம். ...பொது ஜனங்கள் மனம் இன்னும் மாறவில்லை. இங்கிலீஷ் மோகம் குறையவில்லை."

இங்கிலீஷ் மோகம் கடந்த 55 ஆண்டுகளில் இன்னும் வளர்ந்திருக்கிறதே தவிரக் குறையவில்லை என்பதே யதார்த்த நிலையாகும். இந்த மாநாட்டில் நிறைவேற்றப்பட்ட ஒரு தீர்மானம்: 'தமிழ்நாட்டில் எஸ்.எஸ்.எல்.சி வரை எல்லாப் பாடங்களையும் கட்டாயமாகத் தமிழில் கற்றுக் கொடுக்க வேண்டும்' என வேண்டுகிறது. 'மற்றொரு தீர்மானம், தற்கால விஞ்ஞான சாஸ்திர கலைகள் அனைத்தையும் தமிழ் மக்கள் தம் தாய்மொழி வழியாகவே தெரிந்துகொள்ளுவது அவசியம் ஆதலால் சாதாரண மக்களும் மாணவர்களும் புரிந்து கொள்ளும் விதத்தில் அக்கலை நூல்கள் தமிழில் வெளிவர வேண்டும்' எனக் கூறுகிறது. மூன்றாவது தீர்மானம் கலைச்சொல் பற்றியது.

"தமிழில் தக்க சொற்கள் இல்லாத இடத்து விஞ்ஞான சாஸ்திரம் முதலியனவற்றின் பரிபாஷைச் சொற்களையும் உலக வழக்கில் பொது மக்களிடையே பெரிதும் பயின்று வரும் பிறமொழிச் சொற்களையும் இயன்ற வரையில் மொழி பெயர்க்காமலே தமிழில் இணைத்துக் கொள்வது உத்தமம்."

இவ்வகையான முயற்சிகளின் பயனாக 1938இல் உயர்நிலைப் பள்ளிகளில் தாய் மொழியே பயிற்றுமொழி எனத் தீர்மானிக்கப் பட்டது. 394 பள்ளிகளில் தாய்மொழி வழிக்கல்வி நடைபெற்றது என 1942ஆம் ஆண்டுக் கல்வி அறிக்கை கூறுகிறது.

வார்தா திட்டம்

காந்தியடிகள் 1937ஆம் ஆண்டில் ஹரிஜன் பத்திரிகையில் தாய்மொழிக் கல்வியை ஆதரித்து ஒரு கட்டுரை எழுதி இருந்தார். இதுவே ஒரு திட்டமாக வார்தாவில் 1937இல் கூடிய கல்வி மாநாடு ஒப்புக் கொண்டது. இதில் உள்ள மூன்று திட்டத்தில் தாய்மொழியில் கல்வி புகட்டல் என்பது ஒரு முக்கிய அம்சமாகும். டாக்டர் ஜாகீர் உசேன் தலைமையில் அமைந்த குழுவினரால் இத்திட்டம் ஆராயப் பட்டு கருத்துக்கள் வெளியிடப்பட்டன. இத்திட்டமே மும்மொழித் திட்டத்திற்கு வழி வகுத்தது. ஆதாரக் கல்விக் கொள்கையின்படி எல்லாக் குழந்தைகளும் 7 ஆண்டுகள் ஆரம்பக் கல்வி அளிக்க வேண்டும். கல்வி தாய் மொழியிலேயே இருக்க வேண்டுமென்று இதில் வரையறுக்கப்பட்டு சொல்லப்பட்டது.

இத்திட்டம் வடக்கிலும் தெற்கிலும் 1937. 1939வரை காங்கிரஸ் ஆட்சி நடைபெற்ற மாநிலங்களில் நடைமுறைக்கு வந்தது. 1939இல் கவர்னர் ஆட்சியில் இத்திட்டம் கைவிடப்பட்டு, 1947இல் விடுதலைக்குப் பின் திரும்பவும் இது நடைமுறைக்கு வந்தது. பிறகு கைவிடப்பட்டது.

தமிழகத்தில் செயல்பட்டுவந்த அமைப்புக்களும் வட்டார மொழிகளைப் பயிற்று மொழியாக்கக் கோரி அரசுக்கு வேண்டுகோள் விடுத்துள்ளன. தேவகோட்டையில் செயல்பட்டுவந்த வைசிய சித்தாந்த சபையின் நான்காவது ஆண்டுவிழாவின் போது. "வட்டார மொழிகளை எல்லா வகுப்புகளிலும் கட்டாயமாக்க சென்னை மாகாண கவர்னரும், சென்னைப் பல்கலைக்கழகத் துணைவேந்தரும் முயற்சிகள் எடுக்க வேண்டும் (G.O. No. 178. Home (Education). Dated 15.2.1917) எனத் தீர்மானம் நிறைவேற்றப்பட்டது.

கல்கத்தா பல்கலைக்கழக ஆணையமும் பயிற்றுமொழியும்

1917ஆம் ஆண்டு கூடிய கல்கத்தா பல்கலைக்கழக ஆணையம் (Calcutta University Commission) பயிற்றுமொழிச் சிக்கலை விவாதித்து சில முக்கியப் பரிந்துரைகளை அரசுக்கு வழங்கியது. அவை வருமாறு:

ஆங்கிலம் கணிதப் பாடங்களைத் தவிர மற்ற அனைத்துப் பாடங்களும் வட்டார மொழிகளிலேயே போதிக்கப்பட வேண்டும்.

தேர்வு எழுதும் மாணவர்கள் ஆங்கிலம், கணிதம் தவிர மற்ற பாடங்களை ஆங்கிலத்திலோ வட்டாரமொழிகளிலோ எழுதலாம். (Calcutta University Report Chapter XLI of Vol.V:33)

13 வயது வரையில் உள்ள குழந்தைகள் வட்டார மொழிகளிலேயே பயிற்றுவிக்கப்பட வேண்டும் என்ற கொள்கைமுடிவு சென்னை மாகாண பள்ளிகளில் நடைமுறைப்படுத்தப்பட்டது. பயிற்று மொழியாக வட்டார மொழிகளைக் கட்டாயப் பாடமாக்குவதற்கான முயற்சிகள் இக்கால கட்டத்தில் மேற்கொள்ளப்பட்டன.

பள்ளிகளில் பயிற்றுமொழி (இரண்டாவது கட்டம்)

ஆர். ராமச்சந்திரராவ், அறிவியல் பாடநூல்கள், வட்டார மொழிகளில் கல்வி பற்றி 25.07.1918இல் கேள்வி எழுப்பியதற்கு அரசு அளித்த பதிலில், "I, II, III பாரங்களின் பாடத்திட்டங்கள் அச்சிடப்பட்டன. அவைத் தலைமை ஆசிரியர்களின் குழுவின் பரிசீலனையில் உள்ளன." (G.O. No. 1509, Education, Dated 17.11.1918) எனக் குறிப்பிடப்பட்டுள்ளது.

மேலே காட்டப்பட்ட அரசு ஆணையின் பகுதியிலிருந்து, கல்வித் துறை வட்டார மொழிகளில் (I, II, III) பாடங்களின் அறிவியல் பாடங்களைத் தயாரிக்கும் முயற்சிகளில் இறங்கியுள்ளது என்பதை அறியமுடிகிறது.

உயர்நிலைப் பள்ளிகளில் பயிற்றுமொழி (மூன்றாவது கட்டம்)

பள்ளிகளில் I, II, III பாரங்களில் பயிற்றுமொழித்திட்டம் நடைமுறைப்படுத்தப்பட்டதால் சட்டமன்ற விவாதங்களில் 1917 அக்டோபருக்குப் பிறகு விவாதங்கள் IV, V, VI பாரங்களின் பயிற்றுமொழி பற்றியே அமைந்தன.

உயர்நிலைப் பள்ளிகளில் பயிற்றுமொழி விவாதம்

சூரிய நாராயணராவ் பந்துலு என்ற உறுப்பினர் உயர்நிலைப் பள்ளிகளில் (IV, V, VI பாரங்கள்) மொழியல்லாத மற்ற அனைத்துப்

பாடங்களும் வட்டார மொழிகளில் பயிற்றுவிக்கப்பட வேண்டும் என்ற கோரிக்கையை முதல்முறையாக 20.11.1917ஆம் நாள் எழுப்பினார். இவருடைய கோரிக்கை, பள்ளிகளில் பயிற்றுமொழித் திட்டத்தை மூன்றாவது கட்டத்தை நோக்கி நகர்த்தியது. இதே கால கட்டத்தில் சென்னையில் கூடிய உ.நி.பள்ளிகளின் தலைமையாசிரியர்கள் மாநாடு வட்டார மொழிகளில் சில பாடங்கள் உட்பட உ.நி.பள்ளிகளில் வட்டாரமொழிகளிலேயே பயிற்றுவிக்கலாம் எனப் பரிந்துரை செய்தது.

வெங்கடரத்தினம் குழு

1921ஆம் ஆண்டில் வட்டாரமொழிகளைப் பயிற்றுமொழியாக்கும் திட்டத்தின் ஒரு பகுதியாக மூன்றாவது பாரத்துக்கு மேற்பட்ட வகுப்புகள் அனைத்திலும் (IV, V, VI) வட்டாரமொழிகள் மூலமே அனைத்து பாடங்களும் பயிற்றுவிக்கப்படவேண்டும் என்ற கோரிக்கை முன்வைக்கப்பட்டதைத் தொடர்ந்து அன்றைய சென்னை மாகாண அரசு ஸ்ரீ வெங்கடரத்தினம் நாயுடுவைத் தலைவராகக் கொண்டு உயர்நிலைப் பள்ளி கல்வி பற்றி அறிய ஒரு குழுவை நியமித்தது.

குழுவின் பரிந்துரைகள்

பயிற்றுமொழி தொடர்பாக அரசுக்கு, வெங்கடரத்தினம் குழு அளித்த பரிந்துரைகள் பின்வருமாறு.

1. நான்காவது பாரம் (Fourth Form) முதல் ஆறாவது பாரம் (Sixth Form) வரையிலான கல்வி அமைப்பில் பயிற்று மொழியாகவும் தேர்வு மொழியாகவும் வட்டார மொழியே அமையவேண்டும்.
2. ஆங்கிலம் அல்லது வட்டாரமொழிகளைப் பயிற்றுவிக்கவும், தேர்வு எழுதவும் தேர்ந்தெடுக்கும் உரிமை பள்ளியின் மானேஜருக்குக் கொடுக்கப்பட வேண்டும்.
3. ஆங்கில வழி, வட்டாரமொழி வழிக்கல்விக்குச் சரிசமமான நேரம் ஒதுக்கப்பட வேண்டும்.
4. பள்ளி இறுதித் தேர்வுக்கான (S.S.L.C.) கேள்வித்தாள்கள் ஆங்கிலத்திலும் வட்டாரமொழிகளிலும் தயாரிக்கப்பட வேண்டும். (G.O.No.239, Law (Education), dated 14.2.1923)

இக்குழுவின் பரிந்துரைகளை அரசு ஏற்றுக் கொண்டுள்ளது.

பரிந்துரைகளுக்கு எதிர்ப்பும், ஆதரவும்

அரசின் இம்முயற்சிகளுக்கு எதிர்ப்பு தெரிவிக்கும் வகையில் 1921 இல் டபிள்யு விஜயராகவ முதலியார் வட்டாரமொழி (First Part) தவிர மற்ற அனைத்துப் பாடங்களும் ஆங்கில வழியிலே கற்பிக்கப்பட வேண்டும் எனத் தீர்மானம் கொண்டுவர முயற்சி செய்தார். பயிற்று மொழித் திட்டத்தினை (IV, V, VI) பாரங்களுக்கு விரிவுபடுத்தவும் ஆங்கிலம் அல்லாத அனைத்துப் பாடங்களுக்கும் தேர்வு வட்டார மொழிகளிலேயே நடத்தவேண்டியும் கோரிக்கைகள் (1919 சூரிய நாராயண ராவ் பந்துலு) எழுந்த காலகட்டத்தில் அதற்கு முரணாக விஜயராகவ முதலியாரின் கோரிக்கை பயிற்றுமொழித் திட்டத்திற்குச் சட்டமன்ற உறுப்பினர்களிடமும் எதிர்ப்பு இருந்ததை வெளிப்படுத்தும் சான்றாகும். விஜயராகவ முதலியாரின் தீர்மானத்திற்குப் பதில் அளித்த அரசு கல்கத்தா பல்கலைக்கழக ஆணையத்தின் பின்வரும் தீர்மானத்தைச் சுட்டிக்காட்டியது.

தேர்வு மொழியாக ஆங்கிலம், கணிதம் தவிர மற்றவை அனைத்தும் வட்டார மொழிகளிலேயே நடத்தப்பட வேண்டும். கணிதத்தேர்வை வட்டாரமொழிகளிலே எழுத அனுமதிக்கலாம். இதனைத் தொடர்ந்து விஜயராகவ முதலியார் பயிற்றுமொழியாக ஆங்கிலமே தொடர வேண்டும் என்ற தன் தீர்மானத்தைத் திரும்பப் பெற்றார்.

கட்டாயமாக்கம் : வேண்டுகோள்

இந்திய விடுதலைப் போராட்ட வீரராகவும் தீவிர காந்தி இயக்க ஆதரவாளராகவும் அறியப்பட்டவர் சத்தியமூர்த்தி. இவர் ஆங்கில மொழிவழிக் கல்வி இந்தியர்களுக்கு எதிரானது என்ற கருத்துடையவர். சத்தியமூர்த்தி அன்றைய சென்னை மாகாணக் கல்வி முறையில் பயிற்றுமொழித் திட்டத்தை அறிமுகப்படுத்த வேண்டும் என 1923ஆம் ஆண்டு தீர்மானம் கொண்டு வந்தார். அத்தீர்மானம் வருமாறு:

“ஒன்று அல்லது ஒன்றுக்கு மேற்பட்ட வட்டார மொழிகள் வழியாக மாகாணத்தின் அனைத்துப் பள்ளிகளிலும் கட்டாய பயிற்றுமொழித் திட்டத்தை நடைமுறைப்படுத்துவதற்கு உதவும் வகையில் கல்விவிதிகளில் மாற்றம் செய்யப்படவேண்டும். மாகாணத்தில் உள்ள பள்ளிகளில் ஒன்று அல்லது ஒன்றுக்கு மேற்பட்ட வட்டாரமொழிகள் வழியாகப் பள்ளி இறுதித் தேர்வுகள் நடத்தப்பட வேண்டும்.” (G.O.No.1851, Law (Education), Dated 27.10.1925)

அவர் கொண்டுவந்த தீர்மானத்தை பனகல் அரசர் (ராமராயநிங்கர்) தலைமையிலான நீதிக்கட்சி அரசு பொதுக்கல்வித்துறை இயக்குநருக்கு

அனுப்பி, மாகாணத்தில் உள்ள அனைத்து மாவட்ட உயர்கல்வி வாரியங்களிடமும் கருத்துக் கேட்டு அனுப்பக்கோரியது. (Memorandum No. 4759/BI Law (Education), Dated 12.01.1924)

*1924*இல் திரு. சத்தியமூர்த்தி மேல் சபையில், "உயர்நிலைப் பள்ளிகளில் வட்டார மொழிகள் கட்டாயப் பயிற்று மொழியாக்கப்பட வேண்டும்," என்ற தீர்மானத்தைக் கொண்டு வந்தார். இத்தீர்மானம் மாவட்ட உயர்நிலைக் கல்வி கழகங்களுக்குக் (District Secondary Education Boards) கருத்துக் கேட்டு அனுப்பப்பட்டது. மாவட்டக் கல்விக் கழகங்கள் இத்தீர்மானத்தின் மீது ஒருமித்த கருத்துக் கொண்டிருக்க வில்லை. கல்வித்துறை இயக்குநர் இக்கருத்துகளோடு தமது குறிப்புகள் சிலவற்றையும் சேர்த்து அரசுக்கு அனுப்பினார். அவற்றில் பின்வரும் செய்திகள் இடம் பெற்றிருந்தன.

1. உயர்நிலைப் பள்ளிகளில் ஆங்கிலம், வட்டார மொழி ஆகிய இரண்டின் வழியேயும் கற்பிப்பது, வட்டார மொழிகளின் படிப்படியான வளர்ச்சிக்கு உதவும். அதேவேளையில் இருக்கின்ற முறையை முழுதும் மாற்றா வண்ணம் இருக்க இந்த இணக்கமான நிலை (Compromise) பயன்படும்.
2. பயிற்று மொழியைக் கட்டாயமாக்குவதைவிடப் பள்ளி நிருவாகத்தினர், பெற்றோர்களின் விருப்பத்திற்கு விட்டு விடுவதே பயிற்று மொழிச் சிக்கலை எளிதாகத் தீர்ப்பதற்குரிய வழியாகும்.
3. உயர்நிலைப் பள்ளிகளில் ஆங்கிலத்திலிருந்து தாய் மொழி வழியாகக் கற்பது படிப்படியாகவே மாற்றம் பெற வேண்டும். இதற்கான தொடக்கத்தை நான்காம் படிவத்தில் (IV Form) தொடங்கி மூன்றாண்டுகளில் சிறிது சிறிதாக மேற்கொள்ள வேண்டும்.

அரசு மேற்குறித்த இயக்குநரின் கருத்தை ஏற்று அவரைச் சென்னைப் பல்கழைக்கழகக் கல்விக் குழுவில் கலந்து கொண்டு இதற்கான செயற்பாட்டுத் திட்டம் ஒன்றைத் தயாரிக்குமாறு பணித்தது.

*1925*இல் கல்வி இயக்குநர், சென்னைப் பல்கலைக்கழகக் கல்விக் குழுவோடு இணைந்து தயாரித்த திட்டத்தை அரசின் ஒப்புதல் பெற்று பள்ளிகளுக்குச் சுற்றறிக்கை மூலம் அனுப்பினார். அந்த அறிக்கையில் பின்வரும் செய்திகள் இடம் பெற்றிருந்தன.

1. பள்ளி நிருவாகங்கள், உயர்நிலைப் பள்ளிகளில் பயிற்று மொழியாக ஆங்கிலத்தையோ வட்டார மொழியையோ தெரிவு செய்து கொள்ளலாம்.
2. ஆயினும் ஆங்கில மொழிக்குரிய பாடவேளை உள்பட பள்ளி நேரத்தில் பாதிநேரம் தாய்மொழி வழிக் கற்பிப்பதற்கும் பயன்படுத்த வேண்டும்.
3. பள்ளிப் பொதுத் தேர்வில், ஆங்கிலம், இலத்தீன், கிரேக்கம், ஈப்ரு, பிரஞ்சு, செருமன் ஆகிய மொழிப் பாடங்களைத் தவிர மற்றவற்றிற்கு வினாத்தாள்கள் ஆங்கிலம், தமிழ், தெலுங்கு, மலையாளம், கன்னடம், ஒரியா, மராத்தி, உருது ஆகிய மொழிகளில் இருக்கும். வடமொழி மற்றும் தாய்மொழி வினாத்தாள் அந்தந்த மொழிகளில் மட்டுமே இருக்கும். அரபு, பெர்சியன் மொழிகளுக்குரிய வினாத்தாள் உருதுவில் மட்டுமே இருக்கும். மாணவர்கள் மொழிப் பாடமல்லாத பிற பாடங்களுக்கும் ஆங்கிலத்திலோ அல்லது அந்த வினாத்தாள் அமைந்துள்ள மொழியிலோ விடையளிக்கலாம்.

சத்தியமூர்த்தியின் தீர்மானம் பற்றிய கருத்துக்கள் பல மாவட்டக் கல்வி வாரியங்களில் விவாதிக்கப்பட்டன. பெரும்பாலான கல்வி வாரியங்கள் சத்தியமூர்த்தியின் தீர்மானத்தை ஏற்றுக்கொண்டன. எனினும், பள்ளியிறுதித் தேர்வுகளில் வட்டாரமொழிகளில் தேர்வு எழுதுவது, கட்டாயப் பயிற்றுமொழித் திட்டம் ஆகியவை குறித்த மாறுபட்ட கருத்துக்களைப் பல மாவட்டக் கல்வி வாரியங்கள் தெரிவித்திருந்தன. அக்கருத்துக்களை அன்றைய பொதுக் கல்வித் துறை இயக்குநர் லிட்டில் ஹாலீயஸ் (Little Halies) அரசுக்குக் கடிதம் எழுதினார் அக்கடிதத்தில், "பயிற்று மொழித் தேர்ந்தெடுப்பு குறித்து சுதந்திரம் கொடுக்கப்பட வேண்டும். நான்காவது பாரம் முதல் ஆறாவது பாரம் வரை உடனடியாக வட்டார மொழிகளைப் பயிற்று மொழி ஆக்குவதற்குப் பதிலாக முதல் ஆண்டு நான்காவது பாரத்தில் (Fourth Form) பயிற்றுமொழித் திட்டத்தை நடைமுறைப்படுத்த வேண்டும்" (R.C.No.82-0/24) எனக் குறிப்பிட்டிருந்தார். அடுத்த ஆண்டுகளில் இத்திட்டத்தை V, VI பாரங்களுக்கும் விரிவுபடுத்த வேண்டும் என அரசுக்குத் தெரிவித்திருந்தார்.

அவரின் கருத்துக்களை ஏற்றுக்கொண்ட அரசு வெங்கடரத்தினம் குழுவின் பரிந்துரைகளை நடைமுறைப்படுத்துவதற்கான சுற்றறிக்கையைத் தயாரித்து சென்னைப் பல்கலைக்கழகக் கல்விக்குழுவுக்கு அனுப்பி அதன் ஆலோசனையை வழங்கக் கேட்டுக் கொண்டது.

உயர்நிலைப்பள்ளிகளில் பயிற்றுமொழி ஆணை (1925)

அரசு செயலர் வெங்கடரத்தினம் குழுவின் பரிந்துரைகளைச் சென்னைப் பல்கலைக்கழகக் கல்விக்குழுவிற்கும் (Academic Council) பல்கலைக்கழக இணைப்புக் கல்லூரிகளின் குழுவிற்கும் (Council of Affiliated Colleges) அனுப்பினார். அக்குழுக்களில் நடந்த விவாதங்களில் பள்ளிகளில் பயிற்றுமொழியைக் கட்டாயப்படுத்தும் திட்டத்திற்குப் பெரும்பான்மை உறுப்பினர்கள் ஆதரவு வழங்கவில்லை. இருப்பினும் வட்டார மொழிகளைப் பயிற்றுமொழியாக IV, V, VI பாரங்களில் நடைமுறைப்படுத்த வேண்டும் என்ற கோரிக்கையை முந்தைய கல்கத்தா பல்கலைக்கழக ஆணையத் தீர்மானத்தின்படி இக்குழுக்கள் ஏற்றுக்கொண்டன. இதனைத் தொடர்ந்து அரசு செயலர் பல்கலைக் கழகக் கல்விக்குழு இணைப்புக் கல்லூரிக் குழுக்களின் கருத்துக்களை அரசுக்குத் தெரிவித்தார். இத்தகவல்களைக் கவனமாகப் பரிசீலனைச் செய்த அரசு உயர்நிலைப் பள்ளிகளில் (IV, V, VI) பாரங்களில் வட்டார மொழிகளைப் பயிற்றுமொழியாக்கும் அரசு ஆணையை வெளியிட்டது. அந்த அரசாணை வருமாறு:

"உயர்நிலைப் பள்ளிகளில் நான்காவது, ஐந்தாவது, ஆறாவது பாரங்களில் பயிற்றுமொழியாக வட்டாரமொழி அல்லது ஆங்கிலத்தைத் தேர்ந்தெடுக்கப் பள்ளிகளின் மேனேஜர்களுக்குச் சுதந்திரம் அளிக்கப் படுகிறது. வட்டாரமொழி வழிக்கல்விக்கும் ஆங்கிலவழிக் கல்விக்கும் சரிசமமான அளவில் நேரம் ஒதுக்கப்பட வேண்டும். இந்த நேரத்தில் ஆங்கில மொழிப்பயிற்சிக்கு (English Language Study) நேரம் ஒதுக்கப்பட வேண்டும்."

"பள்ளியிறுதித் தேர்வுகளின் அனைத்துப் பாடங்களுக்குமான வினாத்தாள்கள் தமிழ், தெலுங்கு, மலையாளம், கன்னடம், ஒரியா, மராத்தி, உருதுமொழிகளில் தயாரிக்கப்பட வேண்டும் இதில் மொழிப் பாடங்களான ஆங்கிலம், ஹீப்ரு, கிரேக்கம், லத்தீன், பிரெஞ்சு, ஜெர்மன் பாடங்களின் தேர்வுத்தாள்கள் ஆங்கிலத்தில் இருக்க வேண்டும். சமஸ்கிருதம் மற்றும் வட்டார மொழிகளின் தேர்வுத் தாள்கள் ஆங்கிலத்தில் இருக்கக்கூடாது. அரேபிய, பெர்சிய மொழித்தேர்வுத்தாள்கள் உருது மொழியிலேயே அமைதல் வேண்டும். வட்டார மொழிகளிலும் ஆங்கிலத்திலும் தேர்வுத் தாள்களுக்கு விடை எழுதும் உரிமை மாணவர்களுக்கு வழங்கப்படவேண்டும். அவர்கள் நான்காவது, ஐந்தாவது, ஆறாவது பாரங்களில் வட்டார மொழி களிலேயே பயிற்றுவிக்கப்பட்டிருந்தால் மட்டுமே வட்டார மொழி களில் தேர்வு எழுதும் உரிமை வழங்கப்பட வேண்டும்."

"(i) எதிர்வரும் தேர்வில் ஒவ்வொரு பாடத்திலும் தேர்வு எழுத இருக்கும் மாணவர்களின் எண்ணிக்கை (ii) ஒவ்வொரு மாணவரும் ஒவ்வொரு தேர்வுத்தாளையும் எந்த மொழிகளில் எழுதவிருக்கிறார் என்ற விவரங்களை எல்லாக் கல்வி நிலையங்களின் தலைவர்களும் (நிர்வாகிகளும்) பள்ளியிறுதித் தேர்வு வாரியத்தின் செயலருக்கு ஒவ்வோர் ஆண்டும் டிசம்பர் மாதம் முதல் தேதிக்கு முன்னதாகத் தெரியப்படுத்த வேண்டும். பள்ளியிறுதித் தேர்வுச் சான்றிதழ் ஒவ்வொரு மாணவரும் எந்த மொழியில் பயிற்றுவிக்கப்பட்டார் என்ற விவரமும் எந்த மொழியில் பதில் அளித்தார் என்ற விவரமும் இடம் பெறவேண்டும். (G.O. No. 1851, Law (Education), Dated 27.10.1925)

1925 அக்டோபர் மாதம் அரசு அனுப்பிய சுற்றறிக்கையைத் தொடர்ந்து பள்ளிகள் பயிற்றுமொழித் திட்டத்தை நடைமுறைப் படுத்தும் பணிகளில் ஈடுபட்டுள்ளன.

பயிற்றுமொழி ஆணை (1925) செயல்படுத்த வேண்டுகோள்

1926ஆம் ஆண்டு பொதுக்கல்வித்துறை இயக்குநரின் தகவலின்படி மாகாணத்தில் இருந்த 90 பள்ளிகள் பயிற்றுமொழித் திட்டத்தை நடைமுறைப்படுத்தியுள்ளன. ஆனால் அவர் கொடுத்த தகவலில் பயிற்றுமொழித் திட்டத்தில் எந்தப் பாடங்கள் கற்பிக்கப்பட்டன என்பது குறித்த தகவல்கள் இடம் பெறவில்லை.

காளீஸ்வரராவ் என்ற உறுப்பினரின் வட்டார மொழிகளில் பயிற்று மொழித் திட்டம் உடனடியாக நடைமுறைப்படுத்த முயற்சிகள் எடுக்கப் படவேண்டும் என்ற தீர்மானத்திற்கு. "அரசின் சுற்றறிக்கை இந்த ஆண்டு முதல் நாள் நடைமுறைக்கு வருகிறது. நடைமுறைப்படுத்தப்பட்ட பிறகே அதன் செயல்பாடுகளைப் பொறுத்தே புதிய மாற்றங்களை மேற் கொள்ளமுடியும். அடுத்த ஆண்டு முதல் வட்டார மொழிகளையே கட்டாயப் பயிற்றுமொழியாக்க வேண்டுமானால் இப்போது இருக்கிற குறைந்த காலத்தில் போதுமான பாடப்புத்தகங்களை உருவாக்க முடியாது. வட்டாரமொழிகளில் அறிவியலைப் பயிற்றுவிக்கும் ஆசிரியர்கள் புதிய திட்டம் (வட்டாரமொழி) பயிற்றுமொழி நடைமுறைப்படுத்தும்போது தேவைப்படுவார்கள். அவர்களை ஆசிரியர் பணிக்குப் பள்ளிகளில் சேர்த்துக்கொள்ள பள்ளிகளின் மானேஜர்களிடம் போதுமான நிதியிருக்க வாய்ப்பு இல்லை." (G.O.No. 974. Law (Education), Dated 16.05.1927) என்ற காரணம் அரசுத்தரப்பில் பதிலாகக் கூறப்பட்டது.

இக்கால கட்டத்தில் விடுதலைப் போராட்ட உணர்வு தமிழகத்தில் வலுப்பெற்றிருந்தது. அதனால் ஆங்கிலம் அந்நியர்களின் மொழி என்ற விரோத உணர்வு பரவியிருந்தது. ஆங்கிலத்துக்குப் பதிலாக வட்டார மொழிகளை முன்னிறுத்த வேண்டிய அவசியம் இருந்ததும் குறிப்பிடத்தக்கதாகும்.

சென்னை மாநகராட்சி மன்றத்தில் முதல் தமிழ்ப் பேச்சு

அன்றைய காலகட்டங்களில் சென்னை ராஜதானி என்று அழைக்கப்பட்ட சட்டமன்றத்தில் மட்டுமல்ல, நகராட்சிகளிலும் ஆங்கிலத்தில் பேசுவதே நடைமுறையாய், எழுதப்படாத சட்டமாக அமலில் இருந்தது. 1925 நவம்பர் 11ஆம் நாள் சென்னை மாநகராட்சிக் கூட்டத்தில் தமிழில் முதல்முறையாக உரையாற்றியவர் ம. சிங்கார வேலர் ஆகும்.

பயிற்றுமொழி ஆணை (1925) செயல்பாடுகள்

மாகாண அரசிடம் கல்வியை ஒப்படைப்பது என்ற முடிவு இரட்டை ஆட்சிக் காலத்தில் எடுக்கப்பட்டது. இதே காலகட்டத்தில் 1927ஆம் ஆண்டு சைமன் குழு அமைக்கப்பட்டது. சைமன் குழுவின் துணைக்குழுவாகக் கல்விக்கான ஆய்வுக்குழுவும் உருவாக்கப்பட்டது. இக்குழு தம் அறிக்கையில்,

"தொடக்கக்கல்வி நான்கு ஆண்டுகளாக இருக்க வேண்டும். தொடக்கப்பள்ளி ஆசிரியர்களின் தரமும் பணிநிலையும் உயர்த்தப்பட வேண்டும்" (எஸ்.சந்தானம் 1976.80) என்ற கருத்துக்களை வெளி யிட்டது.

1927, 28, 29, 30, 32, 37 ஆண்டுகளில் சென்னை மாகாண சட்டமன்றத்தில் தாய்மொழிக் கல்வியை வலியுறுத்தித் தீர்மானங்கள் கொண்டுவரப்பட்டன என்றாலும் 1929இல் சத்தியமூர்த்தியும், மல்லையாவும் கொண்டுவந்த தீர்மானத்தில் ஐந்து ஆண்டுகள் காலக்கெடு தரலாம் என்று கூறப்பட்டது. இத்தீர்மானங்களின் மீது நடந்த விவாதங்களில் தாய்மொழிக் கல்விக்கான இன்றியமையாமையும் அக்கல்வியை வழங்குவதில் உள்ள சிக்கல்களும் விரிவாக விளக்கப் பட்டன.

1928-29 கல்வி ஆண்டில் அரசின் பயிற்றுமொழி ஆணையை ஏற்றுக்கொண்டு சென்னை மாகாணத்தில் செயல்பட்டு வந்த ஐம்பத்து ஐந்து (பள்ளிகளில்) உயர்நிலைப் பள்ளிகளின் IV முதல் VI பாரங்களின் வகுப்புகள் வட்டார மொழிகளிலேயே மொழியல்லாத பாடங்களைக்

கற்பித்து வந்தன. ஆனால் இதே நேரத்தில் ஆங்கிலவழிக் கல்விக்கு அதிக அளவு ஆதரவு இருந்தது. பயிற்றுமொழியாக ஆங்கில வழியில் கற்ற மாணவர்கள் அவ்வழியிலேயே படிப்பைத் தொடர்ந்தனர். வட்டார மொழிகளில் IV, V, VI பாரங்களில் பயின்ற மாணவர்கள் கல்லூரிகளுக்குச் செல்லும்போது ஆங்கில வழியில் கற்க வேண்டியிருந்தது. எதிர்கால நலன் கருதிப் பலர் ஆங்கிலவழிக் கல்வியையே தொடர்ந்தனர்.

கட்டாயமாக்கம் - மீண்டும் வேண்டுகோள்

பயிற்றுமொழித் திட்டத்தில் (IV, V, VI) முன்னேற்றமில்லாததை காளீஸ்வரராவ் (05.03.1929), சத்தியமூர்த்தி (20.03.1929), டாக்டர் பி.எஸ்.மல்லப்பா (20.03.1929) ஆகிய உறுப்பினர்கள் அரசுக்குச் சுட்டிக்காட்டினர். அரசுத்தரப்பில் பள்ளி நிர்வாகிகளுக்குப் பயிற்று மொழித் தேர்ந்தெடுக்கப்படும் உரிமை தரப்பட்டுள்ளதைப் பற்றிய தகவலும், ஆசிரியர்கள், நூல்கள் இல்லாத நிலையும் மீண்டும் மீண்டும் சுட்டிக்காட்டப்பட்டன. 1930ஆம் ஆண்டு பயிற்றுமொழி குறித்து மீண்டும் (22.02.1930) உறுப்பினர்கள் பி. செட்டியும், ஜி. ஹரிசர்வோட்டம்மாராவும் கேள்வி எழுப்பினர். இதற்குப் பதில் அளித்த அரசு 1928-29 காலகட்டத்தில் 55 பள்ளிகள் மட்டுமே விரும்பி பயிற்றுமொழித் திட்டத்தை ஏற்றுக் கொண்டுள்ளன என்றது. இதைத் தொடர்ந்து ஹரிசர்வோட்டம்மாராவ் பயிற்றுமொழித் திட்டத்தைக் கட்டாயமாக்க வேண்டும் என்றார்.

இதற்குப் "பயிற்றுமொழியைத் தேர்ந்தெடுக்கும் உரிமை பள்ளி களிடமே உள்ளது. கட்டாயப்படுத்தி பயிற்றுமொழியாக்கும் எண்ணம் அரசுக்கு இல்லை. அந்த எண்ணம் உருவாகக் காரணம், அதற்கான தேவை எதுவும் எழவில்லை." (G.O.No. 792, Education, Dated 13.04.1930) என்றவாறு அன்றைய அமைச்சர் சுப்பராயன் பதில் அளித்தார்.

கட்டாயமாக்கம் - நடைமுறைச் சிக்கல்கள்

வட்டார மொழிகளைப் பயிற்றுமொழியாக அரசு கட்டாயப் படுத்துவதற்குக் கல்வித்துறையில் கூறப்பட்ட காரணங்கள் பல இருப்பினும், மிக முக்கிய காரணமாக அமைந்தது மொழிவழி பிரிக்கப்படாத சென்னை மாகாணமேயாகும். அன்றைய சென்னை மாகாணத்தில் ஆந்திரத்தின் விசாகப்பட்டினம், கோதாவரி, கடப்பா, கர்நூல், கஞ்சம், நெல்லூர், சித்தூர் முதலிய பகுதிகளும் கேரளாவின் சில பகுதிகளும் இணைந்திருந்தன. ஆந்திரத்தின் சில பகுதிகள் தெலுங்கு, உருது பேசிய பகுதிகளை உள்ளடக்கியிருந்தன.

கேரள, கன்னடப் பகுதிகள், இன்றைய தமிழகத்தின் எல்லைப்புற மாவட்டங்களில் இருமொழிபேசும் பகுதிகளில் இருந்த பள்ளிகள் ஆகியவைப் பயிற்றுமொழியை வட்டாரமொழிகளில் நடைமுறைப் படுத்துவதற்குத் தடையாக இருந்தன. பெண்கள் படிக்கும் பள்ளிகளில் வட்டாரமொழி வழிக் கல்விக்கும், ஆங்கிலவழிக் கல்விக்கும் தனி வகுப்புகள் நடத்தப்பட்டன. பெண்கள் பள்ளிகளில் கற்றுவந்த குறைந்த எண்ணிக்கையிலான மாணவிகளுக்கு இந்த அடிப்படைப் பிரிவுகளில் பாடம் கற்பிக்கப் போதிய ஆசிரியர்கள் இல்லை.

இருமொழி பேசும் பகுதிகளில் வட்டார மொழிகள்வழி இரண்டு வகுப்புகளும் ஆங்கிலவழி வகுப்புகளும் தனித்தனியே நடத்தப்பட்டன. கல்லூரிகளில் ஆங்கிலமே பயிற்றுமொழியாக இருந்ததால் மாணவர்கள் ஆங்கிலவழிக் கல்வியை விரும்பி ஏற்றனர். மேலும் பயிற்று மொழியைத் தேர்ந்தெடுக்கும் உரிமையை மேனேஜர் களுக்கு வழங்கியதும் இத்திட்டம் பின்னடைவுக்குச் செல்வதற்கான முதன்மைக் காரணமாகும். இவ்வாறு அரசு ஆணைக்கு ஆதரவின்மை காரணமாகப் பயிற்றுமொழித் திட்டம் மெல்லச் செயல் இழக்கத் தொடங்கியது.

உயர்நிலைப் பள்ளிகளில் பயிற்றுமொழி - புதிய ஆணை (1938)

சட்டமன்ற உறுப்பினர்களின் தொடர்ச்சியான வற்புறுத்தலுக்குப் பிறகு பள்ளிகளில் வட்டாரமொழி வழியாகப் பயிற்றுவிப்பது தொடர்பாகப் பொதுக்கல்வித்துறை இயக்குநரை அறிக்கை அளிக்க அரசு கேட்டுக் கொண்டது. பொதுக்கல்வித்துறை அதுபற்றிய அறிக்கையை அரசுக்கு வழங்கியிருக்கக்கூடும்.

இரட்டை ஆட்சியின்கீழ் 1935ஆம் ஆண்டு இந்தியாவில் பொதுத் தேர்தல் நடைபெற்றது. அன்றைய இந்தியா பதினொரு மாகாணங்களாகப் பிரிக்கப்பட்டிருந்தது. காங்கிரஸ் கட்சி பதினொரு மாகாணங்களில் தேர்தலில் போட்டியிட்டு எட்டு மாகாணங்களில் ஆட்சிப் பொறுப்பேற்றது. காங்கிரஸ் அரசு தமிழகத்தில் பொறுப்பேற்றது. காந்தியடிகள் ஆதாரக் கல்வித்திட்டம், தாய்மொழி வழிக்கல்வி ஆகிய கருத்துக்களுக்குச் செயல்வடிவம் கொடுக்க புதிய அரசு முன்முயற்சி எடுத்தது. 1938ஆம் ஆண்டு வெளியிட்ட பயிற்று மொழி ஆணை வருமாறு:

“மாகாணம் முழுதும் உள்ள உயர்நிலைப்பள்ளிகளில் தாய் மொழியை வட்டாரமொழியைப் பயிற்றுமொழியாக்கும் திட்டத்தை அரசு விரைவுபடுத்த விரும்புகிறது. தற்போதைய நிலையில் அதிக அளவிலான பள்ளிகள் தாய்மொழியைப் பயிற்றுமொழியாகக்

கொண்டுள்ளன. மேலும் பல பள்ளிகள் இதனை ஏற்றுக்கொள்ளத் தயாராக உள்ளன. *1938-39* கல்வியாண்டில் மாகாணத்தில் உள்ள ஒரு மொழிபேசும் பகுதிகளில் (Uni-lingual area) IV பாரத்தில் வட்டார மொழியைப் பயிற்றுமொழியாக மாற்ற முயற்சி எடுக்கும் அதே வேளையில் அடுத்த ஆண்டுகளில் V, VI பாரங்களில் இந்த முயற்சியைத் தொடர அரசு முனைப்புக் காட்டும். இருமொழி (Bi-lingual), பல மொழி (Multi-lingual) வழக்கில் உள்ள பகுதிகள் பெண்கள் பள்ளிகள் ஆகிய வற்றில் சில பாடவகுப்புக்களில் பயிற்றுமொழியாகத் தாய்மொழியை அமுல்படுத்துவதில் உள்ள சிக்கல்களை அரசு உணர்கிறது. இதுபோன்ற சிக்கல் உள்ள பள்ளிகளில் சிறிது கால அவகாசம் எடுத்துக்கொண்டாவது தாய்மொழியைப் பயிற்றுமொழியாக அறிமுகப்படுத்த அரசு முடிவு செய்துள்ளது." (G.O. No. 652, Education, Dated 05.03.1938)

அரசின் இந்த ஆணை *1925*இல் வெளியிடப்பட்ட (G.O.No. 1851, Education, Dated 27.10.1925) ஆணையில் இருந்த குறைகளான இருமொழிபேசும் பகுதிகளில் உள்ள பள்ளிகள், பலமொழிகள் பேசும் பகுதிக்குள் இருந்த பள்ளிகள், பெண்கள், பள்ளிகள் முதலியவற்றில் வட்டார மொழிகளையே பயிற்றுமொழியாக்கும் திட்டத்திற்குச் சிறிது கால அவகாசம் கொடுத்து ஒரு மொழிபேசும் பகுதிகளில் நடைமுறைப் படுத்த ஆணைகள் வெளியிட்டது கவனத்தில் கொள்ளத்தக்கதாகும். அதே நேரத்தில் ஒரு மொழி பேசும் பகுதிகளில் பயிற்றுமொழி தொடர்பான ஆணையை நடைமுறைப்படுத்தும் பணியில் அரசு தீவிரமாக ஈடுபட்டது.

1925 ஆணை வட்டார மொழிகளை Vernacular என்ற சொல்லால் குறிப்பிட்டது. *1938* ஆணையில் அதற்குப் பதிலாகத் தாய்மொழி (Mother Tongue) என்ற சொல்லை அரசு உபயோகித்தது. அரசு இச்சிக்கலை வெகு நுட்பமாகக் கையாண்டதை எடுத்துக்காட்டுகிறது.

புதிய ஆணை (1938) செயல்பாடுகள்

அன்றைய பிரிக்கப்படாத சென்னை மாகாணத்தில் பல மொழிகள் பேசும் மக்கள் பல இடங்களில் வாழ்ந்து வந்தனர். கல்வி, தொழில் ஆகிய காரணங்களால் ஒரு பகுதியில் இருந்து இன்னொரு பகுதிக்குக் குடியேறினர். அரசு, வட்டார மொழிகளைப் பயிற்சிமொழியாக நடைமுறைப்படுத்த முனையும்போது இன்னொரு மொழியைத் தாய்மொழியாகக் கொண்டவர்கள் பாதிக்கப்பட்டனர். இந்த நுட்பமான சிக்கலை மிகத் தெளிவாகப் புரிந்துகொண்டு, அரசு பயிற்றுமொழித் திட்டத்தை நடைமுறைப்படுத்தியது.

1938ஆம் ஆண்டு அரசு வெளியிட்ட ஆணையைச் சென்னை மாகாணத்தில் பல கல்வி நிலையங்கள் ஏற்றுக்கொண்டன. பயிற்று மொழியை நடைமுறைப்படுத்துவதில் (ஒருமொழி பேசும் பகுதியில்) சிக்கலான மொழியாகக் கருதப்பட்ட உருது மொழி பயிற்றுமொழியாக அன்றைய சென்னை மாகாணத்தில் இருந்துள்ளது. பொதுப்பள்ளி களிலும் உருதுவைப் பயிற்றுமொழியாக நடைமுறைப்படுத்த அரசு முன்வரவேண்டும் என்ற கோரிக்கையை இசுலாமிய உறுப்பினர்கள் முன்வைத்தனர். பொதுப்பள்ளிகளில் (General School) (இசுலாமியர் பள்ளிகள் அல்லாதவை) IV முதல் VI பாரம் வரை பதினைந்துக்கும் மேற்பட்ட உருது மொழி பேசும் மாணவர்கள் இருந்தால் மொழி யல்லாத பாடங்களை அவர்களுக்குக் கற்பிக்கத் தனிவகுப்புக்களும் உருது தெரிந்த ஆசிரியர்களும் நியமிக்கப்பட வேண்டும் (G.O.No. 2117, Education. Dated 05.11.1940) என்று அரசு ஆணை வெளியிட்டது.

6. தமிழால் முடியும் - இராஜாஜி

இந்தியாவை ஆட்சி செய்துவந்த ஆங்கிலேயர் 1935 ஆம் ஆண்டு இந்திய அரசுச் சட்டத்தை ஏற்படுத்தினர். அது 1935 ஆம் ஆண்டு இந்திய அரசுச் சட்டம் எனப்பட்டது. அச்சட்டமே இந்தியாவில் பல பகுதிகளில் மாகாண அரசு அமையக் காரணமாய் இருந்தது. அதனடிப்படையில் 1937 ஆம் ஆண்டு நடைபெற்ற மாகாணத் தேர்தல்களில், ஏழு மாகாணங்களைக் காங்கிரசு அமைப்பு கைப்பற்றியது சென்னை மாகாணமும் அவற்றில் ஒன்று. மாகாண சுயாட்சியின் கீழ் வெற்றி பெற்ற காங்கிரசு, சென்னை மாகாணத்திற்கு இராசாசியைப் பிரதம அமைச்சராகத் தேர்ந்தெடுத்தது. இவரது அமைச்சரவை 15, 7. 1937 ஆண்டில் பம்பாயில் நடைபெற்ற அகில இந்தியக் காங்கிரசு தலைவர்கள் கூட்டத்தில் தமது மாகாண அரசில் இந்தி கட்டாயக் கல்வியாக அறிமுகப்படுத்தப்படும் எனவும் அறிவித்தார், இத்துடன் இராஜாஜி சென்னை மாகாண முதலமைச்சரானதும் பள்ளி இறுதி வகுப்பு வரை, அதுவரை நிலவி வந்த ஆங்கிலக் கல்வியை அகற்றி தமிழைப் பயிற்று மொழியாக்கினார்.

1937ஆம் ஆண்டுவரை இரட்டை ஆட்சி முறை தொடர்ந்தது. அதனால் நிர்வாகக் குழு உறுப்பினர்களில் இருவர் ஆங்கிலேயர் களாகவும், மற்ற அமைச்சர்கள் மூன்றிலிருந்து ஐந்து பேர் வரை சென்னை சட்டமன்ற உறுப்பினர்களிலிருந்து தேர்ந்தெடுக்கப்பட்டவர் களாகவும், நியமிக்கப்பட்டவர்களாகவும் இருந்தார்கள். சட்டமன்றத்தில் ஆங்கிலம் பேசுவது வற்புறுத்தப்பட்டது. தமிழிலோ மற்ற மொழியிலோ பேசும் உறுப்பினர்கள் விருப்பப்பட்டால் ஆங்கில மொழி பெயர்ப்பையும், சட்டமன்றத்திற்கு அனுப்பிவைக்கலாம் என்ற நிலையும் இருந்தது. சென்னை மாநிலம், ஆந்திரத்தையும், திருவாங்கூர், கொச்சி நீக்கிய கேரளப் பகுதியையும் தென், வடக்கு கன்னடா மாவட்டங்களையும், ஒரிசா, ஆந்திரம் முதலான பல மொழி பேசக்கூடிய பகுதிகளையும் உள்ளடக்கி இருந்தது. (துரை.சுந்தரேசன், 1986:14)

இந்நிலை விடுதலை அடைந்தபின்னரும் நீடித்தது. இதுகுறித்து பொதுவுடைமைக் கட்சியைச் சேர்ந்த பி.ராமமூர்த்தி, 1952 டிசம்பர் 4 அன்று சட்டமன்றத்தில் பேசியதாவது: "ஐந்து வருஷங்களுக்கு மேலாக நம் நாடு சுதந்திரம் அடைந்திருக்கிறது. இந்த ஐந்து வருஷங் களாகியும், நாம் இன்னும் இந்த அந்நிய பாஷையை வைத்துக்கொண்டு,

அந்நிய பாஷையில் பேச வேண்டிய நிர்ப்பந்தம் இருப்பது, வேடிக்கையிலும் வேடிக்கையாக உள்ளது. உலகில் வேறு எந்த நாட்டிலும் சுதந்திரம் வந்த பிறகு இப்படிப்பட்ட ஒரு காட்சியை நாம் காண முடியாது.”

இந்திய மாநிலங்கள் சிலவற்றில் ஓர் இடைக்கால நிகழ்ச்சியாகக் காங்கிரஸ் அமைச்சரவைகள் செயல்பட்ட காலத்திலே, அரசாங்கத் துறைதோறும் ஆங்கிலேயர்களே தலைமையதிகாரிகளாக இருந்தனர். கல்வித்துறை இயக்குநரும் ஆங்கிலேயராகவே இருந்தனர். அன்னார் உயர்நிலைப் பள்ளிகளில் பாடங்கள் அனைத்தையும் வட்டார மொழியிலேயே பயிற்றுவிக்கும் முறையை விரும்பவில்லை; வெறுக்கவும் செய்தனர்,

சென்னை மாநிலக் கல்வி இயக்குநராக இருந்த ஸ்டாத்தம் என்பவர், உயர்நிலைப் பள்ளிகளிலே, தமிழகத்தில் தமிழையும், தெலுங்குப் பிரதேசத்தில் தெலுங்கையும் பயிற்சிமொழிகளாகச் செய்வதற்குக் காங்கிரஸ் அமைச்சரவை எடுத்த முடிவுக்கு எதிர்ப்பு தெரிவித்தார். அவரது எதிர்ப்புக்கு மதிப்பளிக்க மறுத்தார். முதலமைச்சர் இராஜாஜி 19.10.39ஆம் தேதியிட்டு அந்த ஆங்கில அலுவலருக்கு எழுதிய கடிதம் வருமாறு:

“தென்னிந்திய மொழிகளில் தக்க பாடப்புத்தகங்கள் பிரசுரமாகி, விஞ்ஞானத் துறைகளுக்கான அகராதிகள் வகுக்கப்படுகிற வரையில், பௌதீக விஞ்ஞான கணிதங்களைக் கற்பிக்க தாய்மொழியை உபயோகிக்க இயலாது என்று நீங்கள் சொல்லுகிறீர்கள். இது ஒரு இக்கட்டான நிலை. எவ்வளவு அசௌகரியமாகவும், துப்புரவில்லாமல் இருப்பினும், ஏதாவது ஒரு கட்டத்தில், ஆரம்பித்தாலொழிய, இந்த இக்கட்டுத் தீராது. பாடப்புத்தகங்கள் எழுதுவோர் துறவிகளல்லர். அவற்றிற்குக் கிராக்கி உண்டானால் ஒழிய அவை எழுதப்படும் என்று எதிர்பார்க்கவில்லை. தமிழில் போதிப்பது தொடங்கினாலன்றித் தமிழில் எழுதிய பாடப்புத்தகங்களின் தேவை புலப்படாது.

“நாட்டு மொழிகளில் பௌதிக விஞ்ஞானங்களைக் கற்பித்ததால், மாணவர் ஆங்கில மரபையும் ஆங்கில இலக்கணத்தையும் தேர்ந்து கொள்வதில் இடையூறு ஏற்படுமா என்ற விஷயத்தைப் பற்றி நாம் ஒரு திடமான முடிவுக்கு வரவேண்டும். தற்போது உலக வழக்கத்திலுள்ள ஆங்கிலக் கலைச் சொற்கள் அந்தந்தப் பிரதேச மொழிகளுக்கு ஏற்ப எடுத்து ஆள்வதில் குற்றமொன்றுமில்லை. இப்படிச் செய்தால் ஆங்கில அறிவுக்குப் பாதகம் ஒன்றும் விளையாது. சில பாடங்களைக்

கற்பிக்கும்போது மணிப்பிரவாளம் ஏற்படுவதால் ஆங்கில மொழிப் பயிற்சி அப்படியொன்றும் கெட்டுப்போகாது, அப்படியே கொஞ்சம் நேரிட்டாலும் நஷ்டத்தைவிட லாபமே அதிகம்."

அறிவுத்துறைக் கல்வியில் சில அன்னியச் சொற்களை உபயோகிக்க வேண்டியிருப்பதால் போதனா மொழியே அன்னிய மொழியாகத்தான் இருக்க வேண்டும் என்று சொல்வது தவறு என்பது என் கருத்து. மாணவர்களுக்குப் புகட்டப்படும் அறிவு, தாய்மொழியிலாவது பிரதேச மொழியிலாவது வழங்கப்படுமானால், அதனால் ஏற்படுகிற உடனடியான பயன் மிகப் பெரியது. சில அன்னியக் கலைச் சொற்கள் உபயோகப்படுத்துவதால் இந்தப் பயன் கெட்டுவிடாது. சுருங்கக் கூறினால், பயிற்றுமொழி என்பது வேறு. இந்தத் திட்டத்தைப் பின்பற்றினால் வட்டார மொழியில் கலைச் சொற்கள் விரைவில் தானாக உண்டாகும். போதனையில் அன்றாடம் ஈடுபட்டுள்ள ஆசிரியர்கள் இந்தக் கலைச் சொற்களை எளிதில் தேடியெடுத்து வழக்கத்திற்குக் கொண்டு வர முடியும். இங்கிலாந்திலும், பிரான்சிலும், பௌதிக விஞ்ஞானக் கல்வியின் ஆரம்ப காலத்தில் லத்தீன் மொழியிலும், கிரேக்க மொழியிலுமா பள்ளிக் கூட வகுப்புகளை நடத்தினார்கள்?

"அந்நிய கலைச் சொற்களைத் தாராளமாக எடுத்துக் கொள்ளலாம். அதே சமயம் போதனை, வட்டார மொழியிலேயே இருக்கலாம், பௌதீக விஞ்ஞானங்களுக்கு நான் கூறியுள்ளது, மற்ற வகைப் பாடங்களுக்கும் பெரிதும் பொருந்தும். ஒரு மாணவன், வீட்டில் தன் சிறிய தம்பிக்குப் பாடம் சொல்லிக் கொடுப்பதைப் பார்த்திருந்தால், அறிவுத் துறைகளை எப்படி அந்நியக் கலைச் சொற்களை உபயோகித்துத் தாய்மொழியிலேயே கற்பிக்க முடியும்? என்பது புரியும்.

"ஆங்கிலத்திலேயே இதுவரை கற்பித்துப் பழகிவிட்ட ஆசிரியர் களுடைய கஷ்டம் எனக்குப் புரிகிறது. வேறு எந்த மொழியிலும் கற்பிக்க முடியாது என்று அவர்கள் எண்ணுகிறார்கள். நீங்கள் குறிப்பிடுகிற அநேக ஆட்சேபனைகளைச் சொல்கிறார்கள்,

"சென்னை போன்ற நகரத்தில் பலமொழிகள் பேசும் மாணவர்கள் ஒருமித்துக் கூடும் வகுப்புகளில். ஒரு வட்டார மொழியைத் தேர்ந்தெடுப்பதில் உள்ள கஷ்டம் எனக்குத் தெரியவே செய்கிறது.

"ஹோமர், வர்ஜில் முதலியோரின் நூல்களைக் கற்பிக்கின்ற ஆங்கிலக் கலாசாலை வகுப்புகளில், இந்த நூல்களைக் கிரேக்க மொழி, லத்தீன் மொழியிலாக கற்பிக்கிறார்கள்? ஆங்கிலத்தைப் பயிற்சி

மொழியாகக் கொண்டே இந்தக் கிரேக்க, லத்தீன் இலக்கியங்களைச் சொல்லிக் கொடுக்கிறார்கள்.

"வட்டார மொழிகளில் பாடம் கற்பித்த போதிலும் கூட, இப்போதைக்கு மாணவர்களும், ஆசிரியர்களும் ஆங்கில மொழியில் எழுதப்பட்ட பாடப்புத்தகங்களை உபயோகிக்கும்படி சொல்லலாம். ஆனால், பள்ளிக்கூடத்தில் சொல்லித் தருவது வட்டார மொழியிலேயே இருக்க வேண்டும்.

"நீங்கள் உடனே உங்கள் அதிகாரத்தின் கீழ் வேலை செய்யும் இன்ஸ்பெக்டர்களுக்கு உத்தரவு பிறப்பியுங்கள். அன்னியக் கலைச் சொற்களை உபயோகித்த போதிலும், பௌதிக விஞ்ஞான கணித அறிவுத் துறைகளில் வட்டார மொழியையே பயன்தரத்தக்க முறைகளில் அதிகமாகவும் உபயோகிக்கும்படி அறிவிக்க வேண்டும் என்று விரும்புகிறேன்".

இவைகளெல்லாம் விட கல்வித்துறை இயக்குநர் ஸ்டாத்தம் அவர்கள் கருத்துக்கு எதிராக இராஜாஜி எழுதிய குறிப்புகள், இதைவிட ஒரு தொலைநோக்குடன் ஒரு கருத்தைக் கூறுகிறார். "உயர்நிலைப் பள்ளிகளில் தமிழைப் பயிற்றுமொழியாக்கியது கல்லூரிகளிலும் தமிழிலேயே பாடங்களைப் போதிக்கப்படுவதற்கான முன்னோடி நடவடிக்கையாகும்" என்றும் அப்போது அவர் அறிவித்தார். இவை களெல்லாம் கல்வியின் எல்லாக் கட்டங்களிலும் தாய்மொழியே பயிற்று மொழியாக இருக்க வேண்டுமென்பதில் அந்நாளில் இராஜாஜிக்கிருந்த உறுதியையும், தெளிவையும் காட்டுவதாகும். இந்நிலையிலேதான் இராஜாஜி "தமிழால் முடியுமா?" என்ற நூலுடன், 3ஆம் வகுப்புக்கான "தம்பி வா" "இதையும் படி" என்னும் பாடநூல்களையும் எழுதினார். (சு.நரேந்திரன், 2004:186)

இதே காலகட்டத்தில்தான் இந்திய அரசியலமைப்பு உருவாவதற்கு முன்பே முதன்முதலாகத் தமிழ்நாட்டில் மட்டும் இராஜாஜியால் ஆட்சிப் பொறுப்பை ஏற்ற அடுத்த மாதத்தில் 6, 7, 8ஆம் வகுப்புகளில் இந்தி கட்டாயப் பாடமாக்கப்பட்டு நூறு பள்ளிகளில் இந்தி புகுத்தப் பட்டது. இதை ஏன் இராஜாஜி விரும்பினார்? என்பதற்கு முனைவர் பெரியாண்டான் கூறும் விளக்கம்:-

"ஆலோசகரது ஆட்சியாகக் காங்கிரஸ் இயக்கம் தென் மாநிலத்தில் இராஜாஜியை முதலமைச்சராகக் கொண்டு பொறுப்பேற்றது. இக்காலக் கட்டத்தில் மொழிவாரி மாநிலப் பிரிவினையை அவர் (இராஜாஜி) விரும்பவில்லை. நாடு விடுதலை அடைந்தால் இந்திய அரசின் கீழ்

ஆட்சி வந்தால் ஆங்கிலத்தின் இடத்தில் இந்துஸ்தானியைக் கொண்டு வந்தார். பெருத்த எதிர்ப்பினால் அவர் முயற்சி தோற்கடிக்கப்பட்டது".

இவர் ஆட்சி பொறுப்பில் இருந்த பொழுதுதான் சுப்பராயன் கல்வி அமைச்சராக இருந்து, உயர்நிலைப் பள்ளியிலும் தமிழ் மொழி பயிற்றுமொழி ஆக்கப்பட்டாலும் தமிழ்மொழிப் பாடம் ஒரு விருப்பப் பாடமாக இருந்தது. ஆனால் ஆங்கிலப் பாடம் கட்டாயம்.

இதே காலத்தில் பிற மாநிலங்களில் ஏற்படாத ஒரு சூழ்நிலை தமிழ்நாட்டு மாநில காங்கிரஸ் கமிட்டிக்கு ஏற்பட்டது. இது ஏனெனில் இராஜாஜி அமைச்சரவை உயர்நிலைப் பள்ளிகளில் இந்தியைக் கட்டாயப் பாடமாக்கியதன் விளைவாக அதுவரை சமூகச் சீர்திருத்தத்தில் மட்டும் ஈடுபட்டிருந்த தந்தை பெரியார் தலைமையிலிருந்த சுயமரியாதை இயக்கம் கட்டாய இந்தி எதிர்ப்பில் ஈடுபட்டது.

இவ்வாணைக்கு எதிர்ப்பான போராட்டமாக இந்தி எதிர்ப்புத் தொண்டர்படை திருச்சியிலிருந்து சென்னை வரை இருநூறு நபர்கள் நடைப் பயணம் செய்தனர். அதன் தொடர்ச்சியாகச் சென்னைக் கடற்கரையில் கூடிய மாபெருங்கூட்டத்தில் மறைமலையடிகள் நள்ளிரவு வரை வன்மையாக இந்தியைக் கண்டித்துப் பேசினார். இதை யொட்டி பெரியாரும் மற்றும் ஆயிரக்கணக்கான தொண்டர்களும் சிறை சென்றனர்.

சுயமரியாதைக்காரர்கள் கட்டாய இந்தி எதிர்ப்பில் ஈடுபட்டதன் விளைவாகத் தாய்மொழிப் பற்றுடைய புலவர் பெருமக்களிலே பலருக்கும் அவர்களுக்குமிடையே நெருங்கிய உறவு ஏற்பட்டது. அதனால் இந்தி ஒழிக எனவும் கோஷமிட்டனர். இதுவே உள் மாகாண வேறுபட்ட சூழ்நிலை. அதாவது அந்நிலையில் தமிழ்நாடு காங்கிரஸ் இந்திக்கு முரட்டுத்தனமாக ஆதரவு காட்டியது. காங்கிரஸ் கமிட்டி அலுவலகங்கள் பலவற்றிலே இந்தி பயிற்றுவிக்கும் வகுப்புகள் நடத்தப்பெற்றன. டி.எஸ். சொக்கலிங்கம் அவர்களை ஆசிரியராகக் கொண்ட தினமணி நாளிதழிலே இந்திப் பாடம் நடத்தப்பெற்றது. மேலும் இந்திப் பிரச்சார சபையும், இந்தி சாகித்திய சம்மேளனமும் மாநிலமெங்கும் இந்தி வகுப்புகள் நடத்தின. தென்னக மக்களை இந்தி கற்றுக் கொள்ளுங்கள் என்று அறிவுறுத்தி வந்தார் காந்தி. சுயமரியாதை இயக்க மேடைகளிலே இந்திமொழி தூற்றப்பட்டதென்றால் காங்கிரஸ் மேடைகளில் இந்தி போற்றப்பட்டது. காங்கிரஸ்காரர்கள், எவரேனும் தமிழ்ப் பற்றுடையவராகத் தமிழர் என்ற இனவுணர்வுடையோராக இருந்துவிட்டால், அவருடைய தேசபக்திகூட சந்தேகிக்கப்பட்டது.

1939இல் நடந்த இந்தி எதிர்ப்புப் போராட்டத்தில் 1271பேர் கைதானார்கள். இவர்களில் பெண்கள் 73; இவர்களில் பெண்கள் 73; குழந்தைகள் 32. கடும் எதிர்ப்பைக் கண்ட இராஜாஜி 125 பள்ளிகளில் மட்டுமே கட்டாய இந்தி என்றும், அதுவும் 6 முதல் 8ஆம் வகுப்பு வரை கற்பிக்கப்படும் என்றும் அறிவித்தும் ஆனால் இந்தி எதிர்ப்பு வலுத்தது. இந்நிலையில் 1939 ஜனவரி 15 அன்று இந்தி எதிர்ப்புப் போராட்டத்தில் கைது செய்யப்பட்டு சிறையிலிருந்த நடராஜனும், மார்ச் 13ஆம் நாளில் தாளமுத்துவும் சிறையிலேயே உயிர் நீத்தனர்.

இந்தியை எதிர்த்து மூன்று ஆண்டுகள் போராட்டங்கள் நடை பெற்றன. இறுதியில் 1940ஆம் ஆண்டு பிப்ரவரி 21ஆம் நாளில் மதராஸ் மாகாண ஆளுநர் ஜான் எர்ஸ்கின்னால் பள்ளிகளில் கட்டாய இந்தி என்பது நீக்கப்பட்டது.

1939ஆம் ஆண்டு வட்டார மொழிகள் பயிற்றுமொழியாக நடைமுறைப்படுத்தப்பட்ட பள்ளிகளில் விருப்பப் பாடங்களாக இங்கிலாந்து வரலாறு (History of England), இந்திய வரலாறு (History of India) என்ற இரண்டு பாடங்களுக்கான பாடநூல்கள் தயாரிக்கப்படவில்லை. இதன் காரணமாகப் பல்வேறு பள்ளிகள் ஆங்கிலப் பயிற்று மொழித் திட்டத்திற்கு ஆதரவளித்தன. பள்ளிகளில் ஆங்கிலவழிக் கல்வி கற்பிக்க அனுமதி வழங்குமாறு வேண்டுகோள் வைக்கப்பட்டது.

புதிய ஆணை (1938) பின்னடைவு

1938ஆம் ஆண்டு தாய்மொழி வழிக்கல்வியை ஒருமொழி பேசும் பகுதிகளில் நடைமுறைப்படுத்த ஆணை வெளியிட்ட அரசு பாட நூல்கள் தயாரிப்பதில் ஆர்வம் காட்டவில்லை. 1940ஆம் ஆண்டு தெற்குக் கன்னடப் பகுதியைச் சார்ந்த செரஸ்டா என்ற உறுப்பினரும் மேலும் சில உறுப்பினர்களும் தங்களுடைய மாவட்டம், பல மொழி பேசும் மக்களைக் கொண்ட பகுதி என்பதால் அந்தப் பகுதியிலுள்ள கத்தோலிக்கப் பள்ளிகளில் மொழியல்லாத பாடங்களை வட்டார மொழிகளில் கற்பிக்க வேண்டும் என்ற ஆணையிலிருந்து விலக்கு அளிக்க வேண்டுமென்று வேண்டினர். இது தொடர்பாக அரசு பொதுக்கல்வித்துறை இயக்குநரைக் கலந்து ஆலோசித்தது.

பொதுக்கல்வித்துறை இயக்குநர் பயிற்றுமொழி தொடர்பாக விதிவிலக்குக் கோருபவர்களின் கருத்துக்களை அரசுக்கு முன்வைத்தார். எனினும் அரசு, பள்ளிகளில் வட்டார மொழிகளைப் பயிற்று மொழியாக்குவதே தனது இலட்சியம் என அறிவித்தது. பயிற்றுமொழித் திட்டத்திலிருந்து விதிவிலக்கு அளிக்க வெளியிடப்பட்ட அரசின் ஆணை வருமாறு:

"அனைத்துப் பள்ளிகளிலும் இந்திய மொழிகள் வட்டார மொழிகள், ஏதாவது ஒன்றின் மூலம் பயிற்றுவிப்பதைத் தங்களது நோக்கமாகக் கொள்ள வேண்டும். சில பள்ளிகளில் இதனைச் செயல் படுத்துவதில் தடைகள் இருப்பினும் இது நடைமுறைப்படுத்தப்பட வேண்டும் என்பது அரசின் கொள்கையாக இருப்பதால் நிரந்தர விதி விலக்குகளை வழங்குவதை அரசு உணர்ந்திருந்தாலும் விரும்பவில்லை. ஆனால் ஒருமுறை இந்தப் பள்ளிகளின் நிலைமை விதிவிலக்கு அளிப்பதை நியாயப்படுத்தினாலொழிய இத்தகைய விதிவிலக்குகளை நிறுத்தி வைக்க அரசுக்கு எண்ணமில்லை. தற்போது இதுவரையில் தாராளமாக வழங்கப்பட்டு வந்தவைப் போலல்லாது இந்த விதிவிலக்குகள் தொடர்ந்து வழங்கப்படும்." (G.O.No.253, Education, Dated 19.02.1941)

இதற்கிடையே தென்னிந்திய மொழிகளைப் பயிற்றுமொழியாக்கிப் பாடநூல்களைத் தயாரிக்கும் முயற்சிகளின் முதற்கட்டமாகப் பாட நூல்களில் பயன்படுத்தப்படும் கலைச்சொற்களை உருவாக்க 1940இல் சீனிவாச சாஸ்திரி தலைமையில் அறிஞர்கள் குழு அமைக்கப்பட்டது. 1942ஆம் ஆண்டு பயிற்றுமொழித் திட்டத்தின் செயல்பாடுகளைப் பற்றிய அறிக்கையை அளிக்குமாறு பொதுக்கல்வித்துறைக்கு அரசு ஆணையிட்டது. இதனைத் தொடர்ந்து பயிற்றுமொழித்திட்டச் செயல் பாடுகள் பற்றிய அறிக்கையைப் பொதுக்கல்வித்துறை அரசிடம் சமர்ப்பித்தது.

பயிற்று மொழித் திட்டத்தின் செயல்பாடுகள் அரசுக்கு நிறைவளிக்கும் வகையில் அமைந்திருந்தன. இதற்கிடையே தெற்குக் கன்னடப்பகுதிப் பள்ளிகளின் கோரிக்கைகளின் அடிப்படையில் 1942இல் அரசு பின்வரும் ஆணையை வெளியிட்டது.

"தொடக்கக் கல்வி வகுப்புகள் உட்பட அனைத்து பாரங்களிலும் ஏதாவது ஒரு இந்திய மொழியைப் பயிற்றுமொழியாக நடைமுறைப் படுத்தலாம் என்ற பிரச்சனையில் தெற்குக் கன்னடத்தில் உள்ள கத்தோலிக்க நடுநிலைப்பள்ளியின் கடிதத்தின்படியும் அவர்கள் உறுதியளித்துள்ளதன்படியும் இதுவரை அவர்கள் அனுபவித்து வந்தது தொடரப்படவேண்டும் என அரசு கருதுகிறது. சம்பந்தப்பட்ட பள்ளிகளில் இது தொடர்பான எந்த மாற்றமும் நிர்ப்பந்திக்கப்படாமல் பார்த்துக்கொள்ளுமாறு இயக்குநர் கேட்டுக் கொள்ளப்பட்டுள்ளார்." (G.O.No.930.Education. Dated 27.06.1942)

இந்த ஆணையைத் தொடர்ந்து பயிற்றுமொழிச் சிக்கல்களில் விதிவிலக்கு அளிக்கும் உரிமைத் தொடர்பான சென்னைக் கல்வி விதி பின்வருமாறு மாற்றியமைக்கப்பட்டது. நடுநிலைப்பள்ளிகளின் அனைத்து வகுப்புகளிலும் மாணவர்களின் தாய்மொழி அல்லது வட்டார மொழிகளில் ஏதாவது ஒன்று பயிற்று மொழியாகக் கொள்ளப் பட வேண்டும். இருப்பினும் சில குறிப்பிட்ட காரணங்களுக்காக ஏதாவது ஒரு வகுப்பில் அல்லது படிவத்தில் ஆங்கிலத்தைப் பயிற்று மொழியாகக் கொள்வதற்குப் பொதுக்கல்வித்துறை அனுமதி வழங்கலாம். (M.E.R. Rle.60)

அரசின் விதிவிலக்கு ஆணையை அன்றைய கல்வித்துறை அதிகாரிகள் தவறாகப் பயன்படுத்த முனைந்தனர். அரசின் விதிவிலக்கு ஆணையைத் தங்களுக்குச் சாதகமாக்கிக்கொண்ட அவர்கள் பொதுக் கல்வித்துறை சார்பில் நேரடி ஆணை வழங்கினர். அந்த நேரடி ஆணை வருமாறு:

"முதல் பாரம் முதல் மூன்றாவது பாரம் வரையிலும் பின்னர் நான்காவது பாரத்திலிருந்து ஆறாவது பாரம் வரையிலும் ஆங்கிலத்தைப் பயிற்று மொழியாக உபயோகிப்பதில் எந்தவிதச் சிரமமும் இருக்காது. கண்கணிப்பாளர் அலுவலகத்திலிருந்தோ அல்லது என் அலுவலகத்தி லிருந்தோ உங்களுக்குக் கேள்விகள் ஏதாவது வருமானால் அது குறித்து நீங்கள் சிறிதும் கவலை கொள்ளத் தேவையில்லை. ஏனெனில் அவை சம்பிரதாயமானவை. இதுகுறித்து நீங்கள் எதிர்பார்த்ததே உங்களுக்குக் கிடைக்கும். நீங்கள் சாதகமாகவே நிச்சயப்படுத்திக் கொள்ளலாம். இதில் ஒரே ஒரு சிக்கல் என்னவென்றால் தாய்மொழியைப் பயிற்று மொழியாக உபயோகிப்பதில் இருந்து நிரந்தர விதிவிலக்கு அளிப்பதற்கு நான் அனுமதிக்கப்படவில்லை. எனவே ஒவ்வொரு வருடமும் இதே கேள்விகள் எழக்கூடும். ஆனால் நீங்கள் விரும்பினால் ஆங்கில மொழியையே உபயோகிக்கும் வாய்ப்பு எந்தவிதத் தடையுமின்றி ஒவ்வொரு வருடமும் உங்களுக்குக் கிடைக்கும்." (Vide D.P.I.'s D.O.,Dated 25.03.1943) என்றவாறு அமைந்திருந்தது.

புதிய ஆணை (1938) விதிவிலக்குகள்

அரசின் விதிகளைத் தவறாகப் பயன்படுத்தி பொதுக்கல்வித்துறை இயக்ககம் சென்னை மாகாணத்தின் பல பகுதிகளில் செயல்பட்டு வந்த பள்ளிகளுக்கு வட்டார மொழிவழிப் பயிற்று மொழித் திட்டத்திலிருந்து விதிவிலக்கு அளித்தது.

பொதுக்கல்வித்துறையின் விதிவிலக்குப் பற்றி ஆய்வுசெய்ய பாலகிருஷ்ணமேனன் தலைமையில் ஒரு குழுவை அரசு 1946ஆம் ஆண்டு உருவாக்கியது. இக்குழு இயக்குநர் விதிவிலக்கு வழங்குவதில் அதிக ஆர்வமாகவும், சுதந்திரமாகவும் செயல்படாமல் இருந்திருந்தால் பயிற்றுமொழி செம்மையாக நடைமுறைப் படுத்தப்பட்டிருக்கும் என தன் பரிந்துரையை அரசுக்குத் தெரிவித்தது. இதனைத் தொடர்ந்து அன்றைய கல்வியமைச்சர் அவினாசிலிங்கம் வெளியிட்ட ஆணை வருமாறு.

1. விதிவிலக்கு ஒரு ஆண்டுக்கு மட்டுமே வழங்கப்பட வேண்டும்.
2. மூன்றாவது பாரத்துக்குக் கீழே உள்ள வகுப்புகளுக்கு விதிவிலக்கு இல்லை.
3. ஒன்றுக்கு மேற்பட்ட உயர்நிலைப்பள்ளிகள் இருக்கும் இடங்களில் ஒரு பள்ளிக்கு வகுப்புகளுக்கு மட்டுமே விதிவிலக்கு அளிக்கப்படவேண்டும். இவ்விதிவிலக்குகள் உண்மையான காரணங்களுக்காகவும் மாணவர்களின் கல்விச் சிக்கல்களுக்காகவும் வழங்கப்படவேண்டும்.
4. எல்லா பாரங்களிலும் ஆங்கிலத்தைப் பயிற்றுமொழியாகக் கொண்ட பள்ளிகளில் V, VI பாரங்களிலும் பயிற்று மொழியாக ஆங்கிலம் அமையலாம்.
5. வட்டார மொழிவழி பயிற்றுவிக்கும் ஆசிரியர்கள் கிடைக்காத இடங்களில் விதிவிலக்குகள் ஒரு வருடத்திற்கு அளிக்கப்பட வேண்டும். வரும் ஆண்டுக்குள் வட்டாரமொழி வழி பயிற்று விக்கும் புதிய ஆசிரியர்கள் அப்பள்ளிகளில் பணியமர்த்த ஆவன செய்யப்பட வேண்டும்.
6. பாடநூல்கள் வட்டாரமொழிகளில் இல்லை என்ற காரணத்தை அடிப்படையாக வைத்து விதிவிலக்குகள் வழங்கப்படக் கூடாது. ஏனெனில் போதுமான அளவில் பாடநூல்கள் தயாராக உள்ளன. (G.O.No. 1136, Education, Dated 07.06.1946)

உயர்நிலைப்பள்ளிகளில் பாரம் IV, V, VI ஆகிய வகுப்புகளுக்கான மொழியல்லாத பாடங்களை வட்டாரமொழிகளில் பயிற்றுவிப்பது தொடர்பான முதல் ஆணை 1925 இல் வெளியிடப்பட்டது. இந்த ஆணையில் இருந்த முரண்பாடுகளை நீக்கி புதிய ஆணை 1938 இல் வெளியிடப்பட்டது. இதற்கிடையில் இந்த ஆணையை நடைமுறைப் படுத்துவதில் சிக்கல்கள் ஏற்பட்டன. சிக்கல்களைத் தவிர்க்க

விதிவிலக்குகள் வழங்கப்பட்டன. அரசு வழங்கிய விதிவிலக்குகளைக் கொண்டே பயிற்றுமொழி ஆணையைத் தவிர்க்கும் முயற்சிகளில் பள்ளி நிர்வாகங்கள் ஈடுபட்டன. இதன் விளைவாக 1946ஆம் ஆண்டு அரசு விதிவிலக்குகள் சில ஆண்டுகளுக்கு மட்டுமே என்ற அறிவிப்பை வெளியிட்டது. இவ்வாறாக உ.நி.பள்ளிகளில் IV,V,VI பாரங்களில் பயிற்றுமொழி நடைமுறைப்படுத்துவதற்கான ஆணை சுமார் 20 ஆண்டுகள் அரசின் விவாதப்பொருளாக மட்டுமே இருந்துள்ளது.

தமிழ் வளர்ச்சிக் கழகம்

நாடு சுதந்திரம் பெறுவதற்கு ஒன்றரை ஆண்டுகட்கு முன்பு அப்போதைய சென்னை மாகாண சட்டமன்றத்திற்குத் தேர்தல் நடைபெற்று காங்கிரஸ் கட்சி வெற்றி பெற்றது. அதற்கு ஆந்திரகேசரி டி.பிரகாசம் முதல் அமைச்சரானார். அந்த அமைச்சரவையில் தி.சு.அவினாசிலிங்கம் (செட்டியார்) கல்வி அமைச்சரானார் இவர் காந்தியவாதி, ஆங்கிலமோகம் இல்லாதவர். இவர் 1947க்குப் பிறகு தமிழ் வளர்ச்சிக்கான பணியில் ஈடுபட்ட முதற்பணி 'தமிழ் வளர்ச்சிக் கழகம்' நிறுவனத்தை தோற்றுவித்ததாகும்.

இதன் குறிக்கோள் 1. தமிழில் வெளியாகும் சிறந்த நூல்களுக்கு ரொக்கப் பரிசும்; பரிசுப் பத்திரமும் வழங்கி தமிழ் எழுத்தாளர்களுக்கு ஊக்கம் அளித்தல், 2.ஆண்டுதோறும் வெவ்வேறு இடங்களில் தமிழ்விழா எடுத்தல், 3.தமிழ் மொழியில் கலைக்களஞ்சியம் தயாரித்து வெளியிடல் ஆகியவையாகும்.

(இக்கொள்கையின்படி இக்கழகத்தின் வழியே எல்லாப் பொருள் களுக்குமான 10 தொகுதி கலைக் களஞ்சியம் தயாரிக்கப்பட்டது. பிறகு குழந்தைகள் கலைக்களஞ்சியம் 10 தொகுதிகள் வெளியிடப்பட்டன.

இக்கலைக்களஞ்சியத்தினால் மக்கள் அடையக்கூடிய பயனை தி.சு.அவிநாசிலிங்கம் செட்டியார் 1956இல் வெளியான நான்காம் தொகுதியின் முன்னுரையில், "எதிர்காலத்தில் நம் மொழிகளின் வளர்ச்சிக்குப் பெரியதோர் நம் மொழிகளின் வளர்ச்சிக்கும் பெரியதோர் இடம் இருக்கிறது. இவ்வாண்டிலிருந்து நம் நாட்டில் ராஜ்யங்கள் மொழிவாரியாக வகுக்கப்பட்டிருக்கின்றன. தமிழ் மொழியும் நம் ராஜ்யத்தில் ஆட்சி மொழியாக விரைவில் அமையும். தவிர, தமிழ் நாட்டுக் கல்லூரிகளிலும் பல்கலைக்கழகங்களிலும் தமிழ் போதனைக்குரிய மொழியாக அமைய வேண்டும். அப்பொழுது தான் நம் மொழியில் அறிவுத்துறைகள் அனைத்திலும் புத்தகங்கள் தோன்றும். அதுதான் சாதாரண மக்களும் உயர்ந்த அறிவை

எளிதில்பெற உதவியாக இருக்கும்." என்று கூறியிருப்பது குறிப்பிடத் தக்கது.

"போதனை மொழி தமிழாக மாறுவதற்கான மகத்தான முறையில் கலைக்களஞ்சியம் அடிப்படையான சேவை செய்து வருகிறது. இதுவரை தமிழில் புத்தகங்கள் இல்லாத துறைகளிலுள்ள விஷயங்களைத் தமிழில் எடுத்துச் செல்ல முயற்சி செய்கிறது. இதில் சங்கடங்கள் பல உண்டு. அவை தவிர்க்க முடியாத சங்கடங்கள். எனவே அவைகளை எதிர்த்துத் தீர்க்க முயற்சி செய்ய வேண்டும். ஆரம்ப முயற்சியாக இருப்பதால் இதில் முழு வெற்றியும் உடனே கிடைத்து விடாது. ஆனால் பின்வரும் முயற்சிகளுக்கு ஊக்கம் கொடுத்து அவைகளுக்கு அடிப்படையாக இருக்கலாம்" என்று தமிழில் அறிவியல் தேவையைத் தெளிவுபடுத்தியிருந்தார். (விடுதலைக்குப் பின் தமிழ் வளர்ந்த வரலாறு, ம.பொ.சி., பக்.20-24) இதனைத் தொடர்ந்து இம் முயற்சியின் விளைவாகத் தெலுங்கு, ஒரியா, கன்னடம் ஆகிய மொழிகளிலும் கலைக்களஞ்சியம் உருவாக்கம் முயற்சி தொடங்கப்பட்டது என்பதும் ஒரு கூடுதல் செய்தியாகும்.)

சட்டசபையில் அமைச்சர் ஆவேசம்

திரு. டி.எஸ். அவிநாசிலிங்கம் (செட்டியார்,) கல்வி அமைச்சர், சட்டசபையில் 1946 செப்டம்பர் 3 அன்று பயிற்று மொழி குறித்துப் பேசியதாவது:

"மேல் வகுப்புகளிலும், உயர்நிலைப் பள்ளிகளிலும் ஆங்கிலமே இன்று பயிற்று மொழியாக இருந்து வருகிறது. அதனால்தான் படித்தவர்களுக்கும், பாமரர்களுக்கும் இடையே பெரிய வித்தியாசம் இந்நாட்டில் இருக்கிறது. உலகத்தில் எந்த நாட்டிற்கும் போய்ப் பாருங்கள், படித்தவர்களுக்கும் மற்றவர்களுக்கும் இந்த நாட்டைப் போல் வித்தியாசம் கிடையாது. ஏனென்றால் அங்குப் படிப்பெல்லாம் அந்நாட்டின் மொழியிலேயே சொல்லிக் கொடுக்கப்படுகிறது. 'நாம் ஏன் வட்டாரமொழிகளே பயிற்றுமொழியாக இருக்க வேண்டுமென்று விரும்புகிறோம். இந்நாட்டு மக்கள் படிப்பறிவு பெறவேண்டும். ஒரு சிலர் மட்டும் கல்வி கற்பது இந்நாட்டிற்குப் போதாது. நூற்றைம்பது ஆண்டுகளுக்குப் பின்னர் இன்று நாம் என்ன காண்கிறோம்? இத்தனை ஆண்டுகளுக்குப் பிறகும் ஆயிரத்தில் ஒருவருக்குக்கூட சரியான முறையில் ஆங்கிலம் பேசத் தெரியாது. ... பல்லாண்டுகளாக மக்கள் அழுத்தி வைக்கப்பட்டிருக்கிறார்கள். அவர்கள் முன்னேற வேண்டும். ஆகவே மக்கள் கல்வியறிவு பெற வேண்டுமானால் வட்டார

மொழிகளில்தான் (தாய்மொழி) அக்கல்வியறிவைப் பெற முடியும்," என்றார்.

பல்கலைக்கழகங்களில் பயிற்றுமொழி எதுவாக இருக்க வேண்டும் என்பதைப் பற்றிய தாராசந்த் பரிந்துரையைப் பற்றி டி.எஸ்.அவினாசிலிங்கம் (1948) சட்ட சபையில் கூறியது.

"ஆங்கிலத்தை அகற்றிவிட்டு அதற்குப் பதிலாக வட்டார மொழியைப் பயிற்று மொழியாக உயர்கல்வியில் ஆக்குவதற்குரிய தருணம் ஒன்று வரவேண்டும்"

இதைத் தொடர்ந்த விவாதத்தில் "அடுத்த ஐந்தாண்டுகளில் ஆங்கிலத்தை அகற்றிவிட்டு இந்திய மொழிகளைப் பல்கலைக் கழகங்களின் பயிற்று மொழிகளாக ஆக்குதல் வேண்டும். ஐந்தாண்டு களுக்குப் பிறகு ஆங்கிலம் நீடிக்காது" எனப் பரிந்துரைக்கப்பட்டது.

"ஆங்கிலம் உலகமொழி. ஆகவே அம்மொழியைப் படிக்க வேண்டும் என்று எல்லாரும் சொல்கிறார்கள். ஆனால் பொது மக்களின் கருத்து என்னவென்றால் காலப்போக்கில், பல்கலைக் கழகங்களில் பயிற்றுமொழி வட்டார மொழிகளாகத்தான் இருக்க முடியும் என்பது. அந்நிய மொழிப் படிப்பு, படித்தவர்களுக்கும் படிக்காதவர்களுக்கும் வேற்றுமையை உண்டாக்கியிருக்கிறது. இலட்சக்கணக்கான மக்கள் மேற்படிப்பு படிப்பதற்குரிய வாய்ப்பை நாம் ஏற்படுத்தித் தரவேண்டும்" என்று பேசினார்.

1946இல் தி.சு.அவினாசிலிங்கம் திருச்சியில் ஒரு கல்லூரியில் சில பாடங்களுக்கு மட்டும் தமிழ்ப் போதனை மொழியாக்கப்பட்டது. சேலம் முனிசிபல் கல்லூரியிலும் இன்டர்மீடியட்டில் ஒரு பாடத்திற்கு மட்டும் தமிழ் பயிற்சி மொழியாக்கப்பட்டது. இந்த முயற்சிகளுக்கு வெற்றி கிடைக்கவில்லை. இதற்குக் காரணம் அப்போது ஆந்திரம் - மலையாளம் - கன்னடம் ஆகிய வேற்றுமொழிப் பிரதேசங்கள் கொண்ட சென்னை ராஜ்யத்திலே தமிழகம் இணைந்திருந்தன.

7. கல்லூரி இடைநிலை வகுப்புகளில் தமிழ்
(இருபதாம் நூற்றாண்டுப் பிற்பகுதி)

ஆங்கிலத்துக்குப் பதிலாகத் தாய்மொழி அல்லாத வட்டார மொழிகளில் பயிற்றுவிப்பது தொடர்பான உணர்வுரீதியான எழுச்சியின் விளைவாக 1946ஆம் ஆண்டு சேலம் நகரசபை, கல்லூரி இடைநிலை வகுப்புக்களில் மொழியல்லாத பாடங்களை அக்கல்வியாண்டு முதல் தமிழிலேயே நடத்தவேண்டும் எனத் தீர்மானம் நிறைவேற்றியது. இதனைத் தொடர்ந்து சேலம் நகராட்சிக் கல்லூரியில் தமிழ்ப் பயிற்று மொழி வகுப்புக்களை நடத்த முயற்சிகள் மேற்கொள்ளப்பட்டன. இதுபோல விவேகானந்தா கல்லூரியும் தமிழ்வழிப் பாடங்களைக் கற்பிக்க விரும்பி அரசின் அனுமதிக்காகக் காத்திருந்தன.

இம்முயற்சிகள் குறித்துக் குறிப்பிடும் தி.சு.அவினாசிலிங்கம், "இப்பிரச்சினையில் (பயிற்றுமொழி) அரசைவிட கல்லூரிகள் ஆர்வத்துடன் செயல்பட முயற்சிகளை மேற்கொண்டுள்ளன. ஆங்கிலம் போன்ற அந்நிய மொழிவழி கற்பிப்பதைவிட, தாய்மொழி வழியிலும், வட்டார மொழிவழியிலும் கல்வி கற்பதே சிறப்பானதாகும். மற்ற கல்லூரிகளும் தாய்மொழியில் கல்வி கற்பிக்க முயற்சிகள் மேற் கொள்ள வேண்டும்." (press statement No. 32262,17.06.1946) என்றவாறு குறிப்பிடுவது நோக்குதற்குரியது.

கல்லூரி நிர்வாகங்கள் தங்களின் தாய்மொழிப்பற்றின் காரணமாகக் கல்லூரிகளில் இடைநிலை வகுப்புக்களில் நடைமுறைப்படுத்த மேற் கொண்ட இம்முயற்சி பள்ளி அளவில் இருந்த பயிற்றுமொழித் திட்டத்தைப் புதிய தளத்திற்கு எடுத்துச்சென்றது. கல்லூரிகளில் தாய்மொழி வழிக்கல்வித் திட்டத்திற்கு இம்முயற்சி முன்மாதிரியாக அமைந்தது.

இக்காலகட்டத்தில் ஸ்ரீமத் நாராயணன் அகர்வால் எழுதிய பயிற்றுமொழிச்சிக்கல் குறித்த நூலைக் காந்திய இயக்க ஆதரவாளரும் தினமணி இதழின் ஆசிரியர் குழுவில் பணியாற்றியவருமான கா. திரவியம் போதனைக்கருவிமொழி என்ற தலைப்பில் மொழி பெயர்த்தார். இந்நூல் காரைக்குடி நவயுகப் பிரசுராலயம் சார்பில் 1946ஆம் ஆண்டு வெளியிடப்பட்டது.

ஆங்கில வழிப் பள்ளிகளுக்கு விதிவிலக்கு

1946 ஜூனில் வெளியிடப்பட்ட அரசாணை ஆங்கில வழிப் பள்ளிக்கான விதிவிலக்கு பற்றிக் குறிப்பிடுகிறது.

1. விதிவிலக்கு ஓராண்டிற்கு மட்டுமே அதிலும் தக்க காரணங்கள் இருந்தால் மட்டுமே அளிக்கப்பட வேண்டும்.
2. தொடக்கப் பள்ளிகளிலும், உயர்நிலைப் பள்ளிகளிலும் உள்ள தொடக்கக் கல்வியில் மூன்றாம்படிவத்திற்குக் கீழுள்ள வகுப்புகளுக்கு விதிவிலக்கு அளிக்கப்படமாட்டாது.
3. ஒன்றிற்கும் மேற்பட்ட பள்ளிகள் ஓரிடத்தில் இருந்தால் அங்கு ஒரு பள்ளியில் ஒரு பிரிவிற்கு மட்டுமே விலக்கு அளிக்கப்படும்.
4. வட்டார மொழி வழிக் கற்பிக்கத் திறன் பெற்ற ஆசிரியர்கள் கிடைக்காத பகுதிகளில் உள்ள பள்ளிகளுக்கு ஓராண்டிற்கு விதிவிலக்கு அளிக்கலாம். ஆனால், அப்பள்ளிகள் ஓராண்டிற்குள் இதற்கேற்பத் தம்மை தகவமைத்துக் கொள்ள வேண்டும்.
5. வட்டார மொழிகளில் பாடநூல்கள் இல்லை எனும் காரணத்திற்காக விலக்கு அளிக்கப்பட மாட்டாது. ஏனெனில் தற்போது போதுமான பாடநூல்கள் கிடைக்கின்றன.

முதல் மொழியாகத் தமிழ்

1946 சூன் 6ஆம் நாளிட்ட அரசாணைக் குறிப்பு ஆங்கிலத்தை இரண்டாம் மொழியாக அறிவித்தது. இதற்கு முன்பு ஆங்கிலம் முதல் மொழியாகவும் வட்டார மொழிகள் இரண்டாம் மொழியாகவும் இருந்தன. 1946இல் வெளியிடப்பட்ட அரசாணையின் மூலம் தமிழ் உள்ளிட்ட வட்டார மொழிகள் முதல் மொழிகளாகவும், ஆங்கிலம் இரண்டாம் மொழியாக மாற்றப்பட்டதால் ஆறாம் வகுப்பிற்குப் பிறகு கற்பிக்க ஏற்பாடு செய்யப்பட்டது. முதல் மொழியாக இருந்த போது தொடக்கக் கல்வியிலிருந்து கற்பிக்கப்பட்டு வந்தது.

இருபதாம் நூற்றாண்டு (விடுதலைக்குப் பின்)

காங்கிரஸ் கட்சியின் நாக்பூர் மாநாட்டில் (1919) மொழிவாரி மாநிலப் பிரிவினைக்கு ஆதரவாகத் தீர்மானம் நிறைவேற்றப்பட்டது. இத்தீர்மானத்தைத் தொடர்ந்து காங்கிரஸ் கட்சியின் பிரிவுகள் 1921ஆம் ஆண்டு முதல் மொழி அடிப்படையிலேயே உருவாக்கப்பட்டன. பெல்காமில் 1924ஆம் ஆண்டு காங்கிரஸ் மாநாடு நடைபெற்றது. இம்மாநாட்டில் மூன்று அடுக்கு மொழிக்கொள்கையைக் காந்தி

முன்மொழிந்தார். உலகத்தொடர்புக்கு ஆங்கிலம், மைய அரசுத் தொடர்புக்கு இந்தி, மாகாண அளவில் வட்டார மொழிகள் என்பதே காந்தி அறிவித்த மொழிக்கொள்கையாகும். விடுதலைக்குப் பிறகு அவருடைய மொழிக் கொள்கையையே பின்பற்றப் போவதாக அரசியல் சட்ட உருவாக்கக்குழு அறிவித்தது.

பயிற்றுமொழி உருது : வேண்டுகோள்

வட்டார மொழிகள் வாயிலாகக் கல்வியளிப்பது தொடர்பான விவாதங்கள் நடைபெற்று வந்தபோது இசுலாமிய உறுப்பினரான முகமது இஸ்மாயில் சாகிபு 30.10.1947 அன்று உருதுவைப் பயிற்று மொழியாக்க வேண்டினார்.

"உருதுவைத் தாய்மொழியாகக் கொண்ட மாணவர்களுக்கு வசதியாகக் கல்லூரிகளிலும் பள்ளிகளிலும் பாடங்களை அம்மொழி யிலேயே சொல்லிக் கொடுக்க அரசு ஆவன செய்ய வேண்டும். போதிய எண்ணிக்கை இருந்தால் அவர்கள் விருப்பப்படுகிற இடத்திலேயே இந்த வசதிகளைச் செய்து தரவேண்டும்," (துரை. சுந்தரேசன் 1986:100) என்பதே அவருடைய வேண்டுகோளாகும். வட்டார மொழிகளைப் பயிற்று மொழியாக நடைமுறைப்படுத்துவதில் ஆர்வமுடையவரான அவினாசிலிங்கம் உருது மொழியைப் பயிற்றுமொழியாக்குவது இசுலாமிய சமூக வளர்ச்சிக்குத் தடையையே ஏற்படுத்தும்" எனக் கருத்து தெரிவித்துள்ளார்.

வட்டார மொழிகளுக்கு ஆதரவு

இந்தியா விடுதலை பெற்ற பிறகு வட்டார மொழி அல்லது இந்திய மொழிகளில் கல்வி வழங்கலாம் என்ற கருத்து வலுப்பெற்றது. இக்கொள்கைக்கு ஆதரவாகச் சென்னை மாகாண அரசு எடுத்து வரும் முயற்சிகளை அவினாசிலிங்கம் சட்டமன்றத்தில் விரிவாக எடுத்துரைத்தார். இதைத் தொடர்ந்து,

"வட்டார மொழிகளின் வளர்ச்சிப் பற்றி ஒரு சில கருத்துக்களைக் கூற விரும்புகிறேன். மற்ற நாடுகளில் தங்களுடைய மொழிகளை எந்த அளவு வளர்த்திருக்கிறார்களோ அந்த அளவு நம்முடைய மொழிகள் வளர்ச்சி காணவில்லையென்றால், மற்ற நாடுகளில் வளர்ந்துள்ளது போன்ற வளர்ச்சியடையாமல் குன்றிவிடும். இதைக் கருத்தில் கொண்டு அரசாங்கம் பல திட்டங்களைத் தீட்டியிருக்கிறது.

எல்லா உயர்நிலைப் பள்ளிகளிலும் வட்டார மொழிகளைப் புகுத்துவது, பள்ளிகளிலும் கல்லூரிகளிலும் மொழியைப் போதிக்கின்ற

ஆசிரியர்களின் தகுதியையும் சம்பளத்தையும் உயர்த்துவது, வட்டார மொழிகளைக் கல்லூரி வகுப்புகளில் புகுத்துவது, வட்டார மொழிகளில் எழுதப்படும் புத்தகங்களுக்குப் பரிசு வழங்குவது, மாகாணத்தின் இரண்டு பிரதான மொழிகளில் கலைக்களஞ்சியம் தயாரிப்பவர்களை ஊக்குவிப்பது," (துரை. சந்திரசேகரன், 1986:110) என்ற கருத்துக்களை முன்வைத்தார்.

தமிழ் வழிக் கல்வி தோற்றம் ஒரு வரலாற்றுக் கணக்கீடு – ஒரு தொகுப்புரை

1921இல் ஆர். வேங்கடரத்தினம் தலைமையில் அமைந்த குழு ஆங்கிலம், வட்டார மொழி இவையிரண்டில், பயிற்றுமொழியாகத் தேர்ந்தெடுக்கும் உரிமையைப் பள்ளி நிருவாகத்தினருக்கு விட்டுவிட வேண்டும் என்றும், ஆனால் பள்ளிகளில் பாடங்கள் ஆங்கிலம், வட்டாரமொழி ஆகிய இரண்டின் மூலமாகவும் கற்பிக்கப்பட வேண்டும் என்றும் பரிந்துரைத்தது. 1924இல் திரு.சத்தியமூர்த்தி, உயர்நிலைப் பள்ளிகளில் வட்டார மொழிகள் கட்டாயப் பயிற்று மொழியாக்கப்பட வேண்டும் என்று சட்டசபையில் தீர்மானம் கொண்டு வந்தார். இத்தீர்மானம் மாவட்ட உயர்நிலைக் கல்விக் கழகங்களுக்கு அனுப்பப்பட்டது. ஒருமித்த கருத்து உருவாகவில்லை. இதனால் 1925இல் கல்வி இயக்குநர் சென்னைப் பல்கலைக்கழகக் கல்விக் குழுவோடு இணைந்து ஓர் அறிக்கை தயாரித்தார். இந்த அறிக்கை உயர்நிலைப் பள்ளிகள் பயிற்று மொழியாக ஆங்கிலத்தையோ, வட்டார மொழியையோ தெரிவு செய்து கொள்ளலாம் என்று கூறியது. ஆகையால் உயர்நிலைப் பள்ளிகளில் தாய்மொழிக் கல்வி மிக மெதுவாகவே நடந்தது. 1937 வரை இம்முயற்சியில் குறிப்பிடத்தக்க முன்னேற்றம் எதுவும் ஏற்படவில்லை என்பதைப் பயிற்று மொழியின் கொள்கையை மதிப்பீடு செய்த ஆய்வு சுட்டிக் காட்டுகிறது. 1930களில் மொத்தம் இருந்த முந்நூறு பள்ளிகளில் 155 பள்ளிகளில்தான் தாய்மொழிக் கல்வி கற்பிக்கப்பட்டது. வெள்ளையர்களுக்கு எதிரான போராட்டத்தின் விளைவாகச் சமரசப்போக்கை இங்கிலாந்து அரசு மேற்கொண்டதன் பேரில் 1935ஆம் ஆண்டு உருவாக்கப்பட்ட இந்திய சட்டத்தின்படிக் கல்வி, பல்கலைக்கழக நிருவாகம் மாநில அரசின் கைக்கு வந்தது.

ஆட்சியைப் பிடித்த காங்கிரஸ் – தமிழ் வளர உதவியது

ஆக ஒரு நூற்றாண்டுக்குப் பின்னால் 1937இல் அன்றைய சென்னை மாநிலத்தில் காங்கிரஸ் ஆட்சி ஏற்பட்டபோது அரசு வெளியிட்ட ஆணை தாய்மொழி வழிக் கல்விக்குப் புது வளர்ச்சியைக் கொடுத்தது.

அந்த ஆணை இதுவரை தாய்மொழி வழிக் கல்வியை மேற்கொள்ளாத பள்ளிகள் இனிக் கட்டாயமாக மேற்கொள்ள வேண்டும் என்றும், முதலில் நான்காம் படிவத்தில் தொடங்கித் தொடர்ந்து உயர்நிலைப் பள்ளிக் கல்வி முழுவதும் செயற்படுத்தப்படவேண்டும் என்றும் குறிப்பிட்டது. இந்நிலையில்தான் 1939இல் கல்வி அமைச்சராக இருந்த டாக்டர் சுப்பராயன் தமிழை உயர்நிலைப் பள்ளிகளில் பயிற்று மொழியாக்கினார். இதன்விளைவாக 1941இல் மாணவர்கள் முதலாவதாகத் தமிழ் வழிப் பள்ளி இறுதித் தேர்வினை (எஸ்.எஸ்.எல்.சி.) எழுதினார்கள்.

1939ஆம் ஆண்டின் இறுதியிலே காங்கிரஸ்காரர்கள் ஆட்சிப் பொறுப்பைத் துறந்து வெளியேறிய பின்னர் சுமார் ஆறு ஆண்டுகாலம் ஆங்கிலேயர் மூவர் கொண்ட ஆலோசகர் ஆட்சி நடைபெற்றது. அந்தக் காலத்தில் திரும்பவும் ஆங்கிலமே உயர்நிலைப் பள்ளிகளில் பயிற்று மொழியாக்கப்பட்டது.

இரண்டாம் உலகப் போர் 1939 செப்டம்பரில் தொடங்கியது. இந்தியர்களைக் கேட்காமலே அவர்கள் இசைவு இன்றியே இந்தியாவைப் போரில் ஈடுபட வைத்ததால் இராஜாஜி அமைச்சரவைப் பதவி விலகியது. ஆளுநரின் ஆணையின் பேரில் இந்தி நுழைப்புத் திட்டம் கைவிடப்பட்டது.

8. நடுவண் அரசும், பயிற்றுமொழித் திட்டமும்

பயிற்றுமொழிச்சிக்கல் பற்றி ஆராய 1949ஆம் ஆண்டு டாக்டர் எஸ்.ராதாகிருஷ்ணன் தலைமையில் ஒரு குழுவை நியமித்தது. அக்குழு அரசுக்குப் பயிற்றுமொழி தொடர்பாக 13 பரிந்துரைகளை உள்ளடக்கிய அறிக்கையொன்றை அளித்தது. அந்த அறிக்கையைத் தமிழகச் சட்டமன்றத்தில் முன்வைக்க உறுப்பினர் சூரிய நாராயணராவ் வேண்டுகோள் விடுத்தார். அவருடைய வேண்டுகோளைத் தொடர்ந்து 24.11.1949 அன்று அவ்வறிக்கை அவையில் முன்வைக்கப்பட்டது. அவ்வறிக்கை வருமாறு:

"பல்கலைக்கழகங்களில் பயிற்றுமொழியாக இருக்கும் ஆங்கிலத்தின் நிலையில் அடுத்த ஐந்தாண்டுகளில் இந்தியமொழிகள் இடம்பெற வேண்டும்.

இக்காலகட்டத்தில் பல்கலைக்கழகங்கள் மாநிலத்தின் மொழியையே பயிற்றுவிப்பதற்கும் தேர்வுகள் எழுதுவதற்கும் பயன்படுத்த வேண்டும்.

ஆங்கிலத்திற்குப் பதிலாக வட்டார மொழிகளைப் பயிற்று மொழியாக்கும் திட்டத்தின் போது உயர் கல்வியில் ஆங்கிலம் இரண்டாவது மொழியாகத் தொடரவேண்டும். ஆங்கில மொழிப் பயிற்சி என்பது ஆங்கில இலக்கியம் தொடர்பானதாக மட்டும் இல்லாமல், தங்களின் பாடங்களை மாணவர்கள் புரிந்துகொள்ளும் வகையில் ஆங்கில நடை அமையவேண்டும். இந்த இடைப்பட்ட காலத்தில் வட்டார மொழிகளை ஆங்கிலத்திற்குப் பதிலாகப் பயிற்றுமொழியாக்கும் திட்டம் படிப்படியாக நடைபெற வேண்டும்.

அறிவியல் கலைச்சொல்லியலைப் பொறுத்த அளவில் சர்வதேச சொற்கள் (International Terminology) இந்திய மொழிகளில் பெயர்க்கப்பட்டு அவைப் பயன்படுத்தப்பட வேண்டும். அனைத்து இந்திய மொழிகளிலும் அறிவியல் கலைச்சொல்லியல் உருவாக மத்திய அரசு வாரியங்களை உருவாக்க வேண்டும். அவ்வாரியங்கள் அறிவியலாளர்கள், மொழி அறிஞர்கள் இடம்பெறும் அமைப்பாகப் பல்கலைக்கழகங்களின் துணையுடன் அமைய வேண்டும். இந்தப் பணி ஐந்தாண்டுக்குள் நிறைவடைய வேண்டும். மத்திய அரசு இந்தப்பணியைத் தொடங்க,

போதுமான நிதியினை உடனே ஒதுக்கி பணிகளை விரைவுபடுத்த வேண்டும்.'' (G.O.No. 200, Education, Dated 27.01.1949)

ஐம்பதுகளில் தமிழ்வழிக் கல்வியின் முன்னேற்றம்

சென்னை மாகாணத்திற்கு உட்பட்டிருந்த பள்ளிகளில் தமிழ், தெலுங்கு போன்ற மாகாண மொழிவழியாகப் பயிற்றுவிக்கும் பள்ளிகளின் எண்ணிக்கை 1948 முதல் 1950 வரையிலான காலப் பகுதிகளில் குறிப்பிட்டுச் சொல்லுமளவிற்குக் கூடியது.

ஆண்டு	மொத்தப் பள்ளிகள்	தாய்மொழி வழிப் பள்ளிகள்	விழுக்காடு
1948	626	527	83
1949	693	647	93
1950	769	749	97

15-6-1946 ஜூன் 15இல் ஆங்கிலம் இரண்டாவது மொழி, வட்டார மொழி முதல் மொழி என்கிற குறிப்பாணையை அரசு வெளியிட்டது. இதன் பலனாக, 1948இல் 626 பள்ளிகளில் 527 பள்ளிகளும், 1949இல் 693 பள்ளிகளும், 1950இல் 769 பள்ளிகளும் எஸ்.எஸ்.எல்.சி. வரை தாய்மொழியிலேயே கற்பித்தன. ஆங்கிலப் பாடம் ஆறாம் வகுப்பிலிருந்து நடத்தப்பட்டது.

தாய்மொழிவழிக் கல்வியின் நிலைபற்றி அறிய அரசு அமைத்த கமிட்டி (1956) தாய்மொழிவழிக் கல்விக்கு மாறியதில் எந்தச் சிரமமும் இல்லை. தாய்மொழி வழிக்கல்வி சோதனைக் கட்டத்தைத் தாண்டி வெற்றிகரமாகச் செயல்பட்டு வருகிறது. மாணவர்களும் தங்கள் கருத்துக்களைத் தாய்மொழியில் திறம்படத் தெரிவிக்கின்றனர் என்று குறிக்கப்பட்டது.

1956இல் ஆங்கிலத்திலிருந்து தமிழுக்கு மாறியது வெற்றி பெற்றது. முழுமையுற்றது. ஆனால், அதன்பின், காட்சிமாறியது, ஆங்கிலோ - இந்தியப் பள்ளிகள், மத்திய அரசுப்பள்ளிகள், தனியார் பள்ளிகள் பல்கிப் பெருகவே, மீண்டும் வேதாளம் முருங்கை மரம் ஏறிய கதையாக ஆங்கிலம் முதன்மை பெறத்தொடங்கியது. அதன் பயனாக, 1968இல் அரசு அறிவித்த தமிழ் பயிற்றுமொழிக் கொள்கை பலத்த எதிர்ப்புக்கு ஆளானது. பயிற்று மொழி அரசியலாக்கப்பட்டது.

இதற்கிடையில் 1960களில் கல்லூரிகளில் தமிழைப் பயிற்று மொழியாக்கும் முயற்சி மேற்கொள்ளப்பட்டது. 1960 - 61இல் கோவை

அரசினர் கல்லூரியில் இச்சோதனை மேற்கொள்ளப்பட்டது. 1966 - 67இல் புதுமுக வகுப்பிலும் (எல்லாக் கல்லூரிகளிலும் ஒரு பிரிவு) 67 - 68 பி.எஸ்ஸி. வகுப்பிலும் சோதனை நடந்தது. இதற்கு முன்பே, 1948இல் இண்டர்மீடியட் வகுப்பில் திருச்சி நேஷனல் கல்லூரி, கோவை, சேலம் அரசினர் கல்லூரிகளில் தமிழ் பயிற்றுமொழியாக இருந்தது. அண்ணாமலைப் பல்கலைக்கழகத்திலும் ஏறத்தாழ இதே காலகட்டத்தில் அறிவியல் பாடங்களிலும் அறிமுகப்படுத்தப்பட்டது.

இதனைச் சற்று விரிவாகப் பார்ப்போம்.

தமிழ் வழிக்கான பாடத்திட்டம் தேவை-மாநாட்டுத் தீர்மானம்

இதன் பிறகு 1950 மே மாதம் கோவை நகரில் பைந்தமிழ் மாநாடு நடைபெற்றதில் தமிழ்நாட்டில் தமிழ்மொழி கட்டாயப் பாடமாக அமைந்திருப்பது அவசியமாகையால் அதை அனுசரித்து பாடத் திட்டத்தை அமைக்க வேண்டுமென இம்மாநாடு வலியுறுத்திய தீர்மானத்தை அவினாசிலிங்கமும், கி.வா.ஜகந்நாதனும் முன் மொழிந்தனர் என்பதும் இங்கு நினைவு கூர வேண்டியுள்ளது.

1950இல் மாதவராவைக் கல்வியமைச்சராகக் கொண்டபோது பிறப்பிக்கப்பட்ட ஆணையிலும் 6 ஆம் வகுப்பு முதல் 11ஆம் வகுப்பு வரை இரண்டாவது மொழி ஆங்கிலம் கட்டாயம். மூன்றாம்மொழி இந்தி கட்டாயம். முதல் மொழியாக இந்திய மொழிகளில் ஏதேனும் ஒன்று அது தமிழாக இருக்கலாம். இல்லாமலும் போகலாம் என்று கூறுகிறது. இதிலும் தமிழ் கட்டாயம் என்கிற நிலை உருவாகவில்லை. எவ்வாறு என்றால் தமிழ், இந்தி, கன்னடம், தெலுங்கு, மலையாளம், உருது, குஜராத்தி, சமஸ்கிருதம், அரபி, பெர்சியன், பிரெஞ்சு, இலத்தீன், ஜெர்மன் ஆகிய மொழிகளுள் ஏதேனும் ஒன்றினைப் பயிற்சி மொழியாகக் கொள்ளலாம் என்று இவ்வறிக்கை கூறியது. இவ்வறிக்கை தமிழின்றி உயர்நிலைப் பள்ளி படிக்க வழி வகுத்தது.

1952 ஜூலை 25 வரவு செலவுத் திட்ட அறிக்கை விவாதத்தில் கலந்துகொண்ட முதல்வர் ராஜாஜி அரசாங்க நடவடிக்கை திருச்சி மாவட்டத்தில் பரிட்சார்த்தமாகத் தமிழில் நடத்தி வருவது உண்மை தான். ஆனால் அதை விரிவுபடுத்த விரும்பவில்லை என்று கூறினார். மற்றைய இடங்களில் ஆங்கிலத்தில் நடப்பது அறிந்து வி.ஆர்.கிருஷ்ண அய்யர் "ஆங்கிலேயர்களை விரட்டிய பின்பும் தொடர்ந்து அவர்கள் விட்டுச் சென்ற மொழியைப் பயன்படுத்துவது மிகவும் அவமானத்தைத் தரக்கூடிய ஒன்றாகும்" என்றார். இதைத் தொடர்ந்து கருத்திருமன் பேசியது. (4.12.52)

“ஆங்கிலப் பொதுப் பாஷையை வைத்துக் கொண்டு நாம் சுதந்திரப் போராட்டத்தைக் கூட்டாக நடத்த முடிந்தது... ஆகையினாலே, ஒருவரை ஒருவர் உணர்ந்து கொள்வதற்கு வசதியளித்த பொதுமொழி ஆங்கிலத்தை நாம் ஒழிக்க முயற்சி செய்யக்கூடாது” என்றார்.

கருத்திருமனுக்குப் பின் பேசிய டி.எம்.நாராயணசாமி பிள்ளை, “தமிழுக்கு எதிர்காலத்தில் ஓர் உயர்வையோ, மேம்பாட்டையோ, தரத்தையோ தரவேண்டுமானால் ஆங்கிலம் இருந்தே தீரவேண்டும்... ஆங்கிலத்தின் துணையில்லாமல் ஒருநாளும் தமிழ் குறைவின்றி மேன்மையடைய முடியாது” என்று கூறினார்.

“கல்லூரிகளிலும், பள்ளிகளிலும் ஆங்கிலமே தொடர்ந்து பயன் படுத்த வேண்டுமென்பதை ஆதரிக்கிறோம். இன்று மத்திய அரசில் ஆட்சி மொழியாக ஆங்கிலம் இருக்கிறது. பதினைந்து ஆண்டுகள் கழித்து இந்தி புகுத்தப்பட வேண்டுமென்று சட்டம் இருக்கிறது. முப்பது ஆண்டுகளுக்குப் பிறகு இந்தி ஆட்சிமொழி ஆவதில் எனக்கு ஆட்சேபனை ஏதுமில்லை” என்று ராஜா முத்தையா செட்டியார் பேசினார்.

இக்காலகட்டத்தில் இந்தியைக் கட்டாயமாக்கப் பள்ளிகளில் புகுத்த வேண்டும் என்ற தீர்மானத்தைக் கொண்டு வந்தபோது, சென்னை மாநிலத்தின் தீர்ப்பு வேறுவிதமாக இருந்தது. ஆங்கிலம் தொடர வேண்டுமென்ற ஆசையும் நாட்டின் ஒருமைப்பாட்டைக் காக்க இந்தியைக் கற்க வேண்டும் என்ற வற்புறுத்தலும், எங்கள் தாய்மொழி எழுச்சி பெற வேண்டும் என்ற எண்ணப் போக்கும் விடாது மோதிய காலகட்டம் இது.

ஆட்சி மாற்றத்திற்குப் பிறகு காமராசர் முதலமைச்சர் பதவி ஏற்றதும் தமிழுக்கு ஏற்றம் கொடுத்தார்.

சி.சுப்ரமணியம்-5ஆம் வகுப்பிலிருந்து ஆங்கிலம்

காமராசரின் கல்வி அமைச்சரான சி.சுப்ரமணியம் ஆங்கிலத்தை 5ஆம் வகுப்பிலிருந்து மொழிப் பயிற்சிக்கான ஆணையைப் பிறப்பித்தார். எல்லாப் பள்ளிகளிலும் இந்தியைப் புகுத்தினார்.

இந்தித் திணிப்பு குறித்து ஆளுநர் உரையின்மீது (2.8.55) பி.அரங்கசாமி ரெட்டியார் பேசியதாவது: “சமீபத்தில் 2 வார காலமாகத் தென்னாட்டில் ஒரு புரட்சிகரமான செய்தி பரவி வந்தது. இந்தி மொழியை எதிர்ப்பதன் அறிகுறியாக 1.8.1955இல் தேசியக் கொடியை எரிப்பது எனத் திராவிடக் கழகத்தார் முடிவு செய்து ஒரு பெரிய

கிளர்ச்சியைச் செய்துவந்தார்கள். 10, 15 நாட்கள் கிளர்ச்சி இருந்திருக்கிறது. இது பெருமைப்படக்கூடிய விஷயம் அல்ல. தமிழ்நாட்டைப் பொறுத்த மட்டில் தமிழ்மொழி ஆட்சி மொழியாக இருக்க வேண்டுமானால், அதற்கு விரோதமான செயல்கள் இருக்கக் கூடாது. இப்பொழுது கார்டு, கவர் முதலியவைகளில் பூராவும் இந்தி மணியார்டர் பாரங்கள். பி.ஏ., படித்தவர்கள் கூட வாங்கிப் பூர்த்தி செய்ய முடியாத நிலையில் இருக்கின்றன. இந்தியைக் கட்டாயமாகப் போதித்து அதை ஆட்சி மொழியாக ஆக்க வேண்டுமென்ற ஏற்பாடு இல்லையென்று சொல்லுகிறார்களேயொழிய, தமிழ் ஆட்சிமொழி ஆக்குவதற்கு இப்போது எந்த விதி ஏற்பாடும் செய்யப்படவில்லை.''

இவ்வுரைக்கு அடுத்த நாள் (3.8.1955) ப.ஜீவானந்தம் பேசுகையில், ``இந்த இராஜ்ஜியத்தின் ஆட்சிமொழி, இந்த இராஜ்ஜியத்தின் கல்லூரிகளில் இருக்க வேண்டிய போதனா மொழி. இதைப்பற்றி ஒரு வார்த்தைகூட கவர்னர் உரையில் குறிப்பிடாதது வருந்தத்தக்கது. கல்லூரிகளிலும் கூட ஆங்கிலம் இருந்த ஸ்தானத்தில் இந்தி போதனா மொழியாகத் திணிக்கக்கூடிய ஆபத்தும் இருக்கிறது. ஆகவேதான் உடனடியாக நமது இராஜ்ஜியக் கல்லூரிகளில் நம் நாட்டில் வழங்கும் தமிழ்மொழியைப் போதனா மொழியாக ஏற்படுத்த வேண்டும் என்று நான் குறிப்பிட விரும்புகிறேன்'' என்று உரையாற்றினார்.

இதனை ஒட்டி ப.ஜீவானந்தம் சட்டசபையை விடுத்து பொது நிகழ்ச்சிகளிலும் இக்கருத்தை வலியுறுத்தினார்.

``தமிழ்நாட்டில் சென்னை சர்க்காரின் ஆட்சி மொழி தமிழ் மொழியாக இருக்க வேண்டும். சட்டசபையில் தமிழ்மொழியே பேச வேண்டும். சர்க்கார் நிர்வாகம் அனைத்தும் போலீஸ் ஸ்டேசன் முதல் கச்சேரி வரை தமிழ் மொழியில் நடவடிக்கைகள் நடைபெற வேண்டும். நீதிமன்றங்களிலும் பள்ளிகளிலும், பல்கலைக் கழகங்களிலும் விஞ்ஞானமும் தமிழ் மொழியிலேயே போதிக்கப்படவேண்டும். இது 'ஸ்புட்னிக் காலம்' என்பதை உணரவேண்டும். தமிழ் மொழியில் விஞ்ஞானத்தைப் பயிற்றுவிக்க முடியாது என்று சொல்லுகிறார்கள். முடியும் என்று சொல்கிறது கம்யூனிஸ்ட் கட்சி. ஸ்புட்னிக் ஆங்கிலத்தில் பயின்றவர்களால் கண்டுபிடிக்கப்பட்டதா? அவர்கள் தாய்மொழியின் மூலம் விஞ்ஞானத்தைப் பயின்று அல்லவா ஸ்புட்னிக்கைக் கண்டு பிடித்தார்கள். விஞ்ஞானத்தைத் தன் தாய்மொழியில் போதித்தால் இந்த கூட்டத்தில் உள்ள மாணவர்கள் வருங்காலத்தில் விஞ்ஞானிகளாக வரமாட்டார்கள் என்று கூறமுடியுமா?'' என்று முழக்கமிட்டதும்

இங்கு நினைவு கூரத்தக்கது (பொதுவுடைமை வளர்த்த தமிழ் சு.பொ.அகத்தியலிங்கம், பக்.21)

1953ஆம் ஆண்டு அன்றைய சென்னை ராஜதானியில் ஆந்திர மாகாணம் அமைப்பதற்கான மசோதாவின் மீது ம.பொ.சி பேசும் போதும் ஆட்சி மொழியை குறித்த அவசியம் வலியுறுத்தப்பட்டது.

"இந்தியாவுக்குக் கிடைத்த சுதந்திரம் சமுதாயத்தின் மேல் தளத்தில் இருப்பவர்களுக்கே பயன்படுகிறது. அடித்தளத்தில் இருப்பவர்கள் பயன்படுத்த முடியவில்லை. பொதுமக்கள் பேசுகின்ற மொழியை அடிப்படையாகக் கொண்டு ஆட்சி அமைய வேண்டுவது இன்றியமையாதது. அப்பொழுது தான் சமுதாயத்தின் அடித்தளத்தில் இருப்பவர்கள் மற்றவர்களோடு சமத்துவமாக வாழமுடியும்" என்று கூறினார்.

இங்கு நாம் நினைவில் நிறுத்த வேண்டியது 1953ஆம் ஆண்டிலே ஆந்திரமும், 1956இல் கருநாடகமும், கேரளமும் சென்னை மாகாணத்திலிருந்து பிரிந்தன என்பதாகும். ஆந்திரர்களும், கன்னடியர்களும், ஒரியா மொழி பேசுபவர்களும் தங்களுக்கென்ற தனி மாநிலமும், தங்கள் மொழி வழக்கில் வரவேண்டும் என்ற கோரிக்கைகள் கேட்ட வண்ணம் இருந்த நேரத்தில், தமிழர்கள் தங்களுக்கென தனியாக மாநிலமும், தங்களுடைய மொழியே பயன்படுத்தப்பட வேண்டுமென்ற வற்புறுத்தலும் இல்லாமலும் அமைதியாக இருந்தனர். இதன்பிறகு சில முக்கிய நிகழ்வுகள் தமிழகத்தில் நடைபெற்றன.

ஆளுநர் உரையின் மீது நடந்த விவாதத்திற்குப் பதிலளித்து நிதி அமைச்சர் சி. சுப்பிரமணியம் 1955 ஆகஸ்டு 5ஆம் நாள் பேசும்போது, "எங்களைப் பொறுத்த வரை வட்டார மொழிதான் பயிற்று மொழியாக இருக்க முடியும் என்பதைத் திட்டவட்டமாக அறிவித்துள்ளோம்," என்றார். இதன் பிறகு அதே ஆண்டு செப்டம்பர் 29ஆம் நாள் ப. ஜீவானந்தம் பேசுகையில், "பிரதேச மொழிகளுக்கு முக்கியத்துவம் கொடுக்கப்படவேண்டும். நான் தமிழன். என்னுடைய மொழியே இந்த இராஜ்யத்தில் ஆட்சி மொழியாக இருக்கவேண்டும் என்பது என்னுடைய கோரிக்கை. ...கல்விக் கூடங்களிலும், ஆட்சி மன்றத்திலும், நியாய மன்றத்திலும் நிருவாகத்துறையிலும், பிரதேச மொழியே விளங்க வேண்டும்." "கல்வியைப் பொருத்த அளவில் பல படிகளிலும் தமிழ் மொழியே போதனா மொழியாக இருக்க வேண்டும். ...சுயராஜ்யம் கிடைத்த பிறகு ஆரம்பப் பாடசாலைகளில் நாம் தமிழையே போதனா மொழி ஆக்கிவிட்டோம். அதற்கு அடுத்தபடியாக உயர்நிலைப்

பள்ளிகளிலும் தமிழையே போதனா மொழி ஆக்கிவிட்டோம். தர்க்க ரீதியாகத் தொடர்ந்து தமிழையே கல்லூரிகளிலும் போதனா மொழியாக்குவதுதான் நியாயம்,''' என்றார்.

இதனைத் தொடர்ந்து பேசிய குமாரராஜா முத்தையா செட்டியார், "கல்லூரிகளிலும், பள்ளிகளிலும் ஆங்கிலமே தொடர்ந்து பயன்படுத்த வேண்டும் என்பதை ஆதரிக்கிறேன். இன்று மத்திய அரசில் ஆட்சி மொழியாக ஆங்கிலம் இருக்கிறது. பதினைந்து ஆண்டு முடிவில் இந்தி புகுத்தப்பட வேண்டும் என்று சட்டம் இருக்கிறது. முப்பது ஆண்டு களுக்குப் பிறகு இந்தி ஆட்சி மொழி ஆவதில் எனக்கு ஆட்சேபனை ஏதுமில்லை," என்றார். இதனையே பி.ஜி. கருத்திருமனும் முழுமையாக ஆதரித்தார்.

இதன்பிறகு பி.ராமமூர்த்தி, "பிரிட்டிஷ் ஏகாதிபத்தியத்தை எதிர்க்க வேண்டுமென்ற உணர்ச்சி மேலிட்டபோதே நம் நாட்டில் எந்தப் பிரதேசத்தை எடுத்துப்பார்த்தாலும் சரி, அந்தக் காலகட்டத்தில் மொழிப்பற்றும் கூடவே வளர்ந்து வந்திருக்கிறது. ...தமிழ்மொழி வளர்ச்சி அடைந்த பிறகு, அதைக் கொண்டுவரலாம் என்று சொல்வது எப்படி இருக்கிறது என்றால், நீந்திப் பழகியபிறகு தண்ணீரில் இறங்கினால் போதும் என்று சொல்வதுபோல் இருக்கிறது. நீந்திப் பழகிய பிறகு தண்ணீரில் இறங்க வேண்டும் என்று ஒருவன் இருந்தால், இவன் ஒரு நாளும் நீந்தக் கற்றுக்கொள்ளப்போவதில்லை. அதைப் போல இருக்கிறது, தமிழ்மொழி வளர்ச்சி அடைந்தபிறகு அதைக் கொண்டுவரலாம் என்று சொல்வது. ...நம்முடைய இராஜ்ஜியத்தில் தமிழாகிய தேசிய மொழியே வேண்டும் என்று சொல்கிறார்கள். அந்த மொழியில்தான் நம் நாட்டில் சகலவிதமான நடவடிக்கைகளும் நடக்க வேண்டும் என்று சொல்லுகிறார்கள். போதனைகளும் நடக்க வேண்டும் என்று சொல்லுகிறார்கள். போதனையையும் அதில்தான் இருக்க வேண்டும் என்று சொல்கிறார்கள். தமிழ்மொழியில்தான் எல்லா நடவடிக்கைகளும் நடக்க வேண்டும் என்று அரசாங்கம் சொல்லி விட்டால், அந்த மொழி வளர்ச்சி அடைய வசதி ஏற்பட்டுவிடும்... ஒரு மொழி வளர்ச்சி அடைய வசதி ஏற்பட்டுவிடும். ...ஒரு மொழி வளர்ச்சி அடைய சந்தர்ப்பம் கொடுக்காமல் இருந்தால் அது எப்படி வளர்ச்சி அடைய முடியும்?" என்று உரையாற்றினார்.

அவர் மற்றோர் சமயம் பேசுகையில், "தமிழ் ஆட்சி மொழியாக அரசாங்கத் துறைகளில் தமிழில் போதிப்பது என்பதும் முக்கியமான பிரச்சனையாகும். நமது அரசாங்கம் தமிழ் மொழியில் ஆட்சி நடத்த

வேண்டுமென்று ஏற்படும் போது போதனா முறையும் தமிழில் இருக்க வேண்டும். ...பள்ளிகளில் ஆங்கிலம் பயின்றுவிட்டு, நிருவாகத்தில் வரும் போது, அது தமிழில் இருந்தால் வேலைசெய்ய முடியாமல் திணறல் மிகப் பெரிய அளவில் ஏற்படும். தமிழ் ஆட்சி மொழியாகி அது அமலில் சீக்கிரம் நடக்க வேண்டுமென்றால் இதற்குத் தகுந்தாற் போல், இன்றைக்குக் கல்விபோதனா முறையை மாற்றியமைக்க வேண்டுமென்று சொல்லிக் கொள்கிறேன்" என்று தமிழ்ப் பயிற்சிமொழி அவசியத்தை வலியுறுத்தினார்.

இதைத் தொடர்ந்து எம்.கல்யாணசுந்தரம் "ஆட்சிமொழி மசோதாவுடன் தமிழ்தான் நம் சர்வகலாசாலைகளில் போதனா மொழியாக இருக்க வேண்டும் என்ற பிரிவைச் சேர்த்திருந்தால் நாம் எல்லாரும் இருகரங்களைக் கூப்பி இந்த மசோதாவை வரவேற்கக் கூடிய நிலையிலிருந்திருப்போம். ...காலக் கிரமத்தில் அதற்கு ஒரு சந்தர்ப்பம் வந்தே தீரும். அப்பொழுது ஓர் எதிர்ப்பும் இருக்க முடியாது" என்று முழக்கமிட்டார்.

இப்படியாக நடைபெற்ற நெடிய போராட்ட பின்புலத்தில் 1956 டிசம்பர் 27 அன்று தமிழ் ஆட்சி மொழி மசோதாவினை சி.சுப்பிரமணியம் முன் மொழிந்தார். தமிழகத்தில் தமிழை ஆட்சி மொழியாக்கியதிலே சரித்திர முக்கியத்துவம் வாய்ந்த ஒரு செய்தி உண்டு. பிற்காலச் சோழர் ஆட்சி மறைந்த பின்னர் தமிழகத்தில் தோன்றிய நாயக்க மன்னர்கள் ஆட்சிக்காலத்திலே தெலுங்கும் நவாபுகள் ஆட்சிக் காலத்திலே உருது-அரபிமொழிகளும் ஆட்சியிலே செல்வாக்கு செலுத்தின. இரண்டாம்தரமான மொழியாகவே தமிழ் பயன்படுத்தப்பட்டு வந்தது. ஆங்கிலேயர் ஆண்ட 200 ஆண்டு காலத்திலே ஆங்கிலம் ஒன்றே ஆட்சியில் துறைதோறும் ஆதிக்கம் செலுத்தியது. இப்படிப் பல நூறாண்டுக் காலம் ஆட்சித்துறையில் புறக்கணிக்கப்பட்டிருந்த தமிழ்மொழியானது தமிழகம் தனியரசு மாநிலமாக ஆன பின்னர்தான் திரும்பவும் ஆட்சி மொழியாக வரும் வாய்ப்பினை முதன் முதலாகப் பெற்றது. தமிழ் ஆட்சி மொழி மசோதாவை அமைச்சர் சி.சுப்பிரமணியம் பிரேரேபித்துத் தமிழில் பேசத் தொடங்கிய போது சட்டமன்ற உறுப்பினர்கள் ஆரவாரம் செய்து அதனை வரவேற்றனர். (ஏனென்றால் இதுவரை ஆங்கிலத்திலேயே சட்டமன்ற நடவடிக்கைகள் நடைபெற்றது என்பதை நினைவில் கொள்ள வேண்டும்). இதன் மீது நடைபெற்ற விவாதங்கள் உயிர்த் துடிப்புடன் உள்ளன. இதைப் பற்றி அமைச்சர் கூறுகையில் "ஐம்பது, அறுபது வருட முயற்சியின் பலன்" என்றார். இது குறித்து அவர் உரையாற்றும் போது "ஒரு பூ மலர்கிறது. அது மலர்கின்ற மலர்ச்சி

நம் எல்லாருக்கும் மகிழ்வைக் கொடுக்கிறது. அம்மலர்ச்சி ஒரு தனிப்பட்ட மகிழ்ச்சி அல்ல, செடி வளர்ந்து, அரும்பு விட்டு போதாகி அது மலர்கிறது. இது மலர்வதோடு நின்றுவிடுவதில்லை. அதில் காய் ஏற்பட்டு அது மக்களுக்கும் உதவுகிறது. அதே மாதிரி தான் தமிழ் மலர்கிறது என்றால் அது ஒரு தனிப்பட்ட நிகழ்ச்சி அல்ல. நாட்டிலே இந்த ஐம்பது, அறுபது வருட காலமாக நடந்த நிகழ்ச்சியின் பலனாக இன்றைக்கு ஒரு செடியிலே ஒரு பூ மலர்கிறது" என்றார். *(சு.பொ.அகத்திலிங்கம், 2010:38)*

விவாதத்தில் உரையாற்றிய ப. ஜீவானந்தம் "இன்று தமிழ் ஆட்கி மொழி ஆவது கல்லூரிகளில் தமிழ் போதனா மொழியாகுவதற்குள்ள ஒரு படியாகும். இந்த அபிப்பிராயத்தை நிதியமைச்சர் கலைச்சொற்கள் ஒப்படைப்பு விழாவில் வெளியிட்டார். தமிழ் அறிஞர்களைக் கொண்ட ஒரு குழு அமைத்துக் கலைச் சொற்களையும், பல்வேறு துறைகளில் உள்ள சொற்களையும் சேர்த்து ஒரு அகராதி வெளியிட வேண்டும். அவ்வாறு செய்வார்களாயின் எல்லாரும் ஒட்டிக் கொள்ளக் கூடிய தமிழை, அதிகாரப் பூர்வமான சொற்களைக் கொண்டு வந்து தமிழ் ஆட்சி மொழியாவதை நன்கு வளரச் செய்யலாம் என்றார்.

இவ்விவாதத்தில் கே.வினாயகம் அங்கம் வகித்தார். அவர் தமிழ் ஆட்சிமொழி மசோதாவை மனநிறைவுடன் வரவேற்றாரென்றாலும், ஆட்சிமொழியாக இருந்துவரும் ஆங்கிலத்தை அகற்றுவதற்கு ஒரு கால வரம்பை ஏற்படும் விதியை மசோதாவில் சேர்க்க வேண்டும் என்று ஒரு திருத்தம் கொடுத்தார். தமிழை ஆட்சி மொழியாக்கி முடிப்பதற்கான கால வரம்பை நிர்வாக ரீதியில் அரசே ஏற்படுத்தும் என்று சட்ட அமைச்சர் சி.சுப்ரமணியம் உறுதி கூறினார். அதன் பின்னர் கே.வினாயகம் தமது திருத்தத்தைத் திரும்பப் பெற்றுக் கொண்டார்.

இந்த விவாதத்திற்குப் பதில் அளித்துப் பேசிய அமைச்சர் சி. சுப்பிரமணியம், "தமிழ்ச் சொற்களை எப்படி அமைக்க வேண்டும்? என்பதில் ஒரு சில அபிப்பிராய பேதங்கள் காணப்பட்டன. இந்த அபிப்பிராய பேதங்களைக் கவனித்துக் கொண்டிருந்தால் நாம் முன்னேற்றம் அடைய முடியாது. ப. ஜீவானந்தம் அவர்கள் சொன்ன மாதிரி கரடுமுரடான கல்லை உருட்டி விட்டால் அது எப்படிக் கடைசியில் நல்ல உருளைக் கல்லாக மாறிவிடுமோ அது போல பழக்க வழக்கத்தில் இது வந்துவிடும் என்று நினைக்கிறேன்," என்று கூறினார்.

விவாதத்தை முடித்து வைத்து அமைச்சர் திரு.சி.சுப்பிரமணியம் பேசியது வருமாறு

“கனம் உதவி சபாநாயகர் அவர்களே சட்ட சபையின் சார்பாக, தமிழ்மக்கள் சார்பாக இந்த மசோதாவைத் தமிழன்னையின் மலரடியில் சமர்ப்பிக்கிறேன். தமிழனாகப் பிறந்த பிறப்பின் பயனை, இன்று பெற்றுவிட்டதாகவே கருதுகிறேன். இந்த மசோதாவை இங்கு பிரேரேபித்து இதைச் சட்டமாக்குவதற்கு நான் கருவியாக அமைந்தது பற்றி உண்மையிலேயே பெருமைப்படுகிறேன்”.

“அந்தப் பெருமை எனக்கு ஏற்பட்டது என்னுடைய தகுதியினால் அல்ல என்பதை உணர்கிறேன். ஏதோ நான் செய்த தவப்பயன் காரணமாக அந்தப் பெருமை எனக்குக் கிடைத்தது என்று கருதுகிறேன்”

“தமிழிலே பெரும் பாண்டித்தியம் பெற்றவர்களெல்லாம் இருக்க எனக்கு இந்தப் பாக்கியம் கிடைத்தது தனிப்பெருமை. அதைப் பற்றி உண்மையிலேயே எண்ணியெண்ணி மகிழ்கின்றேன்.” “இன்றைக்கு உயிர்நீத்த தமிழ்ப் பெரியார்களின் ஆவிகள் எல்லாம் இதனைப் பார்க்கச் சக்தி பெற்றிருக்குமானால் இன்று நமது சட்டசபையின் மேலிருந்து ஆரவாரம் செய்து கொண்டிருப்பார்கள் என்பதில் சந்தேகமில்லை. அப்பேறப்பட்ட ஒரு நல்ல நிகழ்ச்சியிலே பங்கு எடுத்துக் கொள்ளக்கூடிய ஒருவாய்ப்பு கிடைத்தது. நம் எல்லாருக்கும் பெரு மகிழ்ச்சியை கொடுக்கிறது. ஆகையால் பாரதியார் சொன்ன வாக்குடன் என் உரையை முடித்துக் கொள்கிறேன்.”

“பாரதியார், ‘வாழிய செந்தமிழ்’ என்று சொன்னார். ‘வாழ்க நற்றமிழர்’ என்றும் சொன்னார். அந்த வாழ்வு ஏதோ பிரிந்த வாழ்வு என்று அவர் கருதவில்லை. வாழிய பாரத மணித்திருநாடு என்றும் சொன்னார். அப்பேர்ப்பட்ட வாழ்வு எங்கெங்கும் தங்க வேண்டும். வாழ்க தமிழ், வாழ்க தமிழ், வாழ்க தமிழ்” *(பலத்த கைதட்டல்)*

அவைக்குத் தலைமை வகித்த பி.பக்தவச்சலு நாயுடு வழக்கமாக ஆங்கிலத்தில் பேசுபவரென்றும் தமிழ் ஆட்சி மொழி மசோதா மீது வாக்கெடுப்பு நடத்தத் தொடங்கிய போது வழக்கத்திற்கு மாறாக, தமிழில் பேசினார். இந்த மாறுதலை அவையினர் ஆரவாரம் செய்து வரவேற்றனர். மசோதா எதிர்ப்பின்றி நிறைவேற்றப்பட்டவுடன் ‘வாழ்க தமிழ்’, ‘வாழ்க தமிழ்’ என்ற வாழ்த்தொலி அவையின் மண்டபம் அதிர மும்முறை எழுந்தது. இது சட்டமன்ற மரபு காணாததாகும் *(விடுதலைக்குப் பின் தமிழ் வளர்ந்த வரலாறு, ம.பொ.சி. பக்.72-73)*.

தமிழ் ஆட்சி மொழி மசோதா ஆளுநர் இசைவுடன் 1957 ஜனவரி 19 அன்று நிறைவேற்றப்பட்டு, ஜனவரி 23 அன்று தமிழ்நாடு அரசிதழில் வெளியிடப்பட்டது.

கல்வி பற்றிய வெள்ளை அறிக்கை (1956)

1956ஆம் ஆண்டு மார்ச்சுத் திங்களின் இறுதி வாரத்தில் கல்வி மீதான வெள்ளையறிக்கை மாநிலத்தின் இரு அவைகளிலும் வைக்கப் பட்டது. சட்டப்பேரவையில் 1956 ஏப்ரலில் 6ஆம் நாளும், சட்ட மேலவையில் 1956 ஏப்ரலில் 7ஆம் நாளும் இது குறித்து விவாதிக்கப் பட்டது. விவாதத்திற்குப் பின் சென்னை மாநிலத்திற்கான கல்வித் திட்டத்தை இறுதிவடிவம் செய்வதற்காகத் தனியே ஒரு குழு அமைக்கச் சட்டப்பேரவை முடிவெடுத்தது. இதன்படி அமைக்கப்பட்ட குழு, கல்வியின் மற்ற கூறுபாடுகளுடன் மொழிகள் பற்றியும் ஆய்ந்து அறிக்கை தந்தது. குழுவின் கருத்துப்படித் தமிழகத்தில், தமிழ் வழிக்கல்வி பற்றிய நிலை கீழ்க்காணும் வண்ணம் விளக்கப்பட்டது.

பள்ளிக் கல்வியைப் பொறுத்தமட்டில் தமிழ்வழிக் கல்வி ஆய்வு நிலையைக் கடந்துவிட்டது. கல்வியின் எல்லா நிலைகளிலும் ஆங்கிலத்திலிருந்து தமிழுக்கு முழுமையாக மாற்றுவதற்குச் சிறிது காலமாகும். தமிழ் பயிற்றுமொழி ஆகியபோதிலும் கூட, அறிவியல், தொழில்நுட்பம் போன்ற தொழில்சார் அறிவைப் பெறுவதற்கு வாய்ப்பாக ஆங்கிலத்தின் தேவை தொடர்ச்சியாக இருந்து கொண்டே இருக்கும்.

மேற்சுட்டிய கருத்தானது, பள்ளிகளில் ஆங்கிலம் கற்பித்தலை மேம்படுத்துவதற்குத் தகுந்த நடவடிக்கைகளை எடுக்க வேண்டியதன் தேவையைச் சுட்டிக்காட்டியது. அண்மைக் காலங்களாக ஆங்கில அறிவைப் பெறுவதில் சரிவு ஏற்பட்டுள்ளது. இவ்வீழ்ச்சி தடுக்கப்பட வேண்டும். முடியுமானால் முற்றிலும் மாற்றப்படவேண்டும் என்று கருத்துத் தெரிவித்த இவ்வறிக்கை அதற்காகப் பின்வரும் நடவடிக்கைகள் எடுக்கப்பட வேண்டும் என்றும் பரிந்துரைத்தது.

1. பள்ளிக் கல்வியின் எல்லா நிலைகளிலும் ஆங்கிலம் கட்டாயப் பாடமாகக் கற்பிக்கப்பட வேண்டும்.

2. தொடக்கக் கல்வி சீர்திருத்தக் குழுவின் பரிந்துரைப்படி உயர் கல்வியில் ஆங்கிலம் ஒரு மொழிப் பாடமாகச் செயற்படுத்தப் பட வேண்டும்.

3. கல்வியில் பின் தங்கிய சமூகங்களிலிருந்து வந்து பயிலும் மாணவர்களுக்கு, ஐந்தாம் வகுப்பிலிருந்து ஆங்கில நெடுங் கணக்குடன், பாடப்புத்தகங்களைக் கொண்டு, ஆங்கிலச் சொற்களைக் கற்பிக்கவேண்டும். இக்கருத்தினை ஏற்று ஒருங்கிணைந்த தொடக்கக் கல்வி வகுப்புகளில் இதற்கான

வழிவகை செய்யப்பட வேண்டும். இதற்காக, இருமொழிப் பாடப்புத்தகங்கள் பாடத்திட்டத்தில் சேர்க்கப்பட வேண்டும்.

1956க்குப் பிறகு தமிழ்வழிக் கல்வியில் தளர்ச்சி நிலை காணப்பட்டது. இவ்வாண்டிற்குப் பிறகு இன்று வரை நீடித்து நிற்கும் ஆங்கில வழிக்கல்வி செல்வாக்குப் பெற்றது.

1956ஆம் ஆண்டு தாய்மொழிக் கல்வி பற்றி ஆராய, சென்னை மாநில சட்டப்பேரவை உறுப்பினர்கள் அடங்கிய குழுவொன்று அமைக்கப்பட்டது. அந்தக் குழு 1956ஆம் ஆண்டே "வெள்ளை அறிக்கை" ஒன்றை வெளியிட்டது.

தமிழகத்தில் தமிழ் ஆட்சி மொழியாகக் கூடிய சூழ்நிலை, தமிழ் மாநிலம் தனியாக அமைக்கப்பட்ட பிறகு ஏற்பட்டது. 1965க்கும் தமிழே ஆட்சிமொழி என்று சட்டப்படி ஆகாவிட்டால் அந்த இடத்தில் இந்தி வந்துவிடும் என்ற அரசியலமைப்பு விதியும் சிலருடைய எண்ணத்தில் அச்சத்தை விளைவித்தது. இதுவும் தாய்மொழி ஆட்சிமொழி ஆவதற்குத் தூண்டுகோலாக அமைந்தது. 27,12,56 அன்று ஆட்சி முடிவுற்று தேர்தல் வரக்கூடிய சூழ்நிலையில் ஆட்சி மொழிச் சட்டம் நிறைவேற்றப்பட்டது.

காமராஜ் அமைச்சரவை தமிழைப் பயிற்று மொழியாகக் கொண்டுவர நினைத்த பொழுது சென்னைப் பல்கலைக்கழகத் துணைவேந்தர் டாக்டர் ஏ. லட்சுமணசாமி முதலியார் தமிழ்ப் பயிற்று மொழிக்கு ஆட்சிக்குழு ஆதரவு தெரிவித்தாலும் தான் ஆதரவு தராது காலம் கடத்தினார். இதைக் கண்டு அரசு ஒரு புதிய கொள்கையை வகுத்து, தானே தமிழை வளர்க்க நினைத்தது.

இதைத் தொடர்ந்து சென்னை அரசினர் 1959 இல் தமிழ் வளர்ச்சிக் குழுவை நிறுவினர். இதைத் தொடங்கி வைத்த நாளன்று கல்வி அமைச்சர் சி.சுப்பிரமணியம் தன் வரவேற்புரையில் தமிழைப் போதனா மொழியாக்க வேண்டுவது இன்றியமையாதது. ஆயினும் பல இடர்ப்பாடுகள் உள்ளன. சென்னை, அண்ணாமலைப் பல்கலைக் கழகங்கள் இதற்கான முயற்சி செய்து திட்டம் வகுக்க முன்வரவில்லை. எனவே, அவற்றை நம்பிக்கொண்டிருந்தால் இச்செயல் நிறைவேறுமா? என ஐயுற வேண்டியிருக்கிறது. தமிழிலே பாடம் போதிக்க முடியாது என்று சிலர் பேசுகின்றனர். அதில் உண்மை இல்லை என்பதை விளக்கத் தான், இக்குழு தொடங்கப்பட்டுள்ளது என்று பேசினார். இதே கூட்டத்தில் முதலமைச்சர் காமராசர் தன் தலைமையுரையில் "படித்தவர்கள் மனப்பான்மை மாற வேண்டும். தமிழ் போதனா

மொழியாக உள்ள பள்ளிகளுக்கே தம் பிள்ளைகளை அனுப்ப வேண்டும். இதனைச் செய்தால் தமிழில் பாடப் புத்தகங்கள் தானே வெளிவந்துவிடும்'' என்று கூறினார்.

மொழி வழி மாநில அமைப்பும் - தமிழ் பயிற்று மொழி வளர்ச்சியும்

1956இல் மொழி வழி மாநில அமைப்புகள் ஏற்படுத்தப்பட்டன. மாநில அமைப்பு நாட்டின் ஒற்றுமைக்குப் பெருந்தீங்கினை ஏற்படுத்தி விட்டது என்று சிலர் கூறிய போதும், மொழிவழி மாநிலங்கள் அமைந்த பின்புதான் மாநில மொழிகளுக்கு முக்கியத்துவம் ஏற்பட்டது.

இதற்கு முன் தமிழ், மலையாளம், கன்னடம், ஒரியா, தெலுங்கு ஆகிய மொழிகள் பேசும் பகுதிகளிலிருந்து வந்த உறுப்பினர்கள் சட்டமன்றத்தில் இருந்தார்கள். அதனால் விவாதங்கள் ஆங்கிலத்திலே நடத்தப்பட்டன. சட்டப்படி நடந்தன. ஆங்கிலம் தெரியாத உறுப்பினர் மற்ற உறுப்பினர்களுக்குப் பேசுவதற்கும், கேட்பதற்கும் எந்த வசதியும் செய்யப்படவில்லை. இவர்கள் தங்கள் கோரிக்கைகளையும் வலுவாக வைக்க முடியவில்லை. இதைவிடக் கொடுமை, 1921ஆம் ஆண்டு வரையில் தமிழ்நாட்டில் ஆங்கிலத்தில்தான் ஊராட்சி, நகர்மன்றங்களில் நிகழ்ச்சிகள் நடைபெற்றன.

1926ஆம் ஆண்டு அக்டோபர் 9ஆம் நாள் எஸ். சத்தியமூர்த்தி சட்டமன்றத்திலே, பாரதியின் கவிதைகளைப் பறிமுதல் செய்ததற்காகக் கொண்டுவந்த ஒத்தி வைப்புத் தீர்மானமும் அதைத் தொடர்ந்து அவர் ஆற்றிய ஆங்கிலச் சொற்பொழிவும் பொன் எழுத்துக்களால் பொறிக்கப்பட வேண்டிய ஒன்றாகும். அவருடைய பேச்சுவன்மையால், ஆங்கிலேயர்களைத் தவிர மற்ற உறுப்பினர்கள் அவையை ஒத்தி வைக்க வேண்டுமென்று சாதகமாக வாக்கு அளித்த செயல் ஒன்றே, தமிழ் மொழியிடத்தும் தமிழ் மொழியில் இயற்றப்பட்டக் கவிதை களிடத்தும், நாட்டின் விடுதலை தொடர்பாகவும் மக்களிடமிருந்த விழிப்புணர்ச்சி எந்த அளவிற்கு இருந்தது என்பதற்கு எடுத்துக் காட்டாகும்

இதற்குப் பிறகு நடைபெற்ற ஒரு நிகழ்ச்சியைக் காண்போம். 1935 மார்ச் 13 ஆம் நாள் சட்டமன்றத்தில் தமிழிலே பேச முடியவில்லை என்று தன் ஆதங்கத்தைத் திருமதி கே.அலமேலு மங்கைத்தாயாரம்மாள் ஒரு வெட்டுத் தீர்மானத்தைக் கொண்டுவந்து பேசினார். அதற்குப் பதிலளித்த நிதித்துறை அமைச்சர் 'பல ஆண்டுகளுக்கு முன்னால், முன்பிருந்த சட்டமன்றத்தில் ஓர் உறுப்பினர் எழுந்திருந்து நான் தமிழில் பேசப்போவதாகப் பிடிவாதமாகச் சொன்னார். சட்டமன்ற

உறுப்பினர்கள் இதைப் பார்த்து அயர்ந்து போனார்கள். அவ்வுறுப்பினர் எழுந்து, அவருக்குப் புரியாத நிலையில் தமிழிலேயே பேசுகின்ற உறுப்பினருடைய பேச்சு முடியும் வரை இடைவேளை உணவுக்காக அவையில் உள்ள மற்ற உறுப்பினர்கள் கலைந்து செல்லலாம் என்று சொன்னார். 'தமிழில் பேசுவது முடியாது' என்பதைக் கேலியாகக் குறிப்பிட்டார். இதுவே அன்றைய நிலை.

தாய்மொழிப் படிப்பில்லாத மக்களின் மீது ஆங்கில மொழியைக் கொண்டு ஆங்கிலேயர்களும் ஆங்கிலம் படித்த இந்தியர்களும், ஆட்சி செய்ததும் ஆட்சி செய்வதற்கு வசதியாகப் பல சட்டங்களை இயற்றியதும் பெரிய சாதனைதான். 1953ஆம் ஆண்டிலேயே ஆந்திரமும், 1956இல் கர்நாடகமும் கேரளமும் பிரிந்தன.

ஆந்திர தேசத்தின் தனிமாநில கோரிக்கையைப் போல் மற்ற பகுதிகளில் தனி மாநிலமாக ஆகவேண்டுமென்று கோரிக்கை வந்ததெல்லாம், மொழிவாரி அடிப்படையில் மாநிலங்களை ஆக்க வேண்டும் என்பதால்தான், மகாத்மாகாந்தி அடிகளே காங்கிரஸ் கட்சியின் கிளைகளை எல்லாம் அங்கங்கே பேசப்படுகின்ற தாய்மொழிகளை அடிப்படையாகக்கொண்டு தொடங்கினார்.

இக்கால கட்டத்தில் தமிழ் நாட்டில் சென்னைப் பல்கலைக்கழகம் தவிர்த்து அண்ணாமலைப் பல்கலைக்கழகம் தொடங்கப்பெற்றது. தமிழுக்கு முதன்மை கொடுக்க வேண்டும் என்ற எண்ணத்தினால் தான் அதேபோது தமிழ்ப்பல்கலைக்கழகமும் தொடங்கப்படவேண்டுமென்ற வேண்டுகோள் வலுவாக இருந்தது. அந்நிலையில் கல்விக்காகவும், நிதிக்காகவும் இருந்த செயற்குழு ஒப்புக்கொண்ட பின் தமிழ்ப் பல்கலைக்கழகம் வராமலேயே போனது. இதன் பின்புலமாக அண்ணாமலைப் பல்கலைக்கழகம் தோன்றியது.

1937இல் இராஜாஜி சென்னை மாநில முதலமைச்சராக இருந்த போது தென்னாட்டு மக்கள் இந்தியைப் படிக்க வேண்டுமென்று எல்லா எதிர்ப்புகளுக்கிடையேயும் எடுத்த முயற்சிகள் கைவிடப்பட்டன.

1942இல் சென்னை ஆட்சியின் அறிக்கையின்படி (Madras Administrative Report) 394 பள்ளிகள் மொழியில்லாத பாடங்களை வட்டார மொழியில் கற்பித்தன. இப்பள்ளிகளில் பயின்ற மாணவர்களும் அவரவர்களில் தாய்மொழிகளிலேயே விடையெழுதினார். 1946 இல் வெளியிடப்பட்ட அரசாணை மூலம் தமிழ் உள்ளிட்ட வட்டார மொழிகள் முதல் மொழிகளாகவும், ஆங்கிலம் இரண்டாம் மொழியாகவும் மாற்றப்பட்டது. இதன் காரணமாக 6வது வகுப்பிற்குப் பிறகு கற்பிக்க ஏற்பாடு செய்யப்பட்டது. (க.முத்தையா, 2000:40)

இராஜாஜி 1952இல் முதலமைச்சரானபோது இந்தியைக் கட்டாயமாகப் பள்ளிகளில் புகுத்த வேண்டும் என்ற தீர்மானத்தைக் கொண்டு வந்த போது சென்னை மாகாணத்தின் தீர்ப்பு வேறுவிதமாக இருந்தது. ஆங்கிலம் தொடரவேண்டும் என்ற ஆசையும், நாட்டின் ஒருமைப்பாட்டைக் காக்க, இந்தியைக் கற்க வேண்டும் என்ற வற்புறுத்தலும், எங்கள் தாய்மொழி எழுச்சி பெற வேண்டும் என்ற எண்ணப்போக்கும் இருந்த காலகட்டம் இது. சட்டசபை உறுப்பினர் கஜபதி நாயக்கரே தனிநபர் மசோதாவாகத் தமிழை ஆட்சி மொழியாக்க வேண்டுமென்று பல தடவைக்கும் மேலாகச் சட்ட மன்றத்தில் தீர்மானங்களைக் கொண்டு வந்து வற்புறுத்தியிருக்கிறார். இதற்குப் பெரும் ஆதரவாக இருந்தது பொதுவுடைமை உறுப்பினர்கள். தமிழ் ஆட்சி மொழி மசோதா 1956ஆம் ஆண்டு சட்டமன்றத்தில் நிறைவேறியது. இதன் பின்னர் சி.சுப்பிரமணியம் மைய அரசிற்குத் தேர்ந்தெடுக்கப்பட்டுச் சென்றதால் தமிழுக்கு வீழ்ச்சி ஏற்பட்டது.
(துரை. சுந்தரேசன், 1986: 60)

குன்ரஸ் குழு (1955)

1955 ஆம் ஆண்டு பல்கலைக்கழக நல்கை ஆணையத்தினால் அமைக்கப்பட்ட குன்ரஸ் குழுவின் முக்கியப்பரிந்துரைகள் வருமாறு, "பல்கலைக்கழகங்களில் பயிற்றுமொழியாக ஆங்கிலத்திற்குப் பதிலாக இந்திய மொழியை இடம்பெறச் செய்யும் முயற்சி வெறுக்கத்தக்கதல்ல. பயிற்றுமொழியாக ஆங்கிலத்திற்குப் பதிலாக இந்திய மொழி இடம் பெற்றாலும் ஆங்கிலம் தொடர்ந்து கற்பிக்கப்பட வேண்டும். இந்திய மொழிகளில் கல்வி கற்பிக்கப்பட்டாலும் பல்கலைக்கழகங்களில் ஆங்கிலம் இரண்டாவது மொழியாகக் கற்பிக்கப்படவேண்டும். (University Grants Commission Report: 1955).

இந்தியா விடுதலை அடைந்த காலகட்டத்தில் ஆங்கிலத்தை அகற்ற வேண்டும் என்ற கோரிக்கை எழுந்ததின் விளைவாகவே இக்குழு ஆங்கிலத்தை அகற்றும் முயற்சிக்கு எதிராகத் தன் பரிந்துரைகளை வழங்கியுள்ளது.

ஆட்சிமொழிக்குழு (1955)

1955 ஆம் ஆண்டு இந்திய அரசியல் சட்டத்தின் 344ஆவது பிரிவின்படி ஆட்சிமொழிக்குழு இந்தியக் குடியரசுத் தலைவரால் அமைக்கப்பட்டது. அக்குழுவின் தலைவராக பி.ஜி.கேர் என்பவர் நியமிக்கப்பட்டார். இந்திய மொழிச்சிக்கலின் பல்வேறு நிலைகளை ஆராய்ந்த அக்குழுவின் அறிக்கையில் மொழியும் கல்வி நிறுவனங்களும்

என்ற பகுதி இடம் பெற்றது. ஆட்சிமொழிக்குழுவில் இடம்பெற்ற பயிற்றுமொழிச்சிக்கல் தொடர்பான சில பரிந்துரைகள் வருமாறு:

"பல்வேறு காரணங்களுக்காக, ஆங்கிலம் பயிற்றுமொழியாக இருப்பது இறுதியாக அப்புறப்படுத்தப்பட்டு அதற்குப் பதிலாக ஒன்று அல்லது பல இந்தியமொழிகள் உயர் கல்வியில் பயிற்றுமொழியாக்கப்பட வேண்டும். அந்நிய மொழிவழிப் பயிற்சியால் தேவையற்றது மாணவர் திறன் வீணடிக்கப்படுகிறது. இளைஞர்களின் அறிவு வளர்ச்சியில் அதிக சுமை ஏற்றப்படுகிறது. சுயமான சுதந்திரமான சிந்தனையின்மீது இந்த நிலைமை ஒரு பொதுவானதாக நாச விளைவை ஏற்படுத்துகிறது. இதனால் கற்றவர்கள் சமூகத்தில் மற்றவர்களிடமிருந்து தனிமைப்பட்டுப் போகின்றனர். எனவே, பயிற்றுமொழி மாற்றம் என்பது தவிர்க்க முடியாததாகிறது. இம்மாற்றமானது முறையாக வகுக்கப்பட்டு, முழுமையாகத் திட்டமிடப்பட்டு செயல்படுத்தப்படுமானால் அது கல்வித்தரத்தில் எந்த வீழ்ச்சியையும் ஏற்படுத்தாது. உண்மையில் கல்வித்தரத்தின் முன்னேற்றத்திற்கே வழிவகுக்கும்."

"பல்கலைக்கழகக் கல்வியில் பொதுவாகப், பயிற்றுமொழியாக இருக்கும் ஆங்கிலம் நீக்கப்படவேண்டுமானால் அதற்குப் பதிலாக ஒரு பொதுவான மொழியாக எல்லாப் பல்கலைக்கழகங்களிலும் இந்திய மொழியை வைப்பதா அல்லது வெவ்வேறு பிராந்தியங்களில் இருக்கும் பல்கலைக்கழகங்களுக்கு அவற்றின் வட்டார மொழியையே பயிற்றுமொழியாக வைப்பதா என்ற கேள்வி எழக்கூடும். பல்கலைக் கழகக் கல்வியில் நாடு முழுவதும் ஒரே மொழியை பயிற்றுமொழியாக வைப்பதில் சில நன்மைகள், லாபங்கள் உண்டு. அதே சமயத்தில் பயிற்றுமொழியாக இருக்கும் ஆங்கிலத்தை அப்புறப்படுத்தி அதற்குப் பதிலாக, வட்டார மொழியைப் புகுத்த வேண்டும் என்ற மக்களின் தூண்டுதலுக்கு வலுவான, புரிந்துகொள்ளக்கூடிய காரணங்கள் உள்ளன."

"பயிற்றுமொழி மாற்றமானது ஒருமித்ததாகவும் ஒரே நேரத்திலும், நடக்க வேண்டுமென்பதில்லை. சில பாடங்களுக்கு, உதாரணமாகக், கலையியல், வட்டார மொழிகளில் பயிற்றுவிப்பது பொருத்தமாக இருக்கக்கூடும். மற்ற பாடங்களுக்கு அனைத்துப் பல்லைக்கழகங்களிலும் ஒரே மொழி பயிற்றுமொழியாக இருப்பதால் கிடைக்கக்கூடிய நன்மைகள் அதிகமாக இருக்கும். சில துறைகளுக்கு ஆங்கில மொழியே உயர் நிலைகளிலும் தொடர்வது எளிமையானதாக இருக்கக்கூடும். இப்போதைய மொத்த சூழ்நிலையும் இன்னும் முடிவு செய்யப்படாத

நிலையிலேயே உள்ளது. முதலில் பல்கலைக்கழகங்கள் தங்களின் வழக்கமான வழிமுறைகளின் மூலமாகப் பரஸ்பரம் கலந்தாலோசித்து பின்னர் இதனை மதிப்பீடு செய்து பிறகு பல்வேறு கல்வித் துறை களிலும் கல்வி நிலையங்களிலும் எந்தப் பயிற்று மொழி அல்லது மொழிகளை ஏற்றுக்கொள்வது என முடிவெடுக்கும் பணி பல்கலைக் கழகங்களிடம் ஒப்படைக்கப்படும்." (Official Language Commission Report 1955:57)

இந்த அறிக்கை வட்டார மொழிகளுக்கு ஆதரவு, இந்திக்கு ஆதரவு, ஆங்கிலத்துக்கு ஆதரவு என்ற மூன்று நிலைப்பாடுகளை வலியுறுத்தியது.

ஆங்கிலோ - இந்திய பள்ளிகளுக்கான சிறப்பு விதிகள்

ஆங்கிலோ - இந்தியர்களுக்குக் கொடுக்கப்பட்ட அரசியல் சட்ட உறுதிக்கேற்ப, ஆங்கிலோ - இந்தியப் பள்ளிகள் தொடர்ந்து நடை பெற்றும், சிறப்பு ஒழுங்குமுறை விதிகளின்படி நெறிப்படுத்தப்பட்டும் வந்தன. இப்பள்ளிகளில் ஆங்கிலம் பயிற்று மொழியாக இடம் பெற்று வந்தது. இப்பள்ளிகளில், ஆங்கிலோ இந்தியரல்லாத தமிழர்களும் தம் குழந்தைகளை ஆங்கிலம் வாயிலாகக் கற்பிக்க, இப்பள்ளிகளைப் பயன்படுத்திக் கொண்டனர். ஒவ்வோர் ஆங்கிலோ - இந்தியப் பள்ளியிலும், ஆண்டுச் சேர்க்கையில் நாற்பது விழுக்காடு அவர்களல்லாதோருக்கு ஒதுக்க வழிவகை செய்யப்பட்டது. நடைமுறையில் இவ்விழுக்காடு மிகுதியாகவே இருந்தது. 1958-59ஆம் ஆண்டுகளில் இப்பள்ளிகளின் எண்ணிக்கை நாற்பதாக இருந்தது. மொத்தம் 9,637 ஆண்களும், 8,880 பெண்களும் இப்பள்ளிகளில் பயின்றனர். 1985-86ஆம் ஆண்டு தமிழகச் சட்டப் பேரவைக் குறிப்பின்படி நாற்பத்தைந்து பள்ளிகள் இருந்தன. இந்தி, பிரஞ்சு, செருமன், தமிழ் ஆகிய மொழிகள் மொழிப் பாடத்தைத் தெரிவு செய்வதில் விருப்பத்திற்கு விடப்பட்டிருந்தன.

நடுவணரசுப் பள்ளிகள்

ஐம்பதுகளின் பிற்பகுதியிலும் அறுபதுகளின் முற்பகுதியிலும் தமிழ்நாடு உள்ளிட்ட அனைத்து மாநிலங்களிலும் நடுவணரசுப் பள்ளிகள் பல தொடங்கப்பட்டன. நடுவணரசால் அமைக்கப்பெற்ற இப்பள்ளிகளிலும் நடுவணரசு, இடைநிலைப் பள்ளிகளிலும் (Central Board of Secondary Education - CBSE) ஆங்கிலம் பயிற்று மொழியாக அறிமுகப்படுத்தப்பட்டது. 1968-69 முதல் சமூகத் துறைப்பாடங்கள் (Social Studies) இந்தியில் மட்டுமே பயிற்றுவிக்கப்படுகின்றன.

இடைநிலைப் பள்ளிகளில் ஆங்கிலம் பயிற்றுமொழி

இடைநிலைப் பள்ளிக் கல்வியில் தாய்மொழியோ, வட்டார மொழியோ பயிற்று மொழியாக இருக்க வேண்டும் என்றிருப்பினும், சில பள்ளிகளுக்கு ஆங்கில வழிக் கல்வியை வழங்க உரிமை அளிக்கப்பட்டது. இப்பள்ளிகளில், ஆங்கிலோ இந்தியப்பள்ளிகளில் பயின்ற மாணவர்கள் மட்டுமே சேர்த்துக் கொள்ளப்பட்டனர். 1962இல் இடைநிலைக் கல்வியில் (Secondary Education) ஆறாம் வகுப்பிலிருந்து ஆங்கில வழிக் கல்வியைத் தொடங்க 65 பள்ளிகளுக்கு இசைவளிக்கப் பட்டது. ஆங்கில வழியில் சேருவதற்கான விதிமுறைகள் வருமாறு: (1966ஆம் ஆண்டின்படி)

1. தாய்மொழியாகத் தமிழைக் கொண்டிராத பெற்றோர்களின் குழந்தைகள்.
2. தமிழைத் தாய்மொழியாகக் கொண்டிருந்தும் பல்வேறு மாநிலங்களுக்கு மாற்றம் செய்யப்படக் கூடிய ஊழியர்களின் குழந்தைகள்.
3. தமிழைத் தாய்மொழியாகக் கொண்டிருந்தும் இப்பள்ளிகளில் சேருவதற்கு முன் ஆங்கிலம் வழிப் பயின்ற குழந்தைகள்.

தமிழ்வழிக் கல்விக்கு எதிர்ப்பும் ஆங்கிலவழிக் கல்வியில் ஆர்வமும்

அரசின் இந்த ஆணை பொதுமக்களின் எதிர்ப்பிற்கு உள்ளாகியது. நடுவணரசுப் பணிகளில் உள்ளவர்கள் மட்டுமன்றித் தொழில் துறையிலும், வணிக நிலையிலும் ஈடுபட்டுள்ளோரும் கூட மாநிலம் விட்டு மாநிலம் செல்ல வேண்டியிருப்பதால் அவர்களின் குழந்தைகளுக்கும் ஆங்கில வழிப் பிரிவுகளே ஏற்றவை என்று கருத்துக் கூறப்பட்டது. அத்தோடு ஆங்கில வழிக் கல்வியினை அரசு தமிழ்வழிக் கல்வியைப் போல இலவசமாக்க வேண்டும் என்றும் கோரப்பட்டது. மேலும் அரசு இசைவு பெற்ற அல்லது அரசுக் கட்டுப்பாட்டில் உள்ள பள்ளிகளில் அரசே ஆங்கில வழிப் பிரிவுகளைத் தொடங்க வேண்டும். சிற்றூர் குழந்தைகளும் ஆங்கில வழிக் கல்வியைக் கற்கத்தக்க ஏற்பாடுகளை அரசு செய்ய வேண்டும் என்று பொது மக்களிடமிருந்து ஆங்கிலத்திற்குச் சார்பான கருத்துக்கள் பல அரசின் முன் வைக்கப்பட்டன.

1969ஆம் ஆண்டு மட்டும் ஆங்கிலவழிப் பள்ளிகளில் இடம் பிடிப்பதற்கான எண்ணிக்கை 20 முதல் 25 விழுக்காடு வரை கூடியதாகத் தெரிகிறது. சென்னை நகரத்தில் மட்டும் 120 பள்ளிகள் இருந்தன.

இவற்றுள் பெரும்பாலானவை நூற்றுக்கு மேற்பட்ட மாணவர்களைக் கொண்ட ஆங்கில வழிப் பிரிவுகளைக் கொண்டிருந்தன. இப் பள்ளிகளில் சேர்ப்பதற்குரிய இடங்களைப் போல மூன்று நான்கு மடங்கு விண்ணப்பங்கள் வரப்பெற்றன. நகரத்திலிருந்த 300 ஆங்கில வழி மழலையர் பள்ளிகளிலிருந்தும் ஆங்கில வழி இடைநிலை, உயர்நிலைப் பள்ளிகளுக்கு மாணவர்கள் விண்ணப்பித்தனர். அரசின் இசைவு பெறாத இப்பள்ளிகள் சுமார் ஒரு இலட்சம் மாணவ மாணவியர்களுக்கு ஆங்கில வழிக் கல்வியை வழங்கின.

ஆங்கில வழிப் பள்ளிகள் மிகுவிப்பு

பொது மக்களுக்கும். பள்ளி நிருவாகத்தினருக்கும் ஆங்கில வழிக் கல்வியில் இருந்த ஆர்வத்தைக் கருத்தில் கொண்டு ஆங்கில வழிப் பிரிவுகளை அதிகமாக்க அரசு முடிவு செய்தது. 1957இல் நடந்த மாநிலக் கல்வித் துறை மாநாட்டில் (Conference of the State Education Officer) ஒவ்வொரு கல்வி மாவட்டத்திலும், வட்டத்தலைநகரங்களில் ஆங்கில வழிப் பள்ளிகளைத் திறக்கவும், தற்போது இயங்கும் ஆங்கில வழிப்பள்ளிகளில் பிரிவுகளைக் கூடுதலாக்கவும் பரிந்துரைக்கப் பட்டது.

இதைத் தொடர்ந்து, தனியார் பள்ளிகளிடமிருந்து தமிழுக்கு இணையாக ஆங்கிலவழிக் கல்விப் பிரிவுகளைத் தொடங்கவும், ஆங்கிலப் பிரிவு வகுப்புகளைக் கூடுதலாக்கவும், தமிழ்வழிப் பிரிவுகளை ஆங்கில வழிப் பிரிவுகளாக மாற்றிக் கொள்ளவும் நிறைய வேண்டுகோள்கள் ஆங்கிலவழிக் கல்விக்குச் சார்பாக வந்தன. இதற்கு அரசு,

1. தமிழ் வழியில் இயங்கும் வகுப்புகள் எக்காரணம் கொண்டும் ஆங்கில வழிக்கு மாற்றப்பட மாட்டா.
2. தமிழுக்கு இணையான/கூடுதலான ஆங்கில வழிப் பிரிவுகளைத் தொடங்குவதற்குப் போதுமான இடவசதி இருக்க வேண்டும்.
3. ஒவ்வொரு வகுப்பிலும் 40 மாணவர்களுக்குக் குறையாமல் இருக்க வேண்டும்

என்று குறிப்பிட்டது.

மேலும், அரசு உயர்நிலைப் பள்ளிகளில், 100 ஆங்கில வழிப் பிரிவுகள் 100 கூடுதலாகத் தொடங்குவதற்கு அனுமதியளித்தது. ஆண்டுதோறும் ஆங்கிலவழிக் கல்விக்கான தேவை கூடிக் கொண்டே வந்தது.

சென்னைப் பல்கலைக்கழகமும் பயிற்றுமொழியும்

சென்னைப் பல்கலைக்கழகத்தில் தொடக்க காலத்திலிருந்தே தமிழ் மொழிக்கான ஆதரவு இல்லை. அவைகள் எந்ததெந்தக் காலக் கட்டங்களில் நடைபெற்றது என்பதைப் பார்ப்போம்.

இது குறித்து ம.பொ.சி கூறுகையில் "சென்னைப் பல்கலைக் கழகத்தில் பெயரளவில் தமிழ்த்துறை என்பதாக ஒன்று இருந்து வந்ததென்றாலும் பாடபோதனைக்குத் தமிழையே கருவியாகக் கொள்ள வேண்டுமென்ற நியாயத்தை அந்தப் பல்கலைக்கழகம் புறக்கணித்து வந்தது. இதனால் பல்கலைக்கழகத்தில் ஒரு அங்கமாக விளங்கும் தமிழ்த் துறையும் வளர்ச்சியற்றுக் கிடந்தது" என்று தன் ஆதங்கத்தை வெளிப்படுத்துகிறார். (விடுதலைக்குப் பின் தமிழ் வளர்ந்த வரலாறு, ம.பொ.சிவஞானம், பக்.11)

1924இல் சத்தியமூர்த்தி, உயர்நிலைப் பள்ளிகளில் வட்டாரமொழி பயிற்று மொழியாக்கப்பட வேண்டுமென்று தீர்மானம் கொண்டு வந்தார். இத்தீர்மானம் மாவட்டக் கல்விக் கழகங்களுக்கு அனுப்பப் பட்டது. ஒருமித்த கருத்து உருவாகவில்லை. இதனால் 1925இல் கல்வி இயக்குநர் சென்னைப் பல்கலைக்கழகக் குழுவோடு இணைந்து ஓர் அறிக்கை தயாரித்து இந்த அறிக்கையின்படி உயர்நிலைப் பள்ளிகள் ஆங்கிலத்தையோ வட்டார மொழியையோ தெரிவு செய்து கொள்ளலாம் என்று கூறியது. ஆகையால் உயர்நிலைப் பள்ளிகளில் தாய்மொழிக் கல்வி மெதுவாக நடைபெற்றது.

அதே ஆண்டிலேயே (1938இல்) அப்போதைய சென்னை ராஜ்யத்திலிருந்த உயர்நிலைப் பள்ளிகள் அனைத்திலும் போதனா மொழியாக இருந்த ஆங்கிலத்தை அகற்றி எல்லாப் பாடங்களும் தாய்மொழியிலேயே போதிக்கப்பட வேண்டும் என்ற திட்டம் அமல் படுத்தப்பட்டது. அப்போது கல்வி இலாக்கா அதிகாரியாக இருந்த ஆங்கிலேயர் உயர்தரக் கல்வி தாய்மொழியில் அளிப்பதற்கான முதல்படி இது. அடுத்த படியில் கல்லூரிகளிலும் பாடங்கள் தாய் மொழியிலே போதிக்க ஏற்பாடாகும்" என்று அதிகாரப் பூர்வமாக அறிக்கை விடுத்தார். அதற்குப் பிறகேனும் சென்னைப் பல்கலைக்கழகம் தனது கடமையை உணர்ந்து அரசினர் ஏற்படுத்திய மாறுதலுக்கேற்ப தமிழைக் கல்லூரிகளிலும் பயிற்சி மொழியாக்குவதோடு முன்வந்திருக்க வேண்டும். ஆனால் அப்படிச் செய்யவில்லை.

இதற்கான காரணமாகச் சொல்லப்பட்டது "பயிற்சி மொழிப் பிரச்சனை பல்கலைக்கழகத்தின் சுதந்திரத்திற்கு உட்பட்ட விஷயம்.

அதில் அரசினர் தலையிடுவது கல்வித்துறையில் பல்கலைக்கழகங் களுக்குள்ள சுதந்திரத்தைப் பறிப்பதாகும்" என்பதாகும். குறிப்பாகக் கலையில், தொழிலியல் பாடங்களைத் தமிழில் பயிற்றுவிப்பதற்கான பேராசிரியர்களைத் தயாரிக்கவோ, பாடநூல்களை வெளியிடவோ சென்னைப் பல்கலைக்கழகம் முன்வரவில்லை. தானே நிறைவேற்றிய ஒரு தீர்மானம் நடைமுறைக்கு வராதபடி பார்த்துக் கொண்டது.

பல்கலைக்கழகங்களில் தமிழ்வழிக்கல்வி

1946இல் தாய்மொழி அல்லது வட்டார மொழிகளை உயர்நிலைப் பள்ளி அளவில், பயிற்று மொழிகளாக வெற்றியுடன் அறிமுகப்படுத்திய பிறகு கல்லூரி, பல்கலைக்கழகம் ஆகிய உயர் கல்வி அளவிலும் தமிழைப் பயிற்று மொழியாக ஆக்குவது குறித்து அரசு சீரிய கவனம் செலுத்தியது. உயர்க்கல்விக்கான பயிற்று மொழி குறித்து ஆராய்ந்து கூறுவதற்கு இந்திய அரசு ஒரு குழுவை அமைத்தது. கீழ்க்கண்ட பரிந்துரைகளை அறிக்கையாக அக்குழு அரசிற்கு அளித்தது.

1. பல்கலைக்கழக அளவில் பயிற்று மொழியாக ஆங்கிலம் இருப்பதை நீக்கி வட்டார மொழிகளை, வரும் ஐந்தாண்டு களுக்குள் இடம்பெறச் செய்ய வேண்டும்.
2. குறிப்பிட்ட ஐந்தாண்டுகளுக்குள், பல்கலைக்கழகங்கள் வட்டார மொழிகளைப் பயிற்று மொழியாகவும் தேர்வு மொழியாகவும் ஏற்க வேண்டும். இதற்குப் பிறகு ஆங்கிலம் பல்கலைக் கழகங்களில் பயிற்று மொழியாக இடம் பெறலாகாது.
3. ஆங்கிலத்தைப் பயிற்று மொழியிலிருந்து நீக்குவது, படிப்படியாகச் சிறிது சிறிதாக ஐந்தாண்டுக் காலத்திற்குள் அமைய வேண்டும்.
4. வட்டார மொழிகளில் தரம் வாய்ந்த புத்தகங்கள் விரைவாக உருவாக்கப்பட வேண்டும்.
5. கூடுமான வரையில் அறிவியல் கலைச்சொற்களுக்குத் தாய்மொழிச் சொற்களை உருவாக்கிக் கொள்ள வேண்டும். இயலாத நிலையில் உலகளாவிய நிலையில் பயன்படுத்தும் சொற்களைப் பயன்படுத்த வேண்டும்.
6. நடுவணரசு உடனடியாக மொழியியலாளர், அறிவியலாளர் ஆகியோரைக் கொண்ட குழுவொன்றை அமைத்து எல்லா இந்திய மொழிகளுக்குமான அறிவியல் கலைச்சொல் அகர முதலி ஒன்றை உருவாக்க வேண்டும். இக்குழு மாநிலங்களுடனும்

பல்கலைக்கழகங்களுடனும் இணைந்து பணியாற்றும் அமைப்பாக இருக்க வேண்டும். இப்பணி, ஐந்தாண்டுக் காலத்திற்குள் முடிக்கப்பட வேண்டும். இப்பணிகளைத் தொடங்க, நடுவணரசு உடனடியாகப் போதிய நிதியினை ஒதுக்க வேண்டும்.

7. நடுவணரசு மாநிலங்களுக்கு வழிகாட்டும் வகையில் இந்தியாவின் ஆட்சி மொழியில் (இந்தி) உடனடியாக அறிவியல் பாடப் புத்தகங்களைக் கொண்டு வர வேண்டும். இது பிற மாநில மொழிகளும் பின்பற்ற உதவியாக இருக்கும். மற்ற பாடப் புத்தகங்கள் அந்தந்தப் பல்கலைக் கழகங்களினாலோ, பல்கலைக்கழகப் பாடத்திட்ட குழுக்களாலோ எழுதப் படலாம். இவற்றிற்கான நிதி உதவியை நடுவணரசு செய்ய வேண்டும்.

சென்னைப் பல்கலைக்கழக ஆட்சிக்குழு

மேற்குறித்த பரிந்துரைகளைச் சென்னைப் பல்கலைக்கழக ஆட்சிக் குழு ஆராய்ந்து கீழ்க்காணும் தீர்மானங்களை 1950இல் நிறைவேற்றியது.

1. கல்வி நிறுவனங்களிடமிருந்து ஆங்கிலத்தைப் பயிற்று மொழியாகத் தேர்ந்தெடுக்கும் உரிமையினைப் பறிக்கக் கூடாது.

2. பயிற்று மொழியைத் தேர்ந்தெடுக்கும் உரிமையை அந்தந்தப் பல்கலைக்கழகங்களுக்கே விட்டுவிட வேண்டும்.

3. அனைத்திந்திய ஆராய்ச்சி நிறுவனங்களில், ஆங்கிலமே பயிற்று மொழியாகக் கொள்ளுவதற்கான முன்னேற்பாடுகள் உடனடியாகச் செய்யப்பட வேண்டும்.

4. பல்கலைக்கழக அளவில் வட்டார மொழிகளைப் பயிற்று மொழியாகக் கொள்ளுவதற்கான முன்னேற்பாடுகள் உடனடியாகச் செய்யப்பட வேண்டும்.

5. பயிற்று மொழியாக்குவதற்குத் தேவையான, பொருத்தமான வகையில் வட்டார மொழிகளை வளப்படுத்த வேண்டும், காலப்போக்கில் பயிற்றுமொழி ஆகும்போது அவற்றைப் பயன்படுமாறு செய்ய வேண்டும்.

6. இப்பணிகளைச் செய்வதற்கு உரிய தகுதி வாய்ந்த அலுவலர் களை நியமித்து, தேவையான புத்தகங்களை உருவாக்க வேண்டும்.

இத்தீர்மானங்களைக் கருத்தில் கொண்டு 1951இல் சட்டப் பேரவைக் குழு, வட்டார மொழிகளைப் பயிற்று மொழிகளாக அறிமுகப்படுத்த உரிய நடவடிக்கைகளை மேற்கொள்ளவும், பொருத்தமான பாடப்புத்தகங்கள் கொண்டு வருவதற்கு உதவியாக. நான்கு முக்கிய மொழிகளில் (தமிழ், தெலுங்கு, கன்னடம், மலையாளம்) தரப்படுத்தப்பட்ட அறிவியல் கலைச்சொல் தொகுதியை வெளியிடவும் பரிந்துரை செய்தது.

இந்தியா சுதந்திரம் பெற்ற பிறகு 1948இல் டாக்டர் எஸ். இராதாகிருஷ்ணன் தலைமையிலான குழு கல்லூரிப் பாடங்கள் பிரதேச மொழியில் போதிக்கப்பட வேண்டும் என்ற கொள்கை வெளியிடப் பட்டது ஏகமனதாக எல்லாராலும் ஒத்துக் கொள்ளப்பட்டது. இக் குழுவின் ஓர் உறுப்பினர் டாக்டர். எ. லட்சுமணசாமி முதலியார். இவர் தான் துணைவேந்தராகப் பணியாற்றிய சென்னைப் பல்கலைக்கழகத்தில் தமிழைப் பயிற்சி மொழியாக்கும் திட்டத்தை அமல்படுத்தவில்லை. ஆனால் இந்தியாவில் மற்ற பல பல்கலைக்கழகங்கள் செயல்படுத்தின.

உயர்நிலைப் பள்ளிக் கல்வி நிலைபற்றி ஆராய 1952ஆம் ஆண்டு டாக்டர் லட்சுமணசாமி முதலியார் தலைமையில் குழுவொன்று அமைக்கப்பட்டது. இக்குழுவும் உயர்நிலைப் பள்ளிகளில் தாய் மொழியே பயிற்றுமொழியாக இருக்க வேண்டுமென்று பரிந்துரை வழங்கியுள்ளது. இக்குழுவானது தொடக்க நிலையில் கல்வியில் ஆங்கிலம் அல்லது இந்தி இவ்விரு மொழிகளுள் ஒன்றினைக் கற்க வேண்டுமென்று வலியுறுத்துகிறது. அதற்கு அடுத்த நிலையில் தாய் மொழி அல்லது இந்திய மொழிகளுள் ஒன்றினைக் கற்க வேண்டுமென்று வலியுறுத்துகிறது. இக்காலத்தில் மைய அரசால் அமைக்கப்பட்ட மைய அரசு ஆலோசனைக்குழு மும்மொழித்திட்டம் ஒன்றினைப் பரிந்துரை செய்தது. மைய அரசானது கல்வி ஆலோசனைக் குழுவின் பரிந்துரைகளை ஏற்று நடைமுறைப்படுத்தியது. டாக்டர் லட்சுமணசாமி முதலியார் கல்விக் குழுவிற்கு அதிக முக்கியத்துவம் கொடுக்கப்படவில்லை.

இத்துணைவேந்தர் சென்னை மேல் சபையில் பயிற்சி மொழி பீடத்திலிருந்து ஆங்கில மொழியை அணுவளவும் அகற்றக்கூடாது என்று பேசினார்.

துணைவேந்தரின் ஆங்கில மோகத்தை உணர்ந்த கல்வி அமைச்சர் கல்வித் துறை அறிஞர்களோடு ஒரு மாநாடு சென்னை, அண்ணாமலைப் பல்கலைக்கழகத் துணைவேந்தர்கள் கலந்து கொண்ட நிலையில் நடத்தினார். இதன், இறுதி வடிவமாகத் தமிழைப் பயிற்சி மொழியாக்க

வேண்டியதன் அவசியம் இரு துணைவேந்தரின் ஆதரவோடு அங்கீகரிக்கப் பட்டது. அந்த மாநாட்டிற்குப் பிறகு, அறிவியல் பாடப் புத்தகங்களைத் தமிழில் தயாரிக்கும் பணிக்கென டாக்டர் ஏ.எல் முதலியார் தலைமையில் கலைச்சொல் ஆக்கக் குழுவும் கல்வி அமைச்சரால் நியமிக்கப்பட்டது.

சென்னைப்பல்கலைக்கழகச் செனட் சபையும் தமிழைப் பயிற்சி மொழியாக்க வெகு காலத்திற்கு முடியாது என முடிவெடுத்தது.

துணைவேந்தர் போக்கில் அதிருப்தி கொண்ட கல்வி அமைச்சர் சி.சுப்ரமணியம் தமிழ் வளர்ச்சி ஆராய்ச்சிக்குழு என்று ஒன்று அமைத்தார். அதில் பல கட்சித் தலைவர்கள், அண்ணாமலைப் பல்கலைக்கழகத் துணைவேந்தர், அரசாங்க இலாக்காக்கள் சிலவற்றின் தலைவர்கள், கல்வித்துறை நிபுணர்கள் ஆகியோர் இடம் பெற்றனர். அக்குழுவினரால் 1960ஆம் ஆண்டில் கோவை அரசுக் கல்லூரியில் பி.ஏ பாடத்திற்கு மட்டும் தமிழைப் பயிற்சி மொழியாக்க வேண்டும் என்று தீர்மானிக்கப்பட்டது.

இக்குழு கீழ்க்காணும் பரிந்துரைகளை அரசுக்கு வழங்கியது.

1. முன்னோடிக் கல்லூரியில் தமிழகத்தின் எல்லா மாவட்டங் களிலிருந்தும் இளங்கலை பயில வரும் மாணவர்களில் தலைசிறந்த மாணவர்களைத் தெரிவு செய்ய வேண்டும்.

2. இப்புதிய வகுப்பினை நடத்துவதற்காக ஆசிரியர்கள் தகுதி வாய்ந்தவர்களாக இருக்க வேண்டும். பல்வேறு பாடங்களைத் தமிழில் பயிற்றுவிக்கும் ஆசிரியர்கள் ஒன்று சேர்ந்து ஒரு குழுவாக இயங்க வேண்டும். தகுதி வாய்ந்த ஆசிரியர் குழுவொன்றினைக் கல்லூரித் தமிழ்க்குழு உருவாக்கித் தரும். முன்னோடிக் கல்லூரிகளுக்குத் தேவையான ஆசிரியர்களை அரசு இக்குழுவிலிருந்து தெரிவு செய்ய வேண்டும்.

3. புதிய வகுப்புகளுக்கான பாடப் புத்தகங்களும். விரிவுரைக் குறிப்புகளும் உடனடியாக உருவாக்கப்பட வேண்டும்.

4. தேவையைப் பொறுத்து உலகளாவிய கலைச் சொற்களைக் கூடிய வரையில் அப்படியே பயன்படுத்தலாம். தமிழ்க் கலைச் சொற்களையும் பயன்படுத்தலாம். ஆனால் அவற்றிற்கு அருகில் அவற்றிற்குரிய உலகளாவிய கலைச்சொல் வடிவம் தரப்படவேண்டும்.

தமிழ்ப் பயிற்று மொழியாக மாற்றம் பெற வேண்டியதன் தேவையையும், இதை நடைமுறைப்படுத்துவதற்கான முயற்சியினையும்

பற்றிக் கருத்துத் தெரிவித்த கல்லூரித் தமிழ்க் குழுவின் பரிந்துரைகளை மாநிலக் கல்வி அறிவுரைக் குழுவின் (State Education Advisory Committee) முன் அரசு வைத்தது. இப்பரிந்துரைக்குப் பெரும்பாலானோர் ஆதரவு கிட்டியது. இதையொட்டித் தமிழக அரசு, 1959 ஏப்ரலில், 1963-64ஆம் ஆண்டுகளில் இளங்கலைப் பட்ட அளவில் பயிற்றுமொழி ஆங்கிலத்திலிருந்து தமிழுக்கு மாற்றப்பட வேண்டும் என்று ஆணை பிறப்பித்தது.

உயர்கல்வியில் தமிழ் பயிற்று மொழியாக இடம் பெறுவது குறித்து உயர்கல்வி அமைப்புகளிடமிருந்து எவ்வித எதிர்ப்பும் தொடக்கத்தில் இருக்கவில்லை. 1948இலேயே துணைவேந்தர்களின் கல்விக்குழு (Committee of the Vice- Chancellors) பல்கலைக்கழக அளவில் பயிற்று மொழியாக ஆங்கிலத்தை மாற்றுவது வரும் ஐந்தாண்டுகளுக்குள் செய்யப்பட வேண்டும் என்று பரிந்துரைத்தது.

கல்லூரிகளில் பயிற்றுமொழி மாநாடு

சென்னை மாகாணத்தின் அனைத்துக் கல்லூரி முதல்வர்களும் துணைவேந்தர்களும் பங்குபெற்ற கல்வி மாநாடு 1955ஆம் ஆண்டு நடைபெற்றது.

இம்மாநாட்டில் கலந்து கொண்டோரில் பெரும்பாலோர் மாநிலத்தில் தமிழ்ப் பேசும் பகுதிகளில் உள்ள கல்லூரிகளில் தமிழைப் பயிற்று மொழியாகக் கொள்ள வேண்டும் என்றனர். சிலர் மாற்றம் ஏற்படுவதை விரும்பவில்லை. வேறுசிலர் படிப்படியாக மாற வேண்டும் என்றனர். அண்ணாமலைப் பல்கலைக்கழகத் துணைவேந்தர், மாற்றுவதிலுள்ள இடர்ப்பாடுகளையும், கல்லூரி அளவில் ஆங்கிலத்திற்குக் கொடுக்கப்பட வேண்டிய இன்றியமையாமையையும் பற்றி எடுத்துக் கூறினார். சென்னைப் பல்கலைக்கழகத் துணைவேந்தர், பாடநூல்களாக மட்டுமின்றிப் பார்வை நூல்களாகப் பயன்படுத்தவும் தமிழில் நல்ல நூல்கள் இல்லாமை பற்றிக் குறிப்பிட்டதுடன், இம்மாற்றம் படிப்படியாகச் செய்யப்படவேண்டும் என்றார்.

இம்மாநாட்டில், தமிழ் பயிற்று மொழியாக இடம் பெறுவதற்கு எதிர்ப்பு என்பது நேரடியாக இல்லை. ஆனால், திட்டமிட்டபடி மாற்றமாக இருக்கவேண்டும் என்பதாகவும், அதற்குப் போதிய முன்னாக்கப் பணிகள் தேவை என்பதாகவும் இருந்தது. சென்னைப் பல்கலைக்கழகத் துணைவேந்தர், இச்சிக்கல் தொடர்பாக அரசுக்கு அறிவுரைகூற சிறப்புக் குழுவொன்று அமைக்க வேண்டுமென்று கருத்துத் தெரிவித்தார். அவரின் கருத்தை ஏற்ற அரசு, அவரையே

தலைவராகக்கொண்ட குழுவொன்றை அமைத்தது. கல்லூரிகளில் வட்டார மொழிகளைப் பயிற்று மொழியாகக் கொள்ளுவதற்கு ஏற்றவகையில் ஆக்கப் பணிகளை எடுத்துச் சொல்லுதல், வட்டார மொழிகளில் அறிவியல் கலைச்சொல் தொகுதிகளை வெளியிடுவதற்கான வழிவகைகளை ஆராய்தல், கல்லூரிகளில் பயிற்றுவிக்கப்படும் அனைத்துப் பாடங்களுக்குமான பாடநூல்களை உருவாக்குவதற்குத் திட்டமிடல் ஆகிய பணிகளைச் செய்யுமாறு அரசு இக்குழுவைப் பணித்தது. ஆனால், இக்குழு இது குறித்து எந்த முடிவும் எடுத்ததாகத் தெரியவில்லை. கல்லூரிகளில், தமிழைப் பயிற்று மொழியாக்கும் முயற்சி 1956இல் ஆட்சி மாறியதுடன் எப்போதும் போல மிகத் தொலைவிற்குச் சென்றுவிட்டது. (க.முத்தையா, 2000:56)

"மொழி வழி மாநிலங்கள் அமைந்த பின்புதான் மாநில மொழி களுக்கு முக்கியத்துவம் ஏற்பட்டது. கல்வியின் எல்லா நிலைகளிலும் மாநில மொழிகளே பயன்படுத்தப்பட வேண்டும் என்றும், இறுதியாகப் பயிற்று மொழியாகவும் ஆக்கப்படவேண்டும் என்றும் எண்ணங்கள் தோன்றின." கல்வியானது உயர்ந்தவர்களுக்கு மட்டும் உரியதாக, ஏழை எளியவர்களுக்கு எட்டாக்கனியாக இருந்தது. கல்விக் கற்ற ஒரு சில குடும்பங்கள் முன்னேறவும் எளியவர்கள் எளியவர்களாக இருக்கவே ஆங்கிலக் கல்வி வழி வகுத்தது. இதனைத் தடுத்து அனைவருக்கும் கல்வியறிவு கிடைக்க உயர்நிலைப் பள்ளிகளில் விளைந்த நன்மைகள் கல்லூரிகளிலும் கிடைக்க வேண்டுமாயின் ஆங்கிலப் பயிற்று மொழியை மாற்றுவதன் மூலம் மட்டுமே அவ்வாறான நன்மை கிடைக்கும் என்று பலரும் கருதினர்.

"இத்தனை ஆண்டுக் காலமாக நான் கல்வித்துறையில் செய்த சேவையின் காரணமாக இன்றைக்கு என்ன அறிந்து கொண்டேனென்றால் மாணவர்களுக்குச் சிந்தனா சக்தி பெரிய அளவில் பெருகவில்லை என்பதும், அதற்குக் காரணம் அந்நிய மொழி ஒன்றின் மூலம் கல்வி கற்று வந்து, அது அவர்களுக்குப் பெரும் பாரமாக, இடையூறாக இருந்து வந்திருக்கிறது என்பதும் தான்," என்று சி.சுப்பிரமணியம் கூறினார்.

"பல்கலைக்கழகப் படிப்புப் பிரதேச மொழியில் இருந்த மாணவரது ஆளுமையில் இன்று காணும் பிளவால் ஏற்பட்ட மனநோயும் மறையும், சிந்தனையும், செயலும் உணர்ச்சியும் பிணைந்து செல்லும். எண்ணங்கள் திறமையடையும். அவர்கள் வாழும் சமுதாயம் உயரும்," என்று க.அருணாசலம் கூறினார்.

“எல்லாப் பாடத்தையும் ஆங்கிலத்தில் போதிப்பது என்பது தற்போதைய வழக்கமாக இருக்கிறது. ஆங்கிலப் பாடம் போதிப்பவர்கள் தான் அதில் நிபுணத்துவம் பெற்றிருப்பர். மற்ற பாடங்களைப் போதிப்பவர்கள் அம்மொழியில் தீவிரமடைய பாண்டித்தியமில்லாமல் இருப்பார்கள். ஆகவே, மாணவர்களுக்கு ஐந்தாறு விதமான இங்கிலீஷ் பாடபோதனை நடக்கிறது. இதனால் எது இங்கிலீஷ் என்று தெரியாமல் திகைக்க வேண்டியிருக்கிறது. ஸ்தலபாஷையில் மாணவர்களுக்குப் பாடம் சொல்லிக் கொடுக்கும்பொழுது வகுப்பில் சூழ்நிலையே மாறுதல் அடைகிறது. பாடங்கள் எல்லாம் ருசிகரமாக அமைகின்றன. ஸ்தல பாஷையைக் கொண்டு போதிப்பதால் புத்திப் பூர்வமாக ஏற்படக் கூடிய பளு குறைந்து விடுகிறது,” என்று தீரர் சத்தியமூர்த்தி கூறினார்.

“இந்தியாவில் ஓர் அந்நிய மொழியின் மூலமே உயர் கல்வி போதிக்கப்படுகிறது. இதனால் தேசத்திற்குத் தீங்கு ஏற்பட்டுவிட்டது. இந்தக்காலத்திலேயே வாழும் நாம் இந்தத் தீங்கு எவ்வளவு பெரியது என்பதை மதிப்பிட முடியாது,” என்று பலர் பல்வேறு நன்மைகளைச் சுட்டிக் காட்டினர்.

1956இல் தமிழக ஆட்சி நிருவாகத்திலும், கல்லூரிகளிலும் பயன்படும் நோக்கத்தில் தமிழ் ஆட்சி மொழிச் சட்டம், சட்டப் பேரவையில் நிறைவேற்றப்பட்டது. அப்போதைய கல்வியமைச்சர், “அரசுரிமையை நாம் நம் தமிழன்னைக்கு அளித்திருக்கிறோம் என்றால், மற்ற துறைகளில் நாம் பெற்றிருக்கக்கூடிய சுதந்திரத்திற்கு இதுவும் ஒரு சின்னமாகவே அமைந்திருக்கிறது,” என்று குறிப்பிட்டார்.

தொடக்க நிலைக் கல்வியில் ஆங்கில மொழிப் பாடம்

கி.பி 1857ஆம் ஆண்டு ஆங்கில அரசு கல்வியை மாநில அரசுகளிடம் ஒப்படைத்ததைத் தொடர்ந்து தாய்மொழிக் கல்வி சிறப்படைந்தது. எனினும், 1948ஆம் ஆண்டிலிருந்து ஆங்கிலத்தினை மூன்றாம் வகுப்பிலிருந்து ஒரு பாடமாகக் கற்றுக் கொடுக்க ஆணை பிறப்பிக்கப்பட்ட நிலை தமிழகத்தில் ஆங்கில மோகத்திற்கு வித்திட்டது. அதன் பின்னர் மீண்டும் ஆங்கில மொழியினை மூன்றாம் வகுப்பிலிருந்தே பயிற்றுவிக்கும் நிலையினை மாற்றி ஆறாம் வகுப்பிலிருந்து பயிற்றுவிக்க அரசு ஆணை பிறப்பித்தது. இந்த முறை தாய்மொழிக் கல்விக்குப் பெரும் வாய்ப்பாக அமைந்தது. அதன் பின்னர், கல்வியமைச்சராகப் பொறுப்பேற்ற சி. சுப்பிரமணியம் ஆங்கிலத்தை, ஐந்தாம் வகுப்பிலிருந்தே பயிற்றுவிக்க ஆணை பிறப்பித்தார்.

பக்தவச்சலம் - 3ஆம் வகுப்பிலிருந்து ஆங்கிலம்

இக்காலக்கட்டத்தில் 1962 மக்களவை தேர்தலில் சி. சுப்பிரமணியம் தேர்ந்தெடுக்கப்பட்டு மத்திய அமைச்சரான பின்பு காமராஜ் அமைச்சரவையில் கல்வி அமைச்சர் பொறுப்பேற்ற எம். பக்தவச்சலம் 1963 ஆம் ஆண்டு மீண்டும் 3 ஆம் வகுப்பிலிருந்து ஆங்கில வகுப்புகளைத் தொடங்க ஆணை பிறப்பித்தார். உயர்நிலைப் பள்ளிகளில் 6ஆம் வகுப்பிலிருந்து 10 ஆம் வகுப்பு வரை ஒவ்வொரு வகுப்புகளிலும் ஒரு பிரிவு ஆங்கிலம் பயிற்று மொழியாக வகை செய்யும் சட்டம் இயற்றப்பட்டது. பக்தவச்சலத்தின் இந்த அறிவிப்பு தமிழகத்தில் ஆங்கில மோகம் அதிகரிக்க 60களிலேயே வித்திட்டது. 1960 இல் கல்லூரித் தமிழ்க் குழுவின் முடிவுகளின்படிக் கல்லூரிகளில் தமிழ்ப் பயிற்று மொழியாக ஆக்குவதைக் காலம் கடத்தி, காங்கிரஸ் உருவாக்கிய கல்லூரித் தமிழ்க் குழுவின் முயற்சியை முறியடித்தார். இதை எதிர்த்து சட்டமன்ற எதிர்க்கட்சி தி.மு.க நெடுஞ்செழியன் தலைமையில் வெளிநடப்பு செய்தது. அவ்வாண்டு "பயிற்று மொழிப் பிரச்சினை" என்ற ஒரு புத்தகம் பக்தவச்சலத்தால் எழுதி தமிழ்நாடு காங்கிரஸ் கமிட்டியால் வெளியிடப்பட்டது. இப்புத்தகத்தின் சுருக்கம் மேலும் இவருக்கிருந்த ஆங்கில மோகத்தை விளக்குகிறது.

தமிழ்வழிக் கல்வி என்பது குறுகிய நோக்கம் - முதல்வர் பக்தவச்சலம்

"திருமுருகாற்றுப்படையை இயற்றிய நக்கீரரும் அந்த நூலின் தொடக்கத்தில் 'உலகம் உவப்ப...' என்று தொடங்கிப் பாடியதன் மூலம் அவருடைய உலகக் கண்ணோட்டத்தை வெளிப்படுத்தியிருக் கிறார். முக்கியமாக உலகப் பொது மொழியாகவும், வியாபாரத்திற்கும் விஞ்ஞானப் படிப்பிற்கும் மிக மிக இன்றியமையாத மொழியாகவும் உள்ள ஆங்கிலத்தைப் பயில வேண்டும். இல்லையேல் மத்திய ஆட்சியில் உத்தியோகப் பங்கைப் பெற முடியாது. அப்படிப் படித்ததால்தான் 20,000 தமிழர்கள் டில்லி செக்ரடேரியேட்டில் மட்டும் கௌரவமான வேலையில் இருக்கிறார்கள்.

இந்தி மொழியை நம்மால் சரியாகப் புரிந்து கொள்ள முடிய வில்லை. அதற்குப் பதிலாக ஆங்கிலத்தைத் தான் நாம் பயன்படுத்திக் கொள்ள வேண்டும். பிராந்திய மொழிகளோடு ஆங்கிலமொழியும் கல்லூரியில் பயிற்சி மொழியாக இருக்க வேண்டும். பல்கலைக் கழகத்தில் தமிழ் மட்டும் பயிற்சி மொழியாக இருந்தால் மாணவர்கள் பாதிக்கப்படுவார்கள். தேசிய ஒருமைப்பாடு பாதிக்கப்படும், நாட்டிலுள்ள பல்கலைக்கழகங்கள் எல்லாம் தனித்தனி ஸ்தாபனங் களாகிப் பிரிவு மனப்பான்மை வளர, இடம் ஏற்பட்டு விடும். ஆகவே

தென்மண்டல ராஜ்ய அரசாங்கங்கள் இது சம்பந்தமாக ஏகோபித்து செய்த ஆலோசனைகளின்படி ஆங்கிலப்பாடம் மூன்றாவது வகுப்பி லிருந்தே இனி தொடங்கப்படவிருக்கிறது" என்று கூறிய முதல்வர் பக்தவச்சலம் தமிழ் வழிக்கல்வியை ஆதரித்த கம்யூனிஸ்டுகளைக் கீழ்க்கண்டவாறு சாடுகிறார்.

"இதற்குக் கிளர்ச்சி செய்யும் கம்யூனிஸ்ட் கட்சியினருக்கு நாட்டுப்பற்றும். மொழிப்பற்றும் கிடையாது. ஆனால் பயிற்சிமொழிப் பிரச்சனைக்கு ஆர்ப்பாட்டம் செய்ய முயலுகிறார்கள். சீன ஆக்கிரமிப்புப் பிரச்சினை மிகவும் அபாயகரமான திருப்பத்தில் இருப்பதால் மக்களுடைய கவனத்தை வேறு திசையில் இழுப்பதற்காக இவர்கள் கிளர்ச்சி செய்கின்றனர்," என்று கூறி தான் ஆங்கிலவழிக் கல்வி கொணர்ந்ததற்கான காரணத்தை விளக்கிக் கூறுகிறார்.*(பக்தவச்சலம், 2000:10)*

இராஜாஜியின் திடீர் ஆங்கில ஆதரவு

இக்காலக்கட்டத்தில் இராஜாஜி ஆங்கிலமே பயிற்று மொழியாக இருக்க வேண்டும் என்று புதிய கருத்தைத் தெரிவித்தார். இக்கருத்தை எதிர்த்த பேரா. நா.வானமாமலை, "இராஜாஜி போன்ற பெரியவர்கள் தமிழைப் பயிற்றுமொழி ஆக்க வேண்டுமென்று சொல்லி வந்தார்கள். தமிழில் விஞ்ஞானக் கருத்தை விளக்க முடியும் என்பதை நூல்கள் எழுதி இராஜாஜி நிரூபித்தார். இப்போது அவர்தம் கருத்தை மாற்றிக் கொண்டு விட்டார். அவருடைய பழைய கருத்து இன்று உறுதிப் பட்டிருக்கிறது. அவர் அக்கருத்தை வெளியிடும்போதிருந்ததைவிட இன்று பல விஞ்ஞான நூல்கள் தோன்றியுள்ளன. தமிழில் எழுதக் கூடிய, போதிக்கக்கூடிய ஆசிரியர்களும் இருக்கிறார்கள். கல்வி பரவி வருகிறது. இராஜாஜியோ இப்போது தமிழில் முடியாது என்று சொல்கிறார். ஆங்கிலமே இருக்க வேண்டும் என்று சொல்கிறார். பெரியவர்கள் கருத்துக்களை மாற்றிக் கொண்டு விடுவதால் உண்மை பொய்யாகி விடாது," என்று கூறினார். *(நா. வானமாமலை 1965 xxvii)*

வானமாமலை அவர்கள், பயிற்று மொழித் திட்டத்திற்கு எதிராகக் கருத்துக்களை மறுக்கும் வகையில் வரலாறு, மெய்யுணர்வு, அரசியல், பொருளாதாரம், தாவரவியல், விலங்கியல், இரசாயனம், பௌதீகப் பாடங்களில் துறை சார்ந்த பேராசிரியர்கள் தமிழில் எழுதிய கட்டுரைகள் தொகுக்கப் பெற்று 'தமிழால் முடியும்' என்ற நூல் 1966ஆம் ஆண்டு வெளியிடப்பட்டது.

அந்நூலுக்கு முன்னுரை எழுதிய அறிவியல் தமிழ் அறிஞர் பெ.நா.அப்புசாமி வேதனையோடு குறிப்பிடுகிறார். "இத்துறையில் முன்னர் உழைத்துள்ள பலரைப் போலவே நானும் தமிழில் முயல வேண்டும், ஆகவே தமிழில் முடியுமாறு முயலவேண்டும். தமிழில் முடியும் என்ற நாள் விரைவில் வரவேண்டும் என்றே கருதுகிறேன்," என்று தன் விருப்பத்தைக் குறிப்பிட்டார். ('தமிழால் முடியும்' வானமாமலை என்.சி.பி.எச் அறிமுகவுரை)

அதே சமயம் சென்னைப் பல்கலைக்கழகம் தமிழுக்கு ஆற்றிய தொண்டாகக் கருதியதைச் சுட்டிக்காட்டாது இருக்க முடியாது. வருஷத்திற்கு ஒரு விஞ்ஞான நூலை மொழிபெயர்க்க அவர்கள் ரூ.1000 பரிசு கொடுக்கிறார்கள். சென்ற வருஷம் பெயர் தெரியாத ஆசிரியர் ஒருவரது நூலை மொழிபெயர்க்கச் செய்து ரூ. 1000 பரிசும் ஒரு மொழி பெயர்ப்பாளருக்குப் போய் சேர்ந்துவிட்டது. இப்போது அந்தப் புத்தகம் வெளியிடத் தகுதி இல்லை எனக் கருதி அதை வெளியிடவில்லையாம்." (நா.வானமாமலை, 1981:66)

இப்பணிக்கு அவர்கள் இட்டுக் கொண்டிருக்கும் பெயர் (promotion of scientific knowledge in regional language) 'பிராந்திய மொழிகளில் விஞ்ஞான அறிவைப் பரப்புதல்' என்பதாகும். இப்படித் தான் அன்றைய தமிழக அறிவுச் சூழல் இருந்தது. மேற்படிச் செய்தியை நா. வானமாமலை தமிழும் விஞ்ஞானமும் என்ற கட்டுரையில் பதிவு செய்துள்ளார். (சு.பொ. அகத்தியலிங்கம், பக். 40)

தமிழக அரசு ஆங்கில வழிக் கல்வியை ஆதரித்த நிலையில் 1965 ஆம் ஆண்டு ஜனவரி 13 ஆம் நாள் இந்திய குடியரசு நாளன்று இந்தி அரசியல் மொழியாக வேண்டுமென்று முந்தியே திட்டமாகிவிட்டதால் மாணவர் அதற்கு முந்தின நாளே இந்திக்கு எதிராகக் கிளர்ச்சியைத் தொடங்கினர். 1967 ஆம் பொதுத் தேர்தலில் காங்கிரஸ் தோல்வி அடைந்தது. இதன் பிறகே தி.மு.க. ஆட்சியைப் பிடித்தது.

1985ஆம் ஆண்டு மைய அரசு கொண்டு வந்துள்ள புதிய கல்விக் கொள்கை இந்தித் திணிப்பிற்கு வகை செய்கிறது. இதற்கு நவோதயாப் பள்ளிகள் செயல்படுவதைச் சான்றாகக் கூறலாம்.

நவோதயாப் பள்ளிகள் தமிழகத்தில் தொடங்க மைய அரசு எடுத்த முயற்சிக்குக் கடும் கண்டனங்கள் எழுந்தன. இதனைத் தொடர்ந்து தமிழக அரசு புதிய கல்விக் கொள்கையினைச் செயற்படுத்த 1987ஆம் ஆண்டு மால்கம் ஆதிசேசையா தலைமையில் குழுவொன்றினை அமைத்தது. அக்குழுவின் பரிந்துரைப்படித் தமிழக அரசு தமிழ் நாட்டிலுள்ள

தொடக்கப் பள்ளிகளில் முதல் வகுப்பிலிருந்து ஆங்கிலத்தைக் கட்டாயப் பாடமாகக் கற்றுக் கொடுக்க முன் வந்துள்ளது.

உயர்நிலைக் கல்வியில் ஆங்கில மொழிப்பாடம்

1937ஆம் ஆண்டு முதல் 1939ஆம் ஆண்டு வரை சென்னை மாகாணத்தின் முதல்வராக இருந்த இராஜாஜி தமிழ் வழிக் கல்வியை வரவேற்றார், அவர் தமிழில் முடியும் எனும் கருத்தமைந்த நூல் ஒன்றினையும் எழுதி வெளியிட்டார். தமிழகத்தைப் பொருத்தவரை 1939ஆம் ஆண்டு இராஜாஜி அமைச்சரவையில் கல்வி அமைச்சராக இருந்த சுப்பராயன் தாய் மொழியை உயர்நிலைப் பள்ளிகளில் பயிற்று மொழியாக்கினார்.

1944ஆம் ஆண்டு 'சான் சார்சண்ட்' தலைமையில் அமைக்கப் பட்ட கல்விக்குழுவின் பரிந்துரைப்படி, இந்தியா முழுதிலுமுள்ள உயர்நிலைப் பள்ளிகளில் தாய்மொழிகள் பயிற்று மொழியாக்கப் பட்டன.

சென்னை மாநிலத்தில் தமிழ்வழிக் கல்வி நிலை குறித்து ஆராய அமைக்கப்பட்ட சென்னை மாநில சட்டப்பேரவை உறுப்பினர் குழுவின் பரிந்துரைப்படித் தமிழ், இந்தி, கன்னடம், தெலுங்கு, மலையாளம், உருது, குசராத்தி, சமசுகிருதம், அரபிக், பெர்சியன், பிரஞ்சு, இலத்தீன், செருமன் ஆகிய மொழிகளுள் ஏதேனும் ஒன்றினை உயர்நிலைக் கல்வியில் பயிற்று மொழியாகக் கொள்ளலாம் என்று முடிவு செய்யப்பட்டது. எனினும், உயர்நிலைக் கல்வியில் தமிழ்க் கட்டாயப் பாடம் என்னும் நிலை உருவாக்கப்படவில்லை.

1956இல் சென்னை மாகாண அரசு கல்வி பற்றி வெள்ளையறிக்கை தயாரிக்கச் சட்டசபை உறுப்பினர்களைக் கொண்ட ஒரு குழுவை நியமித்தது. அக்குழு பயிற்றுமொழிச் சிக்கலைப் பற்றிய பரிந்துரைகளை அரசுக்கு அளித்தது. இந்தப் பரிந்துரைகள் அடங்கிய தொகுப்பு கல்வி பற்றிய வெள்ளை அறிக்கை என்று அழைக்கப்படுகிறது. அக்குழு கல்லூரிகளில் உடனே மானிடவியல் பாடங்களைத் தமிழில் கற்பிக்க வேண்டும் (சிவனுபாண்டியன், 1987:14) எனப் பரிந்துரைத்துள்ளது.

தமிழ் ஆட்சிமொழிச் சட்டம் (1956)(Madras Official Language Act)

1956இல் தமிழகம் தனியரசு மாநிலமாகி விட்டதால் தமிழைப் பயிற்றுமொழியாக்கும் வாய்ப்பு ஏற்பட்டது. இந்த வாய்ப்பைப் பயன்படுத்திக் கொண்டு தமிழ் வளர்ச்சிக் கழகத்தின் முதல் கூட்டம் 1.3.1959இல் தமிழக அரசின் தலைமை அலுவலகத்தில் அப்போதைய

கல்வி அமைச்சர் தலைமையில் கூடித் தமிழைப் பயிற்று மொழியாக்கு வதற்குத் திட்டம் வகுத்தது. அதன்படி முன்னோடிக் கல்லூரியாகக் கோவை அரசினர் கல்லூரியைத் தேர்ந்தெடுத்து அதில் 1960-61ஆம் ஆண்டில் பி.ஏ வகுப்புக்கு மட்டும் தமிழைப் பயிற்றுமொழியாக்குவ தென்று தீர்மானித்தது. கோவை அரசினர் கல்லூரியில் பி.ஏ வகுப்பில் தமிழைப் பயிற்று மொழியாக்கியதற்கு முதலாண்டிலேயே வெற்றி கிடைத்து விட்டதால், 1961-62 ஆண்டிலேயே இத்திட்டம் மேலும் பல கல்லூரிகளுக்கு விரிவுபடுத்தப்படும் என்று அறிவிக்கப்பட்டது. குறிப்பாக கோவை பூ.சா.கோ.கலைக்கல்லூரி, பொள்ளாச்சி கலைக் கல்லூரி கோவை அவினாசிலிங்கம் மனையியற் கல்லூரி, மாயூரம் அன்பநாதபுரம் வகையறா அறக்கட்டளைக் கல்லூரி ஆகிய தனியார் கல்லூரிகள் பி.ஏ. வகுப்பில் தமிழைப் பயிற்று மொழியாக்க முன்வந்தன. 1960-61 ஒரு கல்லூரியிலும் 5 தனியார் கல்லூரிகளிலும் தமிழைப் பயிற்று மொழியாக்க சென்னைப் பல்கலைக்கழகத்தின் அனுமதி பெற்றன.

எதிர்ப்பு

ஆனாலும் அப்போதைய சென்னைப் பல்கலைக்கழகத் துணை வேந்தர் டாக்டர் ஏ.எல்.முதலியார் அரசு கொடுத்த நிர்பந்தத்தின் பேரில் தமிழைப் பயிற்று மொழியாக்குவதைக் கொள்கையளவில் ஏற்றுக் கொண்டார் என்றாலும், மற்றொரு புறம் வெளிப்படையாக எதிர்ப் பிரச்சாரம் செய்து கொண்டே இருந்தார். பயிற்றுமொழி மாறுவதால் அறிவுத்தரம் குறைந்து விடுமென்றும் அச்சுறுத்தினார். மொத்தத்தில் அக்கால கட்டத்தில் படித்த சமுதாயம் ஆங்கிலம் பயிற்று மொழியாக நீடிப்பதற்கே ஆதரவாக இருந்தது. இதன் காரணமாகச் சி.சுப்பிரமணியம் ஆதரவு திரட்ட பல கட்டங்களையும் மாநாடு களையும் நடத்தினார். 21.5.1961இல் கோவை நகரில் தமிழ் பயிற்று மொழி ஆதரவு மாநாடு நடத்தப் பெற்றது. அதில் தூத்துக்குடி வ.உ.சி கல்லூரி முதல்வர் பேரா.அ.சீனிவாச ராகவன், ப.ஜீவானந்தம், அண்ணாமலைப் பல்கலைக்கழக தமிழ்த் துறைத் தலைவர் தெ.பொ.மீனாட்சி சுந்தரம், கோவை பூ.சா.கோ. பொறியியல் கல்லூரி முதல்வர் ஜி.ஆர் தாமோதரன், மாவட்ட நீதிபதி எஸ்.மகாராஜன், ம.பொ.சிவஞானம் ஆகியோருடன் கல்வி அமைச்சர் சி.சுப்பிரமணியமும் கலந்து கொண்டார்.

இக்காலகட்டத்தில் ஆங்கிலமே பயிற்சிமொழியாக நீடிக்க வலியுறுத்தி இராஜாஜி தன்னை முன்னிலைப்படுத்திக் கொண்டார்.

இதில் இராஜாஜியின் தமிழ் பயிற்று மொழிக்கான கொள்கையின் பல பரிமாணங்களை நாம் உணரமுடிகிறது.

இராஜாஜி 1937 முதல் 1939 வரை பழைய சென்னை ராஜ்யத்தின் முதல்வராக இருந்த போது தமிழ்நாட்டின் உயர்நிலைப் பள்ளிகளில் தமிழைப் பயிற்றுமொழியாக்குமாறு ஆணை பிறப்பித்தார். அதற்கு அப்போதைய கல்வித்துறை இயக்குனர் ஸ்டாதம் என்ற ஆங்கிலேயர் ஆட்சேபம் தெரிவித்தார். அதனை மறுத்த முதல்வர் இராஜாஜி எழுதிய மறுகுறிப்பில் அடுத்த கட்டத்தில் கல்லூரிப் படிப்புக்கும் தமிழே பயிற்று மொழியாக்கப்படும் என்றார். இதுவன்றி 'தமிழில் முடியுமா' என்று தலைப்பிட்டு முடியும் என்று பதிலளித்து 1937இல் தமிழில் நூல் எழுதி வெளியிட்டார். ஆனால் 1961இல் அவர்தம் கருத்தை மாற்றிக் கொண்டு ஆங்கிலமே பயிற்று மொழியாக நீடிப்பதற்கு ஆதரவு காட்டி எழுதியும் பேசியும் வந்தார். ஆனாலும் திரு.சி.சுப்பிரமணியம் தமிழ் பயிற்று மொழியாக்கும் திட்டத்தில் தீவிரம் காட்டினார். 'தமிழால் முடியும்' எனும் நூலை எழுதி வெளியிட்டபின் தமிழ் பயிற்றுமொழித் திட்டத்தை விளக்கி சட்டமன்றத்தில் வெள்ளை அறிக்கை ஒன்றை சமர்ப்பித்து சட்டமன்ற உறுப்பினர்களின் ஆதரவைப் பெற்றார்.

கல்லூரிகளில் தமிழ்

கல்லூரிகளில் தமிழைப் பயிற்றுமொழியாக்கும் வரலாற்றுப் புகழ் மிக்க ஆணையை அரசு 14.04.1959 இல் வெளியிட்டது. (G.O.No. 748, Education, Dated 14.04.1959) தமிழ்ப் பயிற்றுமொழித் திட்டத்தின் அரசாணை வெளியிடக் காரணமாக இருந்தவர் அன்றைய கல்வி அமைச்சர் சி. சுப்பிரமணியம். அவர் தமிழ்ப் பயிற்றுமொழித் திட்டத் திற்காக முப்பது லட்சம் ரூபாயை அரசுநிதியிலிருந்து ஒதுக்கினார். பயிற்றுமொழித் திட்டம் செயல்படுத்தப்படுவதால் தமிழகத்தில் ஏற்படும் விளைவுகளை மதிப்பிட சென்னை, மைசூர், திருவனந்தபுரம் பல்கலைக்கழகங்களைச் சேர்ந்த கல்வியாளர்களை உறுப்பினர்களாகக் கொண்ட குழுவையும் நிறுவினார்.

இத்திட்டம் 1963-64ஆம் ஆண்டு முதல் நடைமுறைப்படுத்தப்பட இருப்பதால் இதற்கான அனைத்துப்பணிகளும் 1962-63 ஆம் ஆண்டுக்குள் முடிவடைந்துவிட வேண்டும் என அரசு அறிவித்தது. இதை நடைமுறைப் படுத்தும் முயற்சியாக கலைச்சொற்கள், பாடநூல்கள், பாடத்திட்டச் செயல்முறைகள் ஆகியவற்றைத் தயாரிக்க கல்லூரித் தமிழ்க்குழு என்ற அமைப்பு ஏற்படுத்தப்பட்டது. அக்குழுவின் உதவியுடன் முன்னோடித் திட்டமாகக் கோவையில் உள்ள கல்லூரிகளில் பயிற்றுமொழித் திட்டத்தை நடைமுறைப்படுத்தவும் முயற்சிகள் மேற்கொள்ளப்பட்டன.

கல்லூரித் தமிழ்க்குழு

முன்னோடித் திட்டத்தைச் செயல்படுத்தவும் கல்லூரிகளில் தமிழ்ப் பயிற்றுமொழித் திட்டத்தை விரிவுபடுத்தவும் உருவாக்கப்பட்ட இக்குழுவில் கோவை பூ.சா.கோ.கல்லூரி முதல்வர், ஜி.ஆர். தாமோதரன், சென்னைப் பல்கலைக்கழக இணைப்பேராசிரியர் தேவசேனாதிபதி, மாநிலக்கல்லூரி பொருளாதாரத்துறைப் பேராசிரியர் வேலாயுதன், தூத்துக்குடி வ.உ.சி. பயிற்சிக் கல்லூரி முதல்வர் கே.ஆர். அப்பளாச்சாரி, அண்ணாமலைப் பல்கலைக்கழகத் தமிழ்த்துறைத் தலைவர் தெ.பொ.மீனாட்சிசுந்தரம், கோவைக் கலைக்கல்லூரி முதல்வர் ஆகியோர் இடம் பெற்றனர். (G.O.No. 748. Education. Dated 14.04.1959)

கல்லூரித் தமிழ்க்குழு பாட நூல்களையும், கலைச்சொல் பட்டியலையும் தயாரிக்கும் முயற்சியில் இறங்கியது. இக்குழு 1960-61ஆம் ஆண்டில் பல துறைகளுக்கான கலைச்சொல் பட்டியல்களையும் பாடநூல்களையும் தயாரித்து வெளியிட்டது. தமிழ் பயிற்சி மொழித் திட்டத்திற்குத் தொடக்கத்தில் ஆதரவு காட்டிய தனியார் கல்லூரிகள் அத்திட்டத்திற்குக் கடுமையாக எதிர்ப்பு தோன்றிவிடவே பின்வாங்கலாயின. இக்கல்லூரிகளைத் தமிழ்வழிப்படுத்துவதற்காக, பட்டப்படிப்புக்கு தமிழைப் பயிற்று மொழியாக்க மறுக்கும் தனியார் கல்லூரிகளுக்கு அரசு மானியம் நிறுத்தப்படும் என்று கல்வி அமைச்சர் சி.சுப்பிரமணியம் அறிவித்தார். இதற்குக் கடுமையான கண்டனம் எழுந்தது. “எதேச்சாதிகாரப் போக்கில் அறிவுமொழியான ஆங்கிலம் அழிக்கப்படுகிறது” என்றும் ஆங்கில மொழியாளர்கள் குற்றஞ் சாட்டலாயினர்.

துணைவேந்தர்கள் மாநாட்டின் எதிர்ப்பு

தென்னிந்தியத் துணைவேந்தர்களின் மாநாடு சென்னைப் பல்கலைக் கழகத்தில் 09.11.1961 அன்று நடைபெற்றது. அம்மாநாட்டை அன்றைய சென்னைப் பல்கலைக்கழகத் துணைவேந்தர், ஏ.லெட்சுமணசாமி முதலியார் தொடங்கிவைத்தார்.

அம்மாநாட்டில் டி.எம்.நாராயணசாமிப்பிள்ளை (துணைவேந்தர், அண்ணாமலைப் பல்கலைக்கழகம்,) வி.எஸ்.கிருஷ்ணா (துணைவேந்தர், ஆந்திரப் பல்கலைக்கழகம்), டீ.சி.பவட்டே (துணைவேந்தர், கர்நாடகப் பல்கலைக்கழகம்), டி.எஸ்,ரெட்டி (துணைவேந்தர், உஸ்மானியா பல்கலைக்கழகம்), என்.ஏ.என், நிகாம் (மைசூர்ப் பல்கலைக்கழகம்) ஆகியோர் பங்கேற்றனர். அம்மாநாட்டில் பயிற்றுமொழிச் சிக்கல்

விரிவாக விவாதிக்கப்பட்டது. மாநாட்டில் நிறைவேற்றப்பட்ட தீர்மானங்கள் வருமாறு:

“போதுமான பாதுகாப்பு முறைகளின்றிப் பல்கலைக்கழகங்களின் பயிற்றுமொழியை மாற்றுவதென்பது மிகவும் ஆபத்தான சோதனையாகும். இதுவரை நடைபெற்று வந்துள்ள அறிவியல், தொழில்சார்ந்த படிப்புகளைப் பொறுத்தமட்டில் பயிற்று மொழி மாற்றம் என்பது பிற்போக்கான முயற்சியாகும். கலையியல் சார்ந்த சில பாடங்கள் அடிப்படையில் மிகவும் சிக்கலான இயல்பை உடையவை. போதுமான அளவு முன்னேற்பாடுகள் இல்லாமல் இவற்றை வட்டார மொழிகளுக்கு மாற்றுவதென்பது எளிதான செயல் அல்ல. பயிற்று மொழி சார்ந்த எந்தவித மாற்றமும் தன்னார்வ செயலாகவே இருத்தல் வேண்டும். கல்வித்தரம் கண்காணிக்கப்படுகின்றதா? என்பதைப் பல்கலைக்கழகங்கள் கவனமாகக் கண்காணித்தல் வேண்டும்.” (G.O.No.841, Education, Dated 18.04.1961)

சென்னையில் கூட்டப்பட்ட தென்னிந்தியத் துணைவேந்தர்கள் மாநாட்டில் பல்கலைக்கழக நிர்வாகம், கல்வி, பயிற்றுமொழி தொடர்பான கருத்துக்கள் விவாதிக்கப்பட்டன. பயிற்றுமொழியாகக் கல்லூரிகளில் தமிழை நடைமுறைப்படுத்த க.த.குழு முயற்சிகள் எடுத்துவந்த காலகட்டத்தில் நடந்த இம்மாநாடு பயிற்றுமொழிச் சிக்கலுக்கு எதிரான தீர்மானங்களை நிறைவேற்றியது பயிற்றுமொழி ஆதரவாளர்களைக் கவலைகொள்ளச் செய்தது.

9. உயர்கல்வியில் தமிழ் - ஆதரவும் எதிர்ப்பும்

கல்லூரிகளில் தமிழ்

காமராசரின் அமைச்சரவையில் கல்வி அமைச்சராக இருந்த சி. சுப்பிரமணியத்தின் தமிழ்ப் பயிற்றுமொழித் திட்டத்திற்குக் காங்கிரஸ் கட்சியில் போதிய ஆதரவு கிடைக்கவில்லை. அன்றைய மத்திய அமைச்சரும், காங்கிரஸ் தலைவருமான சுப்பராயன் சி. சுப்பிரமணியத்தின் இத்திட்டத்தை மறைமுகமாக எதிர்த்து வந்தார். சிவாஜிகணேசன் 1960ஆம் ஆண்டு ஏற்பாடு செய்த பாரதி விழாவில், "கிராமணியார் தமிழைப் படிக்கச் சொல்லு கிறார். தமிழன் சிலப்பதிகாரத்தையும் புறநானூற்றையும் படித்து விட்டால் அவனுக்கு உத்தியோகம் கிடைத்துவிடுமா?" (ம.பொ.சி. 1974: 888) என சுப்பராயன் கேள்வி எழுப்பினார். சுப்பராயனின் இக்கருத்து விழாவில் பெரும் குழப்பத்தை விளைவித்தது. அவரைத் தொடர்ந்து பேசிய ம.பொ.சி. தமிழ்ப் பயிற்றுமொழி யாவதற்கும், தமிழை மொழிப் பாடமாகப் படிப்பதற்கும் உள்ள வேறுபாடுகளை கீழ்க்கண்டவாறு விளக்கினார்.

"நான் தமிழ்த்தான் படிக்க வேண்டும் என்று சொல்லவில்லை பொது அறிவுக்கான வரலாறு, பொருளாதாரம், கணக்கு, விஞ்ஞானம் ஆகிய பாடங்களைத் தமிழின் மூலம் படிக்கச் சொல்லுகிறேன். தமிழைப் படிப்பது வேறு; தமிழில் படிப்பது வேறு; இலையைச் சாப்பிடுவது வேறு, இலையில் சாப்பிடுவது வேறுதானே"

"ஆங்கிலத்தை ஒரு மொழி என்ற அளவில் தினமும் ஒரு பகுதி நேரத்தில் படிப்பதை எதிர்க்கவில்லை; ஆதரிக்கிறேன் என்று கூறி, மேலும் 1937இல் டாக்டர் சுப்பராயன் சென்னை மாநிலக் கல்வி அமைச்சராக இருந்த போதுதான் முதல்வர் இராஜாஜி உயர்நிலைப் பள்ளிகள் அனைத்திலும் தமிழை மட்டுமே பயிற்றுமொழியாக்கினார். அப்போதே அடுத்த கட்டத்தில் கல்லூரிகளிலும் தமிழ் மட்டுமே பயிற்று மொழியாகும் என்று சுப்பராயன் மாநில கல்வி அமைச்சர் என்ற முறையில் அறிவித்ததையும் நினைவு கூர்கிறேன்" என்று தெரிவித்தார்.

காங்கிரஸ் அமைச்சரவையின் பயிற்றுமொழித் திட்டத்திற்குக் கட்சியில் போதிய ஆதரவில்லை என்பதை இக்குழப்பம் விளக்குகிறது. இக்கூட்டம் சென்னையிலுள்ள ஆபட்ஸ்பரி தங்கும் விடுதியில் நடந்தது. இக்குழப்பம் 'ஆபட்ஸ்பரி குழப்பம்' என வழங்கப்பட்டது.

இதே காலகட்டத்தில் அறிஞர்கள் கல்வியாளர்களிடையேயும் பயிற்றுமொழி ஆதரவு, பயிற்றுமொழி எதிர்ப்பு என இரு அணிகள் உருவாகின. பயிற்றுமொழி ஆதரவு அணியில் பாவேந்தர் பாரதிதாசன், தெ.பொ.மீனாட்சிசுந்தரனார் முதலிய அறிஞர் பெருமக்கள் அணிவகுத்து நின்றனர். ஆங்கில ஆதரவு அணியில் ஏ.இலட்சுமணசாமி முதலியார், ஏ.ராமசாமி முதலியார் முதலியோர்களும் தேசியத்தின் பேரால் போலித்தனம் புரிவோரும் அணிவகுத்து நின்றனர். (த.சுந்தரராஜன் 1988.84) இவ்வாறு தமிழ்ப் பயிற்றுமொழித்திட்டம் ஆதரவு / எதிர்ப்பு அணிகளால் அரசியலாக்கப்பட்டது.

இந்திய நடுவண் அரசின் பல்கலைக்கழக நல்கை ஆணையம் 1959ஆம் ஆண்டு ஆந்திராவில் உள்ள ஸ்ரீவெங்கடேஸ்வரா பல்கலைக் கழகத் துணைவேந்தர் டாக்டர் எஸ். கோவிந்தராஜுலுவைத் தலைவராகக் கொண்டு பதினைந்து கல்வியாளர்கள் உள்ளிட்ட செயலாக்கக்குழுவை (Working Group) உருவாக்கியது. இக்குழு பயிற்றுமொழி தொடர்பாகப் பத்தொன்பது பரிந்துரைகளை 30.12.1960இல் நடந்த பல்கலைக்கழக நல்கை ஆணையக் கூட்டத்தில் வழங்கியது. பயிற்றுமொழி தொடர்பான அரசின் தலையீட்டைப் பற்றிக் கூறுகையில், "பயிற்றுமொழி என்பது பல்கலைக்கழகங்களின் பொறுப்பு இது குறித்து அரசுடனோ அல்லது வேறு யாருடனோ எந்தக் கருத்தும் பகிர்ந்துகொள்ள வேண்டியதில்லை" (The Hindu, 24.01.1961) என அறிவித்து இளநிலை வகுப்புக்களில் (B.A., BSc.,) ஆங்கில மொழியைப் பயிற்றுமொழியாக நீடிக்க வேண்டும் எனவும் பரிந்துரை செய்தது.

தமிழ்ப் பயிற்றுமொழித் திட்டத்தைக் கல்லூரிகளில் நடைமுறைப் படுத்த முயற்சிகள் எடுக்கப்பட்ட காலகட்டத்தில் பல்கலைக்கழக மானியக்குழுவின் அறிக்கை பற்றிய கேள்வியைச் சட்டமன்றத்தில் ஏ.ஏ. ரஷீத் என்ற உறுப்பினர் எழுப்பினார். கல்லூரிகளுக்குப் பயிற்றுமொழியைத் தேர்ந்தெடுக்கும் உரிமையைக் கொடுக்க வேண்டும். கல்லூரிகளின் சுதந்திரத்தில் அரசு தலையிடக்கூடாது என்ற பல்கலைக்கழக நல்கைக்குழுவின் (1961) பரிந்துரைகளை அவர் சுட்டிக்

காட்டினார். அவருக்குப் பதிலளித்த சி. சுப்பிரமணியம், "கோவை அரசுக் கல்லூரியில் மூன்றாண்டு கலையியல் படிப்புக்கான முதல் ஆண்டில் தமிழ்வழிக் கல்வி அறிமுகப்படுத்தப்பட்டுள்ளது. இந்த வகுப்புகளுக்கான பாடநூல்கள் வெளியிடப்பட்டுள்ளன. தமிழ்வழிக் கல்வி கற்பிக்கும் ஆசிரியர்களுக்குப் பயிற்சி வகுப்புக்கள் நடத்தப் பட்டுள்ளன. அரசு உதவி பெறும் கல்லூரிகளில் தமிழ்வழிக் கல்வியை அரசு கட்டாயப்படுத்தாது. இப்பிரச்சனையில் நிர்வாகங்களுக்குச் சுதந்திரம் வழங்கப்பட்டுள்ளது" (G.O.No.841/ Education, Dated 18.04.1961) என்றார்.

முன்னோடித் திட்டம் - செயல்பாடுகள்

முன்னோடித் திட்டத்தைச் செயல்முறைப்படுத்தும் முயற்சியாகக் கோவை பி.எஸ்.ஜி. கல்லூரி, பொள்ளாச்சி நாச்சிமுத்துக்கவுண்டர் கல்லூரி ஆகியவற்றில் தமிழ்வழிக் கல்வி தொடங்கப்பட்டது. கோவை அரசுக் கல்லூரியில் தொடங்கப்பட்ட முன்னோடித் திட்டத்திற்கு 1960-1961ஆம் ஆண்டில் ஆசிரியர்களுக்குப் பயிற்சி வகுப்புக்கள் (Orientation Courses) நடத்தப்பட்டன. பயிற்சி வகுப்புக்களில் கலந்து கொண்ட ஆசிரியர்கள் மட்டுமே வகுப்புக்கள் எடுக்க அனுமதிக்கப் பட்டனர். (Orientation Courses)

சென்னையில் உள்ள ராணிமேரி கல்லூரி, சென்னைக் கலைக் கல்லூரி, கும்பகோணம் அரசு கலைக்கல்லூரி ஆகிய கல்லூரிகளில் மூன்று ஆண்டு இளங்கலைப் பட்டப்படிப்புக்கள் 1962-63 கல்வியாண்டு வரை ஆங்கிலவழியிலேயே நடந்துவந்தன. இந்த மூன்று கல்லூரிகளும் 1963-64 கல்வியாண்டில் தமிழ்வழியில் இளங்கலைக் கல்வியைக் கற்பிக்க அனுமதி வேண்டின. ராணி மேரி கல்லூரி வரலாறு (Branch I), பொருளாதாரம் (Branch IV) ஆகிய துறைகளிலும், கும்பகோணம் அரசுக் கல்லூரி பொருளாதாரத் (Branch IV) துறையிலும் தமிழ் வழி வகுப்புக்கள் தொடங்க அனுமதி வேண்டின.

கோவையில் 1960-1961ஆம் கல்வி ஆண்டிலிருந்து ஏற்கனவே நடைமுறைப்படுத்தப்பட்டு வந்த வரலாறு (Branch-I), பொருளாதாரம் (Branch-IV), புவியியல் (Branch-V) ஆகிய துறைகளுக்கு அந்த மூன்று கல்லூரிகள் அனுமதி வேண்டியிருந்ததால் அரசு உடனே அனுமதி யளித்தது.

அரசு அனுமதித்த இடங்களின் எண்ணிக்கை பின்வருமாறு.

கல்லூரி	இடம்	துறை	எண்ணிக்கை
ராணிமேரி கல்லூரி	சென்னை	பிரிவு I வரலாறு பிரிவு IV பொருளாதாரம் பிரிவு V புவியியல்	10
அரசுக் கலைக் கல்லூரி	சென்னை	பிரிவு I வரலாறு பிரிவு IV பொருளாதாரம்	10
அரசுக் கலைக் கல்லூரி	கும்பகோணம்	பிரிவு IV பொருளாதாரம்	15

(G.O. No. 746, Education, Dated 08.04.1963)

அனுமதிக்கப்பட்ட துறைகளின் துணைப்பிரிவுகளிலும் வகுப்புக்கள் தமிழிலேயே நடத்தப்படவேண்டும் என ஆணையிட்டது. தமிழ்வழிக் கல்விக்கு ஆதரவாகக் கருத்துக்கள் பரவியதைத் தொடர்ந்து 1959ஆம் ஆண்டு அரசு அறிவித்தபடி 1963-64ஆம் கல்வியாண்டில் அனைத்துக் கல்லூரிகளிலும் தமிழைப் பயிற்றுமொழியாக்கத் திட்டமிட்டது. இத்திட்டத்திற்காக 1961-62, 1962-63, 1963-64 ஆம் ஆண்டுகளில் ஒதுக்கீடு செய்த நிதி பின்வருமாறு.

1961-1962	ரூ	8,77,000
1962-1963	ரூ	15,37,000
1963-1964	ரூ	11,37,700

நிதி ஒதுக்கிய அரசு 1963-1964ஆம் ஆண்டில் தமிழகம் முழுவதும் உள்ள ஆசிரியர்களுக்கு ஒரு பயிற்சி வகுப்பை நடத்தத் திட்டமிட்டது. இப்பயிற்சி வகுப்பு 1963 மே, ஜூன் மாதங்களில் கோடை விடுமுறையில் கோவை அரசுக்கல்லூரியில் ஐந்து வாரங்கள் தொடர்ந்து நடத்தப்பட்டது.

கல்லூரித் தமிழ் - குழுவின் செயல்பாடுகள்

கல்லூரித் தமிழ்க் குழுவின் செயல்பாடுகளுக்குத் தமிழகம் முழுதும் இருந்த வரவேற்பு, ஆசிரியர்களிடம் இருந்த ஈடுபாடு பற்றிய தகவல்களை அக்குழுவின் செயல்நிலை அறிக்கைகளின் வழி அறிய முடிகிறது.

"தமிழில் கல்லூரிப் பாடங்களை நடத்துவதற்கு ஆசிரியர்களின் ஆர்வமும் தகுதியும் எந்த நிலையில் இருக்கின்றன? என்பதைக் குழு அறிந்துகொள்ள விரும்பிற்று, அதன்படி மாநிலத்தில் உள்ள எல்லாக் கல்லூரிகளுக்கும் சுற்றறிக்கைகள் அனுப்பப்பட்டுள்ளன. பல்வேறு கல்லூரிகளிலிருந்து வந்த பதில்கள் கல்லூரித்தமிழ்க் குழுவினருக்கு உற்சாகமூட்டக் கூடியனவையாக இருந்தன. தமிழில் பாடங்களை நடத்துவதற்கு ஆசிரியர்கள் ஊக்கம் காட்டியிருக்கின்றனர். ஓரளவேனும் தயக்கம் இருக்கக்கூடும் என்று நினைத்த குழுவினருக்கு இந்த மகிழ்ச்சியான முடிவு எதிர்பாராததாக அமைந்தது."

(ச.ம.ந.1.04.1963. 437) என்றவாறு அமைந்திருந்தது. மேலே எடுத்துக்காட்டப்பட்ட குழுவின் செயல் அறிக்கைகளிலிருந்து குழுவின் செயல்பாடுகளையும் ஆசிரியர்களிடம் இருந்து வரவேற்பையும் அறியமுடிகின்றன.

மாணவர்களுக்கு ஊக்கத்தொகை

தமிழ்வழிக் கல்வி பயிலும் மாணவர்களுக்காக ஊக்கத்தொகை கொடுப்பது குறித்து அரசு விவாதித்தது. இறுதியில் தமிழ்வழிக்கல்வி பயிலும் மாணவர்களுக்கு மாதம் ஒன்றுக்கு ரூ.30/-வீதம் ஊக்கத் தொகை வழங்க அரசு ஆணை வெளியிட்டது (G.O.Ms.No.2445 P.H.(Education) Dated 22.11.1960).

அரசின் இந்த ஆணையைத் தொடர்ந்து கோவை கலைக் கல்லூரியில் **1960-61**ஆம் கல்வியாண்டில் தமிழ்வழியில் கல்வி கற்ற முப்பத்தைந்து மாணவர்களுக்குத் தமிழ்வழிக் கல்விக்கான ஊக்கத் தொகை வழங்கப்பட்டுள்ளது. இதற்கான அரசாணை வெளியிடப் பட்டது (G.O.Ms.No.142.P.H.(Education) Dated 27.01.1961).

காங்கிரசில் குழு மனப்பான்மை

தமிழைப் பயிற்றுமொழி ஆக்குவது தொடர்பான சிக்கலில் தமிழகக் காங்கிரஸ் கட்சியில் இரண்டு குழுக்கள் செயல்பட்டு வந்தன. தமிழ்ப்பயிற்று மொழியாவதற்கு ஆதரவாக சி. சுப்பிரமணியம், கு. அருணாசலம், தி.சு.அவினாசிலிங்கம், பி.எஸ். கோவிந்தசாமி ஆகியோர் செயல்பட்டு வந்தனர். எதிர்ப்புக் குழுவில் சுப்பராயன், பக்தவத்சலம் ஆகியோர் இருந்தனர். காமராசர் தன் அமைச்சரவையில் இடம் பெற்றிருந்த சி.சுப்பிரமணியத்துக்கு எதிரான கருத்துக்களை வெளிப்படையாகத் தெரிவிக்கவில்லை.

இதற்கிடையில் 1962ஆம் ஆண்டு புதிய கல்வி அமைச்சராக பக்தவத்சலம் பதவி ஏற்றார். தொடக்கத்தில் பயிற்சிமொழி ஆதரவு கருத்துக்களைத் தெரிவித்த பக்தவத்சலம் காலப்போக்கில் இத் திட்டத்தைத் தோல்வியடையச் செய்யவேண்டும் என்ற நோக்க முடையவராக இருந்துள்ளார் என்பதைத் "தமிழைப் பயிற்சி மொழியாக்கக் கட்டாய முறையை நாம் கையாள முடியாது. தமிழுக்காகப் பரிந்து பேசுவோர் அதனைப் பயிற்சிமொழியாக்கு வதற்கு ஆதரவான சூழ்நிலையை உருவாக்கும் பிரச்சாரம் செய்ய வேண்டும். வருகிற கல்வியாண்டில் தமிழ்ப் பயிற்சிமொழித் திட்டம் விரிவுபடுத்தப்பட மாட்டாது நன்கு யோசித்த பின்னரே அது பற்றி இறுதி முடிவு எடுக்கப்படும்." (ம.பொ.சி. 1974. 891) என்ற அவர் கூற்றால் அறிகிறோம்.

மொத்தத்தில் பழைய கல்வியமைச்சர் சி.சுப்பிரமணியம் 1963-64ஆம் கல்வியாண்டில் அனைத்துக் கல்லூரிகளிலும் பி.ஏ படிப்புக்குத் தமிழ் பயிற்று மொழியாக்கப்படும் என்று பிரகடனம் செய்திருந்ததை அரசு முழு அளவில் அமுல் நடத்தாதென்ற நிலை ஏற்பட்டது. சி.சுப்பிரமணியம் காலத்தில் பயிற்சிமொழி பற்றிய வாதம் பிரதிவாதத்தில் தம்மை ஈடுபடுத்திக் கொள்ளாதிருந்த தமிழக முதல்வர் கு.காமராசரும் அமைச்சர் பக்தவச்சலத்தின் மாறுதல் நிலையை ஆதரித்து வெளிப்படையாகவே அடிக்கடி அபிப்பிராயம் தெரிவிக்கலானார். (விடுதலைக்குப் பின் தமிழ் வளர்த்த வரலாறு, ம.பொ.சி., பக்.98)

இதன் காரணமாகத் தமிழரசுக் கழகம் 'ஆங்கில ஆதிக்க எதிர்ப்பு' என்ற பெயரில் மாநாடுகளையும் பொதுக் கூட்டங்களையும் தமிழகம் முழுதும் நடத்தி இக்கழகத்தின் தலைவர் ம.பொ.சி பயிற்று மொழியாக, ஆங்கிலம் நீடிப்பதால் விளையும் கேடுகளை விளக்கி பல நூல்களை எழுதி வெளியிட்டார். (எ.கா)

1. பாரதியும் ஆங்கிலமும்
2. காந்தியடிகளும் ஆங்கிலமும்
3. தமிழா? ஆங்கிலமா?
4. தமிழும் கலப்படமும்
5. ஆங்கில ஆதிக்க எதிர்ப்பு வரலாறு
6. மொழிச்சிக்கலும் மாநில சுயாட்சியும்
7. இன்பத் தமிழா? இந்தி ஆங்கிலமா?

போன்ற நூல்கள் வெளியிடப்பட்டன.

இக்காலகட்டத்தில் பயிற்சி மொழிப் பிரச்சனையைக் குறித்து கலைக்கதிர் இதழ் சார்பில் சிறப்பு மலர் ஒன்றும் வெளியிடப்பட்டது.

காலனி ஆதிக்கக் கொள்கை பக்தவச்சலம் வழியாகப் பிரிட்டிஷ் ஆட்சிக் காலத்தில் ஆரம்பப் பள்ளிகளில் 3வது வகுப்பிலேயே ஆங்கில மொழிப் போதனை ஆரம்பமானது. ஆரம்பப் பள்ளிகளில் அன்னிய மொழிக் கல்வியைப் புகுத்தக் கூடாது என்பது காந்தியடிகளின் கொள்கை. அதன்படித் தி.சு.அவினாசிலிங்கம் செட்டியார் கல்வியமைச்சராக இருந்தபோது அவரால் ஆரம்பப் பள்ளியிலிருந்து ஆங்கிலக் கல்வி அகற்றப்பட்டு உயர்நிலைப் பள்ளிகளில் தொடங்கப்பட்டது.

பின்னர் சி.சுப்பிரமணியம் கல்வி அமைச்சராக இருந்த போதே 5ஆம் வகுப்பில் ஆங்கில மொழிப் போதனை புகுத்தப்பட்டது. அதன் பிறகு பக்தவச்சலம் கல்வி அமைச்சரான பின் 4ஆம் வகுப்பிற்கு ஆங்கில வழி பயிற்று மொழி விரிவுபடுத்தப்பட்டு, 1963இல் 3ஆம் வகுப்பிலும் ஆங்கில மொழிக் கல்வி திணிக்கப்பட்டது. ஆம், பிரிட்டிஷ் காலத்திய நிலையில் ஆங்கிலக் கல்வி முறை அமுலுக்கு வந்தது.

சமாதானம் சொல்லப்பட்டது

5ஆம் வகுப்பில் ஆங்கிலக் கல்வி புகுத்தப்பட்ட போது கல்லூரிகளில் தமிழே போதனா மொழியாக்கப்படுவதால் மாணவர் களுடைய ஆங்கில மொழி அறிவின் தரம் குறைந்திருக்குமென்றும், அதனை ஈடுசெய்யவே 3ஆம் வகுப்பு தொடர்ச்சியே ஆங்கிலக் கல்வி போதிக்க வழி செய்யப்படுவதாகவும் சமாதானம் சொல்லப்பட்டது. இப்படியாகத் தமிழக அரசு ஆங்கில வழிக் கல்வியை ஆதரித்த நிலையில் 1965 ஆம் ஆண்டு சனவரி 26இல் குடியரசு நாளன்று இந்திய அரசியல் அமைப்பு சட்டவிதிகளின்படி இந்தி மட்டுமே மைய அரசின் பிரதான ஆட்சி மொழியாக அமலுக்கு வருகிறது என்ற பிரகடனம் டில்லியிருந்து வெளியானது. இத்திட்டம் முந்தியே திட்டமாகி விட்டதால் மாணவர்கள் அதற்கு முந்திய நாளே இந்திக்கு எதிராகக் கிளர்ச்சியைத் தொடங்கினர். இதனால் தமிழ்நாட்டில் பயங்கரமான அளவில் போராட்டம் வெடித்தது.

இதன் காரணமாக அண்ணாமலைப் பல்கலைக்கழக மாணவர் ராசேந்திரன் போராட்டத்தின் போது சுட்டுக் கொல்லப்பட்டார். 20.1.1965 அன்று கீழப்பழூர் சின்னசாமி பெட்ரோல் ஊற்றிக் கொண்டு தீக்கு இரையானார். இதே போல் கோடம்பாக்கம் த.மு.சிவலிங்கம் விருகம்பாக்கம் ஏ.அரங்கநாதன், ஆசிரியர் வீரப்பன், கோவைமுத்து, கீரனூர் முத்து, மாயூரம் சாரங்கபாணி ஆகியோரும் இப்போராட்டத்தில்

உயிரை மாய்த்துக் கொண்டனர். விராலிமலை சண்முகம் நச்சுமருந்து தின்று உயிர்துறந்தார். உலக வரலாற்றில் மொழியின் புகழ்பாடி வீரமரணம் அடைந்த தமிழர்கள் இவர்கள் என்றால் மிகையில்லை.

இம்மொழிப் போர் புரட்சிக்குக் கலைஞர் கருணாநிதிதான் காரணம் என்று அரசு குற்றம் சாட்டி 1965 பிப்ரவரி 16ஆம் நாள் பாதுகாப்புச் சட்டத்தில் கைது செய்யப்பட்டு 63 நாள் தனிமைச் சிறையில் அடைக்கப்பட்டார். (இந்தி எதிர்ப்பு வரலாறு, புலவர் த.அழகரசன், பக்.33)

இறுதியில் அப்போதைய பிரதமர் லால்பகதூர் சாஸ்திரி கொடுத்த உறுதிமொழி காரணமாகவும் மத்திய அமைச்சர்கள் சி.சுப்பிரமணியம், ஓ.வி.அழகேசன் ஆகியோர் தாங்கள் வகித்த பதவிகளிலிருந்து விலகியதன் விளைவாகவும் தமிழகத்தில் இந்தி எதிர்ப்புப் போர் ஓய்வு பெற்றது.

பக்தவச்சலம், 1956இல் கொண்டு வந்த தமிழ் ஆட்சி மொழிச் சட்டத்திற்குத் தடையாய் இருந்தார். அவர் 1963ஆம் ஆண்டு முதல் உயர்நிலைப் பள்ளிகளில் ஆறாம் வகுப்பிலிருந்து பதினோராம் வகுப்பு வரை ஒவ்வொரு வகுப்பிலும் ஒரு பிரிவில் ஆங்கிலம் பயிற்று மொழியாக இருக்க வகை செய்யும் சட்டம் இயற்றினார்.

கல்லூரியாசிரியர்களுக்குப் பயிற்சி

கோவையில் 1963-64இல் நடத்தப்பட்ட பயிற்சி வகுப்புக்களில் பங்கேற்க பல ஆசிரியர்கள் விருப்பம் தெரிவித்தபோதும் அரசுக் கல்லூரி ஆசிரியர்கள் இருபத்தைந்து பேருக்கும் தனியார் கல்லூரி ஆசிரியர்கள் ஐந்து பேருக்கும் மட்டுமே பயிற்சி அளிக்கப்பட்டது. சென்னை மாநிலக்கல்லூரியைச் சேர்ந்த பேராசிரியர் வேலாயுதன், கோவைக்கலைக் கல்லூரியைச் சார்ந்த திரு. என். அனந்தபத்மநாபன், வரலாற்றுத்துறைப் பேராசிரியர் கே.ஆர்.அனுமந்தன் ஆகியோரைப் பயிற்சி அலுவலர்களாகக் கொண்டு இப்பயிற்சித் திட்டம் செயற்படுத்தப்பட்டது.

இதற்கிடையில் அரசு தமிழ்வழிக் கற்கும் மாணவர்களுக்கு ரூ. 30/- உதவித்தொகை அளித்ததோடு முன்னோடித் திட்டத்தில் பங்கு பெற்ற மாணவர்களுக்குக் கல்விக் கட்டண விதிவிலக்கும் அளித்தது. இருப்பினும் மாணவர்கள் அதிக ஆர்வம் காட்டவில்லை. தமிழ்ப் பயிற்றுமொழி இயக்கம் நலிவடைந்துவிடுமோ என்ற பரவலான கருத்து தமிழகம் முழுதும் எழுந்தது. இதன் எதிரொலிகள் சட்டமன்ற

விவாதங்களிலும் இடம் பெற்றன என்பதை, "தமிழ்ப் பயிற்சி மொழியாக இருக்கும் கல்லூரிகளுக்கு மாணவர்கள் வரவில்லை என்று சொன்னார்கள். நான் ஏற்கனவே ஓர் இடத்தில் சொல்லியிருக்கிறேன். ஓர் இடத்தில் ஆங்கிலம் பயிற்சிமொழியாக இருக்க வேண்டுமென்ற நிலையை வைத்துவிட்டு இன்னோர் இடத்தில் தமிழ்ப் பயிற்சி மொழித் திட்டத்தை வைத்திருப்பதன் காரணமாகத்தான் மாணவர்கள் வரமுடியாத சூழ்நிலை நிலவுகிறது. பயிற்சிமொழியாகத் தமிழ் எடுத்துப் படித்தவர்களுக்குத்தான் உத்தியோகத்திற்கு எடுப்பதில் முக்கியத்துவம் கொடுக்கப் போகிறோம் என்றால் தானாகவே இதற்கு முக்கியத்துவம் வந்துவிடும். ஆகவே நம்முடைய தமிழ்மொழியை உயர்நிலைக்குக் கொண்டுவர வேண்டுமென்ற எண்ணம் அமைச்சர் அவர்களுக்கு இருக்குமானால் ஒரு பாதுகாப்பை உறுதிமொழியை அமைச்சர் கொடுக்கவேண்டும்." *(ச.ம.ந.1963.306)* என்ற புலவர் க. கோவிந்தனின் கருத்துவழி அறிகிறோம்.

அண்மைக் கால வரலாற்றைப் பாருங்கள்

கல்லூரிகளில் தமிழைப் பயிற்சி மொழியாக்கலாம் என்று தமிழக அரசு 1959இல் ஓர் ஆணையைப் பிறப்பித்தது. அந்த ஆணை 1937இல் பள்ளிகளில் பயிற்சி மொழி பற்றிய ஆணை போன்று திட்ட வட்டமானதாக இல்லை. கலைத்துறைப் பாடங்களை விரும்பினால் தமிழில் நடத்தலாம். ஆங்கிலமும் பயிற்று மொழியாகத் தொடர்ந்து நீடிக்கும் என்ற நிலை இருந்ததால் எதிர்பார்த்த பலன் கிடைக்க வில்லை. இதைக் கொண்டு வந்த போது பல தடைகளை எழுப்பினர். நூல்கள் இல்லையே என்றனர். தரம் கெட்டுப் போகும் என்றனர். இவற்றையெல்லாம் கேட்ட அரசு தன் ஆணையில் சில நெளிவு சுழிவுகளையும் நுழைக்க வேண்டியதாயிற்று. கல்லூரிகளில் கலைத் துறைப் பாடங்களை விரும்பினால் தமிழில் கற்பிக்கலாம் என்றும் அதற்காகக் கற்போர்க்கும், கற்பிப்போர்க்கும் சில சலுகைகள் தரப்படும் என்றும் கூறவேண்டிய கட்டாயம் ஏற்பட்டது.

1937ல் சென்னை மாநிலத்தில் தெலுங்கு, கன்னடம், மலையாளம், தமிழ் ஆகிய மொழி பேசுவோர் இருந்தனர். பயிற்றுமொழி பற்றிய ஆணை பிறப்பிக்கப்பட்ட பொழுது மற்ற மொழியினர் ஏற்றுக் கொண்ட காரணத்தால், தமிழர்களும் மறுப்பு கூறாமல் ஏற்றுக் கொண்டனர். இதற்கு நாட்டுப்பற்றும் ஒரு காரணமாக இருந்தது. 1959இல் நிலைமையே வேறு. சென்னை மாநிலத்தில் தமிழ் ஒன்றே வட்டாரமொழி.

1959 முதல் தமிழகத்தின் கல்லூரிகளில் கலைத்துறைப் பாடங்கள் தமிழில் தான் பயிற்றுவிக்கப்படும் என்று அரசு திட்டவட்டமாக அறிவித்திருந்தால் இன்று அறிவியலும் அந்த நிலையை எட்டி இருக்கும். சட்டத்தாலும், ஐயுறவாலும் அதனைச் செய்யத் தவறிய காரணத்தால் இடர்பாடுகள் ஏற்பட்டன. தமிழில் பயின்றால் தரம் கெட்டுப் போய்விடும். தமிழில் பாடநூல்கள் இல்லை. அறிவியல், கலைத்துறைப் பாடங்களைத் தமிழில் எழுதக் கலைச்சொற்கள் இல்லை. இவற்றைக் கூறியே மக்களை அச்சத்திற்கும், அவலத்திற்கும் ஆளாக்கினர். இதற்கு உண்மையான காரணம் பள்ளிகளில் தமிழ் பயிற்று மொழியாக இருந்ததுதான். அது அவர்கட்கு ஒரு நல்ல அடிப்படை யாயிற்று. இதனைக் கண்ட வல்லவர்களின் உள்ளத்தில் அச்சமும், வஞ்சனையும் உருவாயின. எனவே 1959ல் அரசு ஆணையைக் கண்டு குறை கூறினர். 1959ல் அரசு ஆணையை எதிர்த்தவர்களின் ஆசைக்கு இணங்க மழலையர் பள்ளிகளில் 3ஆம் வகுப்பிலிருந்து ஆங்கிலம் பயிற்று மொழி ஆனது.

கல்லூரிகளில் தமிழ்ப் பயிற்று மொழி

1959ஆம் ஆண்டு தமிழக அரசு ஆணையை நிறைவேற்ற அரசினரின் எட்டுக் கல்லூரிகள் இருப்பினும் அதில் கோவை அரசினர் கல்லூரி முன்னோடிக் கல்லூரியாகத் தேர்வு செய்யப்பட்டது. இந்தப் பாடத்திட்டத்தை அமல்படுத்த ஜி.ஆர். தாமோதரன் கல்லூரி தமிழ்க் குழு அமைக்கப்பட்டது. இக்குழு பரிந்துரைகளுக்கு மாநிலக் கல்வி அறிவுரைக் குழுவும் ஆதரவு அளித்ததன் பொருட்டு, 1963-64இல் பயிற்றுமொழி ஆங்கிலத்திலிருந்து தமிழுக்கு மாற்ற வேண்டும் என்று ஆணை வந்தது. மேலும் 1948லேயே துணைவேந்தர்களின் கல்விக் குழு, பல்கலைக்கழக அளவில் பயிற்று மொழியாக ஆங்கிலத்தை மாற்றுவது வரும் 5 ஆண்டுகளுக்குள் செய்யப்பட வேண்டும் என்று பரிந்துரைத்திருந்தாலும் உயர்கல்வி அமைப்புகளிடமிருந்து எதிர்ப்பு தொடக்கத்தில் இல்லை. கல்லூரிகளில் பாடநூல்கள் இல்லை என்ற நிலையைக் களைய 1959இல் கல்லூரித் தமிழ்க் கல்விக் குழு ஒன்று தோற்றுவிக்கப்பட்டு, பின் 1962ல் தமிழ்நாட்டுப் பாடநூல் நிறுவனம் (Tamilnadu Text Book Society) தொடங்கப்பட்டது. இந்நிறுவனம் புதுமுக வகுப்பு இளங்கலை, முதுகலைப் பட்டப்படிப்பு வரை நூல்களை வெளியிட்டது. இவற்றுள் 416 நூல்கள் கலைப் பாடத்திற்கும் 418 நூல்கள் அறிவியல் பாடத்திற்கும் உரியவை. ஆனால் 1962ல் சட்டசபை விவாதத்தில் தமிழ் வழியில் பயில மாணவர்களிடையே ஆர்வமில்லை என்று சுட்டிக் காட்டப்பட்டது. 1962இல் இடைநிலைக்

கல்வியில் ஆறாம் வகுப்பிலிருந்து ஆங்கில வழிக் கல்வியைத் தொடங்க 65 பள்ளிகளுக்கு இசைவளிக்கப்பட்டது. அதன் வெளிப்பாடு 1962க்குப் பின்னர் மிகுதியாயிற்று. 1965க்குப் பின்னர் அதன் உத்வேகம் மிகமிக அதிகமாயிற்று.

பொதுமக்களுக்கும், பள்ளி நிருவாகத்தினருக்கும் ஆங்கில வழிக் கல்வியில் இருந்த ஆர்வத்தைக் கருத்தில் கொண்டு ஆங்கில வழிப் பிரிவுகளை அதிகமாக்க அரசு முடிவு செய்தது. 1967ல் நடந்த மாநிலக் கல்வித்துறை மாநாட்டில் ஒவ்வொரு கல்வி மாவட்டத்திலும், வட்ட தலைநகரங்களில் ஆங்கில வழிப் பள்ளிகளில் பிரிவுகளைக் கூடுதலாக்கவும் பரிந்துரைக்கப்பட்டது. ஆக அன்றைய அரசு அரசாங்க உயர்நிலைப் பள்ளிகளில் 100 ஆங்கில வழிப் பிரிவுகள் கூடுதலாகத் தொடங்குவதற்கு அனுமதியளித்தது.

10. ஆணையங்களும், பரிந்துரையும்

கோத்தாரி ஆணையம் (1964)

தமிழகத்தில் தமிழ்வழிக் கல்விக்கான ஆக்கப்பூர்வமான செயல்பாடுகள் நடந்தேறிய காலகட்டத்தில் இந்திய அரசின் முடிவின்படிப் பேராசிரியர் டி.எஸ். கோத்தாரியைத் தலைவராகக் கொண்டு ஒரு கல்வி ஆணையம் உருவாக்கப்பட்டது. இந்த ஆணையத்தில் இந்தியாவின் முக்கியக் கல்வியாளர்கள் உறுப்பினர்களாக இடம்பெற்றனர்.

தேசிய அளவிலான கல்விமுறையை உருவாக்குவது, அனைத்து நிலையிலும் கல்வியை வழங்குவதற்கான பொதுக்கொள்கையை உருவாக்குவது ஆகியவை இந்த ஆணையத்தின் நோக்கங்களாகும். பயிற்றுமொழியின் அவசியத்தையும் வட்டாரமொழிகளில் அறிவியல் நூல்களைத் தயாரிக்கும் முயற்சிகளைப் பற்றிய பரிந்துரைகளையும் இந்த ஆணையம் வழங்கியது.

"பள்ளி, கல்லூரி நிலைகளில் பயிற்றுமொழியாக இருப்பதற்குத் தாய்மொழியே மிகச் சிறந்தது. எனவே மேனிலைக்கல்வியில் வட்டார மொழிகளே பயிற்றுமொழிகளாகப் பின்பற்றப்பட வேண்டும். வட்டார மொழிகளில் இலக்கியங்களும், குறிப்பாக அறிவியல், தொழில்நுட்ப நூல்களைத் தயாரிக்க முனைப்பான செயலாக்கம் தேவைப்படுகிறது. இப்பணிப் பல்கலைக்கழக மானியக்குழு பரிந்துரை செய்யும் பல்கலைக்கழகங்களின் பொறுப்பில் விட வேண்டும். வட்டாரப் பயிற்றுமொழி வாயிலாகக் கற்றவர்களுக்கு உயர் சேவைகள் வேலை வாய்ப்புக்கள் தடைப்படாத வண்ணம், வட்டார மொழிகளையே அப்பகுதிகளின் நிர்வாக ஆட்சிமொழியாகக் கூடிய விரைவில் செயல்படுத்தவேண்டும்." (Kothari Commission Report 1964:154)

வட்டாரமொழிகளின்வழி கற்பது அறிவுவளர்ச்சிக்குப் பயன்படும். மாணவர்களின் சுமையைக் குறைக்கும். வேலை வாய்ப்பும் உறுதி செய்யப்படவேண்டும் என்று இக்குழு பரிந்துரை செய்துள்ளது. கல்லூரிகளில் தமிழ் விவாதங்கள் தமிழ்வழிக் கல்லூரிக்கல்வி பயின்ற மாணவர்களுக்கு முன்னோடித் திட்டம் செயல்படுத்தப்பட்டபோது அரசு கல்விக்கட்டணச் சலுகையையும் உதவித் தொகையையும் வழங்கியது. இருப்பினும் தமிழ்வழிக் கல்லூரியில் பயிலும்

மாணவர்களின் எண்ணிக்கை குறையத் தொடங்கியது. தமிழ்வழிக் கல்லூரியில் மாணவர் சேர்க்கை குறையத் தொடங்கியதைக் கண்டித்து கண்டனங்கள் எழுந்தன.

அன்றைய எதிர்க்கட்சித்தலைவர் இரா.நெடுஞ்செழியன் பயிற்று மொழித்திட்டத்தில் இருந்து அரசு பின்வாங்கக் கூடாது எனவும் 1959ஆம் கல்வியாண்டில் அறிவித்தபடியே 1963-1964 கல்வி ஆண்டில் தமிழ்வழிக் கல்லூரிக் கல்வியை அனைத்துக் கல்லூரிகளிலும் நடைமுறைப்படுத்த வேண்டும் எனவும் தீர்மானம் கொண்டு வந்தார். அவருடைய உரையின் சுருக்கம் வருமாறு:

"பி.ஏ., வகுப்பில் தமிழ் என்று வைத்துவிட்டு இடையிலே புகுமுக வகுப்பில் (P.U.C) தமிழைப் புகுத்தும் முயற்சி எடுத்துக் கொள்ளப்படவில்லை. பத்தாவது வரையில் தமிழிலேயே படித்து விட்டு மீண்டும் ஓராண்டுக் காலம் ஆங்கிலத்திலேயே படித்துவிட்டு மறுபடியும் தமிழிலேயே பி.ஏ. வகுப்பிலே படிக்க வேண்டும் என்று இருப்பது சரியான முறையல்ல. அரசாங்க வேலைவாய்ப்பிலே முதல் சலுகை கொடுக்கப்படும் என்ற வகையில் முயற்சிகளை அரசினர் மேற்கொண்டிருந்தால் இந்தச் சிக்கல் வர நியாயமே இல்லை. கல்லூரிகளில் (தனியார் உட்பட) கலையியல் பாடங்களைத் தமிழில் கொண்டுவர இயலாது. ஆங்கிலத்தில் தாள் வைத்துக் கொள்வோம் என்று கூறுகின்ற கல்லூரிகளுக்கு அரசாங்க மானியம் குறைக்கப்படும் என்ற கொள்கையை நிலைநாட்டுவதில் தவறு இல்லை. 1963-1964இல் கல்லூரிகளில் கலையியல் பாடங்களைத் தமிழில் போதிப்பது என்ற விதியை மாற்றாதீர்கள்." *(ச.ம.ந.1963. 461-465)*

பயிற்றுமொழித் திட்டம் காலதாமதப்படுத்தப்படுவதாக அன்றைய எதிர்க்கட்சி உறுப்பினர்கள் அரசுக்குச் சுட்டிக்காட்டினர். அன்றைய எதிர்க்கட்சி உறுப்பினர் மதியழகன், தமிழ்வழிக் கல்லூரிக்கல்விக்கான ஆணையைப் படிக்க ஆரம்பித்தார்.

அந்த ஆணையின் வரிகள் வருமாறு: "In order to commence the change over during the year 1963-64..."

ஆணையைப் படித்துக்காட்டிய பிறகு மதியழகனுக்குப் பதில் அளித்த கல்வி அமைச்சர் பக்தவத்சலம், "இப்போது வாசித்ததைக் கனம் அங்கத்தினர் எல்லாரும் கேட்டிருக்கிறார்கள். அது 1962-1963இல் தொடங்குவது பற்றிய In order to commence என்று இருக்கிறது. Adopt என்று இல்லை. திரு. கே. ஏ. மதியழகன் குறுக்கிட்டார். "இன்னொரு

பேஜைப் படித்துக் கொண்டிருப்பதில் பிரயோசனம் இல்லை. இதிலே ‘கமென்ஸ்’ என்றுதான் இருக்கிறது.” *(ச.ம.ந. 1961. 470)*, என்றார். பக்தவத்சலத்தின் இப்பேச்சு தமிழ்வழிக் கல்வி இயக்கத்தின் பின்னடைவுக்குக் காரணமாக அன்றைய காங்கிரஸ் அரசு இருந்துள்ளது என்பதை ஐயத்திற்கிடமின்றித் தெளிவாக்குகிறது. இதனைத் தொடர்ந்து எதிர்க்கட்சி உறுப்பினர்கள் நெடுஞ்செழியன், மதியழகன், கருணாநிதி ஆகியோர் வெளிநடப்பு செய்தனர்.

1963-1964ஆம் ஆண்டுகளில் நடைமுறைப்படுத்தத் திட்டமிடப்பட்டு இருந்த இத்திட்டம் தொய்வடைந்ததைத் தொடர்ந்து பயிற்றுமொழிக் கல்வி சாத்தியமில்லை என்ற எண்ணம் அரும்பத் தொடங்கியது.

தமிழ்வழிக் கல்லூரிக்கல்வி - மதிப்பீட்டுக் குழு

இந்நிலையில் 1965ஆம் ஆண்டு தமிழ்ப்பயிற்று மொழித்திட்ட மதிப்பீட்டுக்குழு அமைக்கப்பட்டது. 1966இல் து.ப. அங்கமுத்து என்ற சட்டமன்ற உறுப்பினரின் கேள்விக்குப் பதிலளித்துப் பேசிய பக்தவத்சலம், “தமிழ்மொழி வாயிலாக இம்மாநிலத்திலுள்ள கல்லூரிகளில் பயிற்சிமொழி அளிப்பதில் ஏற்படும் கல்வி மேம்பாட்டை மதிப்பிடுவதற்காகவும் ஆங்கிலத்தின் மூலம் பயிற்சி அளிப்பதையும் தாய்மொழி வாயிலாகக் கல்வி அளிப்பதையும் ஒப்பிட்டு ஆராயவும் தமிழ்ப் பயிற்சிமொழித் திட்ட மதிப்பீட்டுக்குழு ஒன்று அமைக்கப் பட்டது” *(ச.ம.ந.05.08.1966:433)*, என்றார்.

அக்குழு விரைவில் அறிக்கை அளிக்க இருப்பதாகவும், தமிழ்ப் பயிற்றுமொழித்திட்டமே அரசின் இறுதி இலட்சியம் எனவும் எல்லாக் கலைக்கல்லூரிகளிலும் கலையியல் பாடங்கள் (P.U.C.) 1966-1967ஆம் கல்வியாண்டு முதல் தொடங்க ஆணையிட்டிருப்பதாகவும் தெரிவித்தார். 1959இல் திட்டமிட்டிருந்தபடிப் புகுமுக வகுப்புப் படிப்புகளைத் தமிழ்வழியில் தொடங்க முடியாமல் அன்றைய காங்கிரஸ் அரசு தோல்வியடைந்தது.

இராஜாஜியின் திடீர் இந்தி எதிர்ப்பு

இக்காலகட்டத்தில் இராஜாஜி 1967ஆம் ஆண்டில் சுதந்திரா கட்சியை ஆரம்பித்த நிலையில் ஏற்கனவே இந்தியை ஆதரித்து இந்தியை இந்தியாவிற்கே முன் மாதிரியாகப் பாடமொழியாகத் தமிழகத்தில் திணித்த இராஜாஜி “இந்தி ஒரு நாளும் கூடாது, ஆங்கிலமே எந்நாளும் வேண்டும்” என முழக்கம் எழுப்பினார். இந்தியை ஆட்சி மொழி யாக்குவதைத் தொடர்ந்து அமல் செய்தால் இத்துணைக்கண்டம்

பதினைந்து பகுதிகளாகத் தனித்துப் பிரிந்துவிடும் என்றும் கூறினார். இச்சமயத்தில்தான் மூதறிஞர் இராஜாஜி தி.மு.கவுடன் தேர்தல் கூட்டு வைத்துக்கொண்டார். பயிற்று மொழித் திட்டத்தைத் தம் கொள்கையாகக் கொண்டு தமிழால் முடியும் என்ற நூலை 1942இல் எழுதிய இராஜாஜி இக்காலகட்டத்தில் தமிழ்ப் பயிற்று மொழியாகும் திட்டத்தை எதிர்க்கத் தொடங்கினார். ஆங்கிலமே பயிற்றுமொழியாக இருக்க வேண்டும் என்ற புதிய கருத்தையும் தெரிவித்தார்.

கல்லூரிகளில் தமிழ் - திட்டம் தோல்வி

1966ஆம் ஆண்டு ஆகஸ்டு மாதம் அன்றைய அரசின் மீது நம்பிக்கையில்லாத் தீர்மானம் கொண்டுவரப்பட்டது. அத்தீர்மானப் பட்டியலில் உள்ள எட்டாவது தீர்மானம் வருமாறு.

“இந்த அரசாங்கம் எல்லாக் கல்லூரிகளிலும் தமிழைப் பாட மொழியாக ஆக்கவும் தமிழ் வகுப்புக்களில் சேர மாணவர்களுக்குத் தனிச்சலுகைகளும் வசதிகளும் அளிக்கவும், 1956ஆம் ஆண்டில் ஆட்சி மொழிச் சட்டத்தைச் செம்மையாக்கவும், விரைவாக நடைமுறைக்குக் கொண்டுவரவும், தமிழை மாநிலத்தில் ஆட்சி மொழியாக்கவும் பரவலான முறையில் நடைமுறைப்படுத்தவும் தவறிவிட்டது.” *(ச.ம.ந. 05.08.1966:579)*

பக்தவத்சலம் அமைச்சரவையின் மீது நம்பிக்கையில்லாத் தீர்மானம் சட்டமன்றத்தில் தோற்கடிக்கப்பட்டது. எனினும் தீர்மானம் மீதான விவாதத்தில் கலந்துகொண்டு பேசிய பக்தவத்சலம், “முன்பு புகுமுக வகுப்பில் ஆங்கிலத்தில் படிப்பு, அது இரண்டும் கெட்டான் தனமாக இருந்தது. அங்குப் படித்துவிட்டு அதுவும் புரியவில்லை. பி.ஏ.,வில் போய் கஷ்டப் படவேண்டும். சீராக நடத்த வேண்டு மென்று இந்த ஆண்டு இரண்டு பல்கலைக்கழகங்களுக்குச் சொன்னேன். அவர்களும் ஒப்புக்கொண்டார்கள். சர்க்கார் கல்லூரிகளில் மட்டுமல்ல, மற்ற கல்லூரி புகுமுக வகுப்புகளில் குறைந்தபட்சம் 80,90 பேர்கள் தமிழில் இருக்க வேண்டுமென்று போட்டோம். போட்டது மட்டுமல்ல, முன்பெல்லாம் 2, 3, 10, 5 என்று கணக்குக் கொடுப்பேன், கொடுத்திருக் கிறேன். இருக்கிற கணக்கைத்தான் கொடுக்கமுடியும். இப்போது 2700 மாணவர்கள், 600 மாணவிகள் இன்று புதுமுக வகுப்பில் தமிழைப் பாட மொழியாக ஏற்றுக்கொண்டிருக்கிறார்கள் என்றால் இந்த சர்க்கார் இதில் நடவடிக்கைகள் எடுத்துக் கொண்டிருக்கிறது, இதில் சீரிய முன்னேற்றம் ஏற்பட்டிருக்கிறது என்பதை யார் மறுக்கமுடியும்?” *(ச.ம.ந.05.08.1966.553)* என்றவாறு குறிப்பிட்டுள்ளார். கல்லூரிகளில்

தமிழ்வழித் திட்டத்தைச் செயல்படுத்தத் தவறிய அரசின்மீது கொண்டு வரப்பட்ட தீர்மானத்தின் போது அதைப்பற்றி விவாதிக்காமல், காலம் கடந்து **நடைமுறைப்படுத்தப்பட்ட புகுமுக வகுப்பு அறிமுகத்தைச் சாதனையாகக் காட்டிய அன்றைய கல்வி அமைச்சரின் பேச்சு தமிழ்வழிக் கல்லூரிக் கல்வித் திட்டம் தோல்வியடைந்ததை உறுதிப்படுத்துகிறது.**

தமிழகத்தில் தமிழ்வழிக் கல்லூரிக் கல்வி நடைமுறைப் படுத்தப்படுவதற்காகத் தொடங்கப்பட்ட முன்னோடித் திட்டமும், அதனைத் தொடர்ந்து விரிவாக்கத் திட்டமும் தோல்வியடைந்தன என்பதை மேலே எடுத்துக்காட்டப்பட்ட சட்டமன்றப் பேச்சுகளின் வழியாகவும், நம்பிக்கையில்லாத் தீர்மானங்கள் வழியாகவும் அறியமுடிகிறது.

தோல்விக்கான காரணங்கள்

கல்லூரிகளில் தமிழ்வழிக் கல்வித்திட்டம் பற்றி ஆய்வு செய்த சிவனுபாண்டியன் தோல்விக்கான காரணங்களைப் பின்வருமாறு தொகுத்து,

“புகுமுக வகுப்பில் ஆங்கிலவழிக் கல்வியும் முதுகலை வகுப்பில் ஆங்கிலவழிக் கல்வியும் நடைமுறையில் இருந்ததால் இளங்கலை வகுப்பில் தமிழ்வழிக் கல்விக்கு ஆதரவில்லை. வேலைவாய்ப்பில் முன்னுரிமை என்ற உத்தரவாதம் அறிவிக்கப்படவில்லை. இராஜாஜி, பக்தவத்சலம் போன்ற தலைவர்களின் தமிழ்ப் பயிற்று மொழி பற்றிய முன்பின் முரணான கருத்துக்கள், தமிழ்ப் பயிற்றுமொழித் திட்டத்தை எதிர்த்த தமிழர்கள், வெளிமாநிலத்தவர் பிறமொழியாளர்கள் (அ) இருமொழியினரின் எதிர்ப்பு உணர்வு. கல்லூரிகளில் தமிழரல்லாதோரின் தலைமை/அரசின் வேகமின்மையும், பயிற்றுமொழித் திட்டத்தை விரிவுபடுத்தாமையும், நூல்கள் இன்மையும், ஆங்கிலப்புலமை இல்லாமல் போய்விடும் என்ற அச்சம் ஆசிரியர்களிடம் கல்வி கற்பிப்பதில் இருந்த குழப்பம், கல்வி அதிகாரிகள், இரண்டு துணைவேந்தர்களின் (சர் இராமசாமி, ஏ. லட்சுமணசாமி முதலியார்) எதிர்ப்பு, அரசின் மொழிக்கொள்கை (மத்தியத் தேர்வுகளில் இந்தி, ஆங்கிலம், மட்டுமே தேர்வுமொழி), இந்தியும், ஆங்கிலமும் மட்டுமே எதிர்கால வாழ்வுக்குப் பயன்படக் கூடியவை என்ற கருத்தை வலியுறுத்தும் வகையில் செயல் பட்ட அரசின் ஆட்சிமொழிக் கொள்கை, தாய்மொழிப் பற்றின்மை, உலக மதிப்பு ஏற்படாது என்ற அவநம்பிக்கை, கல்வித்தரம் குறையும்

என்ற அச்சம், விருப்பத் தேர்வாகத் தமிழ்வழிக் கல்வி அறிமுகப்படுத்தப் பட்டது," என்று கூறியுள்ளார். தமிழ்வழிக் கல்லூரிக் கல்வி தோல்வி யுற்றதற்குப் பல்வேறு காரணங்கள் இருப்பினும் அடிப்படையான காரணம் தமிழ்வழிப் படித்தோருக்கு வேலைவாய்ப்பில் முன்னுரிமை என்பது சட்டமாக்கப்படாததேயாகும். இது குறித்துப் பலமுறை சட்டமன்றத்தில் எதிர்க்கட்சி உறுப்பினர்கள் வலியுறுத்தியும் அவர்களின் கருத்தை அன்றைய காங்கிரஸ் அரசு ஏற்றுக் கொள்ள வில்லை. தமிழ் ஆட்சி மொழி உட்பட பல முக்கியமான நிகழ்வுகள் நடந்த காலத்தில் தி.மு.க. சட்டமன்றத்தில் இல்லை. அதே சமயம் மத்திய ஆட்சியிலிருந்த காங்கிரசோ இந்தியைத் திணிக்கும் விதத்தில் வரிசையாக ஆறு, ஏழு உத்தரவுகள் வெளியிட தமிழகம் கொந்தளித்தது. 1965 ஜனவரி 26ஆம் நாளைத் துக்க நாளாக அறிஞர் அண்ணா அறிவித்த நிலையில் சென்னை மாநில முதல்வர் பக்தவச்சலம் கடும் நடவடிக்கைகளை மேற்கொண்டார்.

இந்தி எதிர்ப்புப் போராட்டம் 25.01.1965 அன்று தொடங்கி 15.03.1965 வரை 50 நாட்கள் தொடர்ந்தது. 18 நாட்கள் அரசு நிர்வாகமே செயலிழந்தது. இந்திய அரசியலமைப்புச் சட்டம் 243 ஆம் விதியைத் திருத்தக்கோரிப் பலர் உயிர் துறந்தனர்.

இந்தியப் பிரதமர் லால்பகதூர் சாஸ்திரி "நேருவின் உறுதிமொழி நிறைவேற்றப்படும்" என்று உறுதியளித்தார். 1968 ஆட்சி மொழித் திருத்தச் சட்டம் இந்தியுடன் ஆங்கிலமும் ஆட்சி மொழியாக இருக்கும் என்று அறிவித்தது. இதுவே தமிழக மொழிப் போர் வரலாறு ஆகும். அந்த ஆண்டு சென்னை மாநில (தமிழ்நாடு) தேர்தலில் திராவிட முன்னேற்றக் கழகம் வெற்றி பெற்று காங்கிரஸ் தோல்வியைத் தழுவியது.

தி.மு.க தலைமையேற்று 1967இல் ஆட்சிப்பொறுப்பை ஏற்றது. இக்காலகட்டத்தில் பொதுவுடைமைக் கட்சி இரண்டாகப் பிளந்தது.

இரு மொழிக்கொள்கையும் பயிற்றுமொழியும்

இந்தி எதிர்ப்பு காரணமாகக் காங்கிரஸ் ஆட்சி கவிழ்ந்ததன் காரணமாக 1967இல் அண்ணா ஆட்சிப் பொறுப்பை ஏற்றுக் கொண்டவுடன் "தமிழ்ப் பயிற்சி மொழி" கொள்கையை ஆதரித்துப் பேசினார்.

"தமிழ்ப் பாடமொழியாக இருக்க வேண்டும் என்று சொல்வது இந்த நாட்டில்தான் தேவைப்படுகிறது. ஆங்கில நாட்டில் ஆங்கிலந்தான் பாடமொழி என்று சொல்ல வேண்டிய தேவை ஏற்படவில்லை. எந்த நாட்டிலும் இல்லாத விந்தை இங்கேதான் இருக்கிறது. தமிழில்

கற்பிக்கலாமா என்ற கேள்வியும், முடியுமா என்னும் எதிர்ப்பும் பார்க்கலாம் என்னும் சந்தேகமும் தமிழ்ப் பயிற்சி பெறுபவர்கள் என்ன ஆவார்! இதுவரை பெற்றவர்கள் என்ன ஆனார்கள்? என்று இந்நாட்டிலேதான் பேசப்படுகிறது. இதற்குக் காரணம் அந்நிய ஆட்சியில் இந்த நாடு இருந்தது. அப்போது தமிழ் நாட்டங் கொண்டவர்களைப் பார்க்க முடியாது. நாட்டங்கொண்டிருந்தவர்களும் புலவர் என்ற பட்டத்தோடு சரி'' என்று கூறினார். இதைவிட கடுமையாக அண்ணா கூறியது இங்கு நினைவு கூரத்தக்கது "ஆட்சி மொழியாக அன்னைத் தமிழிருக்க, ஆங்கிலம் பயிற்றுமொழியாக இருப்பது தழையிலே தண்ணீர் ஊற்றிவிட்டு, வேரில் வெந்நீரை ஊற்றுவதற்குச் சமமாகும் " என்பது ஆகும்.

தமிழகத்தில் ஆட்சிமொழி தமிழ் என்று முடிவெடுக்கப்பட்ட நிலையில் 1967 இறுதியில் இந்தியப் பாராளுமன்றத்தில் இந்திமொழி பேசுவோர்க்குச் சார்பாக மாற்றப்பட்ட நேரு உறுதிமொழியும் அதனுடன் இணைக்கப்பட்ட மொழிக் கொள்கைத் தீர்மானமும் நிறைவேற்றப்பட்டதின் விளைவாக மூன்றாம் இந்தியெதிர்ப்புப் போராட்டம் தமிழக மாணவர்களிடையே கிளர்ந்து நாடு முழுவதும் பரவி நடைபெற்றது. இந்நிலையில் முதலமைச்சர் அண்ணா சென்னை சட்டப்பேரவையில் இந்தி நீங்கிய இருமொழி திட்டத் தீர்மானத்தை நிறைவேற்றிவிட்டதனால் மாணவர் இந்தியெதிர்ப்பு அடங்கிற்று.

அண்ணா காலத்திலேதான் *(1968)* ஆட்சி மொழிச் சட்டத்தைத் தமிழக சட்டமன்றத்தில் நிறைவேற்றி ஆற்றிய தன் உரையில் "இந்தத் தமிழ்ப் பாடமொழி பயிற்று மொழி என்ற பிரச்சினையைப் பொறுத்த வரையில் பல்வேறு கருத்துக்கள் எல்லாம் சொல்லப்பட்டன. நான் ஆங்கிலத்தைப் புறக்கணிக்கிறவன் அல்லன். ஆனால் ஆங்கிலம்தான் இருக்க வேண்டும், தமிழ் அதற்குரிய இடத்தைப் பெற வேண்டாம் என்ற எண்ணம் கொண்டவனும் அல்ல. ஆங்கிலம் எந்தெந்தக் காரியங் களுக்குப் பயன்படுத்தப்படுகிறதோ அந்தக் காரியங்களுக்கு இந்தியாவில் உள்ள மொழிகளில் எது தகுதியுள்ள மொழி என்றால், அது 'தமிழ்' 'தமிழ்' என்று சொல்லத் தயக்கப்பட மாட்டேன். அவ்வளவு வளமுள்ள மொழி அது. சென்ற முறை பேசியபடி எல்லாக் கல்லூரிகளிலும் பாடப்புத்தகங்கள் தயாரிப்பது, ஆசிரியர்களைத் தயாராக்குவது ஆகிய இந்தக் காரியங்களில் கொஞ்சம் தயக்கம் காட்டப்பட்டு வருகிறது. என்னுடைய திருத்தத்தில் அவர்கள் குறிப்பிட்ட அதையும் இணைத்திருக்கிறேன். ஐந்தாண்டுகளுக்குள் தமிழகத்தின் எல்லாக் கல்லூரிகளிலும் தமிழைப் பாடமொழியாகவும் பயிற்சி மொழியாகவும்

கொண்டுவர அரசு நடவடிக்கை எடுத்துக் கொள்வது மட்டுமல்ல, அடுத்த ஆண்டிலேயே சர்க்கார் கல்லூரிகளில் அத்தனையிலும் தமிழ் பாடமொழி ஆகும் என்பதை இன்றைய தினம் அறிவிக்க விரும்புகிறேன்" என்று 23. 01. 1968 இல் தமிழ்நாடு சட்டப்பேரவையில் மொழிப் பிரச்சினையின் மீது நடைபெற்ற விவாதத்தின்போது அன்றைய முதலமைச்சர் அறிஞர் அண்ணா குறிப்பிட்டார். ஆனால் அண்ணா தந்த உறுதிமொழி 1968-69ஆம் ஆண்டுகளில் நடைமுறைக்கு வரவில்லை "சட்டமன்றத் தீர்மானத்தை அமல்படுத்த ஓராண்டு கால அவகாசம் தேவை" என்று கல்வித்துறையின் சார்பில் சமாதானம் சொல்லப்பட்டது.

தமிழக சட்டப்பேரவையில் சுதந்திரக் கட்சி உறுப்பினர் டாக்டர் எச்.வி.ஹண்டே கல்லூரிகளில் தமிழோடு ஆங்கிலமும் பயிற்சி மொழியாக நீடிக்க வேண்டுமென்று கோரி 29.11.1967 அன்று உத்தியோகம் பற்றற்ற தீர்மானம் ஒன்றைக் கொண்டு வந்தார். இதற்கு அண்ணாவே இத்தீர்மானத்தின் மீதான விவாதத்தில் கலந்து கொண்டு அரசின் நிலையை விளக்கிப் பேசினார். "டாக்டர் ஹண்டே மிக நீண்ட காலமாக ஆங்கிலம் இணைப்பு மொழியாக இருக்கப் போவது உறுதிப்படுத்தப்பட்ட பிறகு அந்த ஆங்கிலத்தில் போதுமான புலமை பெற வேண்டுமென்று சொன்னார்கள். அவர்கள் செய்கிற தவறு எதிலிருக்கிறது என்றால் ஆங்கிலப் புலமை வேண்டுமென்பதில் அல்ல. போதனாக மொழி ஆங்கிலமாக இருந்தால் தான் அந்தப் புலமை வரும் என்று சொல்வதில்தான்."

"இப்போது என்னிடத்திலோ அல்லது நான் சார்ந்திருக்கின்ற அரசினிடத்திலோ ஆங்கிலப் புலமை வேண்டுமா என்று கேட்டால் 'ஆம்' என்று சொல்வோம். அந்தப் புலமையைப் பெறுவதற்காக ஆங்கிலம் போதனா மொழியாக இருக்க வேண்டாமா? என்றால் 'இருக்க வேண்டியதில்லை' என்று சொல்லுவோம். ஏனென்றால் போதனா மொழியாக இல்லாமலேயே ஆங்கிலத்தில் புலமை பெற முடியும். போதனா மொழியாக ஆங்கிலத்தை வைத்துக் கொண்டே அம்மொழியில் புலமை பெறாதவர்களும் உண்டு. ஆகவே ஆங்கிலத்தில் புலமை பெற அது போதனா மொழியாக இருக்க வேண்டுமென்பது முக்கியமல்ல."

நான் முன்னாலே குறிப்பிட்டபடி ஆங்கிலமே பாடமொழி என்று இருந்தது மாறி தமிழும் பாடமொழி என்று சட்டம் வந்த பின்னர் தமிழே பாடமொழி இறுதிக்கட்டம் பிறக்க வேண்டும். அந்த இறுதிக்

கட்டம் சில ஆண்டுகளிலேயே வருமானால் என்னைவிட மகிழக் கூடியவர்கள் வேறு யாரும் இருக்கமுடியாது" என்று கூறி டாக்டர் ஹண்டேயை விவாதித்ததோடு திருப்தி அடைய கேட்டுக் கொண்டார். இதன்பிறகு ஹண்டே வாக்கெடுப்புக்கு வற்புறுத்தாமல் தீர்மானத்தை திரும்பப் பெற்றுக் கொண்டார். அதன் பிறகு தீர்மானம் நிறைவேறியது.

1968 ஆம் ஆண்டு சனவரித் திங்கள் 23 ஆம் நாளன்று, தமிழ்நாடு சட்டப்பேரவையில் மொழிச் சிக்கல் பற்றி நிறைவேற்றிய அரசினர் தீர்மானம், தமிழர்களின் மொழியுணர்வையும் மொழிக் கொள்கையையும் தெளிவாக எடுத்துரைக்கிறது.

அத்தீர்மானம் பின்வருமாறு:

1967 ஆம் ஆண்டு ஆட்சிமொழிகள் (திருத்த) சட்டத்தையும், அதைச் சார்ந்த தீர்மானத்தையும் இந்திய நாடாளுமன்றம் நிறைவேற்றியதின் விளைவாக இம்மாநிலத்தில் ஏற்பட்டுள்ள கடும்நிலைமை குறித்து ஆய்வு செய்தல் வேண்டும். அத்தகைய ஆய்வுக்குப் பிறகு, கீழ்க்கண்டபடிப் பேரவை முடிவு செய்கிறது. பல்வேறு மொழி, பண்பாடு நாகரிகங்களைக் கொண்ட இந்தியாவில் ஒரு வட்டார மொழியை மட்டும் ஆட்சி மொழியாக்குவது இந்திய ஒற்றுமையையும் ஒருமைப்பாட்டையும் குலைத்து, ஒரு மொழிப் பகுதி மற்றமொழிப் பகுதிகளை அடிமை கொள்ளச் செய்திடும் என்று உணரப்படுவதால், தமிழும் மற்ற தேசிய மொழிகளும் மத்திய ஆட்சி மொழிகளாக ஆங்கிலமே ஆட்சி மொழியாகத் தொடர்ந்து இருந்து வரவேண்டும், அதற்கு ஏற்றபடி இந்திய அரசியல் சட்டத்தின் மொழிப் பிரிவு திருத்தப்படவேண்டும் என்று இந்த மன்றம் வற்புறுத்துகிறது.

இப்பொழுது நிறைவேற்றப்பட்டுள்ள மொழிச்சட்டம் இந்த இலட்சியத்திற்கு ஒத்ததாக அமையவில்லை என்று கருதுவதுடன் இந்தியா பிளவுபடவும் அரசாங்க நிருவாகத்தில் இருப்பவர்களிடையே, வெறுப்பு, குழப்பம், வேதனைகள் மலிந்த இரு பிரிவுகளை உண்டாக்கி விடவும் வகை செய்கிறது என்று கருதுவதோடு, முதலில் குறிப்பிட்ட மொழி உரிமை இலட்சியம் நிறைவேறுவதற்கான முறையில் தொடர்ந்து வலியுறுத்தி வருவது எனத் தீர்மானிக்கிறது.

மொழி திருத்தச் சட்டத்துடன், நிறைவேற்றப்பட்டுள்ள தீர்மானம், இந்திபேசாத பகுதி மக்களுக்கு அநீதியையும் சங்கடத்தையும் புதிய பளுவையும் உண்டாக்குகிறபடியால், அந்தத் தீர்மானம் அமலாக்கப்படக் கூடாது என்பதில் பல அரசியல் கட்சிகளும் ஒருமித்த கருத்து

தெரிவித்திருப்பதைக் கவனத்தில் கொண்டு, மத்திய அரசு உடனடியாக அந்தத் தீர்மானத்தை நீக்கி வைத்து இந்தி பேசாத மக்களுக்குச் சங்கடமும், பளுவும் ஏற்படாத ஒரு முறையை வகுக்க வேண்டுமென்று இந்த மன்றம் வலியுறுத்துகிறது.

மொழிப்பிரச்சனை பற்றி ஆய்ந்தறியவும். மொழிச் சட்டத்துடன் நிறைவேற்றப்பட்டுள்ள தீர்மானம், இந்தி பேசாத பகுதி மக்களுக்கு அநீதியையும் சங்கடத்தையும் புதிய பளுவையும் உண்டாக்குகிற படியால், அந்தத் தீர்மானம் அமலாக்கப்படக்கூடாது என்பதில் பல அரசியல் கட்சிகளும் ஒருமித்த கருத்து தெரிவித்திருப்பதைக் கவனத்தில் கொண்டு, மத்திய அரசு உடனடியாக அந்தத் தீர்மானத்தை நீக்கி வைத்து இந்தி பேசாத மக்களுக்குச் சங்கடமும், பளுவும் ஏற்படாத ஒரு முறையை வகுக்க வேண்டுமென்று இந்த மன்றம் வலியுறுத்துகிறது,

மொழிப் பிரச்சனை பற்றி ஆய்ந்தறியவும்,மொழிச் சட்டத்துடன் நிறைவேற்றப்பட்டுள்ள தீர்மானத்தால் விளையும் தீங்கை அகற்றும் வழி காணவும் எல்லா அரசியல் கட்சித் தலைவர்களையும் கொண்டு ஒரு மேல்மட்ட மாநாட்டை இந்தியப் பேரரசு கூட்ட வேண்டும் என்று இம்மன்றம் கேட்டுக்கொள்கிறது,

'மொழிச் சட்டத்துடன் நிறைவேற்றப்பட்டுள்ள தீர்மானம் இந்தி பேசாத பகுதியினருக்குப் பளுவையும், சங்கடத்தையும் தருவதுடன், மும்மொழித் திட்டத்தை நிறைவேற்ற வேண்டுமென்று வலியுறுத்துவதன் மூலம் இந்தித் திணிப்பை நடத்தி, இறுதியில் இந்தியையே ஆட்சி மொழியாக ஆக்கிவிடுவது என்ற நோக்கத்துடன் அமைந்திருக்கிறது, என்று இந்த மன்றம் கருதுகிறது

மத்திய அரசின் இந்தித் திணிப்புத் திட்டத்தை ஏற்க மறுப்பு

மத்திய அரசின் மொழித் தீர்மானத்தை இந்த அரசு செயல்படுத்த மறுக்கிற வகையிலும் தமிழக மக்களும் மாணவர்களும் வெளியிட்டுள்ள கருத்துக்கு மதிப்பளிக்கிற முறையிலும் தமிழகத்தின் எல்லாப் பள்ளி களிலும் மும்மொழித் திட்டத்தை அகற்றிவிட்டு தமிழ், ஆங்கிலம் ஆகிய இரு மொழிகளுக்கு இடமளித்து, இந்தி மொழியை அறவே நீக்கிட இம்மன்றம் தீர்மானிக்கிறது.

என்.சி.சி முதலிய அணிகளில் பயன்படுத்தப்பட்டு வரும் இந்தி ஆணைச் சொற்களை நீக்கிவிடுவது என்றும் இதற்கு மத்திய அரசு ஒப்புதல் அளிக்க மறுத்தால் என்.சி.சி. போன்ற அணிகளைக்

கலைத்துவிடவும் இந்த மன்றம் தீர்மானிக்கிறது, தமிழகத்தில் தமிழ் பயிற்சி மொழியாகவும், பாட மொழியாகவும் எல்லாக் கல்லூரிகளிலும் நிருவாக மொழியாகப் பல்வேறு துறைகளிலும் ஐந்தாண்டு காலத்துக்குள் நடைமுறைக்கு வருவதற்கான துரிதமான நடவடிக்கையை மேற்கொள்வது என்று இம்மன்றம் தீர்மானிக்கிறது,

அரசியல் சட்டத்தில் இந்திக்குப் பிரத்தியேக அந்தஸ்து அளித்திருப்பது அகற்றப்பட்டு, நாட்டின் பிற மொழிகளுக்குக் கீழ்நிலை அளிக்கும் ஷரத்துக்களெல்லாம், எல்லா இந்திய மொழிகளுக்கும் சம அந்தஸ்து நல்கும் வகையில் திருத்தப்படவேண்டும், 8வது ஷெட்யூலில் குறிப்பிட்டுள்ள எல்லா மொழிகளின் வளர்ச்சிக்கும் மத்திய அரசு சமமாக நிதி வசதிகளை வழங்கவேண்டும்.

அண்ணாவின் தலைமையிலான அன்றைய தி.மு.க அரசு இத்தீர்மானத்தைச் சட்டப்பேரவையில் கொண்டு வருவதற்கு இன்றியமையாத காரணமாக விளங்கியது, இந்தித் திணிப்பை எதிர்த்து அப்பொழுது தமிழ்நாடெங்கும் மாணவர்கள் நடத்திய கிளர்ச்சியே யாகும். 1967 ஆம் ஆண்டு இறுதியில் இந்தியை எதிர்த்துத் தமிழ் நாடெங்கும் மாணவர்கள் நடத்திய போராட்டமே தமிழக அரசின் இருமொழித் திட்டத்தை அறிவிக்கும் இத்தீர்மானத்தை நிறைவேற்றத் தூண்டுதலாக இருந்தது என்பதும் தமிழ்நாட்டின் வரலாறு காட்டும் செய்திகளாகும். இத்துடன் இந்தி, தமிழ்நாட்டில் கற்றுக் கொடுக்கப்பட்டது நிறுத்தப்பட்டது. சென்னை சட்டப் பேரவையில் இரு மொழித்திட்ட தீர்மானம் நிறைவேறியது.

தமிழ்வழி பொறியியல், மருத்துவம் : வேண்டுகோள்

கல்லூரிகளில் பயிற்றுமொழியாகத் தமிழ் ஐந்தாண்டுகளுக்குள் நடைமுறைப்படுத்தப்படும் என தி.மு.க. அரசு 1968ஆம் ஆண்டு தீர்மானம் நிறைவேற்றியது. இத்தீர்மானத்தை வரவேற்றுப் பேசிய ம.பொ.சிவஞானம் தமிழ்ப் பயிற்றுமொழித் திட்டத்தை பொறியியல், மருத்துவக் கல்லூரிகளுக்கும் விரிவுபடுத்த வேண்டும் என்றார்.

"1968-1969இல் பிஸிக்ஸ், கெமிஸ்டரி, நேச்சுரல் ஸயன்ஸ், மாத்தமாட்டிக்ஸ் இவையெல்லாம் தமிழில் போதிக்கப்படுமானால் தமிழில் படித்துவிட்டுப் பொறியியல் கல்லூரிக்குப் போகும்போது அங்கு எந்த மொழியில் படிப்பது? ஆகவே தெளிவாக இருந்து 1969-1970இல் பொறியியல் கல்லூரிகளிலும் மருத்துவக்கல்லூரிகளிலும் தமிழ்தான் போதனா மொழியாக இருக்கும் என்பதை முன்கூட்டியே தெரிவித்து, இந்த ஆண்டு முதல் விஞ்ஞானப் பாடங்கள் போன்றவற்றைத்

தமிழில் கொண்டு வந்தாலொழிய இத்திட்டம் வெற்றிபெறாது என்று தான் சொல்ல வேண்டும்." (ச.ம.ந. 16.02.1968. 191-197)

ம.பொ.சி.யின் இக்கோரிக்கையே தமிழ்வழி மருத்துவம், தமிழ்வழி பொறியியல் கல்விக்கான முதல் குரலாகும். அவருடைய பேச்சு தமிழ்ப்பயிற்றுமொழிச் சிக்கலைக் கல்லூரித் தளத்திலிருந்து தொழில்நுட்பக் கல்லூரித் தளத்திற்கு எடுத்துச் சென்றது.

1968ஆம் ஆண்டு அண்ணா கொண்டுவந்த இருமொழிச் சட்டம் இந்தி எதிர்ப்பு என்ற நோக்கில் வெற்றி பெற்றது. அந்நிலையில் ம.பொ.சி சில திருத்தங்களை முன் மொழிந்தது போல பொதுவுடைமைக் கட்சி உறுப்பினர் ஏ.பாலசுப்பிரமணியமும் சில கருத்துக்களைக் கூறினார். "அவசரமாக நமது அரசு செய்யவேண்டிய வேலைகள் இருக்கின்றன. ஆங்கிலத்தை அகற்றி எல்லாத் துறைகளிலும் தமிழ் வந்துவிட வேண்டும். அதற்கு வேண்டிய நடவடிக்கைகளை நாம் எடுக்க வேண்டும். நீதி, நிர்வாகம், கல்வி என்ற மூன்று நாற்காலிகள் தான். அந்த மூன்று நாற்காலிகளிலும் தமிழை அமர்த்திட வேண்டும். அந்த மூன்று நாற்காலிகளில் வேறு மொழி அமர இடம் கொடுக்கக்கூடாது மற்ற மொழிகள் தனியான வெளி இடத்தில் உட்காரலாமே தவிர, இந்த மூன்று நாற்காலிகளிலும் மற்ற மொழிகளுக்கு இடம் இல்லை. இந்த மூன்று நாற்காலிகளிலும் தமிழைத் தவிர வேறு எந்த மொழிக்கும் இடமில்லை என்ற நிலையை ஏற்படுத்தி விட்டால் தமிழ் மக்களுக்குப் பயம் இருக்காது; பீதி இருக்காது. நமது மாநிலத்திற்குள் வேறு எந்த மொழிக்கும் தனி இடம் கிடையாது என்ற உத்திரவாதம் இருக்கும். அதைச் செய்து விட்டால் பெரிய அளவு கலக்கம் போய் விடும். பீதி குறைந்துவிடும். துரிதமாகத் தமிழை அரியாசனத்தில் அமர்த்த வேண்டும்" என்றார்.

பதில் அளித்த அண்ணா "திரு பாலசுப்பிரமணியம், திரு.சங்கரய்யா அவர்கள் சொன்னது போல் இந்திய அரசு இந்திக்கு மட்டும் சலுகை காட்டுகிற அந்தத் திட்டத்தை மாற்றி எல்லா மொழி வளர்ச்சிக்கும் உரிய சலுகைகளைக் கொடுத்து வளரச் செய்வார்களானால் நாம் அந்த நிலைக்கு வரமுடியும். அதுவரை கொஞ்சம் பல்லைக் கடித்துக் கொண்டு பொறுத்துக் கொள்ள வேண்டும்" என்று கூறினார்.

கல்லூரிகளில் தமிழ் - மீண்டும் நடைமுறை

அண்ணா மறைவைத் தொடர்ந்து கலைஞர் மு.கருணாநிதி தலைமையிலுள்ள புதிய அரசு 1970ஆம் ஆண்டு பதவியேற்றது. 1968ஆம் ஆண்டு சட்டமன்றத்தில் நிறைவேற்றப்பட்ட தீர்மானத்தின்

அடிப்படையில் பயிற்றுமொழித் திட்டத்தை நடைமுறைப்படுத்த முயற்சிகள் மேற்கொண்டது. முந்தைய காங்கிரஸ் அரசின் தமிழ்ப் பயிற்றுமொழித் திட்டத்தை முழுமையாக நடைமுறைப்படுத்த 1970ஆம் ஆண்டு அரசு ஆணை வெளியிட்டது.

மாணவர் எதிர்ப்பு

கலைஞர் கருணாநிதி முதல்வர் பொறுப்பை ஏற்ற பின்னரும் கல்லூரிகளிலே தமிழைப் பயிற்சி மொழியாக்கும் பணி வளர்பிறையாகி வந்தது. தமிழைப் பயிற்சி மொழியாக எடுத்துப் படிக்கும் மாணவர் எண்ணிக்கை பெருகி வந்தது. இந்த வளர்ச்சி அரசு கல்லூரிகளின் அளவில் தான். தனியார் கல்லூரிகளில் தமிழைப் பயிற்சி மொழியாக்கும் திட்டத்திற்குப் போதிய ஆதரவு கிடைக்கவில்லை. அதனால் தனியார் கல்லூரிகளை நிர்பந்திக்க அரசு முயன்றது. தமிழைப் பயிற்று மொழியாக ஏற்றுப் படிப்போருக்குச் சில சலுகைகள் வழங்கப்பட்டன. சட்டப் பேரவையில் ஒரு சந்தர்ப்பத்திலே ‘தமிழை ஏற்றுப் படிக்காதவர்கள் தமிழகத்தில் வாழமுடியாத நிலை ஏற்படலாம்’ என்று உணர்ச்சி வயப்பட்டுப் பேசும்போது முதலமைச்சர் மு.கருணாநிதி கூறிவிட்டார். இதனை ஆங்கில நாளேடுகள் பெரிதுபடுத்திப் பிரசுரித்தன. பயிற்சி மொழி எதுவாக இருக்கும் என்பதை மாணவர்களின் விருப்பத்திற்கு விட்டுவிட வேண்டுமென்று ஒரு கிளர்ச்சி பிறந்தது. இராஜாஜியும் இதற்குத் தூண்டுகோலாக இருந்தார். சிண்டிகேட் காங்கிரஸ் வட்டாரத்திலே தேசீய மாணவர் மன்றம் என்றும் பெயரில் உள்ள அமைப்பு இந்த கிளர்ச்சிக்கு பொறுப்பேற்றது

இக்காலகட்டத்தில்தான் 1969 சூனில் தமிழ்ப் பயிற்று மொழியை மிகுவிக்கும் வகையில், தமிழக அரசுக் கல்லூரிகளில் மேலும் சில பாடங்களைத் தமிழ் வழிக் கற்பிக்க ஏற்பாடு செய்யப்பட்டது. ஆங்கில வழிப் பிரிவுகள் சிலவும் கூடத் தமிழ் வழிப் பிரிவுகளாக மாற்றப் பட்டன. இதை மாணவர்கள் தமிழ்த் திணிப்பு என்று எண்ணினர். இத்திட்டங்களை நடைமுறைப்படுத்தியதை எதிர்த்து சிண்டிகேட் காங்கிரஸ் மாணவர் அமைப்பைச் சார்ந்த மாணவர்கள் மதுரையில் மாநாடு (1970 நவம்பர் 21,22) நடத்தினர்.

தி.மு.க.அரசுக்கு எதிரான உணர்ச்சியுடையவர்கள் எல்லாம் மாணவர் மாநாடு என்ற போர்வையில் மதுரை மாநாட்டில் கலந்து கொண்டனர். இப்பிரச்சனை தொடர்பாக முழுஅடைப்பு நடத்த அம்மாநாட்டில் திட்டமிடப்பட்டது. முழு அடைப்பில் சிண்டிகேட் காங்கிரஸ், சுதந்திரா கட்சி, ஜனசங்கம் முதலான அமைப்புக்கள் கலந்து

கொண்டன. தொடர்ந்து, 1970 டிசம்பர் 12ஆம் நாள் கல்லூரிகளில் அறிவியல் பாடங்களைத் தமிழில் கற்பிப்பதை எதிர்த்து சென்னையில் மாணவர்கள் முழு அடைப்பில் ஈடுபட்டனர். கல்லூரிகளில் தமிழ்ப் பயிற்சி மொழித் திட்டத்தை விரிவுபடுத்தும் ஆணையை அரசியல் கட்சிகளுடன் சேர்ந்து டாக்டர். எ.லெட்சுமணசாமி முதலியார் போன்றவர்களும் எதிர்த்தனர். அன்றைய முதல்வர் கருணாநிதியின் கொடும்பாவியைக் கொளுத்தினர். வேலைவாய்ப்பு பறிபோகும் எனக் கூறினர். எனினும் முழுஅடைப்பு தோல்வியுற்றது.

ஆனால் கல்லூரிகள் நடைபெறவில்லை. சென்னை, மதுரை, அண்ணாமலை ஆகிய பல்கலைக்கழகத்தைச் சார்ந்த கல்லூரிகள் மூடப்பட்டன. மாணவர்கள் தாங்கள் விரும்பும் பயிற்றுமொழி, பாடப்புத்தகங்களின்மை எதிர்கால வேலை வாய்ப்புப் பற்றிய அச்சம் பாதுகாப்பின்மை ஆகியன தமிழகம் முழுவதும் இதற்காகவே தாங்கள் காத்துக் கொண்டிருந்ததுபோல் ஆங்கிலத்திற்குச் சார்பாக ஓர் இயக்கத்தை உருவாக்கினர். இதற்குப் பெரிதும் ஆதரவு நல்கியவர் 25 ஆண்டுகள் தொடர்ந்து சென்னைப் பல்கலைக்கழகத் துணைவேந்தராகப் பணியாற்றிய டாக்டர் ஏ.எல்.முதலியார் ஆவார்.

இந்தப் போராட்டத்தைக் கைவிடச் சொல்லிக் கலைஞர் விடுத்த வேண்டுகோள்.

பொதுவான வேலையில்லாத் திண்டாட்டத்தைத் தமிழ்ப் பயிற்றுமொழியுடன் முடிச்சு போடாதீர் - கலைஞர்

“நான் எந்த மாணவர்களுக்காக இந்தியை எதிர்த்துப் பலமுறை சிறை சென்றேனோ, எந்த மாணவர்களுக்காக முப்பது ஆண்டுகளுக்கு முன்பே ‘தமிழ் மாணவர் மன்றம்’ தொடங்கினேனோ, எந்த மாணவர்களின் பெயரால் பாளையங்கோட்டைச் சிறையில் பாதுகாப்புக் கைதியாகத் தனிமைச் சிறைவாசம் செய்தேனோ அந்த மாணவர்களின் அடுத்த வரிசையினர் என் கொடும்பாவிக்குக் கொள்ளி வைப்பதென்றால், அது மகிழ்ச்சியோடு தாங்கக்கூடிய ஒன்றுதானே, பொதுவாகவே இருக்கிற வேலையில்லாத் திண்டாட்டத்தையும், பயிற்றுமொழிப் பிரச்சினையையும் ஒன்றாக்கி முடிச்சுப் போடுகிற பேச்சுக்கள் வெறும் அரசியல் லாபத்திற்காகப் பேசப்படுபவை என்பதை மாணவ நண்பர்களே புரிந்து கொள்ளுங்கள்” என்று கூறினார் கலைஞர்.

இந்த நிலையில் அன்றைய கல்விக் கொள்கை நிலைப்பாட்டைக் கலைஞர் அமைச்சரவையில் கல்வி அமைச்சர், மேலவையில்

நிகழ்த்திய வரலாற்று சிறப்புமிக்கதொரு தமிழ்ப் பயிற்று மொழி ஆதரவுக்கான உரை கவனத்திற்குரியது.

1970 தமிழ்ப் பயிற்று மொழி ஆணை எதிர்ப்புக்கு கல்வியமைச்சர் அறிக்கை

பள்ளிகளிலும், கல்லூரிகளிலும் பயிற்று மொழி சம்பந்தமான அரசாங்க நிலையினை இந்த அவையில் எடுத்து வைக்க இந்த நல்வாய்ப்பைப் பயன்படுத்திக் கொள்ள விரும்புகிறேன், தாய்மொழியே பயிற்சி மொழியாகக் கொண்டுவரப்பட வேண்டும் என்ற உணர்வு கடந்த முப்பதாண்டு காலமாகக் குறிப்பாகச் சுதந்திரம் அடைந்த பிறகு அதிகரித்து வந்துள்ளது.

நம் மாநிலத்தில் 1939 முதற்கொண்டே கல்வித்துறையில் எடுக்கப் பட்ட முற்போக்கு நடவடிக்கை மூலம் நமது மாநிலத்தில் உயர்நிலைப் பள்ளிகளில் தாய்மொழியே பயிற்சி மொழியாகக் கொண்டு வரப் பட்டுள்ளது. இந்தக் கொள்கை நல்ல முறையில் செயல்பட்டு வந்து செழுமையான பலனையும் தந்துள்ளது என்றார் கல்வி அமைச்சர்.

அண்ணா ஆட்சிக் காலத்தில் (1967 நவம்பர்) சென்னைப் பல்கலைக் கழக நூற்றாண்டு விழா மண்டபத்தில் டாக்டர் ஏ.லெட்சுமணசாமி முதலியார், டாக்டர். ஏ. ராமசாமி முதலியார் உள்பட பலர் ஆங்கிலப் பாதுகாப்பு மாநாடு நடத்தினர். (விடுதலைக்குப் பின் தமிழ் வளர்த்த வரலாறு, ம.பொ.சிவஞானம், பக்.205). அம்மாநாட்டில் ஆங்கிலம் என்றென்றும் நிலைத்திருக்க வேண்டும் என்ற கொள்கை விளக்கத்தினை முன்னிறுத்தினர். இதன் தொடர்ச்சியாக 1964இல் ஆங்கிலம் வாழ்க, தமிழ் ஒழிக என்று கூறுமளவுக்கு மாநிலம் முழுவதும் போராட்டம் தொடர்வதைக் கண்டு குன்றக்குடி அடிகளார், முத்தமிழ்க் காவலர் கி.ஆ.பெ.விசுவநாதம் போன்றவர்கள் அன்றைய முதல்வர் கலைஞரிடம் சிறிது காலம் தமிழ்ப் பயிற்றுமொழி ஆணையை நிறுத்தி வைக்கக் கோரினர் என்பது சரித்திரம். இந்தக் காலகட்டத்திற்குப் பிறகுதான் இந்திய அரசு மாநில அரசிடம் இருந்த கல்வியைப் பொதுப் பட்டியலுக்கு மாற்றியது. இந்த மாற்றம் தமிழ் மொழிக் கல்வி வளர்ச்சிக்கும் மேம்பாட்டிற்கும் ஊறு விளைவிப்பதாக அமைந்தது. இதன்பிறகு தமிழ்நாட்டில் மெட்ரிகுலேசன் பள்ளிகள், கேந்திர வித்யாலயா பள்ளிகள் நூற்றுக்கணக்கில் தோன்றி ஆங்கிலவழிக் கல்விக்கு அடிகோல, தமிழ் வளர்ச்சிக்கு இடையூறாக அமைந்தது. ஏனெனில் அரசு 1972இல் முதல் வகுப்பிலிருந்து 5ஆம் வகுப்பு வரை உள்ள வகுப்புகளுக்குப் பயிற்றுமொழியாக 7 மொழிகள் அறிவிக்கப்பட்டன.

இவ்வாணைப்படித் தமிழையும் படிக்கலாம். ஆனால் ஆங்கிலம் கட்டாயம்.

ஆங்கில வழிப் பள்ளிகளின் எண்ணிக்கை கூடியதன், காரணமாகவும் பயிற்றுமொழிக் கொள்கைக் காரணமாகவும் 1969ஆம் ஆண்டு மட்டும் ஆங்கில வழிப் பள்ளிகளில் இடம் பிடிப்பதற்கான எண்ணிக்கை 20 முதல் 25 விழுக்காடு வரை கூடியதாகத் தெரிகிறது. சென்னை நகரத்தில் மட்டும் 120 பள்ளிகள் இருந்தன. இவற்றுள் பெரும்பாலானவை நூற்றுக்கு மேற்பட்ட மாணவர்களைக் கொண்ட ஆங்கில வழிப் பிரிவுகளைக் கொண்டிருந்தன. இப்பள்ளிகளில் சேர்ப்பதற்குரிய இடங்களைப் போல மூன்று நான்கு மடங்கு விண்ணப்பங்கள் வரப்பெற்றன. நகரத்திலிருந்த 300 ஆங்கில வழி மழலையர் பள்ளிகளிலிருந்து ஆங்கில வழி இடைநிலை உயர்நிலைப் பள்ளிகளுக்கு மாணவர்கள் விண்ணப்பித்தனர். இவர்கள் கல்லூரியை எட்டும் பொழுது ஆங்கில வழிக் கல்வியை நாடினர் என்பது நடைமுறையானது.

தமிழ் வழிக் கல்விக்கு இவர்கள் ஆதரவு தராதவர்களாயினர். இதன் காரணமாகக் கல்லூரிகளில் தமிழ் வழிக் கல்வி மூலம் படிப்பவருக்கு அரசாங்கம் உதவித்தொகை வழங்க வேண்டிய அவசியம் ஏற்பட்டது.

தமிழ் நாட்டில் தமிழ்வழிக் கல்வி படிக்க பணம் கொடுக்கப்பட்டது. மாணவரும் பெற்றோரும் தானாக வந்து தமிழ்ப் பயிற்றுமொழியை ஆதரிக்கவில்லை.

1971ஆம் ஆண்டு சூன் மாதத்தில் கல்லூரிகளில் தமிழ்வழிப் பயில மாணவர்களை ஈர்க்கும் வகையில் ஊக்குவிப்புத் திட்டம் ஒன்றைத் தமிழக அரசு அறிவித்தது. இத்திட்டத்தின் கீழ் இளங்கலை, இளமறிவியல் பட்டங்களைத் தமிழ் வழியில் பயிலும் மாணவர்கள் ஆண்டுதோறும் ரூபாய் 180 பெறுவதற்கு வாய்ப்பளிக்கப்பட்டது. இது 1971-72 ஆம் ஆண்டிலிருந்து அரசுக் கல்லூரிகளில் மட்டுமன்றித் தனியார் கல்லூரிகளில் தமிழ்வழிப் பயிலும் மாணவர்களுக்கும் இவ்வுதவித் தொகை வழங்கப்பட்டது.

இது போலவே புதுமுக வகுப்பு பயிலும் மாணவர்கள் தமிழைப் பயிற்று மொழியாகக் கொண்டோராக இருப்பின் தமிழில் பாட நூல்கள் வாங்குவதற்கு வாய்ப்பாக ரூபாய் 80 புத்தகப் படியாகத் தரப்பட்டது. இக்காலத்தில் நடைபெற்ற இளமறிவியல் பட்ட வகுப்புகள் தனியார் கல்லூரிகளில் ஆங்கில வழியிலேயே நடைபெற்றன. அரசுக் கல்லூரிகள் கூட இருமொழிகளிலும் கற்பித்தன. தமிழ்வழிக் கல்வி

ஆணைக்கு எதிர்ப்பு 1970இல் வந்தபொழுது அதனைக் கலைஞர் திரும்பப் பெற்றுக் கொண்டு அதனால் ஏற்பட்ட வருத்தத்தை 1975ல் சென்னைப் பல்கலைக்கழகத்தில் நிகழ்த்திய பட்டமளிப்பு விழாவில் "தமிழில் கற்றால் புத்துலகத்தோடு போட்டி போடும் புதிய வரலாறு எழுத இயலும், பத்தாண்டுகட்கு முன்பே தமிழால் முடியும் என்று உறுதி தோன்றியது. முயற்சி அரும்பியது. தமிழைப் பயிற்று மொழி யாக்கும் நிலையை முழுமையாக்கிட ஏழாண்டுகளுக்கு முன்பு சூளுரை மேற்கொண்டோம். பயன் யாது? பயிற்று மொழி உணர்வைக் கெடுக்க, வயிற்றுமொழி உணர்வு தூண்டிவிட்டது. தமிழ், சோறிடாதோ? சோம்பிக் கிடக்குமோ? சோறும் தரும், சுயமரியாதையும் தரும் என்று எடுத்து வைத்த சான்றுகள் விழலுக்குகிறைத்த நீராயிற்று. வெண்ணிலா, காட்டில் காய்ந்த கதையாயிற்று. விறுவிறுப்பான வேலை நிறுத்த நடவடிக்கைகள், மாணவர்களின் உணர்ச்சியைத் தட்டிவிட்டு எழுப்பப் பெற்ற, கிளர்ச்சியை விளக்கம் பெறுவதற்கான அமைதியான தன்மையைத் திரை போட்டு மறைத்ததால் தமிழ் பயிற்றுமொழித் திட்டம் தயங்கி நின்றது," என்று கூறினார். (118வது பட்டமளிப்பு விழா உரை, மு.கருணாநிதி, பக்.7)

அரசுக்கு எதிராகத் தமிழகத்தின் பல பகுதிகளில் மாணவர்கள் போராட்டத்தில் இறங்கினர். இச்சிக்கலைத் தீர்க்க சமூகத்தின் பல்வேறு தரப்பினரைக் கொண்ட கூட்டம் சென்னையில் நடந்தது. அக்கூட்டம் இச்சிக்கலைத் தீர்க்க கல்வியாளர்களைக் கொண்ட குழுவை அறிக்கை அளிக்க வேண்டியது. அன்றைய தமிழக முதல்வர் இதுபற்றிக் கருத்துரைக்கும் போது, "இத்தீர்மானத்தை உளமார ஏற்று உடனடியாகக் கல்வி வல்லுநர் குழுவினை அமைக்கும் முயற்சியில் ஈடுபடுவேன். இந்தக்குழு விரைவில் அமைத்து அதன் அறிக்கையைக் கொடுக்கும். எனவே மாணவர்கள் ஒரு பகுதியினர் கொண்டிருக்கின்ற அய்யத்தையும், அச்சத்தையும் விடுத்து எந்தக் கிளர்ச்சியிலும் ஈடுபடாமல் இருக்கவேண்டும்." (விடுதலை, 31.12.1970:2) எனக் கேட்டுக்கொண்டார்.

தமிழ்வழிக் கல்வி இயக்கத்திற்கு அடித்தளமிட்ட காங்கிரஸ் கட்சியின் குழு மனப்பான்மையால் முன்னோடித் திட்டமும், விரிவாக்கத் திட்டமும் தோல்வியடைந்தன. முந்தைய காங்கிரஸ் அரசின் செயல்களை விரிவாக்கிய தி.மு.க. அரசை அரசியல் காரணங்களுக்காகச் சிண்டிகேட் காங்கிரஸ் 1971ஆம் ஆண்டு எதிர்த்தது, தமிழ்வழிக் கல்வித்திட்டத்திற்குப் பேரிடியாக அமைந்தது.

இந்நிலையில் அப்போது மத்தியில் இந்திராகாந்தி தலைமையில் இயங்கி வந்த காங்கிரஸ் அரசு உரிய காலத்திற்கு ஓராண்டுக்கு முன்னதாகவே நாடாளுமன்றத்திற்கான தேர்தலை நடத்தப் போவதாக அறிவித்து தேர்தல் தேதிகளைப் பிரகடனம் செய்தது. இது தமிழகத்தில் இயங்கிய தி.மு.க அரசுக்கு முன்கூட்டி எதிர்பாராத திடீர்ப் பிரகடனம். மத்திய அரசு நாடாளுமன்றத்திற்கு மட்டுமே தேர்தல் நடத்த விரும்பிய தென்றாலும் தி.மு.க. அரசு, தமிழக சட்டமன்றத்திற்கு ஓராண்டுக்கு முன்னதாகவே தேர்தல் நடத்தக் கோரி அதற்கு மத்திய அரசின் இசைவையும் பெற்றது. தேர்தல் பிரகடனம் வெளியானபின் தமிழ் பயிற்சி மொழி பற்றிய பிரச்சினையில் ஆய்வு நடத்த லெட்சுமணசாமி முதலியார் குழு அமைக்கப்பட்டது.

லெட்சுமணசாமி முதலியார் (1971) குழு

அரசு தமிழ்ப் பயிற்றுமொழித் தொடர்பாக ஆலோசனை வழங்க 1970ஆம் ஆண்டு ஒரு குழுவை உருவாக்கியது. சென்னைப் பல்கலைக் கழகத் துணைவேந்தர் லெட்சுமணசாமி முதலியார், நெ.து.சுந்தர வடிவேலு, மதுரைப் பல்கலைக்கழகத் துணைவேந்தர் தெ.பொ. மீனாட்சிசுந்தரம், சந்திரன் தேவசேனா, ஜி.ஆர். தாமோதரன் ஆகியோர் இக்குழுவில் உறுப்பினர்களாக இருப்பர். (விடுதலை 20.12.1970) எனத் தமிழக அரசு அறிவித்தது.

குழுவின் இறுதி அறிக்கைகளின் சில பகுதிகள் பின்வருமாறு:

“உயர்கல்வியின் பல்வேறு கிளைகளைப் பொறுத்தவரை, சர்வதேச மொழியான ஆங்கிலத்தில் உள்ளதைப்போல் இந்திய மொழிகளில் நோக்குநூல்கள் கிடைப்பதென்பது சாத்தியமில்லை என்று குழு அறிகிறது. தமிழில் நூல்கள் தயாரிக்கும் பொழுது அவை உயர்ந்த தகுதிகளும் சிறந்த தகுதிகளும், சம்பந்தப்பட்ட துறையில் பரந்த அறிவும், கற்பித்தல் அனுபவமும், தமிழில் எழுதக்கூடிய திறனும் பெற்றவர்களாலேயே தயாரிக்கப்பட வேண்டும் என்று குழு யோசனை கூறுகிறது. பட்ட வகுப்புக்கான பெரும்பான்மையான நூல்கள் மூல நூலை ஒத்ததாகவும் பலமுறை திருத்தப்பட்டதாகவும், அண்மைக்கால முன்னேற்றங்களை உள்ளடக்கியவையாகவும் இருத்தல் வேண்டும். மொழிபெயர்க்கப்படும் போது மூலநூல்களிலுள்ள செய்திகளைச் சார்ந்தே மொழிபெயர்க்கப்பட வேண்டும். இருப்பினும் அறிவியல் மற்றும் தொழில்நுட்பச் சொற்களை அப்படியே உபயோகிக்கலாம். சர்வதேசச் சொற்கோவைகளில் கணிதம், புள்ளியியல், இயற்பியல், வேதியியல் போன்ற நூல்களின் விளக்கத்தை மொழிபெயர்க்க

இயலாது என்பதால் பாடநூல்களின் கருத்தினைக் கொண்டு கலைச் சொற்களை அப்படியே வைத்துக்கொள்ள வேண்டும்." *(லெட்சுமணசாமி குழுவின் அறிக்கை. 1971)*

1971ஆம் ஆண்டு உச்சநீதிமன்றம் சிறுபான்மையினரின் நலன் கருதி அரசியல் சட்டத்தின் 25, 30 பகுதிகள் உறுதிசெய்துள்ளபடிப் பல்கலைக் கழகங்களில் பயிற்றுமொழியாகவும் தேர்வுமொழியாகவும் வட்டார மொழிகளை நடைமுறைப்படுத்துவதும் அரசியல் சட்டத்திற்கு எதிரானது எனத் தீர்ப்பளித்துள்ளது. (The Hindu 12.01.1971) அன்றைய தி.மு.க. அரசு தமிழ்வழிக் கல்வி கற்கும் மாணவர்களுக்கு ஆண்டுக்கு 180/-ரூபாய் வீதம் மூன்று ஆண்டுகளுக்கு வழங்கியது. இத்திட்டம் 1976 வரை தொடர்ந்து நடந்துள்ளது.

இவ்வாறாகக் கல்லூரிகளில் தமிழ்வழிக் கல்வித்திட்டம் மீண்டும் 1970ஆம் ஆண்டு நடைமுறைப்படுத்தப்பட்டு தோல்வியடைந்தது. இருப்பினும் தமிழக அரசுக் கலைக் கல்லூரிகளில் சில குறிப்பிட்ட பாடங்கள் தொடர்ந்து தமிழ்வழியில் கற்பிக்கப்படுகின்றன. எனினும் ஆட்சி மாற்றத்தினால் 1978 ஆம் ஆண்டில் 11, 12ஆம் வகுப்புகளில் ஒவ்வொரு பிரிவிலும் ஆங்கிலம் பயிற்று மொழியாக இருக்க வகை செய்யும் ஆணையினை முதல்வர் எம்.ஜி.ஆர் ஆட்சியில் கல்வி அமைச்சர் செ.அரங்கநாயகம் பிறப்பித்தார்.

11. தமிழ்ப் பல்கலைக்கழகமும் தொடர் பணிகளும்

தமிழகத்தில் தமிழ்மொழி வளர்ச்சிக்கெனத் தமிழ்ப் பல்கலைக் கழகம் அமைக்கப்பட வேண்டும் என்ற முதல் குரல் 1920ஆம் ஆண்டு தொடக்கத்தில் எழுந்தது. அவ்வப்போது தமிழறிஞர்களால் முன் வைக்கப்பட்ட வேண்டுகோள் 1981ஆம் ஆண்டு செயல்வடிவம் பெற்றது. அன்றைய முதல்வர் எம்.ஜி.இராமச்சந்திரன், தமிழ்ப் பல்கலைக் கழகத்துக்கான அடிக்கல்லை 15.09.1981இல் நாட்டினார்.

தமிழ்ப் பல்கலைக்கழகத்தின் முதல் துணைவேந்தர் வ.அய். சுப்பிரமணியம் "திட்டம் தமிழ் வளர்ச்சி இயக்ககம்" என்ற பிரிவை உருவாக்கினார். இதன் இயக்குநராக இராம.சுந்தரம் 05.11.81இல் நியமிக்கப்பட்டார்.

தமிழ்வழிப் பொறியியல், மருத்துவம் செயல்திட்டம்

தமிழ் வளர்ச்சி இயக்ககம், பொறியியல், மருத்துவம் பாட நூல்களைத் தயாரித்து வெளியிடுவதை முதன்மை நோக்கமாகக் கொண்டு செயல்பட்டுள்ளது. த.ப.கழகத்தின் இம்முயற்சி பயிற்று மொழித் திட்டத்தைக் கல்லூரி நிலையிலிருந்து உயர் தொழில்நுட்பக் கல்வி (Professional Studies) நோக்கி நகர்த்தியது. இத் திட்ட இயக்குநர் தமிழகம் முழுவதும் உள்ள மருத்துவ, பொறியியல் கல்லூரிகளுக்குச் சென்று இத்திட்டம் குறித்து கலந்து ஆலோசித்து ஒத்த கருத்தை உருவாக்கினார். இதனைத் தொடர்ந்து பொறியியலாளர்களின் கருத்தரங்கையும், மருத்துவ அறிஞர்களின் கருத்தரங்கையும் தமிழ் வளர்ச்சி இயக்ககம் நடத்தியது. கருத்தரங்குகளில் 46 பொறியாளர்களும் 36 மருத்துவர்களும் கலந்து கொண்டனர். கருத்தரங்குகளில் கலந்துகொண்டவர்கள் நூல் எழுதும் விருப்பத்தையும் தெரிவித்தனர்.

நூல் உருவாக்கம்

பொறியியல், மருத்துவப் படிப்புகளுக்கான முதலாம் ஆண்டு பாட நூல்களை எழுதும் முயற்சிகள் தொடங்கப்பட்டன. நூலாசிரியர் களுக்கு உதவும் வகையில் பல்வேறு அறிவியல் நூல்கள், இதழ்களி லிருந்து (147 மூலங்கள்) தேர்ந்தெடுக்கப்பட்ட கலைச்சொற்களின் உருளச்சுப் பட்டியல் தயாரிக்கப்பட்டது. கருத்தரங்கில் கலந்து

கொண்ட மருத்துவ, பொறியியல் அறிஞர்கள் மட்டுமல்லாது ஆர்வமுடைய அனைவரையும் இத்திட்டத்தில் இணைத்துக் கொள்ள விரும்பி 10.03.1982இல் நாளிதழ்களின் வழி விளம்பரம் செய்யப்பட்டு விண்ணப்பங்கள் பெறப்பட்டன.

நாளிதழ்களில் வெளியிடப்பட்ட விளம்பரத்தைத் தொடர்ந்து 119 ஆசிரியர்கள் நூல் எழுத விருப்பம் தெரிவித்திருந்தனர். நூலாசிரியர்களைத் தேர்வு செய்யக் குழு அமைக்கப்பட்டது, இக்குழுவின் உறுப்பினர்கள் பொறியியல் நூல்கள் எழுத 14 கல்வியாளர்களையும், மருத்துவ நூல்கள் எழுத 14 கல்வியாளர்களையும் தேர்ந்தெடுத்தனர்.

த.ப.கழக முயற்சிகளின் விளைவாக இப்பொறியியல், மருத்துவக்கல்விக்கான பாடநூல்கள், கலைச் சொல்லகராதிகள் வெளியிடப்பட்டன. சென்னை அண்ணா பல்கலைக்கழகமும் சில பொறியியல் பாடநூல்களை வெளியிட்டுள்ளது.

தொழில்கல்வியில் தமிழ் : அரசு ஆணை

திராவிட முன்னேற்றக் கழக அரசு 1997ஆம் ஆண்டு பதவியேற்ற பிறகு தமிழ் வளர்ச்சி, பண்பாட்டுக்காகத் தனி அமைச்சகத்தைத் தோற்றுவித்தது, அந்த அமைச்சகத்துக்கு மு.தமிழ்க்குடிமகன் அமைச்சராக நியமிக்கப்பட்டார். 1997-1998ஆம் ஆண்டு முதல் தமிழ் வழிப் பொறியியலைக் கற்பிக்க அரசாணை வெளியிட்டது. இதன்படிக் கட்டுமானப் பொறியியல், இயந்திரப்பொறியியல், மின்பொறியியல், நெசவுத் தொழில்நுட்பம், தானியங்கிப் பொறியியல் ஆகியவைத் தமிழில் கற்பிக்கப்படும் என அறிவிக்கப்பட்டது. (தினமலர், 01.06.1997) இத்துறைகளைத் தமிழ்வழியில் அண்ணா பல்கலைக்கழகம் (சென்னை), அழகப்பா பொறியியல் கல்லூரி (காரைக்குடி), தியாகராசர் பொறியியல் கல்லூரி (மதுரை), பூ.சா.கோ. பொறியியல் கல்லூரி (கோவை), அரசுத்தொழில் நுட்பக்கல்லூரி (கோவை) ஆகிய கல்வி நிறுவனங்களில் நடத்தத் திட்டமிடப்பட்டது.

பயிற்சி வகுப்புகள்

தமிழில் பொறியியல் கற்பிப்பதற்கான முயற்சிகளின் முதல் பணியாகப் பொறியியல் ஆசிரியர்களுக்குப் பயிற்சி வகுப்புகளை நடத்தும் பொறுப்பு அண்ணா பல்கலைக்கழகத்தின் கல்வித் திட்டங்களுக்கான புலத்தலைவர் ஜி.ராமையனிடம் ஒப்படைக்கப்பட்டது. அவர் த.ப.கழகத்தின் முன்னாள் துணைவேந்தர் கி.கருணாகரனுடன் தொடர்பு கொண்டு பயிற்சி வகுப்பைத் த.ப.கழகத்துடன் இணைந்து

நடத்த விருப்பம் தெரிவித்தார். (அண்ணா பல்கலைக்கழகக் கடிதம் நாள்:30.05.1997)

இம்முடிவை ஏற்றுக்கொண்ட த.ப.கழகத் துணைவேந்தர் அறிவியல் தமிழ்த்துறை சார்பில் இப்பயிலரங்கை நடத்தத் திட்டமிட்டார். இதன்படி 23.06,97 முதல் 28.06.1997 வரை அறிவியல் தமிழ்த்துறையின் தலைவர் வழிகாட்டுதலுடன் பயிற்சி வகுப்புகள் நடத்தப்பட்டன. இப்பயிற்சி வகுப்புகளுக்கான தொடக்க விழாவில் தொடக்கவுரையாற்றிய அன்றைய சென்னைப் பல்கலைக்கழகத் துணைவேந்தர் ப.க.பொன்னுசாமி "இத்திட்டம் 150 ஆண்டுகாலப் போராட்டத்தின் வெற்றி, தமிழில் பொறியியல் பட்டப்படிப்பு என்பது சரியான முயற்சி. இதில் வெற்றி பெற ஆசிரியர்கள் கடினமாக உழைக்க வேண்டும். இந்த முயற்சிகளில் வெற்றி பெறாவிட்டால் தமிழைப் பலிகடா ஆக்கியவர்களாவோம்," என்றார். (தினமணி 23.06.1997)

பயிற்சி வகுப்புகளில் பொறியியல் ஆசிரியர்களுக்கான பயிற்சி வகுப்புகள் நடைபெற்றன. இப்பயிற்சி வகுப்புகளில் தமிழ்மொழியின் இலக்கண இயல்புகள், கலைச்சொல்லாக்கம் பற்றிய வகுப்புகளைப் பேராசிரியர்கள் சி.சண்முகம், சா.கிருட்டிணமூர்த்தி, கி. அரங்கன், இராம. சுந்தரம் ஆகியோர் நடத்தினர்.

தமிழ்வழிப் பொறியியல் : தோல்வி

அரசு வெளியிட்டிருந்த விளம்பரத்தில் தமிழ்வழிப் பொறியியல் கல்வி வகுப்புகளுக்கான மொத்த இடங்கள் முந்நூற்றைம்பது என அறிவிக்கப்பட்டது. சுமார் 700க்கும் மேற்பட்ட விண்ணப்பங்கள் வந்தன. விண்ணப்பங்களின் அடிப்படையில் மாணவர் பட்டியல் தயாராகிக் கொண்டிருக்கும்போது அனைத்திந்தியத் தொழில்நுட்பக் கல்விக்குழு (AICTE) ஒப்புதல் தரவில்லை என அரசு அறிவித்தது. தமிழ்வழிப் பொறியியலுக்கு விண்ணப்பித்திருந்த மாணவர்கள் ஆங்கில வழிப் பொறியியல் வகுப்புக்களில் சேர்க்கப்பட்டனர். ஆசிரியர்கள், மாணவர்கள், நிறுவனங்கள் ஆகியவை, தமிழ்வழிப் பொறியியலைக் கற்பிக்க விரும்பிய போதும் கூட மத்திய அரசின் ஒப்புதல் இல்லாததால் இத்திட்டம் தோல்வியடைந்தது.

தனியார் பள்ளிகளில் தமிழ்வழிக் கல்வி

தமிழகத்தில் 1980களில் தனியார் பள்ளிகள் அதிக எண்ணிக்கையில் உயர்ந்தன. தமிழகம் முழுவதும் இந்நிலை மேலும் அதிகரித்தது. தமிழகத்தில் தமிழ்வழியில் கற்கும் குழந்தைகளின்

எண்ணிக்கை பெருமளவில் குறைந்தது. இந்த அவலநிலைக்கு "மாநில அரசின் கல்விக்கொள்கையின் அடிப்படையிலான சிக்கலான நடவடிக்கைகள்", "அரசுப் பள்ளிகளைப் புதியதாகத் தொடங்காத நிலை", "தரமற்ற கல்வி", "பெற்றோர்களின் ஆங்கில ஆர்வம்", "தனியார் பள்ளிகளின் வரவு" ஆகியவற்றைச் சுட்டலாம். தமிழ் வழியில் முதல் வகுப்பு முதல், பன்னிரண்டாம் வகுப்பு வரை தமிழ் வழிக் கல்வி வகுப்புகள் அரசுப் பள்ளிகளில் இருந்த நிலையிலும். ஆங்கிலக் கல்வி மோகம் பெற்றோர்களிடம் இருந்தது என்பதை விளக்கும் புள்ளி விவரம் வருமாறு:

ஆண்டு	உயர்நிலைப் பள்ளிகளிலும் மேல்நிலைப் பள்ளிகளிலும் கல்வி கற்கும் மாணவர்கள்	
	மாநிலக் கல்வி வாரியம்	மையக் கல்வி வாரியம், மெட்ரிகுலேசன், ஆங்கிலோ இந்தியப் பள்ளிகள்
	விழுக்காடு	விழுக்காடு
80-81	92.2	7.8
90-91	87.6	12.4
94-95	85.0	15.0

கட்டாயத் தமிழ்வழிக் கல்விப் போராட்டம்

பள்ளிகளில் ஆங்கிலவழிக் கல்வி ஆர்வம் அதிகரித்து வருவதைக் கண்டு கவலையுற்ற தமிழகக் கல்வியாளர்கள், தமிழாசிரியர்கள், பல்வேறு தமிழ் அமைப்புக்கள் தமிழ்வழிக் கல்விக்கான மக்கள் அமைப்புக்களைத் தொடங்கி 1998ஆம் ஆண்டு முதல் பிரச்சாரம் செய்து வந்தனர். தமிழ் அமைப்புகள் ஒன்று கூடி 1999ஆம் ஆண்டு தமிழ்ச் சான்றோர் பேரவை என்ற அமைப்பின் கீழ் போராடுவதென முடிவெடுத்தனர். இதற்காக 1999 ஏப்ரல் மாத இறுதியில் நூறு தமிழறிஞர்கள், சாகும் வரை உண்ணாநோன்பு மேற்கொள்ள முடிவெடுத்தனர். தமிழறிஞர் தமிழண்ணல் தலைமையிலான போராட்டக்குழு அரசுக்கு வைத்த கோரிக்கைகள் வருமாறு:

1. தமிழ் நாட்டில் உள்ள அனைத்துக் கல்விக் கூடங்களில் ஐந்தாம் வகுப்பு வரை தமிழ் மட்டுமே பாடமொழியாகவும், பயிற்றுமொழியாகவும் இருக்க வேண்டும். ஆறாம் வகுப்பு முதல் அனைத்து நிலையிலும் ஆங்கிலம் ஒரு பாடமொழியாகக் கற்பிக்கப்படலாம்.

2. பொறியியல் மருத்துவம், சட்டம், தொழில் நுட்பங்கள் உள்ளிட்ட உயர்கல்வித் துறைகள் அனைத்திலும் முன்னரே தமிழ்வழிப் பாட நூல்கள் தயாராகவும் அறிமுக நிலையில் இருப்பதால் வரும் கல்வி ஆண்டிலேயே அவ்வுயர் கல்வித்துறைகள் அனைத்திலும் தமிழ்வழிக்கல்வியை நடைமுறைக்குக் கொண்டுவரவேண்டும்.

3. தமிழக அரசு மற்றும் அரசு சார்ந்த துறைகள் அனைத்திலும் தமிழ்வழிக் கல்வி பயின்றவர்களுக்கு வேலைவாய்ப்பில் முன்னுரிமை தரவேண்டும். (தமிழ்ச் சான்றோர் பேரவை தீர்மானங்கள் 1999)

தமிழறிஞர்களின் இக்கோரிக்கைகளை விரைவில் நடைமுறைப் படுத்தப் போவதாக உண்ணாநோன்பை நிறைவு செய்து உரையாற்றிய அமைச்சர் மு. தமிழ்க்குடிமகன் ஓர் அறிக்கையை வாசித்தார். இதைத் தொடர்ந்து நீதிபதி மோகன் தலைமையில் பயிற்றுமொழி குறித்து ஆராய குழு அமைக்கப்பட்டது.

மோகன் குழு

தமிழை மழலையர் பள்ளிகளில் நடைமுறைப்படுத்துவது, தொழிற் கல்வியில் தமிழ்வழிக் கல்வி பயின்றோருக்கு வேலைவாய்ப்பு முன்னுரிமை ஆகிய மூன்று கோரிக்கைகளை நிறைவேற்றுவதில் உள்ள சட்டச்சிக்கல்கள் என்ன. இதனால் சிறுபான்மையினரின் உரிமை களுக்கு பாதிப்பு உண்டா என்பதைக் கண்டறிய ஓய்வுபெற்ற நீதிபதி எஸ். மோகன் தலைமையில் ஒரு குழுவைத் தமிழக அரசு அமைத்தது. இக்குழுவில் வா.செ. குழந்தைசாமி (முன்னாள் துணைவேந்தர்) ச. முத்துக்குமரன் (முன்னாள் துணைவேந்தர்), தமிழண்ணல், இரா. இளங்குமரன் ஆகியோர் இடம் பெற்றிருந்தனர். இக்குழு 31.05.1999க்குள் அறிக்கையை அரசுக்கு அளிக்க ஆணை வெளியிடப்பட்டது (27.11.1998).

அந்த அறிக்கை இதுதான்

"அரசுச் சார்பான 41,417 பள்ளிகளிலும் இப்போது தமிழே பயிற்று மொழியாகவும் பாடமொழியாகவும் உள்ளது. எஞ்சியுள்ள மெட்ரிகுலேசன் முதலான 2,402 பள்ளிகளில் மட்டுமே இந்த முடிவுகள் மேற்கொள்ளப்பட வேண்டும்.

ஒன்று முதல் ஐந்து வகுப்புக்குரிய தொடக்கப் பள்ளிகள், நாடு முழுதும் பரவியுள்ள மழலையர் பள்ளிகள் தொடங்கி மெட்ரிகுலேசன் பள்ளிகள் வரையில் உள்ள அனைத்துப் பள்ளிகளிலும் 'தமிழ்' ஒன்றே

மொழிப் பாடமாகவும், பயிற்று மொழியாகவும் இருக்க வேண்டு மென்ற கொள்கையில் தமிழ் அறிஞர்களுக்கும் - தமிழக அரசுக்கும் எந்தவொரு கருத்து வேறுபாடும் கிடையாது. இக்கொள்கையினை நிறைவேற்றும் வகையில் ஏற்கனவே மாண்புமிகு முதலமைச்சர் அவர்கள் அறிவித்தவாறு ஏப்ரல் 30க்குள் ஒரு குழு அமைக்கப்படும். மே31க்குள் அக்குழுவிடமிருந்து பரிந்துரை அறிக்கை பெற்று வரும் கல்வியாண்டிலேயே அதனை நடைமுறைப் படுத்துவதற்கான முயற்சிகள் அனைத்தையும் அரசு செய்யும்.

மாண்புமிகு முதலமைச்சர் அவர்கள் அறிவுறுத்தியவாறு உண்ணா நோன்பிருக்கும் தமிழ் அறிஞர்களோடு மாண்புமிகு தமிழ் ஆட்சி மொழி அமைச்சர் முனைவர் தமிழ்க்குடிமகன் அவர்கள் கலந்து பேசி எடுக்கப்பட்ட முடிவாகும் இது."

இந்த அறிவிப்பு, போராட்டக் குழுவினர் இடையே படிக்கப்பட்ட போது கைதட்டி வரவேற்றனர்.

இக்குழு எப்படிச் செயற்பட்டது என்பதைக் கவனியுங்கள்

"இக்குழு 15.5.1999 தொடங்கி, பல்வேறு நிலைகளில் இப்பிரச்சினைகளை ஆராய்ந்தது. பொதுமக்கள் கருத்தை வாய்மொழி மூலமாக மூன்று நாட்கள் கேட்டறிந்தது; எழுத்து மூலமாகவும் கருத்துக்கள் பெற்றது. குழுவிடம் தொடர்பு கொண்டவர்கள் எண்ணிக்கை பின்வருமாறு: தனிநபர்கள் 423; ஆசிரியர் கழகங்கள் 5; வழக்கறிஞர்கள் 3; பள்ளி நிர்வாகங்கள் 40; பள்ளி நிர்வாகக் கழகங்கள் 22; ஆசிரியர் பெற்றோர் சங்கங்கள் 8; தமிழ்ச் சங்கங்கள் உட்பட மற்ற சங்கங்கள் 87; அரசியல் கட்சி சார்பான நிறுவனங்கள் 8; சிறுபான்மையினரும் அவர்தம் சங்கங்களும் 9, அயல் மாநிலங்களில் உள்ள நடைமுறைகளை அறிவதற்காக அதிகாரிகளை அனுப்பி உரிய ஆணை விவரங்களைப் பெற்றுவரச் செய்தது. கல்வித் தொடர்புடைய தமிழக அரசின் உயர் அதிகாரிகளையும், பள்ளிக் கல்வித் துறை இயக்குநர்களையும், மருத்துவம், பொறியியல் உட்படப் பல்வேறு உயர்கல்வித்துறை இயக்குநர்களையும், அழைத்து விவரம் கேட்டறிந்தது. இவை தொடர்பான சிக்கல்களையும் தீர்வுகளையும் தொடர்ந்து ஆராய்ந்து, இவ்வறிக்கையை அரசிடம் அளிக்கின்றது."

இக்குழு எந்த அளவுக்கு எல்லாருடைய கருத்துக்களையும் கேட்டிருக்கிறது என்பதை உணரமுடியும்.

1968இல் அண்ணா சட்டமன்றத்தில் பின்வரும் கருத்துக்களை முன்வைத்தார்.

"ஒரு நாட்டின் பயிற்றுமொழி, ஆட்சிமொழி ஆவதற்குத் தாய் மொழி என்னும் தகுதிக்கு ஈடாக வேறு எந்தத் தகுதியும் ஒரு மொழி பெற்றிடத் தேவையில்லை. தமிழ் நாட்டைப் பொறுத்தவரை கல்விக்கூடங்கள் அனைத்திலும் பயிற்சி மொழியைப் பொறுத்தவரை முதல் மொழி தமிழே; இரண்டாம் மொழியே ஆங்கிலம்" என்று தெளிவுபடக் கூறியுள்ளார்.

ஆங்கில மொழியுடன் எவ்விதப் பகையும் இருத்தல் கூடாது. அதன் இனிமை, மனத்தை ஈர்க்கும் திறன், தகுதியுடைமை போல்வன பல்வேறு வகைகளில் பயன்படும். ஆனால், அதன் சிறப்புக்களைக் கருதி, நம் சொந்த மொழிகளை எவ்வித எழுச்சியும் இன்றித் தேங்க விடுவது என்பது முறையாகுமா?

மேலும் தனக்குத் தெரிந்த மொழிவழி ஒரு துறை அறிவைப் பெறுவது மகிழ்ச்சி தரும்; சரிவரத் தெரியாத மொழியில் துறை அறிவைப் பெற முயல்வது தண்டனையாகவே அமையும். ஆகவே தான் உலகில் பல நாடுகளிலும் தாய்மொழி மூலமே கல்வி கற்பிக்கப் படுகிறது. மேலும், தாய்மொழி வழிக் கல்வியே முன்னேற்றத்திற்கு அடிப்படையாக அமைகிறது.

மேன்மையான கல்விக்கு ஆங்கிலம்

"ஆங்கிலத்தில் மிக உயர்ந்த கல்வித் திறன் பெறுதற்கு வாய்ப்புள்ளது" என்று ஒரு கருத்துத் தெரிவிக்கப்படுகிறது. ஆனால், அவ்விதம் உயர்ந்த ஆங்கிலக் கல்வித்திறம் பெற்ற மேதகு வி.எஸ்.சீனிவாச சாத்திரியார், சக்கரவர்த்தி சி.இராச கோபாலாச்சாரியார் போன்றோர் ஆங்கிலமொழியும் மேலைநாட்டார் பண்பாடும் மேன் மேலும் வளர்ந்து, கல்வி கற்காத நம் நாட்டு ஏழை எளிய மக்களிட மிருந்து மிகவும் விலகிச் சென்று விடுதல் கூடாது எனக் கூறியுள்ளனர். எனவே தான், தங்கள் வாழ்நாளில் மிகுந்த ஆர்வத்துடன் தமிழில் கட்டுரைகளும், நூல்களும் எழுதியுள்ளனர்.

ஆங்கிலவழிக் கல்விப் பள்ளிகளில், வழிவழியாகக் கல்வி கற்ற பெற்றோர்களின் குழந்தைகளே பெரும்பாலும் கல்வி கற்கின்றனர். அப்பள்ளிகளில் கல்வி கற்கும் மாணவர், அவர்தம் சமுதாயப் பின்னணியின் பயனாக நன்கு கல்வி கற்றுத் தேறுகின்றனர். இதற்கெதிராகத் தமிழ்வழிப் பள்ளிகளில் ஏழை மாணவரும் நடுத்தரக் குடிமக்களின்

குழந்தைகளுமே கல்வி கற்கின்றனர். இவர்களது பின்னணியாலும் குடும்பச் சூழலாலும் இவர்களது திறமைகளை வளர்க்கமுடிவதில்லை. இவர்கள் குறைந்த அளவு தேர்ச்சி பெறுவதற்கும் வாழ்க்கையில் வெற்றி பெறாததற்கும் குடும்பச் சூழலே காரணம்.

இளமையிலே ஆங்கிலவழிக் கல்வி

ஆங்கிலவழிக் கல்வி இளமை முதலாக அமையவேண்டும் என்றும் அதனால் குழந்தைப் பருவத்திலேயே ஆங்கிலமொழிக் கல்வியைத் தொடங்கிவிட வேண்டும் என்றும் பலர் கருதுகின்றனர். ஆனால், ஆங்கிலேயர் ஆட்சிக் காலத்திலேயே சாட்லர் கமிஷனும் (Sadler Commission) கார்டாக் குழுவும் (Hartog Committee). அபோட் மற்றும் வுட் (Abbot and wood) என்பார் அறிக்கையும் தாய்மொழி வழிக் கல்வியை மிக வற்புறுத்தி எழுதியுள்ளன. மிக விரிவாக விவாதிக்கப்பட்ட சார்ஜண்ட் திட்டம் (Sargent Scheme) கல்வியாளர் பலருடனும் விவாதித்து, மகாத்மா காந்தியின் வார்தாத் திட்டத்தையும் மேற்கோள்காட்டி அனைத்து உயர்நிலைப் பள்ளிகளிலும் தாய்மொழியே பயிற்று மொழியாக இருக்க வேண்டும் என்று கூறியிருக்கிறது

பயிற்றுமொழி; இலக்கணம்

பொதுவாக ஒரு மொழி உண்மையாகவும், முழுமையாகவும் பயிற்று மொழியாவதற்குக் கீழ்க்கண்ட தகுதிகள் தேவை

தேவையான அளவு மாணவருக்கு அம்மொழி தெரிந்து இருக்க வேண்டும். அம்மொழியில் ஆசிரியருக்கு நல்ல தேர்ச்சி இருக்க வேண்டும். கணவனின் குடும்பத்திற்கும் பள்ளிக்கும் நெருக்கமான உறவு அமைய அப்பயிற்று மொழி இளம் மாணவரின் பெற்றோருக்குத் தெரிந்து இருக்க வேண்டும். அம்மொழியில் தரமான பாட நூல்கள் கிடைக்கவேண்டும்.

அம்மொழியில் பாடநூல்கள் தவிரத் துணை நூல்களும், துணை ஆதார நூல்களும் கிடைக்க வேண்டும். இந்தத் தகுதிகளின் அடிப்படையில் பார்த்தால் பயிற்று மொழி தாய்மொழியாகத் தான் இருக்க வேண்டும் என்பது தெளிவு. இதை நாம் நடைமுறையில் காண்கிறோம்.

ஆங்கிலவழிக் கல்வி கற்பிக்கும் பள்ளிகள் யாவும் மேலான கல்வி நிறுவனங்கள் என்று சொல்வதற்கில்லை. அவற்றுள் ஒன்றுக்கொன்று மிகுந்த வேறுபாடுகள் உண்டு. வீட்டில் பெற்றோர் உதவியுடன் ஓரளவு ஆங்கிலம் தெரிந்த குழந்தைகள் ஆங்கில வழிப் பள்ளிகளில்

பயன்பெறும் வாய்ப்புண்டு. ஆனால் ஆங்கிலமே தெரியாத அல்லது சரிவர ஆங்கிலம் தெரியாத குழந்தைகளே பெரும்பாலும் கல்வி கற்கும் பள்ளிகள் பல உண்டு. இவற்றில் கல்வி கற்கும் குழந்தைகள் மிகுந்த முயற்சிக்குப்பின், பல ஒலிகளைத் தெரிந்து கொள்கின்றனர். ஆனால் அவற்றின் உட்பொருள்களைத் தெரிந்து கொள்வதில்லை. ஆகவே அவர்கள் வெற்றி பெறுவதில்லை. இவ்வகைப் பள்ளிகளில் ஆங்கிலம் ஒரு பயிற்று மொழியாக அமைந்து மற்ற பாடங்களைக் கற்கப் பயன்படவில்லை; துறைப் பாடங்கள் கற்பது ஆங்கில மொழி கற்க ஒரு வாய்ப்பாகப் பயன்படுகிறது. மற்ற பாட வகுப்புகள் ஆங்கிலம் கற்பிக்கும் வகுப்புகளாக மாறிவிடுதால் அறிவைப் பெறுவது தடைபெறுகிறது. ஆகவே, இவ்வகை ஆங்கில வழிப் பள்ளிகளில் கல்வி கற்கும் மாணவர் பொதுவாக மேன்மையாகக் கல்வியைப் பெறாதது மட்டுமல்ல; அயல்நாட்டு மொழிவழிக் கல்வி அவர்களின் முழுத்திறமையை வெளிக் கொணரும் வாய்ப்பையும் தடை செய்து விடுகிறது.

அடுத்து, புதியனவற்றைக் கற்ற குழந்தை அவற்றைத் தனது பெற்றோரிடம் பகிர்ந்து கொள்வதில் மகிழ்ச்சி அடைகின்றனர். பெற்றோரும் தமது குழந்தையின் ஆர்வத்தில் பங்கு கொண்டு குழந்தையின் சிந்தனைகளைத் தூண்ட விரும்புவார்கள். ஆனால், குழந்தையின் பயிற்று மொழி பெற்றோருக்குத் தெரியவில்லை எனில், வீட்டின் குழந்தை பெறக்கூடிய மகிழ்ச்சியும், ஆதரவும் பெறும் வாய்ப்பில்லை. ஆகவேதான் "குழந்தைப் பருவத்தில் தாய்மொழியே சிறந்த பயிற்று மொழி" என்று முடிந்த முடிவாக சொல்லப்படுகிறது.

தாய்மொழி வழிக் கல்வியின் பயன்

தாய்மொழி வழிக் கல்வி கற்றால் சிறுவயதிலேயே மற்ற பாடங்களைக் கற்கும் வாய்ப்பு மிகுதியாகிறது. வேற்றுமொழி வழிக் கற்பதற்கு அம்மொழியை முதலில் கற்கவேண்டியிருப்பதால், இளம் வயதில் மற்ற பாடங்களைக் கற்று அறிவைப் பெறும் வாய்ப்பு குறைகிறது. இளம் வயதில் அவசியமின்றி மொழிச்சுமை ஏற்படுத்துவதால் அறிவைப் பெறுவது அள்ளிப் போடப்படுகிறது. தாய்மொழி வழிக் கல்வி பெறுவதால் அறிவை வளர்த்துக்கொள்ள இயலாது என்று யாரும் சொல்லமுடியாது. அறிவு எந்த மொழிக்கும் தனிப்பட்ட சொத்து அல்ல. அறிவை எந்த மொழி வழியும் பெற முடியும். தாய்மொழி வழிப் பெறுவது இயற்கையானது, எளிமையானது.

கற்பிப்பதில் இடர்பாடு

பள்ளிக் கல்வியைத் தமிழ்வழிக் கல்விக்கு மாற்றினால் ஆசிரியர் இடர்ப்படுவர்; பாடத்திட்டத்தை மாற்றுவதிலும், பாட வேளைகளைப் பகுப்பதிலும் சிக்கல் உண்டாகும். ஆசிரியர்கள் சிலர் வேலை இழக்க நேரும். பள்ளிகளை மூடவும் நேரும் எனக் கூறுகின்றனர். நடைமுறைப்படி இக்கூற்றில் உண்மை இல்லை. பள்ளிக் கல்வியைத் தாய்மொழி வழியாகவே கற்பிப்பது என அனைத்துப் பள்ளிகளுக்கும் விதி வகுக்கும் போது, மேற்கூறிய நிலைமைகள் ஏற்பட வாய்ப்பு இல்லை. அயன்மொழிக்கு மாறுவது என்பதுதான் ஆசிரியர், மாணவர் களுக்குக் கடினமாகுமே தவிரத் தாய்மொழிக்கு மாறுவது என்பது எவ்வகையிலும் கடினமாகாது.

புதிய கண்டுபிடிப்புகள்

ஆங்கில மொழி வழியே கற்கவில்லை என்றால் புதிய புதிய உலகச் சிந்தனைகள் உடனுக்குடன் பெறுதல் இயலாது. உலகளாவிய நிலையில் வேலைவாய்ப்புப் பெறுதல் இயலாது என்றும் கூறப்படுகிறது. ஆனால் இன்றைய சூழலில் அறிவியல் என்பது ஆங்கில மொழிக்கு மட்டுமே உரியதென்று கூறுவது சரியன்று. அறிவியல் சிந்தனைகள் உலகப் பொதுவுடைமை ஆகும். அவற்றை உடனுக்குடன் மொழியாக்கம் செய்ய வழியுண்டு. இந்நூற்றாண்டில் அறிவியல் வளர்ச்சியால் உலகம் மிகமிகச் சுருங்கிய குடும்பமாகி வருகின்றது. இந்நிலையில் எவரொருவர் எம்மொழியில் தம் கண்டுபிடிப்பைக் கூறினாலும் அதனால் பயனடைய விரும்புவோர் அதனைத் தம் மொழியில் பெற்றுக்கொள்ள வாய்ப்பு உள்ளது.

அயல்மொழியில் தேர்ச்சி

தாய்மொழி வழிக் கல்வியைக் கொண்டு வருவதால் ஆங்கில மொழிக் கல்வித்தரம் குறையும் என்று கூறப்படுகிறது. உண்மையில் தாய்மொழி மூலம் பாடங்களைப் படிப்பது என்பது வேறு, ஆங்கிலத்தை ஒரு மொழிப் பாடமாகக் கற்பது என்பது வேறு. ஆங்கில மொழிக் கல்வியை எல்லா வகையாலும் மேன்மேலும் தரப்படுத்த வேண்டும் என்பதில் எவருக்கும் கருத்து வேறுபாடு இருத்தல் இயலாது என்கிறது அறிக்கை.

ஆங்கில மொழி வழிப் படிப்பது வேறு; ஆங்கில மொழியைப் படிப்பது வேறு என்று பல பெற்றோர்களுக்குத் தெரிவிக்கப் படவில்லை.

மொழிவழிக் கல்வியும் பண்பாடும் எப்படிப் பின்னிப் பிணைந்திருக்கின்றன என்பதை அறிக்கை உணர்த்துகின்றது.

"மொழியும் பண்பாடும் ஒன்றோடு ஒன்று இணைந்தவை. ஒரு மக்களின் பண்பாடு அவர்களது மொழி வழியே வளர்கிறது. நமது பண்பாடு நம் முன்னோர் நமக்கு விட்டுச் சென்ற சொத்து. அதைப் பேணிக் காப்பது நமது கடமை. தமிழ்நாட்டுக் குழந்தைகள் தமிழ் இலக்கியங்களைக் கற்றால்தான் அவர்களால் தமிழ்ப் பண்பாட்டைப் புரிந்து கொள்ள இயலும். வளர்க்க இயலும். நமது பண்பாட்டைப் புரிந்து கொள்ளாது ஆங்கிலவழிப் படித்து பட்டம் பெற்று வெளிநாட்டில் பணியாற்றச் சென்றால் அங்கு அந்நாட்டு மக்கள் நல்ல பண்பாட்டுடன் வாழ்வதையும், பண்பாடில்லாமல் குறையுடன் இருப்பதை உணரமுடியும். தனது குறை அவனுக்குத் தெரிவதுடன் அந்நாட்டு மக்களும் இவனை மதிக்க மாட்டார்கள். ஆகவே தமிழை ஆழமாகக் கற்பதும் தமிழ் இலக்கியங்கள் கற்பதும் இன்றியமையாதது. அதாவது தமிழ் மொழியைப் பல ஆண்டுகள் கற்பது தேவையான ஒன்று."

இது தொடர்பாகக் குழு தன் பரிந்துரைகளை அழுத்தம் திருத்தமாகச் செய்கின்றது.

"அரசு மிக விரைவாகவும் தெளிவாகவும் இது தொடர்பான சட்டமியற்ற வேண்டுமென்று இக்குழு பரிந்துரைக்கிறது."

குழு மெட்ரிகுலேசன் பள்ளிகளுக்கான அடிப்படை குறித்தே பரிந்துரை செய்து தன் அறிக்கையில் தெளிவுபடுத்தியுள்ளது.

"இன்றைய மெட்ரிகுலேசன் பள்ளிகளில் ஆங்கிலம்தான் பயிற்று மொழியாக இருக்க வேண்டுமென்ற விதியுள்ளது. தமிழ் அல்லது தாய்மொழியைப் பயிற்று மொழியாக ஏற்றுக்கொண்ட பின்னர் அவ்வாறிருத்தல் ஆகாது. ஆகவே அவ்வாறிருக்கும் விதி, ஆங்கிலம் அல்லது தமிழ்/தாய்மொழி பயிற்று மொழியாக இருக்க வேண்டு மென்று திருத்தப்பட வேண்டும்."

"இந்த அடிப்படையில் குழு பின்வரும் பரிந்துரைகளைச் செய்தது.

1. மழலையர் மற்றும் 5ஆம் வகுப்பு (E.S) வரை அனைத்துப் பள்ளிகளிலும் தமிழ் அல்லது தாய்மொழி மட்டுமே பயிற்று மொழியாக அமைய வேண்டும். 3ஆம் வகுப்பு தொடங்கி ஆங்கிலம் ஒரு மொழிப் பாடமாகப் பயிற்றுவிக்கப்பட வேண்டும்.

2. 6ஆம் வகுப்பில் சேர்ப்பதற்கு 5ஆம் வகுப்புத் தகுதி நிலையில் கல்வி மாவட்ட அளவில் மாவட்டக் கல்வி அதிகாரி தலைமையில் ஒரு குழு அமைத்து ஒரே நாளில் ஒவ்வொரு பள்ளியிலும் (ஒரு பொதுவான) தேர்வு நடத்தி, தேர்வு பெற்றவர்களைச் சேர்த்துக் கொள்ளலாம்.

3. பயிற்றுமொழிக் கொள்கையைப் பின்பற்றாத பள்ளிகள் ஒரு குறிப்பிட்ட காலவரைக்குள் (3ஆண்டுகள்) மாற்றியமைத்துக் கொள்ள வேண்டுமென்று அரசு அறிவிக்க வேண்டும். இதனை ஏற்காத பள்ளிகட்கு அனுமதி வழங்கக்கூடாது.

4. மெட்ரிகுலேசன் பள்ளிகளில் ஆங்கிலம்தான் பயிற்றுமொழி மாறியிருப்பதை, ஆங்கிலம் அல்லது தமிழ்/தாய்மொழி பயிற்று மொழி என்று திருத்தப்பட வேண்டும். இதனால் 6ஆம் வகுப்பு தொடங்கி தமிழ்வழி கற்பிக்கும் மெட்ரிகுலேசன் பள்ளிகள் அரசின் ஏற்புப் பெற வாய்ப்பு ஏற்படும்.

5. அரசுப் பள்ளிகளில் ஆங்கிலம் பயிற்றுமொழியாக இருக்கும் பிரிவுகளை, 6ஆம் வகுப்பிலிருந்து ஒவ்வொரு வகுப்பாக (படிப்படியாக) நீக்குவதற்கு அரசு நடவடிக்கை எடுக்க வேண்டும்.

6. ஆங்கிலத்தை முறையாகக் கற்பிக்க 6ஆம் வகுப்பு முதல் ஆங்கிலத்தில் பட்டம் பெற்று நன்கு தேர்ச்சி பெற்ற ஆசிரியர்களை அரசு நியமிக்க வேண்டும். மாணவர்கள் பேசவும், எழுதவும் திறம் பெறும் வகையில், ஆங்கில மொழியைக் கற்பிக்கும் முறையில் மாற்றம் செய்யவேண்டும்.

7. ஆறாம் வகுப்பு முதல் முதற்பிரிவில் வட்டாரமொழி அல்லது தாய்மொழி படிக்க வேண்டும் என்னும் விதியை (அரசு ஆணை எண்.105, கல்வி, நாள்.24.01.1968) தமிழ் அல்லது தாய்மொழி என்று திருத்தம் செய்ய வேண்டும்.

8. உயர்கல்வி: கலைச் சொல் பட்டியல்கள் தயாரித்தல்; பாட நூல் தயாரித்தல்; தொழிற்கல்வியைத் தமிழ்வழி கற்பித்தலைத் தொடங்குதல்

    1. சட்டத்தின் வாயிலாகத் தன்னாட்சி அமைப்பு ஒன்றை உருவாக்க வேண்டும் (A Statutory Autonomous Body) பதவி வழிப்பட்ட தலைவராக முதல் சி.வி. இருக்க வேண்டும். செயல் தலைவராகக் கல்வித் துறையில் சிறந்த ஒருவர் இருப்பார். துறைதோறும் அத்துறை நிபுணர்களைத்

துறைத் துணைத் தலைவர்களாகக் கொண்டு துறைசார் பணிகளை மேற்கொள்ள வேண்டும்

2. கைவினைஞர் நிலையில் (I.T.I) தமிழ் பயிற்றுமொழி ஆக்குவதைத் தொடர்ந்து, தொழில்நுட்பப் பயிலகமும் (Polytechnic) பின்னர் பொறியியல் கல்லூரியும் (Engineering College) தமிழைப் பயிற்றுமொழியாக்க வேண்டும். இம் மூன்று நிலைகளிலும் தேவையான ஆயத்தப் பணிகளை ஒரே மையத்தில் தொடங்க வேண்டும்.

9. சித்த மருத்துவம், வேளாண்மை, கால்நடை மருத்துவம் போன்ற துறைகளில் தமிழ்வழியில் கற்பிப்பதற்கான வாய்ப்பினை அரசு உருவாக்க வேண்டும்.

10. வேலைவாய்ப்பில் முன்னுரிமை- மற்ற அனைத்துக் கூறு களிலும் சமத் தகுதி பெற்றவர்களுக்கிடையில் தமிழ் வழி பயின்றவர்களுக்கு முன் வாய்ப்பு நல்குவது தமிழ்வழி கற்பவர்களை ஊக்குவிப்பதாக அமையும். (அவர்கள் அரசுப் பணியாளர்களாக நியமிக்கப்படுவதால் தாய்மொழி வழியில் ஆட்சி செலுத்துவது நல்ல முறையில் அமைய உதவும்)

இப்பரிந்துரைகள் அமைச்சரவைக் கூட்டத்தில், விவாதிக்கப்பட்டு, மேற்கொள்ளப்படும் முடிவுகள் நாடாளுமன்றத் தேர்தல் முடிந்த பின்னர் அறிவிக்கப்படும்.”

இக்குழு பலரது கருத்துக்களையும் கேட்டு மட்டும் பரிந்துரை செய்யவில்லை.

ஒரு சில மாநிலங்களுக்கும் சென்று, தக்கவர்களிடம் கலந்து பேசி உண்மைகளை அறிந்து, அவர்கள் பிறப்பித்துள்ள ஆணைகளையும் இங்கே இணைத்துக் காட்டியிருக்கிறார்கள்.

கர்நாடகத்தைப் பொறுத்த வரையில் ஒன்று முதல் 4 வரை தொடக்கக் கல்வி. இங்கு ஒன்று முதல் நான்கு வகுப்புகளில் ஆங்கிலத்தை ஒரு மொழிப் பாடமாகக் கட்டாயமாகக் கற்பிக்கவோ அல்லது பயிற்றுமொழியாகப் பயன்படுத்தவோ கூடாது என்பதுதான் விதி. உச்சநீதி மன்றத்தில் ஒரு வழக்கு நிலுவையில் உள்ளது என்றாலும் கர்நாடகம் இதில் தெளிவாக உள்ளது.

மொழிப்பாடம் மற்றும் பயிற்றுமொழி தொடர்பாகச் சிறுபான்மையர் நடத்தும் நிறுவனங்களுக்கு விதிவிலக்கு ஏதுமில்லை. ஆங்கிலத்தைத் தாய்மொழியாகக் கொண்ட மாணவர்களுக்கு மட்டும்

இப்போது அங்கீகாரம் பெற்றுள்ள ஆங்கில வழிப் பள்ளிகளில் 1 முதல் 4 வகுப்புகளில் ஆங்கில வழிக் கல்வி கற்க அனுமதி வழங்கப் பட்டுள்ளது

மேனிலை

இரண்டு மொழிகள் கற்கவேண்டும்; ஒன்று கன்னடம் (அ) தாய் மொழி, மற்றொன்று ஆங்கிலம். நான்கு பாடங்கள் கற்க வேண்டும். ஆங்கிலம் (அ) தாய்மொழியில் கற்கலாம். வினாத் தாள்கள் ஆங்கிலம் மற்றும் கன்னடத்தில் மட்டுமே இருக்கும். விடைகளைக் கன்னடம் (அ) ஆங்கிலத்தில் மட்டுமே எழுதவேண்டும்.

மேற்குவங்க நிலைமை

“கடந்த ஆண்டுவரை ஆரம்பக் கல்வி அனைத்தும் அந்தந்த பகுதியினுடைய தாய்மொழியிலேயே இருந்ததாகவும், மேற்கு வங்காளத்தில் பெங்காலி மொழியே பெரும்பாலான மக்களின் தாய் மொழியாக இருப்பதால் பெங்காலி மொழியிலேயே பாட போதனை நடைபெற்று வருவதாகத் தெரிவித்தார். மேலும், மேற்கு வங்காளத்தில் சற்றேறக்குறைய 55,000 தொடக்கப் பள்ளிகள் இருப்பதாகவும் தெரிவித்தார்.

3ஆம் வகுப்பு முதல் ஆங்கிலம் ஒரு பாடமாகப் பயிற்றுவிக்கப் படுகிறது. (1999-2000க்குப்பின் இந்த நிலை)

ஆந்திர மாநில நிலைமை

ஆங்கிலம் இரண்டாவது மொழிப் பாடமாக ஐந்தாம் வகுப்பு முதல் அறிமுகப்படுத்தப்பட்டுள்ளது.

தெலுங்கு மொழி, சிறுபான்மை மொழி, மொழிப்பாடம், பிற பாடங்கள். இந்தப் பாடங்கள் தெலுங்கு மொழியிலோ அல்லது சிறுபான்மை இனத்தவர் அவர்களது தாய்மொழியிலோ பயில வசதி உள்ளது. ஆங்கில வழி கற்பவர்கள், ஆங்கில மொழி வாயிலாக இந்தப் பாடங்களைப் பயிலுவதற்கும் வாய்ப்புகள் உள்ளன.

ஆந்திரப் பிரதேச மாநிலத்தில் நர்சரி பள்ளிக்கு அங்கீகாரம், ஒப்புதல் போன்ற நடைமுறைகள் ஏதுமில்லை இதற்கென தனியாக வரைமுறைப்படுத்தும் சட்டதிட்டம் எதுவும் இல்லாத காரணத்தால், எத்தனை பள்ளிகள் உள்ளன? என்ற விவரம் முழுமையாக இல்லை.

மெட்ரிக் மற்றும் ஆங்கிலோ இந்தியப் பள்ளிகள் என்ற நிலையில் எந்த நிலையிலும் பள்ளிகள் இல்லை என்ற கருத்தும் அறியப்பட்டது.

ஆந்திராவில் உள்ள பள்ளிகள் விவரம்

தெலுங்கு மொழிப் பள்ளி	- 61166
ஆங்கில வழியில் நடப்பவை	- 3004
உருது வழியில் நடப்பவை	- 1265
தமிழ் வழியில் நடப்பவை	- 73
ஒரியா, கன்னடம், இந்தி, மராத்திய மொழிவழிப் பள்ளிகள்	- 234

தெலுங்கு, உருது, ஆங்கிலத்துடன் தமிழையும் இணைப் பயிற்சி மொழியாகக் கொண்டுள்ள கல்வி நிறுவனம் ஒன்று. (HAJC)

தெலுங்கு, தமிழ் மட்டுமே இணைப் பயிற்றுமொழியாகக் கொண்டுள்ள

தொடக்கப் பள்ளிகள்	- 16
நடுநிலைப்பள்ளிகள்	- 6
உயர்நிலைப் பள்ளிகள்	- 9
(HAJC)	- 1

ஆந்திராவில் மொழிப்பாடம் எப்படி அமைந்துள்ளது? 6ஆம் வகுப்பு முதல் மும்மொழிக் கொள்கைதான். ஆனால் 1 முதல் 5ஆம் வகுப்பு வரை ஒரே மொழிதான் தெலுங்கு மொழி அல்லது தாய்மொழி 5ஆம் வகுப்பில் ஆங்கிலமும் பாடமாகிறது.

எனவே, நீதியரசர் மோகன் தலைமையிலான குழு ஆந்திரா, கர்நாடகம், மேற்கு வங்கம் ஆகிய மாநிலங்களின் தொடக்கக்கல்வி நிலைகளையும், அங்குப் பயிற்றுவிக்கப்படும் மொழிகளையும் உணர்ந்தே தக்க பரிந்துரைகளைச் செய்திருக்கின்றது என்பதனைக் கவனிக்க வேண்டும்.

தமிழக அரசு ஆணை

மோகன் குழுவின் அறிக்கையை முழுமையாக ஏற்றுக்கொண்ட தமிழக அரசு மழலையர் பள்ளிகளில் தமிழைப் பயிற்றுமொழியாக்கும் திட்டத்தை அறிவித்தது. அரசு வெளியிட்ட ஆணை வருமாறு:

1. பயிற்சி மொழிக் கொள்கை பற்றி வெளியிடப்படும் அரசாணைகள் செல்லும் என நீதிமன்றம் கூறியுள்ளது. இதற்காகச் சட்டம் எதுவும் இயற்றப்பட வேண்டியதில்லை என அரசாங்கம் கருதுகிறது. எனவே அரசாங்கத்தில் மொழிக்

கொள்கை பற்றிய உத்தரவுகள் அரசாணை மூலம் வெளியிடப் படுவது தொடரும்.

2. மெட்ரிகுலேசன் பள்ளிகள், அரசுப்பள்ளிகள், அரசு உதவி பெறும் பள்ளிகள், பெறாத பள்ளிகள் உட்பட எல்லாப் பள்ளிகளிலும் தமிழ் அல்லது தாய் மொழியே முதல் மொழியாக இருக்கும்.

3. மெட்ரிகுலேசன், அரசுப் பாடத்திட்டம் வழக்கில் உள்ள பள்ளிகளிலும் முதல் வகுப்பு முதல் ஐந்தாம் வகுப்பு வரை தமிழ் அல்லது தாய்மொழியே பயிற்சி மொழியாக இருக்கும்.

4. தமிழ் அல்லது தாய்மொழிப் பயிற்சிக்கு மாறும் பணி மூன்றாண்டுகளில் நிறைவுபெறும். 2000 - 2001 ஆம் ஆண்டு முதல் வகுப்பில் பயிற்சிமொழி ஆகும். பின்னர் அது படிப்படியாக உயர் வகுப்புகளுக்கு விரிவுபடுத்தப்படும்.

5. அனுமதி பெறாத அல்லது அங்கீகாரம் பெறாத பள்ளி களிலோ தனிப்பட்ட முறையில் பயின்ற மாணவர்கள் 6ஆவது வகுப்பு வரை பள்ளியினால் நடத்தப்படும் நுழைவுத் தேர்வின் அடிப்படையில் சேர்த்துக் கொள்ளப்படுவர்.

6. தமிழ் அல்லது தாய்மொழியே பயிற்சிமொழி என மெட்ரிக்குலேசன் பள்ளி போர்டு விதிகளில் தெளிவாக்கப்படும். இத்தகைய திருத்தத்தை மெட்ரிகுலேசன் பள்ளிகளில் ஆறாவது வகுப்பிலிருந்து செயல்படுத்தத் தனியாக ஆணை பிறப்பிக்கப்படும்.

அரசாங்க உதவி பெற்ற, பெறாத, அனுமதிபெற்ற மெட்ரிகுலேசன் பள்ளிகள் ஆகிய எல்லாப் பள்ளிகளிலும் முதன்மை மொழி தமிழ் அல்லது தாய்மொழி எனத் தெளிவுபடுத்தப்படும்.

தனியார் பள்ளிகள் எதிர்ப்பு (மெட்ரிகுலேசன் கூட்டமைப்பு)

அரசு வெளியிட்ட ஆணையை தனியார் பள்ளிகளின் நிர்வாகிகளும் பெற்றோர்களும் எதிர்த்தனர். இந்த அரசு ஆணை மாணவர்கள், பெற்றோர்களின் உரிமையைப் பறிப்பதாக ஆங்கிலவழி பள்ளி நிர்வாகிகளின் கூட்டமைப்பு உயர்நீதிமன்றத்தில் வழக்குத் தொடுத்தது. ஆங்கிலப் பள்ளிகளின் சங்கத்தின் சார்பில் அதன் செயலர் பி.டி. குமார் இந்த வழக்கில் முதல் வாதியாகச் சேர்க்கப்பட்டார். 31 தனியார் பள்ளிகளின் நிர்வாகிகள் வழக்கில் வாதிகளாகச் சேர்த்துக் கொள்ளப்பட்டனர்.

உயர் நீதி மன்றத்தில் ஆங்கில பள்ளி நிர்வாகத்தினர் சார்பில் வழக்குத் தொடரப்பட்டது.

உயர்நீதிமன்றத்தில் முறையீடு

உயர்நீதிமன்றத்தில் தமிழக அரசின் பயிற்றுமொழிக் கொள்கைக்கு ஆதரவாக அரசின் பள்ளிக்கல்வித்துறைச் செயலாளர், பள்ளிக்கல்வி இயக்குநர், தொடக்கக்கல்வி இயக்குநர் ஆகியோர் பிரதிவாதிகளாகச் சேர்க்கப்பட்டனர். தமிழ்ச்சான்றோர் பேரவையின் நிறுவனர் அருணாச்சலம், வலம்புரிஜான், வழக்கறிஞர் காந்தி, வழக்கறிஞர் அரிபரந்தாமன் ஆகியோர் தங்களையும் வழக்கின் பிரதிவாதியாகச் சேர்த்துக் கொள்ளக்கோரி மனு செய்தனர். தனியார் பள்ளிகள் சார்பில் பலரை வாதிகளாக ஏற்றுக்கொண்ட உச்சநீதிமன்றம் தமிழ்வழிக் கல்விக்கு ஆதரவாக மனு செய்தவர்களின் மனுக்களை நிராகரித்து விட்டது.

வழக்கு விசாரணையின் போது தமிழ்வழிக் கல்விக்கு எதிரான பேரணியைச் சென்னையில் நடத்தப்போவதாக பி.டி. குமார் அறிவித்தார். தமிழ்வழிக் கல்விக்கு ஆதரவான பல தமிழ், தமிழர் அமைப்புக்கள் தமிழ்வழிக் கல்விக்கு ஆதரவு பிரச்சாரத்தில் இறங்கின. இதன் விளைவாகத் தமிழ்வழிக் கல்வி குறித்தான பலத்த விவாதங்கள் தமிழக மின்னணு ஊடகங்களில் எழுந்தன. இதன் விளைவாக அன்றைய தி.மு.க. அரசு தமிழ்வழிக் கல்விக்கு ஆதரவான கூட்டங்களைத் தமிழகமெங்கும் நடத்தப்போவதாக அறிவித்தது. இதனை எதிர்த்து பி.டி.குமார் (மெட்ரிகுலேசன் கூட்டமைப்பு செயலர்) வழக்கு முடியும் வரை தமிழ்வழிக் கல்வித் திட்டத்தினை ஆதரித்து கூட்டங்களைத் தமிழக முதல்வர் உள்ளிட்ட யாரும் நடத்த தடைவிதிக்க வேண்டும் என நீதிமன்றத்தில் மனு செய்தார். இதனை ஏற்றுக்கொண்ட நீதிமன்றம் தமிழ்வழிக் கல்விக்கு ஆதரவான, எதிர்ப்பான கூட்டங்கள் நடத்துவதைத் தடை செய்தது.

நீதியரசர்கள் ஏ.எஸ்.வெங்கடாசல மூர்த்தி. எஸ் ஜெகதீசன். என்.தினகர் ஆகியோர் அடங்கிய மூவர் குழு, இவ்வழக்கை விசாரித்தது.

தமிழக அரசின் சார்பில் மூத்த வழக்கறிஞர் சாந்தி பூஷண் வாதாடினார்.

“அரசு வெளியிட்ட உத்தரவு முக்கியமான கொள்கை முடிவாகும். குழந்தைகள் தாய் மொழி மூலமாகத்தான் பாடங்களைத் தானாகப்

புரிந்து கொள்ள முடியும். குழந்தைகளுக்கு எவ்விதம் கல்வி அமைய வேண்டும் என்பதை பெற்றோர் அறிந்திருந்தாலும், அவர்களை விட கல்வியாளர்களுக்குத்தான், குழந்தைகளின் கல்வி குறித்தும் அதிகம் தெரியும். தாய் மொழியில் படிப்பது தான் குழந்தைகளுக்கு நல்லது என்று கல்வியாளர்கள் தொடர்ந்து கூறி வருகின்றனர் என்றார் சாந்திபூஷன்".

"The Government can impose reasonable restrictions on provision of primary education to children in a State especially on medium of instruction as this was an important matter of policy for the State.

The language of instruction at a primary level was an important part of policy of the Government. Education had to be imparted in the mother tongue, in which the child was most familiar with," என்றும் வாதாடினார் அவர்.

இதன்பிறகு வழக்கு தமிழக அரசின் ஆணையை இலதாக்குவதில் (இரத்துச் செய்வதில்) முடிந்தது. 'தமிழக அரசின் ஆணை செல்லாது' என்பது தீர்ப்பு.

உயர்நீதிமன்றத் தீர்ப்பு என்ன?

விரிவான விவாதங்களுக்குப் பின் தமிழ்வழிக் கல்வியைச் செயல்படுத்துவது குறித்து பரிந்துரைகள் வழங்க நீதிபதி மோகன் தலைமையில் தமிழக அரசு அமைத்த குழு முறையானது அல்ல என உயர்நீதிமன்றம் தீர்ப்பளித்தது. இந்த வழக்கு முதலில் நீதிபதி சண்முகம் முன்னிலையிலேயே விசாரணைக்கு வந்தது. நீதிபதி சண்முகம் ஏற்கனவே பயிற்றுமொழிக்கு ஆதரவான தீர்ப்பளித்தவர் என்பதால் அவர் இந்த வழக்கை விசாரிக்கக் கூடாதென மெட்ரிகுலேசன் பள்ளி வழக்கறிஞர் யு.என்.ஆர்.ராவ் வாதிட்டதைத் தொடர்ந்து நீதிபதிகள் ஏ.எஸ். வெங்கடாசலமூர்த்தி, எஸ்.ஜெகதீசன், என். தினகர் ஆகியோர் அடங்கிய அமர்வு நீதிமன்றமே இவ்வழக்கை விசாரித்தது. இவ்வழக்கின் முக்கியக் கருத்துக்கள் வருமாறு

1. பயிற்றுமொழியாகத் தமிழைக் கட்டாயமாக்கி அரசு வெளியிட்ட உத்தரவு தெளிவாக இல்லை. முரண்பாடுகளைக் கொண்டுள்ளது இது அரசியல் சட்டத்தின் 14 வது பிரிவுக்கு எதிராக உள்ளது.

2. ஆங்கிலத்தைத் தாய்மொழியாகக் கொண்டிராத குழந்தைகள் ஆங்கிலோ இந்தியன், சி.பி.எஸ்.இ. பள்ளிகளில் 5ஆம் வகுப்புவரை ஆங்கில வழியில் படிக்க மாணவர்கள் மட்டும்

தாய்மொழியில் படிக்க வேண்டும் என அரசு உத்தர விட்டுள்ளது.

3. இந்த உத்தரவை வெளியிடுவதற்கு முன்பாக மெட்ரிகுலேசன் பள்ளி நிர்வாகங்களின் கருத்துக்களை அரசு கேட்கவில்லை.

4. தங்கள் குழந்தைகளுக்கு எத்தகைய கல்வியைத் தர வேண்டும் என்பதைத் தேர்ந்தெடுக்கும் உரிமை பெற்றோருக்கு உள்ளது என்று மனித உரிமை குறித்த சர்வதேச மாநாடு தீர்மானம் செய்துள்ளது. இத் தீர்மானத்தில் இந்திய அரசு 1992 டிசம்பர் 11ஆம் தேதி கையெழுத்திட்டுள்ளது.

5. கல்வி பெறுவது மக்களின் அடிப்படை உரிமை. எந்த மொழியில் படிக்க வேண்டும் என்பதை முடிவு செய்யும் உரிமையும் அவர்களுக்கு உள்ளது. பயிற்றுமொழி எது என்பதைக் குழந்தைகளின் பெற்றோர்தான் முடிவு செய்ய வேண்டும். அரசு உத்தரவு இந்த அடிப்படை உரிமையைப் பறிப்பதாக உள்ளது.

6. பயிற்று மொழியைத் தேர்ந்தெடுக்கும் உரிமை பறிக்கப் படுவதால் சிறுபான்மையினர்கள் உரிமையும் இந்த உத்தரவால் பாதிக்கப்படும். (தினமணி 21.04.2000)

தீர்ப்பு குறித்து சட்ட நிபுணர்கள் கருத்து

இது குறித்து சட்ட நிபுணர்கள் கூறிய கருத்துக்கள் வருமாறு:

1. அரசாங்கம் இந்த ஆணையைப் பிறப்பிக்கும்போது சம்பந்த முள்ள காரணிகளைக் கணக்கில் கொள்ளாமலும், தொடர் பில்லாத விஷயங்களைக் கணக்கில் கொண்டும் ஆணை பிறப்பித்துள்ளது.

2. சர்ச்சைக்குரிய இந்த அரசாணை தன்னிச்சையானது, எனவே அரசியல் சாசனத்தின் 14ஆவது ஷரத்தை மீறுவதாக உள்ளது. எவ்வாறெனின் அரசாங்கம் ஆங்கிலோ இந்தியப் பள்ளிகள் மற்றும் மத்திய போர்டு பள்ளிகளில் (C.B.S.E.) ஆங்கிலத்தைத் தாய்மொழியாகக் கொள்ளாத 1 முதல் 5 வகுப்பு மாணவர்களை ஆங்கிலத்தில் பயில அனுமதிக்கும் அதே சமயம், மெட்ரிகுலேசன் பள்ளிகளில் பயிலும் மாணவர்களைத் தங்கள் தாய்மொழியில் அதாவது தாய் பேசும் மொழியிலேயே பயில வேண்டு மென்று கட்டாயப்படுத்துகிறது.

3. அரசாணை பிறப்பிக்கப்படும்போது பள்ளி நிருவாகத்தினருக்குத் தங்கள் கருத்தைக்கூற எவ்வித வாய்ப்பும் அளிக்கவில்லை. நியாயமான எதிர்பார்ப்பு என்ற கொள்கை அடிப்படையில் இதனை அரசாங்கம் செய்திருக்க வேண்டும்.

4. சர்ச்சைக்குரிய இந்த அரசாணை அரசியல் சாசனத்தின் 162ஆவது ஷரத்தின்படி பிறப்பிக்கப்பட்டுள்ளது. உலகு தழுவிய மனித உரிமைப் பிரகடனம் (மாணவர்களின் உரிமைகளுக்கான ஒப்பந்தம்) 26(3)ஆவது ஷரத்தின்படி தமது குழந்தைகளுக்கு எத்தகைய கல்வியை வழங்க வேண்டும் என்ற விஷயத்தில் பெற்றோருக்கே முன்னுரிமை வழங்கப்படவேண்டும். இந்த முடிவை மத்தியஅரசாங்கம் 1992 டிசம்பர் 11 அன்று ஒப்புக் கொண்டு கையெழுத்திட்டதன் மூலமாக அது சட்டப்பூர்வ மானதாகி விடுகிறது. அரசியல் சாசனத்தில் 162ஆவது பிரிவின்படிப் பிறப்பிக்கப்படும் எந்த ஆணையும், சட்டரீதியான சக்தியுடையதல்ல. அதற்கு மாறான எந்த உள் நாட்டுச் சட்டமும் இயற்றப்படாத நிலையில் மேலே குறிப்பிட்ட உரிமைப் பிரகடனத்தின் 26(3) ஷரத்தே சட்டபூர்வமாகச் செல்லத்தக்கதாகும்.

5. கல்விக்கான உரிமை அடிப்படை உரிமையாகும். இது பயிற்சி மொழியைத் தேர்ந்தெடுக்கும் உரிமையை உள்ளடக்கியதாகும். தங்கள் குழந்தைகளின் சார்பாக அந்த உரிமையைப் பயன் படுத்தும் உரிமை பெற்றோர்களுக்கு உண்டு. தாவாவுக்குள்ளான அரசாணை அவர்களது அந்த அடிப்படை உரிமையை மறுதலிப்பதாக உள்ளது.

6. இந்திய அரசியல் சாசனம் 30(1)ஆவது ஷரத்தின்படி சிறுபான்மையினருக்கு அளிக்கப்பட்டுள்ள இந்த உரிமையைத் தாவாவுக்குள்ளான இந்த அரசாணை மீறுகிறது. ஏனெனில் இந்த அரசாணை அவைகள் தங்களது பயிற்சி மொழியைத் தேர்ந்தெடுக்கும் உரிமையை மறுதலிக்கிறது.

நீதிபதிகள் கூறுவது இதுதான்

அரசாணையில் தமிழ் அல்லது தாய்மொழி என்று கூறப்பட்டு உள்ளது. அப்படியானால் தமிழைத் தவிர வேறு மொழிகளைத் தாய் மொழியாகக் கொண்ட குழந்தைகளுக்கு எவ்வாறு பயிற்சி அளிக்கப் படும்? அதற்கு அரசாங்கம் தனது அரசாணையில் ஏதும் வழிவகை செய்யவில்லை. தாய்மொழிக் கல்வி பற்றிய கமிஷனும் இது குறித்து

ஏதும் கவலைப்பட்டதாகத் தெரியவில்லை. எனவே மொழிவழி சிறுபான்மையினர்களுக்கு, அவர்களது நலன்களுக்கு ஊறு விளைவிக்கும் வகையில் இந்த அரசாணை பிறப்பிக்கப்பட்டிருக்கிறது என்கிறது உயர்நீதிமன்றம்.

அரசியல் சாசனத்தின் 51ஆவது ஷரத்து, 350ஆவது ஷரத்து மற்றும் சர்வதேச மனித உரிமை மாநாட்டு முடிவுகளின் 26(3)ஆவது பிரிவு ஆகியவற்றை உயர்நீதிமன்றம், விவாதித்து, அவற்றின் அடிப்படையில் சர்ச்சைக்குரிய அரசாணை செல்லாது என அறிவித்துள்ளது.

அரசியல் சாசனத்தின் மேற்படி ஷரத்துக்கள் பின்வருமாறு கூறுகின்றன

(1) 51 (நீ) வரன்முறைப் படுத்தப்பட்ட மக்களிடையே ஒருவரோ டொருவர் உறவு கொள்ளும் போது அவர்கள் சர்வதேச சட்டம் மற்றும் ஒப்பந்தங்களில் ஒப்புக்கொள்ளப்பட்ட கடமைகளை மதித்து நடக்குமாறு அரசு பார்த்துக் கொள்ள முடிய வேண்டும்.

(2) 350-ஏ சிறுபான்மை மொழிபேசும் மக்கள் தங்கள் குழந்தை களுக்குத் தத்தம் தாய்மொழியில் ஆரம்ப நிலைக் கல்வி அளிப்பதற்கு ஒவ்வொரு மாநில அரசும், அம்மாநிலங்களில் உள்ள ஸ்தல ஸ்தாபனங்களும் முயல வேண்டும். இவ்வகையில், ஜனாதிபதி அவர்கள் எந்த ஒரு மாநில அரசையும் அத்தகைய வசதி செய்யுமாறு உத்தரவிடலாம்.

(3) 26(3) சர்வதேச மனித உரிமை ஒப்பந்தம்

தங்கள் குழந்தைகளுக்கு எத்தகைய கல்வி வழங்க வேண்டும் என்று தீர்மானிக்கும் உரிமை பெற்றோருக்கு உண்டு.

இம்மூன்று ஷரத்துக்களையும் நீதிமன்றம் நுணுகி நுணுகி ஆராய்ந்துள்ளது. சர்வதேச மனித உரிமை மாநாட்டு ஒப்பந்தத்தில் இந்திய அரசு 1992 டிசம்பர் 11இல் கையெழுத்திட்டுள்ளது. அதனால் அதற்கெதிராக வேறெந்தச் சட்டமும் இந்நாட்டில் இயற்றப்படாததால் மனித உரிமை ஒப்பந்தத்தின் ஷரத்துக்களே இங்குச் சட்ட ரீதியான அங்கீகாரம் பெற்றுவிட்டதாகவும் நீதிமன்றம் கூறியுள்ளது. ஆனால் அந்த ஷரத்தில் எத்தகைய கல்வியை அளிப்பது (what kind of education) என்பதைப் பற்றித்தான் கூறப்பட்டுள்ளதே தவிர, எந்த மொழி, பயிற்சி மொழியாக இருக்க வேண்டும் என்பது பற்றி எந்தப் பேச்சும் இல்லை.

இன்னொன்றையும் நாம் குறிப்பிட்டாக வேண்டும்.

அதாவது அந்த ஷரத்தில் கூறப்பட்டுள்ள விஷயத்துக்கு எதிராக ஏந்த ஒரு சட்டமும் இயற்றப்படாததால் மனித உரிமை மாநாட்டு முடிவே சட்டப்படி செல்லும்படி ஆகும் என்று நீதிமன்றம் கூறுகிறது. அரசாங்கம் இயற்றியுள்ள அரசாணை சட்டம் அல்ல என்றும் எனவே அது செல்லுபடி ஆகாது என்றும் கூறுகிறது.

அதாவது, அரசியல் சாசனத்தின் 253வது ஷரத்தை யாரும் பரிசீலனை செய்யவில்லை.

அப்பிரிவு பின்வருமாறு கூறுகிறது.

253ஆவது ஷரத்து, சர்வதேச ஒப்பந்தங்களை அமலாக்குவதற்கான சட்டம் இயற்றுதல் "இந்தப் பிரிவில் இதற்கு முன்னால் என்ன கூறப்பட்டிருந்தபோதிலும்? சர்வதேச மாநாடுகளில் பிற நாட்டுடனோ, பிற நாடுகளிலோ செய்து கொள்ளப்படும் உடன்படிக்கைகள், ஒப்பந்தங்கள், முடிவுகள் போன்றவற்றை அமலாக்கும் வகையில் சட்டம் இயற்றும் அதிகாரம் பாராளுமன்றத்திற்கே உண்டு."

அரசியல் சாசனத்தில் இந்தப் பிரிவு மிகத் தெளிவானது. மேலெழுந்தவாரியாகப் பார்க்கும்போது கூட, அரசியல் சாசனம் பாராளுமன்றத்திற்கு வழங்கியுள்ள அதிகாரத்தின்படி 1992 செப்டம்பர் 11இல் மத்திய அரசாங்கம் கையெழுத்திட்ட மனித உரிமைகள் (குழந்தைகள் உரிமை) பற்றிய சர்வதேச ஒப்பந்தத்தை அமலாக்கும் வகையில் பாராளுமன்றத்தில் சட்டம் இயற்றப்படவேண்டும். அப்படி ஒரு சட்டம் பாராளுமன்றத்தில் இயற்றப்படாத நிலையில் மேற்படிச் சர்வதேச ஒப்பந்தத்தின் ஷரத்துக்கள் இந்திய மக்களைச் சட்டப்படிக் கட்டுப்படுத்தக்கூடியதில்லை.

அரசியல் சாசனத்தின் இந்த ஷரத்தைச் சரிவரக் கணக்கில் கொள்ளாத நீதிமன்றம் வண்டிக்கு எதிராகக் குதிரையைப் பூட்டுகிறது.

"உள்நாட்டுச் சட்டத்திற்குப் புறம்பாக இல்லாத எந்த ஒரு சர்வதேச மாநாட்டு ஒப்பந்தமும் உள்நாட்டுச் சட்ட நூல்களில் சேர்க்கப்பட்ட தாகவே கருதப்படும். அந்த வகையில் இவ்வழக்கைப் பொருத்தமட்டில் ஓர் அரசாணை மட்டுமே உள்ளது. அது எல்லாப் பள்ளிகளிலும் தமிழ் அல்லது தாய்மொழியிலேயே பாடங்கள் பயிற்றுவிக்கப்படவேண்டும் என்று கூறுகிறது. (இது அரசாணை, சட்டமல்ல) எனவே உள்நாட்டுச் சட்டம் ஏதும் இல்லாத நிலையில், சர்வதேசிய அளவில் நம்மால் ஒப்புக்கொள்ளப்பட்ட முடிவுகளையும் நடைமுறைகளையும் நம்

நாட்டுச் சட்டங்களில் காணவேண்டியுள்ளது. இதன் பொருள், தங்களது குழந்தைகளுக்கு எத்தகைய கல்வியை அளிக்க வேண்டும் என்று தீர்மானிக்கும் உரிமை பெற்றோர்களுக்கு உரியது என்பதே ஆகும். அவ்வாறாயின், சர்ச்சைக்குரிய அரசாணையானது சட்டத்துக்கும் முரணானது. சட்டப்படிச் செல்லுபடி ஆகாதது. அமல்படுத்த இயலாதது ஆகும். நாமும் அவ்வாறே கொள்கிறோம்'.

இத்தகைய சிக்கலான பிரச்சினையைக் கையாளும்பொழுது யதார்த்தமான அணுகுமுறையைக் கையாள வேண்டும்.

'எல்.கே.ஜி. வகுப்பிலிருந்து சந்தேகமில்லாமல் தமிழ் ஒரு கட்டாயப் பாடமாக ஏற்றுக் கொள்ள வேண்டியது அவசியமே. பெற்றோர்கள் விரும்பினால் ஆங்கிலத்தைப் பயிற்சி மொழியாக அனுமதிக்கலாம்'.

இக்கருத்தைச் சுட்டிக் காட்டிய உயர்நீதிமன்றம் ஆங்கிலப் பயிற்சி மொழிக்கு உள்ள தனது ஆதரவை வெளிப்படுத்தியுள்ளது.

இனி பண்பாடு என்பது குறித்து ஒரு விசித்திரமான கருத்தையும் உயர்நீதிமன்றம் வெளியிட்டுள்ளது.

"பண்பாடு என்பது நேர்மை, ஒழுக்கம் பற்றிய மதிப்புகள், தனது பணியின் பால் முழு ஈடுபாடு, தேசத்திற்காகத் தியாகம் செய்தல், சகிப்புத்தன்மை, பொதுவாழ்வில் தூய்மை ஆகியவையே ஆகும். இந்த அடிப்படையான பண்பாட்டையே ஒவ்வொரு இந்தியனும் பாதுகாக்க வேண்டும், போற்ற வேண்டும்" என்று அது கூறுகிறது.

நீதிமன்றம் கூறுவது, தனி மனிதன் சமூகம் அல்லது தான் வாழும் தேசத்தின்பால் காட்ட வேண்டிய பரிவு கடமை பற்றியதாகும். இதுவே பண்பாடாகிவிடாது. பண்பாடு, மொழி, வரலாறு, சமூகம் போன்றவையோடு சம்பந்தப்பட்டதாகும்.

'அரசியல் சாசனத்தின் 30(1)ஆவது ஷரத்து சிறுபான்மை மக்கள் கல்வி நிறுவனங்கள் நடத்தவும், வழி வகை செய்கிறது. அவைகள் தரமான முறையில் நடத்தப்படுமானால் அவைகளுக்கு அங்கீகாரமும் இணைப்பும் வழங்கப்பட வேண்டும். நிறுவனங்கள் நடத்தும் உரிமையில் பயிற்சி மொழி சட்டப்படியான வரைமுறைக்கும் உட்பட்டே ஒழுங்குமுறைகள் இந்நிறுவனங்கள் மீது புகுத்த இயலும். தமிழ் அல்லது தாய்மொழியிலேயே கல்வி புகட்டப்படவேண்டும் என்று கூறுவது ஒழுங்குபடுத்துவதல்ல. அவைகளின் உரிமைகளைக் கட்டுப்படுத்துவதாகும்' என்று உயர்நீதிமன்றம் தீர்ப்புக் கூறுகிறது.

மேலும் இயற்கை நீதிக்குப் புறம்பாக மேல்மட்டக் குழுவின் நடவடிக்கைகள் இருப்பதாகவும் நீதிமன்றம் கூறியிருக்கிறது. எது எவ்வாறாயினும், அரசாங்கத்தின் இந்தக் கொள்கை யாருக்காக உருவாக்கப்பட்டுள்ளது என்று காண நீதிமன்றம் இந்த மெட்ரிகுலேஷன் பள்ளிகளும், நர்சரி பள்ளிகளும் அரசாணைகளின் மூலமே உருவாக்கப் பட்டன, ஒழுங்குபடுத்தப்பட்டன என்பதைக் காணத் தவறிவிட்டன. உதாரணமாக, மெட்ரிகுலேஷன் பள்ளிகளுக்கான ஒழுங்கு முறை விதிகள் அரசாணை எண்ணின்படி உருவாக்கப்பட்டதாகும். எனவே அரசாணையால் உருவாக்கப்பட்ட ஒழுங்கு முறைகள் வேறொரு அரசாணையால் மாற்றப்படலாம் என்பது பெறத் தக்கது.

இந்தி ஆதிக்கத்தைத் தடுக்க வேண்டுமானால் தமிழும் எல்லாப் பிராந்திய மொழிகளும் வளரவேண்டும். அத்தகைய வளர்ச்சிக்குத் தடையாக இருப்பது ஆங்கிலமே.

ஆனால் இன்றுள்ள நிலை என்ன? 1 முதல் 5 வரை எல்லாப் பள்ளிகளிலும் தமிழே பயிற்சி மொழியாக அதாவது கணிதம், விஞ்ஞானம், வரலாறு ஆகிய பாடங்களில் பயிற்சி மொழியாகத் தமிழே இருக்க வேண்டும் என்று கூறும் அரசாணை செல்லாது என்று உயர்நீதிமன்றம் தீர்ப்பளிக்கிறது.

தமிழக அரசின் மேல்முறையீடு

தமிழ்வழிக் கல்விக்கு எதிரான சென்னை உயர்நீதிமன்றத்தின் தீர்ப்பைத் தொடர்ந்து தீர்ப்புக்கு எதிரான ஊர்வலங்கள், கூட்டங்களைத் தமிழ் அமைப்புக்கள் தமிழகமெங்கும் நடத்தின. தமிழ்வழிக் கல்விக்கு ஆதரவாக இருந்தபோதிலும் பல தமிழக அரசியல் கட்சிகள் இத் தீர்ப்புக் குறித்து கருத்துச் சொல்லவில்லை என்பது ஆழ்ந்து நோக்கத்தக்கது.

12. உச்சநீதிமன்றத்தில் மேல் முறையீடு

தீர்ப்பை எதிர்த்து, தமிழக அரசு உச்ச நீதிமன்றத்தில் மேல் முறையீடு செய்தது.

அவர்களது மனுவில் கூறப்பட்டிருந்தவை இவை: (இதழ்களின் கருத்துக்கள்)

"ஆங்கில வழிக் கல்வி பயிலும் மாணவர் சங்கம் - கர்நாடக அரசு ஆகியவைகளுக்கு இடையேயான வழக்கில் தொடக்கக்கல்வி வரை தாய்மொழியே பயிற்று மொழியாக இருக்க வேண்டும் என்று சுப்ரீம் கோர்ட்டுக் கூறியுள்ளது. இந்த நிலையில் தமிழ் வழிக் கல்வி தொடர்பாகத் தமிழக அரசு பிறப்பித்த உத்தரவை ரத்து செய்ய ஐகோர்ட்டுக்கு உரிமை உள்ளதா?

மேல் முறையீட்டு வழக்கு 31.9.2000த்தில் விசாரணைக்கு வந்தது.

2001 வரை இருந்த தி.மு.க. அரசு மேல் முறையீடு செய்தது. இப்போது இந்த வழக்கைத் தொடர்ந்து நடத்தப்போவது அ.தி.மு.க. அரசு. 22.7.2001இல் நிலை என்ன? (தினமலர்)

அதுபற்றித் 'தினமலர்',

"தமிழ்ப் பயிற்றுமொழி தொடர்பாக வழக்கு நடத்திய தி.மு.க. அரசு உச்சநீதிமன்றத்தில் தாக்கல் செய்த அப்பீல் மனு, உச்ச நீதிமன்றத்தில் நாளை விசாரணைக்கு வருகிறது. அந்த உத்தரவை ரத்து செய்ய வேண்டும் என்று அப்போது வலியுறுத்திய ஜெயலலிதா இப்போது தமிழக முதல்வராக இருப்பதால், இந்த அப்பீல் வழக்கில் தமிழக அரசு என்ன நிலையை எடுக்கப்போகிறது? என்ற பரபரப்பான கேள்வி எழுந்துள்ளது.

அரசு மேல்முறையீடு

சென்னை உயர்நீதிமன்றம் அளித்த இந்தத் தீர்ப்பை எதிர்த்து உச்சநீதிமன்றத்தில் கடந்த ஆண்டு ஜூலை 10ஆம் தேதி தமிழக அரசு அப்பீல் மனுவை தாக்கல் செய்தது. சில தமிழ் வளர்ச்சி இயக்கங்களும் உச்சநீதிமன்றத்தில் மனுக்கள் தாக்கல் செய்துள்ளன. அப்பீல் மனுக்களை விசாரணைக்கு ஏற்றுக்கொண்ட உச்சநீதிமன்றம், இதற்கு பதிலளிக்குமாறு நோட்டீஸ் அனுப்பியது. இதையடுத்து, வழக்கில்

சேர்க்கப்பட்டவர்கள் தங்கள் தரப்பு பதில் மனுக்களை உச்சநீதிமன்றத்தில் தாக்கல் செய்தனர்.

இந்நிலையில், உச்சநீதின்றத்தில் நீதிபதிகள் ராஜேந்திரபிரசாத், தாஜுர் ஆகியோர் அடங்கிய 'டிவிஷன் பெஞ்ச்' முன்பு, இந்த அப்பீல் மனுக்கள் நாளை மீண்டும் விசாரணைக்கு வருகிறது. தமிழகத்தில் ஆட்சி மாறியுள்ள நிலையில், இந்த அப்பீல் வழக்கைத் தமிழக அரசு எப்படி அணுகப்போகிறது? என்ற கேள்வி எழுந்துள்ளது.

ஏனென்றால், கடந்த தி.மு.க., அரசு பிறப்பித்த தமிழ் பயிற்று மொழி தொடர்பான உத்தரவை ரத்து செய்யக்கோரி ஆங்கிலப் பள்ளிகள் சார்பில் வாதாடியவர் சீனியர் வக்கீல் என்.ஆர். சந்திரன். இவர் இப்போது தமிழக அரசின் அட்வகேட்-ஜெனரலாக உள்ளார்.

இதேபோல், ஆங்கிலப் பள்ளிகள் சார்பில் ஆஜரான சீனியர் வக்கீல் முத்துக்குமாரசாமி, இப்போது தமிழக அரசின் கூடுதல் அட்வகேட்-ஜெனரலாக உள்ளார்.

கடந்த தி.மு.க. அரசு பிறப்பித்த தமிழ்வழிக் கல்வி உத்தரவை ரத்து செய்ய வேண்டும் என்று வலியுறுத்திய ஜெயலலிதா, அப்போது தமிழக முதல்வராக உள்ளார்.

ஏப்ரல், 2002இல் இந்த வழக்கு மீண்டும் விசரணைக்கு எடுத்துக் கொள்ளப்பட்டது. இப்போது தமிழக அரசு தன் கொள்கை முடிவைத் தெரிவித்திருக்கவேண்டும். ஆனால் அப்படி ஏதும் தெரிவிக்கப்படவில்லை.

விசாரணையின் போது நடந்தவற்றைத் 'தினமணி' *(4.4.2002)* இதழ்,

"அப்போது தமிழக அரசு வழக்கறிஞர், 'இப்பிரச்சினையை நீதிமன்றத்தின் முடிவுக்கே விட்டுவிடுகிறோம்' என்று தெரிவித்தார்.

'அவ்வாறு சொல்ல முடியாது. மேல் முறையீட்டு மனுவை அரசு திரும்பப் பெற்றுக் கொள்கிறதா, இல்லையா?' என்று நீதிபதிகள் கேட்டனர்.

'திரும்பப் பெறவில்லை' என்று அரசு வழக்கறிஞர் கூறினார்.

'சிறுபான்மையினர் கல்வி நிறுவனங்கள் தொடர்பாக 11 நீதிபதிகள் கொண்ட முழு பெஞ்ச் விசாரணை நடத்துகிறது. அந்த விசாரணை முடியும் வரை இந்த வழக்கு ஒத்திவைக்கப்படுகிறது' என்று நீதிபதிகள் அறிவித்தனர்".

13. அரசு சரியாக வாதாடவில்லை - தமிழண்ணல்

இதன் தொடர்பான கருத்தினைத் தமிழறிஞர் முனைவர் தமிழண்ணல் வாயிலாகப் பார்ப்போம்.

உயர்நீதிமன்றத் தீர்ப்புக்குப்பிறகு கண் துடைப்புப் போல உச்சநீதிமன்றத்தில் மேல்முறையீடு செய்து, திறம்பட வழக்காடாமல் விட்டுவிட்டது. இது போன்ற ஒரு வழக்கில் கர்நாடக அரசு உச்சநீதிமன்றத்தில் வழக்காடி வென்றது.

இன்றைய அரசு நீங்களே தீர்ப்புக் கூறுங்கள் நாங்கள் வழக்காட வில்லை என்று தாய்மொழியை அந்தரத்தில் தொங்கவிட்டுவிட்டது. இந்நிலையில் உச்சநீதிமன்ற நீதிபதிகள் ‘உங்கள் வழக்கைத் திரும்பப் பெற்றுக் கொள்ளுங்கள்’ என அறிவுரை கூறியுள்ளனராம்.

பாரதம் வேற்றுமையில் ஒற்றுமை பேணும் நாடு. பல தேசிய மொழி, சமய இனங்களின் கூட்டமைப்புள்ள துணைக் கண்டம் இது. ஒரு தேசிய இனத்தையோ, மொழியையோ, சமயத்தையோ, சமமாகப் பாவித்து சமநிலை தந்து, அரவணைத்து, இணைந்து போவதே இந்திய ஒருமைப்பாட்டைக் காக்கும். இவற்றுக்கு வெறி என்று பெயர் சுட்டி அழிக்க நினைப்பது தவறு. ஒரு தேசிய இனத்தையோ, மொழியையோ, சமயத்தையோ அழுத்தவும், அழிக்கவும் நினைப்பவர்களே பிரிவினை வாதிகள் அதாவது பிரிவினைவாதத்திற்கு வித்திடுபவர்கள்.

இத்தீய சக்திகள் பிறரை அடிமைப்படுத்த முயன்று கொண்டே அழுத்தப்படுபவர்கள் வலி தாங்காமல், எகிறி எழும் பொழுதெல்லாம் மேலும் மேலும் அழிக்கவே முயல்வது. அரவணைக்காமல் அழுத்தி விடலாம் என ஒரு குடியாட்சி நாட்டில் கடுமை காட்டுவது இந்திய இறையாண்மையைச் சிதைக்கும், ஒருமைப்பாட்டை அழிக்கும். இவர்களே பாரதத்தின் பகைவர். முடியாட்சிக் காலத்தில் எல்லாம் எதிர்ப்பை முறியடித்து தமிழும் குடியாட்சி காலத்தில் குடிமுழுகிப் போகும் என எதிர்பார்ப்பது அப்பட்டமான தவறு.

மெட்ரிக் பள்ளிகளினால் தீமைகள் என்ன? தமிழ் வழிக் கல்வியினால் நன்மைகள் என்ன?

கல்வியாளர்கள் உலகளவில் தாய்மொழி வழிக் கல்வியைத்தான் ஆதரித்துப் பேசி வருகின்றனர். தாய்மொழி வழிக் கல்வி அடிப்படை உரிமையென்றால், இது குழந்தைகளின் உரிமை, கல்விக்கான உரிமை. இதைப் பெற்றோருக்கு ஒதுக்கிவிட முடியாது. மெட்ரிக் பள்ளிகளுக்கும் இந்த உரிமையை வழங்கிவிட முடியாது. இப்படி வழங்குவது சரியான கல்விக் கொள்கையானது.

பணம் பண்ணுவதுதான் மெட்ரிக் பள்ளிகளின் முதன்மையான கொள்கை, மாணவர்களின் தலையில் வெற்று விவரங்களைத் திணித்து, அவர்களின் முதன்மை சுதந்திர உணர்வு, கலைத்திறன், ஆளுமை வளர்ச்சி முதலியவற்றை அழிப்பதில்தான் இவர்கள் முனைந்துள்ளனர். ஆங்கிலத்தையே வளர்ப்பது இந்த மெட்ரிக் பள்ளிகளின் நோக்கமாகக் கூட இருக்க முடியாது. இவர்களிடம் கல்வி கற்று மீண்டும் ஆங்கிலத்தின் மூலம் அறிவியல், கணினி முதலியவற்றில் தேர்ச்சிப் பெற்று, நம்மாணவர்கள் அமெரிக்காவுக்கோ, ஐரோப்பாவுக்கோ சென்று அவர்கள் பொருளியல் வளர்ச்சிக்கும் சேவை செய்கிறார்கள். மேற்கத்திய நாடுகள் உலகளாவிய ஆதிக்கம் பெறுவதற்கு இவர்கள் அடிமைகளாய்ச் சேவகம் செய்கிறார்கள். இந்தியா, தமிழகத்தின் மீது இவர்களின் ஆதிக்கம் இன்னும் கடுமையாவதற்கு இவர்களின் வேலை பயன்படும். இந்த அடிமைத் தனத்தை வளர்ப்பதற்குத்தான் மெட்ரிக் பள்ளிகள் துணைபோகின்றன. அரசுகளும் இந்த அடிமைத்தனத்தைத் தான் விரும்பி ஏற்கின்றன.

வரலாறு, பண்பாட்டுச் சூழலிலிருந்துதான் நாம் எதையும் உள்வாங்கிக் கொள்கிறோம். மண்ணையும், உயிரினங்களையும், மக்களையும் இயற்கையையும் நேசிப்பதற்கான கல்விதான் உண்மையான கல்வியாக இருக்க முடியும். ஆங்கிலத்தின் வழியே கற்பதன் மூலமும் தமிழ்ச் சூழலை ஒதுக்கிவிட நேர்கிறது. இது மாணவர்களை மலடாக்குகிற, இயந்திரமாக்குகிற முயற்சி.

இந்த மாணவர்களிடம் பண்பு தங்க முடியாது. பணம் தான் இவர்களை ஊக்குவிக்கும். வசதியுள்ளவர்கள் தான் இந்தக் கல்வியைப் பெறமுடியும். வசதியில்லாத பெரும்பான்மையான தமிழ் மக்களை இவர்கள்தான் எதிர்காலத்தில் அதிகாரம் செய்வார்கள். தமிழ் மக்களின் அடிமைத்தனம் அதிகரிப்பதில்தான் இது போய் முடியும், என்று கவலையுறுகிறார்.

14. உச்சநீதிமன்ற வழக்கில் வ.அய்.சுப்பிரமணியம் தன்னையும் இணைத்துக் கொண்டார்

இந்த நிலையில் தமிழ்ப் பல்கலைக்கழக மேனாள் துணைவேந்தர் திருவனந்தபுரத்தில் உள்ள 'அனைத்துலக திராவிட மொழியியற் பள்ளி'யின் (International School of Dravidian Linguistics) மதிப்புறு இயக்குநருமாகிய முனைவர் வ.அய். சுப்பிரமணியம் அவர்கள் இந்த வழக்கில் தன்னையும் இணைத்துக்கொள்ளுமாறு ஏற்பாடு செய்தார். திரு. கே.பி.எஸ். இராசன் என்பவர் இவரது வழக்கறிஞர் ஆவார்.

முதுமுனைவர் வ.அய். சுப்பிரமணியம் அவர்கள், இந்த வழக்கில் தன்னையும் இணைத்துக்கொண்டார். இவர், அமெரிக்கா இண்டியானா பல்கலையில் முனைவர் பட்டம் பெற்று தஞ்சைத் தமிழ்ப் பல்கலைக் கழகத்திற்கு முதல் *(1981)* துணைவேந்தரானார். இத்துடன் இவர் ஆந்திராவிலுள்ள குப்பத்தில் திராவிட பல்கலைக்கழகத்தை ஆரம்பித்த பெருமையும் இவருக்கு உண்டு. இவர் திராவிட மொழியியல் கழகத்தை உருவாக்கியதோடு பன்னாட்டுத் திராவிட மொழியியல் பள்ளியையும் *(1977)* தொடங்கிய பெருமை உண்டு. இவர் தமிழுக்குச் செய்த சிறந்த சேவைக்காக இலங்கை யாழ்ப்பாணம் பல்கலைக்கழகம், தமிழ்ப் பல்கலைக்கழகம் மேலும் ஆறு பல்கலைக்கழகங்கள் இவருக்கு முதுமுனைவர் பட்டமளித்துப் பாராட்டியுள்ள உலகத் தமிழனாவார். இவரே மருத்துவமும், பொறியியலும் தமிழில் பயிற்று மொழியாகக் கொண்டுவர தமிழ்ப் பல்கலைக்கழகத்தின் வழி பல பாட நூல்களைக் கொணர காரணகர்த்தாவாக இருந்தவர்.

வ.அய்.சுப்பிரமணியம் வாதம் என்ன?

மேதகு நீதிபதிகள் மோகன் குழு அமைப்பு என்பது தன்னிச்சை யானதும், பகுத்தறிவுக்கு ஒவ்வாததும் ஆகும் என்று 16ஆவது பத்தியில் நீதிபதிகள் குறிப்பிட்டுள்ளார்கள். அதற்கான காரணங்கள் இவைதாம்.

சாகும் வரை உண்ணாநோன்பிருந்து அரசையே மிரட்டிய தமிழண்ணல் இக்குழுவில் ஓர் உறுப்பினர். நாகுயிஸ்பந்து என்பவர் ஒரு குழுவில் இடம் பெற்றது குறித்து உச்சநீதிமன்றம் ஒரு தீர்ப்பு வழங்கி யுள்ளது. அக்குழுவினால் அரசுக்குப் பதவி உயர்வு வழங்கப்பட வேண்டியிருந்தது. அவர் பதவி உயர்வு பெற்றால் நாகுயிஸ்பந்து

அதன் பயனை அடைபவராக இருப்பார். எனவே அதுகுறித்து உச்சநீதி மன்றம் சொன்னது சரிதான்.

ஆனால், தமிழண்ணலுக்கு இதில் சொந்தப் பயன் ஏதுமில்லை. அக்குழுவில் மேலும் 4 பேர் இருக்கிறார்கள். அவர் ஒருவர் மட்டுமே முடிவெடுப்பவர் இல்லை. அவருடைய சொல்லே இறுதியானதும் ஆகாது. இலக்கிய, இலக்கணத்தில் தேர்ச்சிபெற்ற தமிழறிஞர் அவர். இப்படிப்படட நிலையில், மேதகு நீதிபதிகள் இதற்காக மேற்கண்ட அடைமொழிகளைப் பயன்படுத்தியதற்காக நான் மிகவும் வருந்துகிறேன்.

அடுத்து, நீதிபதி மோகன் அவர்களையே குழுத்தலைவராகப் போட்டது பற்றியது. இதற்கு முன் உயர்நீதிமன்றத்தில் ஒருமுறை தீர்ப்பு வழங்கும்போது அவர் கூறிய கருத்துக்கள் குறித்துக் கணக்கில் எடுத்துக் கொண்டு இதனையும் மறுத்துள்ளார்கள். நீதிபதிகள், கருத்துக்களைப் போலவே தீர்ப்புகளும் மாறக் கூடியவை. மேலும் நீதிபதி மோகன், தீர்ப்பில் கூறப்பட்டபடி இல்லாமல் மொழியிலும் அதன் வளர்ச்சியிலும் ஈடுபாடு படைத்த வல்லுநர் அவர் என்பதை மனத்திற் கொள்ளவேண்டும்.

வலிமையான பரிந்துரைகளைச் செய்வதற்குத் தெலுங்கு, கன்னட, மலையாள அறிஞர்களையும் குழுவில் சேர்த்திருக்கலாம் என நீதிபதிகள் கூறியுள்ளனர். மொழி அடிப்படையில் மொழிவாரி மாநிலங்கள் பிரித்து அமைக்கப்பட்டபோது, அண்டை மாநிலங்கள் தங்கள் மாநில மொழியினைத் தொடக்கப்பள்ளிகளிலும் உயர்நிலைப் பள்ளிகளிலும் அதிகம் அலட்டிக் கொள்ளாமலேயே பயிற்றுமொழிகள் ஆக்கிவிட்டன. தாய்மொழியாம் தமிழைப் பயிற்று மொழியாக்குவதற்கு மொழிச் சிறுபான்மையினரின் கருத்துகளைக் கேட்க வேண்டுமென்பது அவசியமற்றதாகும். நீதிபதிகளால் குறிப்பிடப்பட்ட மொழிச் சிறுபான்மை யினரைக் குழுவில் சேர்க்க வேண்டுமென்றால் தெலுங்கு, மலையாள, கன்னடியர்களைவிட அதிகம் பாதுகாப்புத் தேவைப்படுகின்ற 40க்கும் மேற்பட்ட பழங்குடியினரையும் குழுவில் சேர்க்கவேண்டும். உருது பேசும் இசுலாமியரும் குழுவில் இடம்பெறவே முயல்வர். இது எங்கே கொண்டுபோய்விடும்? சட்டத்தின் அடிப்படையில் சண்டை போட்டுக் கொள்ளத்தான் நேரம் சரியாக இருக்கும். இதனால் தேவையற்ற காலதாமதம் ஆவதுடன் ஒருகுறிப்பிட்ட காலத்திற்குள் குழு தன் பரிந்துரைகளைச் செய்ய முடியாமலும் போய்விடும்.

நீதிபதிகள் கூறும்போது, குழந்தைகளின் உளவியல் அறிந்த மருத்துவர்களும், நரம்பியல் வல்லுநர்களும் குழுவில் சேர்த்துக் கொள்ளப் பட்டிருக்கலாம் என்கின்றனர். பயிற்றுமொழி தொடர்பாக

அதிக அளவு ஆராய்ந்து வலிமையான அறிவுடன் திகழ்பவர்கள் மொழியியலாளர்கள்தாம். ஆனால் தீயூழ் காரணமாகத் (துரதிருஷ்ட வசமாக) தீர்ப்பில் இது குறித்து எதுவும் சொல்லப் படவில்லை. மேலும் நரம்பியல் வல்லுநர்களுக்கு மொழியின் பலவகையான பயன்பாடு குறித்த நேரடியான அறிவு குறைவாகவே இருக்கும். எனவே மிகக் குறைந்த தொடர்புடைய சிறப்பு மாநில வல்லுநர்களைச் சேர்க்கவும், மிகுந்த அறிவு வல்லமையுள்ள மொழியியலாளர்களை விட்டு விட்டும் மேதகு நீதிபதிகள் கூறிய பரிந்துரைகள் மிகவும் வியப்பை அளிக்கின்றன. மொத்தத்தில் குழு அமைக்கப்பட்டதில் குறை காண்பது எனும் ஒரே நோக்கத்தோடு நீதிபதிகள் இத்தகைய கருத்துக்களைக் கூறியிருப்பதாகவே கொள்ளலாம்.

இது, குழு தன் முடிவுகளை எட்டுவதற்கு எடுத்துக் கொண்ட குறுகிய காலத்தையே குறையாக எடுத்துக்கொண்டு நீதிபதிகள் தங்கள் வினாக்களைத் தொடுத்துள்ளனர். குழு 26 நாள்கள் எடுத்துக் கொண்டது. இப்போது வழக்கிற்கு வந்துள்ள ஆணையைப் பிறப்பிப்பதற்கு அரசு ஐந்து மாத காலம் எடுத்துக் கொண்டுள்ளது. ‘இந்தப் பிரச்சனை மிகவும் சிக்கலானது என்று குழு கருத்துச் சொல்லியிருந்தாலும், 3 வாரங்கட்குள் தன் பணியை முடித்துள்ளது. இதற்குத் தகுதியான எல்லாச் செய்திகளும் அலசப்பட்டிருக்குமா? என்று நீதிபதி குழு ஐயத்தைக் கிளப்பியுள்ளது.

குழு அறிக்கையைக் கவனமாகப் பரிசீலித்தால் தமிழக மக்களின் எதிர்கால நலன்களை மனத்தில் கொண்டு மிகுந்த கவனத்தோடு அறிக்கையைத் தந்துள்ளமையைக் காணலாம். இந்த அறிக்கையில் கல்வியில் ஆங்கிலத்தின் அவசியம் பயிற்றுமொழிக் கொள்கையின் நலத்தீங்குகளை ஆராய்ந்துள்ளது. தமிழ்ப் பேசும் மக்களின் கீழ்நிலையிலும் மேல் நிலையிலும் தமிழை அறிமுகப்படுத்துவதில் அறிக்கை கவனம் செலுத்தியுள்ளது. அண்டை மாநிலங்களான மேற்கு வங்கம், ஆந்திரம், கர்நாடகம் ஆகியவற்றிலிருந்து தொடர்புடைய அரசாணையைப் பெற்றுக் குழு இணைத்திருக்கிறது. சென்னை உயர்நீதிமன்றம் மேற்கோள் காட்டிய, பயிற்றுமொழி தொடர்பாக உச்சநீதிமன்றத் தீர்ப்பினையும் காட்டியுள்ளது. பயிற்றுமொழி பற்றிய வினாவினை விரிவாக விவாதிக்க வேண்டுமென்றால் மிகப்பெரிய கூட்டத்தினரோடு கலந்து பேசவேண்டும். தொடக்கநிலை மற்றும் உயர்நிலைக்கல்வியில் தமிழைப் பயிற்றுமொழியாக்க வேண்டும் என்பதே அதன் பரிந்துரை. இக்குழு பிற மாநில அறிக்கைகளை, அங்குள்ள அதிகாரிகளுடன் கலந்துரையாடல் குறிப்புகளோடும் சேர்த்து வழங்கியிருக்கிறது. தமிழக அரசுக்கு அதிகச் செலவு வைக்காமல்,

மிகக் குறைந்த செலவிலேயே மூன்றரை வாரங்களுக்குள் இக்குழு பாராட்டத்தக்க பணியினை நிறைவேற்றியிருக்கிறது. ஆனால் இதனைப் பாராட்டுவதற்குப் பதிலாக உயர்நீதிமன்றம் இதனை ஓர் 'அவசர அறிக்கை' என்று வருணித்திருப்பது நமது தீயூழ் ஆகும். (துரதிருஷ்டமாகும்) ஆண்டுக்கணக்காக நீட்டிக்கப்பட்டு அதிக காலம் இயங்குவதாலேயே ஒரு முழுமையான அறிக்கையை அது தந்து விடும் என்று சொல்ல முடியாது.

1967க்கு முன் பல ஆண்டுகள் ஆட்சியிலிருந்த காங்கிரசுக் கட்சியும் சரி, அதன்பின் ஆட்சிக்கு வந்த திராவிடக் கட்சிகளும் சரி, தமிழுக்கு முக்கியத்துவம் கொடுத்துள்ளன. தமிழ்நாட்டின் ஆட்சியைக் கைப்பற்றிய திராவிடக் கட்சிகளின் 'எல்லாத் துறைகளிலும் தமிழின் பயன்பாடு' என்பது அவற்றின் குறிக்கோள்களில் ஒன்றாகவே இருந்தது. அதாவது 'எங்கும் தமிழ் எதிலும் தமிழ்' என்பது அவற்றின் கோட்பாடு. வாழ்க்கையின் மேம்பாட்டுக்கும், தமிழ்நாடு அரசிலும், வேறு இடங்களிலும் வேலைவாய்ப்புப் பெறுவதற்கும் ஆங்கிலப் பயிற்றுமொழி ஒன்றே தீர்ப்பு என்பது போலத் தவறான வாக்குறுதிகளை அள்ளி வழங்கியது வரை துறையில்லாமல் ஆங்கிலப் பயிற்று மொழிப் பள்ளிகள் வளர்ந்து வந்ததையும், கீழ் வகுப்புகளில் கூடத் தமிழின் பயன்பாடு குறைந்து வந்ததையும் எதிர்த்துக் கிளர்ச்சிகள் நடைபெறத் தொடங்கின. எனவே, தொடக்க வகுப்புகளிலும் பிற வகுப்புகளிலும் தமிழின் பயன்பாட்டை உறுதி செய்திடவும், இந்தச் சிக்கலுக்குத் தீர்வு காணவும் வேண்டியது தமிழக அரசின் தலையாய கடமை ஆயிற்று.

தக்க துணை ஆதாரங்களோடு படைக்கப்பட்ட குழுவின் அறிக்கை அவசரத்தில் அமைந்தது என்று வருணிப்பதைவிட ஏற்றுப் பாராட்டியிருக்க வேண்டும்.

1950இல் ஆங்கிலப் பயிற்றுமொழியில் தொடங்கப்பட்ட மெட்ரிகுலேசன் பள்ளிகள் பற்றியே மேதகு நீதிபதிகள் திருப்பித் திருப்பிச் சொல்லியிருக்கிறார்கள். 1957இல் மொழிவாரி மாநிலங்கள் பிரிக்கப்பட்டதில் மாநில, மத்திய அரசுகளின் நோக்கமே மாநில மொழிகளை வலியுறுத்தி வளர்த்தெடுப்பதுதான். மேதகு நீதிபதிகளால் இந்த அடிப்படை உண்மை எடுத்துக்கொள்ளப்படவே இல்லை. இந்த நாட்டிலும் இங்குள்ள மாநிலங்களிலும் உயர் ஆராய்ச்சி குறித்த வளர்ச்சிக்கு ஆங்கிலம் அறிவும், அனைத்துலக மொழிகளின் அறிவும் தேவைதான். அந்தந்த மாநில மொழியைப் பயிற்று மொழியாகக் கொண்டு பயில்வது எல்லாக் குடிமக்களுக்கும் உறுதுணையாகவே

இருக்கும். வட்டார மொழியைப் பயிற்று மொழியாகக் கொள்வது குறித்து யுனெஸ்கோ தந்துள்ள அறிக்கையினை இங்குப் பார்வைக்கு வைக்கிறோம். தீயூழ் காரணமாக (துரதிருஷ்டவசமாக) மேதகு நீதிபதி களால் இவ்வறிக்கை கருதப்படவே இல்லை என்பதுதான் நிலை.

ஆங்கிலப் பயிற்றுமொழியானது தொடக்கத்தில் சில வகுப்பினரை உருவாக்கும். ஆனால் அவர்கள் மிகக் குறைந்த எண்ணிக்கையினராகவே இருப்பர். தமிழ்த் தாய்மொழிப் பயிற்றுமொழியோ சிறந்த அறிவாற்றலைப் பெற்று நாகரிகமான வாழ்வினை நடத்திச் செல்வதற்கான முறையில் குடிமக்கள் அனைவரையுமே அந்நியம் செய்துவிடும். அத்தகைய அறிவாற்றலை ஓர் அயல் மொழியைக் காட்டிலும் தாய்மொழி வாயிலாகப் பெறுவதே எளிதாக இருக்கும்.

அரசமைப்புச் சட்டத்தின் 27ஆவது பத்தியில் வழங்கப்பட்ட மொழிச் சிறுபான்மையினருக்கான வகுப்புகளைத் தொடங்குவதில் உள்ள இடர்ப்பாடுகளை நீதிமன்றத் தீர்ப்பு விவாதிக்கிறது. ஒவ்வொரு பள்ளியிலும் 40 பேருக்கு மேல் இருந்தால் தெலுங்கு, கன்னடம், மலையாளம், 40க்கும் மேற்பட்ட மலைவாழ் மக்களின் மொழி பேசுவோர் விரும்பினால் அவர்கள் பள்ளிகளைத் தொடங்கிக் கொள்ள உச்சநீதிமன்றம் ஒப்புக்கொண்டுள்ளது. நீதிமன்றத்தால் சுட்டிக்காட்டப் பட்டுள்ள நடைமுறைச் சிரமங்களால் தாய்மொழியையோ தமிழையோ பாடமொழியாகக் கொண்டுள்ள பள்ளிகட்கு ஆங்கிலப் பயிற்று மொழி என்பது தீர்வாகாது.

நீதிமன்றத் தீர்ப்பின்படிப் பார்த்தால் மொழிச் சிறுபான்மை மாணவர்களைப் பொறுத்தவரையில், வேலை வாய்ப்புக் கருதி வேறு மாநிலங்கட்குப் போக விரும்புபவர்கள், ஆங்கிலப் பயிற்றுமொழிப் பள்ளிகளுக்குத்தான் போகவேண்டும். பிற மாநிலங்கட்கு இடம் பெயர்ந்து செல்லும் மாணவர்கள் எத்தனை விழுக்காட்டினர்? என்பது குறித்து நீதிமன்றம் எதுவும் குறிப்பிடவில்லை. இதுகுறித்து ஆழ்ந்து விவாதிக்கப்படவில்லை என்றாலும், தெற்கிலும், வடக்கில் உள்ள பிற மாநிலங்களிலும் உள்ள மொழிச்சிறுபான்மையினரில் 3% மட்டுமே வேலைதேடி வெளிமாநிலங்களுக்குச் செல்பவராவர். மிகப் பெரும் பான்மையினர் தமிழ் நாட்டுக்குள்ளேயே தங்கி விடுபவர்கள்தான். ஒரு நாகரிகமான நல்வாழ்வுக்கு அவர்கள் தங்கள் தாய்மொழி வாயிலாகக் கல்வி கற்க வேண்டாமா? 1991 மக்கள் தொகைக் கணக்கெடுப்பு பிற மாநிலங்களில் உள்ள மொழிச் சிறுபான்மையினர் பற்றிய புள்ளி விவரங்களைத் தருகிறது. அவைப் புறக்கணிக்கப்படும்

அளவு சிறுபான்மையாகும். எனவே ஒருசிலருக்காகத் தமிழ்ப் பயிற்றுமொழியைப் புறக்கணிப்பது என்பது அறிவார்ந்த முடிவாகாது. பள்ளிகளில் தமிழ் வழியில் பயில்வதால், அறிக்கையில் ஆங்கிலக் கல்வி பற்றிய பரிந்துரை இல்லை என்பதும் தவறானதாகும். உண்மையில் மோகன் குழு, தமிழ்நாட்டில் ஆங்கிலம் சொல்லிக் கொடுப்பதில் உள்ள தரம் தாழ்ந்த நிலை குறித்து வருந்தியிருக்கிறது. மேலும் பள்ளிகளில் சிறப்பான பயிற்சி பெற்ற ஆங்கில ஆசிரியர்களைப் பணியமர்த்தவும் வலியுறுத்துகிறது.

31ஆவது பத்தியில் 'தாய்மொழி' என்றால் என்ன வரையறை? என்பது குறித்தும் தாய்மொழியை அடையாளம் காண்பது பற்றியும் விரிவாக விவாதிக்கப்பட்டுள்ளது.

1953இல் யுனெஸ்கோவால் நடத்தப்பட்ட வல்லுநர்கள் மாநாட்டுக்குப் பிறகு 1957இல் 'கல்விக்கான பயிற்றுமொழியாக வட்டார மொழி' என்பதற்கான ஆவணத்தினை யுனெஸ்கோ வெளியிட்டுள்ளது. இதுகுறித்து, வாதிகளுக்கான வழக்கறிஞர்கள் அறிந்திருக்கவில்லை என்பது வருந்தத்தக்கது. ஜோகவா பிஷ்மேமினன் நூலில் இரண்டாம் இதழில் தரப்பட்ட செய்திகள் இங்கு இணைக்கப்பட்டுள்ளன. (ஒட்டு மொத்த மூலத்தின்படி முழுவதும் பின்னர் கிடைக்கப் பெற்றது. மேலே சொன்ன இயல் அதன் உண்மைப்படிதான்) அந்த இதழில் 'தாய்மொழி' என்றால் என்ன என்பது குறித்துத் தெளிவாகச் சொல்லப் பட்டிருக்கிறது.

"ஒரு மனிதன் தன் தொடக்கக் காலத்தில் எந்த மொழியில் பழக்கம் வைத்திருக்கிறானோ, எது சிந்தனைக்கும் அதனை வெளிப்படுத்து வதற்கும் இயற்கையான கருவியாக அமைகின்றதோ அதுதான் அவனது தாய்மொழியாகும்."

மேதகு நீதிபதிகளால் சொல்லப்பட்டபடி அது தாயார் மொழியோ தந்தையின் மொழியோ அன்று. ஐ.நா. ஆவணங்கள் மேதகு நீதிபதி களால் மிகுந்த மரியாதையுடன் எடுத்துக் கொள்ளப்பட்டுள்ளன. அதனால், தீர்ப்பின் இதுபோன்ற பகுதிகள் மீண்டும் விவாதிக்கப்படும் பொழுது, வட்டார தாய்மொழியின் பயன்பாடு குறித்து யுனெஸ்கோ தந்த ஆவணங்களை நான் மேற்கோள் காட்டுவேன். தாய் எந்தமொழி பேசுகிறாரோ அதுதான் குழந்தையின் தாய்மொழி என்ற அடிப்படை யிலேயே தமிழ்நாடு அரசு இப்பிரச்சனையை அலசியிருக்கிறது என்றே மேதகு நீதிபதிகள் கருதுகின்றனர். ஆனால் மேலே குறிப்பிடப்பட்ட

அரசு ஆணைகளிலோ அல்லது அட்வகேட் ஜெனரலின் விவாதத்திலோ மேற்கண்ட கருத்து வாக்குமூலம் எங்கும் காணப்படவில்லை.

32ஆவது பத்தியில் முன் மழலையர் வகுப்புகள், அநேக அடுக்குகளைக் கொண்ட பல்லடுக்கு மாளிகைகளில் நடைபெறுவதாகவும், அந்த வகுப்புகளில் மாணவர்களும் ஆசிரியர்களும், ஆங்கிலத்தில்தான் பேசிக் கொள்கின்றனர் என்றும் வழக்கறிஞர் வாதிட்டுள்ளார். மேதகு நீதிபதிகளும் ஏற்றுக் கொண்டுள்ளனர். இந்த இரண்டு ஏற்புப் பதிவுகளுமே ஒரு மனப்பதிவு அடிப்படையில் அமைந்தவையே தவிர, உண்மையான புள்ளி விவரங்களின் அடிப்படையில் அமைந்தவை அல்ல. (அண்மையில் கும்பகோணம் சரசுவதி மழலையர் தொடக்கப் பள்ளியில் நேர்ந்த அவலம் குறித்தும், அந்தப் பள்ளியின் மிக மோசமான நிலை குறித்தும், அது ஒரு பள்ளியே அல்ல, ஒருவரது வீடு என்பது குறித்தும் கவனத்தில் கொள்ளவும்). அவர்கள் கூறும் பள்ளிகள் நகரங்களைச் சார்ந்திருப்பவை. (கும்பகோணம் நகரத்தில் இத்தகைய கோணல் மாணல்கள்). ஆனால் தமிழ்நாட்டில் மிக அதிகமான பள்ளிகள் கிராமப் புறத்தைச் சார்ந்தே அமைந்துள்ளன என்பது முக்கியமான குறிப்பாகும். தாய்மொழிகள் பலவாக இருப்பதாகவும், பல்வேறு மொழிச் சிறுபான்மையருக்காகப் பல்வேறு பள்ளிகளைத் தொடங்குவதைவிட, ஒப்புக் கொள்ளப்படும் தீர்வு என்பது ஆங்கிலவழிப் பள்ளிதான் எனும் விவாதத்தை மேதகு நீதிபதிகள் ஏற்றுக் கொண்டுள்ளனர்.

இது, அடிப்படையில் ஒப்புக்கொள்ள முடியாத தீர்வாகும். காரணம், இந்திய மொழிகளின் வாக்கியக் கட்டமைப்புகள், இலக்கணங்கள், ஒலிப்பு முறைகளிலிருந்து ஆங்கிலம் வெகுதூரம் விலகி நிற்கிறது. பள்ளிகளில் ஆங்கிலத்தைப் பயிற்றுமொழியாக்குவது, இந்திய மக்கள் தொகையை அயல் மொழிகளுக்கு அடிமைகளாக ஆக்கும் முயற்சியே தவிர வேறில்லை. இதில் மிகமுக்கியமான குறிப்பு என்பது, பள்ளிகளில் தாய்மொழியைக் குறிப்பாகத் தமிழைச் சிந்திப்பதற்கும், கருத்துப் பரிமாற்றத்துக்கும் வாய்ப்பான கருவியாகப் பயன்படுத்தும் சந்தர்ப்பங்கள் இல்லாமலேயே போய்விடும். இந்தியா அரசியல் விடுதலை பெற்ற பிறகும் ஆங்கிலம் பயிற்றுமொழியாகத் தொடரும் என்றால் மொழியடிமைத்தனம் மட்டும் இங்கு தொடர்ந்து கொண்டே யிருக்கும். மோகன் குழு செய்துள்ள பரிந்துரையின் முக்கிய நோக்கமும், (மற்றும் அரசு ஆணையும்) தமிழர்களின் நல்வாழ்வு கருதியும், தமிழ் வளர்ச்சி கருதியுமே அமைந்துள்ளன.

இந்த முக்கிய நோக்கம் கவனத்திலிருந்து திசைதிருப்பப்பட்டுள்ளது. அரசு பல்வேறு துறையினரின் கருத்துக்களையும் பெற்று, பல்வேறு குழுவினரின் வேண்டுகோள்களையும் பரிசீலனை செய்து தான் முடிவெடுக்க வேண்டும். ஆனால் நடைமுறைக் குறைபாடுகள் மட்டுமே பெரிதுபடுத்தப் பட்டிருக்கின்றன.

மோகன் குழுவினால் இணைக்கப்பட்டுள்ள கர்நாடக, ஆந்திர அரசாணைகளும் தமிழக அரசின் ஆணையும், தங்கள் நோக்கத்தை ஒரே மாதிரியாகவே புலப்படுத்தியுள்ளன. அந்த மாநிலங்களில் பெரும்பாலும் சிறுபான்மை மொழியினரிடமிருந்து எந்தப் புகாரும் எழவில்லை.

மேற்கு வங்கத்திலும் இதே நிலைதான். இந்திய அரசுக்குள் அமைந்த பிறமாநில அரசாணைகளையும் கூர்ந்து பார்த்துத்தான் மோகன் குழுவும் தமிழக அரசும் செயற்பட்டுள்ளன.

35ஆவது பிரிவு, தமிழ்ப் பயிற்று மொழியைக் கடைப்பிடித்தால், வேலைவாய்ப்புச் சுருங்கிவிடும் என்பது குறித்துப் பேசுகிறது. ஒன்று அல்லது ஒன்றுக்கு மேற்பட்ட உலக மொழிகளைப் பயிற்றுமொழி களாகக் கொண்ட உருசியாவிலும், சீனாவிலும் ஏன் அமெரிக்காவிலும் இங்கிலாந்திலும் கூட வேலையில்லாத் திண்டாட்டம் உள்ளது. கல்வியறிவு பெற்ற ஒவ்வொரு மனிதனின் விருப்பமும் ‘வெள்ளைச் சட்டை வேலை’ தான் என்றால், எந்த அரசுக்கும் போதுமான வேலை வாய்ப்பினை உருவாக்குவது இயலாத காரியமே ஆகும். தச்சுவேலை, கொத்தனார்வேலை, வியாபாரம் மற்றும் வேளாண்மைத் துறை, பிற அமைப்புச் சாராத் துறைகளிலும் உலகமெங்கும் ஆள்பற்றாக்குறை உள்ளதாகவே கருதப்படுகிறது. ஆலந்திலோ, நார்வேயிலோ அங்குள்ள பல்கலைக்கழகங்களிலோ அவரவர் தாய்மொழியில் பயிலும் எவரும், வயல் வேலைகளைச் செய்வதிலோ அல்லது கட்டுமானப் பணிகளைச் செய்வதிலோ எவ்விதத் தயக்கமும் காட்டுவதில்லை. அந்த நாடுகளில் கல்வியறிவு மிகுந்தவர்களிடமிருந்து அவர்கள் பார்க்கும் வேலைகளில் உள்ள சிறப்புத் திறமையும், வேலையின் நாகரிகத் தன்மையும் மட்டுமே எதிர் பார்க்கப்படுகின்றன.

மோகன் குழு அறிக்கையை வாசிக்கும் ஒவ்வொருவர்க்கும், அக்குழு, ஆங்கிலத்தை இரண்டாம் மொழியாகப் படிப்பதைப் பெரிதும் வலியுறுத்தியிருப்பது தெளிவாக விளங்கும். யுனெஸ்கோவின் கருத்துப் படியே தமிழ் அல்லது தாய்மொழி வாயிலாகக் கல்வி பயில்வது மட்டுமே பரிந்துரைக்கப்பட்டுள்ளது. மேதகு நீதிபதிகள் தமிழ்நாட்டில்

ஜப்பான், சீனம், உருசியன், ஆங்கில மொழிகளைப் பகுதி நேரமாகச் சொல்லித் தரும் பள்ளிகளைத் திறப்பது குறித்து வலியுறுத்தி யிருக்கலாம். ஆங்கில வழியில் படித்த எல்லாரும் இங்கிலாந்திலும் அமெரிக்காவிலும் கூட வேலை வாய்ப்பைப் பெற்றுவிடவில்லை. இந்தியாவின் பிறமாநிலங்களிலும் இதுதான் நிலைமை.

இந்தப் பிரிவில் ஆங்கிலப் பயிற்றுமொழி வாயிலாகப் படித்த ஒருவன், தமிழ்வழியில் படித்த மாணவனைவிட எளிதாக ஓர் ஏவலர் (Attender) வேலையைப் பெற்றுவிடுவான் என்று காட்டப்பட்டுள்ளது.

மேதகு நீதிபதிகளால் ஒரு மொழியை ஒரு பாடமாகப் படிப்பதற்கும் (Subject), அந்த மொழிவாயிலாகப் பிற பாடங்களைப் படிப்பதற்கும் (as a medium) உள்ள வேறுபாடு காட்டப்படவில்லை. மோகன் குழு அறிக்கையில் ஆங்கிலத்தை ஒரு பாடமாகப் படிப்பது குறித்து அழுத்தமாகவே சொல்லப்பட்டுள்ளது. தங்கள் தாய்மொழியைப் புறக்கணித்து, ஒரு பாடத்தை மற்றொரு மொழி வாயிலாகப் படிப்பதில் மாணவர்களிடையே நிச்சயம் ஒரு பின்னடைவு இருக்கும்.

தமிழகத்திற்கு வெளியே வேலை தேடிச் செல்பவர்களின் எண்ணிக்கை 3% அளவுதான் இருக்கும். 1991 மக்கள் தொகை கணக்கெடுப்பின்படி இது ஒரு குத்துமதிப்பான எண்ணிக்கைதான். இக்கணக்கு பிற மாநிலங்களில் பேசப்படும் அவரவர் தாய்மொழியல்லாத பிறமொழிகள் குறித்தும் விவரங்களைத் தருகிறது. தமிழ்நாட்டின் பல்வேறு கிராமங்களில்தான் மிகப்பெரும்பான்மையான மக்கள் வாழ்கிறார்கள். அவர்களது வாழ்க்கைப் போக்கினைக் கல்வியால் மட்டுமே மேலோங்கச் செய்ய முடியும். தாய்மொழி வாயிலாகக் கற்பிக்கப்படும் போது, இக்கல்வி அவர்கட்குக் குறைந்த முயற்சியிலேயே கிடைத்து விடுகிறது. ஆனால் நீதிமன்றத் தீர்ப்பு, ஆங்கிலப் பயிற்று மொழிக்குச் சார்பாக, இடம் பெயர்ந்த சிறுபான்மைக் கூறுபாட்டைப் பெரிதும் வலியுறுத்துகிறது.

தென்னகத்தின் நான்கு மாநிலங்களிலும் இந்தோ - ஆரியமொழி எனும் வடமாநில மொழிகளைப் பேசுவோர் எண்ணிக்கை குறித்துக் கணக்கெடுக்கப்பட்டபோது வடபுல மாநிலங்களில் தென்னக மொழியைப் பேசுவோரைவிடப் பலமடங்கு அதிகமாகவே இந்தோ-ஆரிய மொழியைப் பேசுவோரே இருப்பதைக் கண்டறிய முடிந்தது.

தென்மாநிலங்கட்கு இடம்பெயர்ந்து செல்லும் அளவுக்கு வட இந்தியர் பலரும் ஆங்கிலப் பயிற்றுமொழிப் பள்ளிகளில் பயின்றதில்லை.

தீர்ப்பில் மேற்கோள் காட்டப்பட்ட 'திரை கடலோடியும் திரவியம் தேடு' எனும் பழமொழி அண்மைக்கால மக்களுக்காகக் கூறப்பட்ட தில்லை. நிச்சயமாக, இது ஆங்கிலேயர் காலத்திற்கு முந்தியவர் களுக்காகக் கூறப்பட்டது. செல்வம் சேர்ப்பது என்பது ஆங்கிலமொழி அறிவோ அல்லது வேறு உலக மொழி அறிவோ பெற்றதனால் ஏற்படுவது அன்று. தெற்காசிய நாடுகளில் பரந்து வாழ்ந்த நாட்டுக் கோட்டைச் செட்டியார்களின் செல்வச் செழிப்பு இதற்குச் சரியான எடுத்துக் காட்டாகும்.

37ஆவது பிரிவு, மொழிபற்றியும், பண்பாடு பற்றியும் குறிப்பிடுகிறது. தீர்ப்பில் குறிப்பிட்டுள்ளபடி, பண்பாடு என்பது ஒருவர் தமிழ் வழியாகப் படிப்பதன் மூலம் பெறும் இலக்கிய அறிவிலோ, நடவடிக்கையிலோ, உடையிலோ வெளிப்படுத்தப்படுவது என்று அறிக்கையின் எந்த இடத்திலும் குறிப்பிடப்பட்டதாக நான் கருதவில்லை. அறிக்கையில் உள்ள அந்தப் பகுதியின் உண்மையான மொழி பெயர்ப்பு இதுதான். தமிழ் இலக்கியத்தை ஆழ்ந்து படிப்பதன் வாயிலாக ஒருவர் தமிழ்ப் பண்பாட்டைத் தனக்குள் நிலை நிறுத்திக் கொள்ள முடியும்.

அறிக்கையில் உள்ள பண்பாடு குறித்த கருத்துக்கு எதிராக ஆக்சுபோர்டு, வெப்ஸ்டர்ஸ் அகராதிகளில் கருத்துக்கள் எடுத்துச் சொல்லப்பட்டுள்ளன.

எந்த ஆவணத்திலும் பண்பாட்டுக்குரிய வரையறையை எளிதாக எடுத்துக் காட்டிவிட முடியாது. நிச்சயமாக, ஆக்சுபோர்டு அல்லது வெப்ஸ்டர்ஸ் பொது அகராதிகள், அனைவரையும் ஒப்புக் கொள்ளும் படியான வரையறைகளை வழங்கிட முடியாது.

மொழி சார்ந்த பண்பாடு குறித்து, கல்வியில் வட்டார மொழியின் பயன்பாடு குறித்த யுனெஸ்கோ வெளியீட்டில் அழுத்தமாகவே சொல்லப் பட்டுள்ளது. 40ஆம் பக்கத்திலிருந்து அதனைக் காட்ட விரும்புகிறேன்.

காரணம், மொழி என்பது பண்பாட்டின் ஒரு கூறுபாடு, மக்களது ஆன்மாவின் வெளிப்பாடு. எனவே, பொது அகராதிகளை மேற்கோள் காட்டி, மோகன் குழுவின் கருத்தினைத் தரக்குறைவாக மதிப்பிடுவது வருந்தத்தக்கது.

மற்றொரு கருத்தும் பார்க்கப்படவேண்டும். ஒருவர் தான் தாய்மொழி வாயிலாகப் பெறும் கல்வியில் அறிவார்ந்த வசதிகள் மிகவும் குறைவு என்று கருதமுடியுமா? அமெரிக்காவின் புதிய மெக்சிகோ பகுதியில் ஸ்பானிஷ் மொழி பேசும் இடம் பெயர்ந்தோரைப் பற்றிய ஆய்வு இங்கு நமக்குப் பொருத்தமாக இருக்கும். ஆங்கிலத்தில்

மட்டுமே பயிற்றுவிக்கப்பட்ட ஸ்பானிஷ் குழந்தைகளின் மி.னி. மிகக் குறைவாகவே இருந்தது. ஆனால் ஸ்பானிஷ் மொழியிலும் ஆங்கிலத்திலும் கல்வி பயின்ற குழந்தைகளின் மி.னி. அதிகமாகவே இருந்தது.

52ஆவது பிரிவு, பயிற்றுமொழியை மாற்றுவது குறித்து அரசாணை தான் பிறப்பிக்கப்பட்டுள்ளதே தவிர அது சட்டமாக்கப்படவில்லை என்று குறிப்பிடுகின்றது. சட்டமாக்கப்படுவதைப்போல, அரசாணை பிறப்பிப்பதும் சரியான வழிமுறையே ஆகும்.

உயர் நீதிமன்றத்தின் ஒருவர் அடங்கிய பெஞ்சு, இந்த நோக்கத்திற்கு அரசாணையை போதும் என்று ஒப்புக் கொண்டுள்ளது. கர்நாடகத்திலும் ஆந்திராவிலும் இத்தகைய கொள்கை முடிவுகள் அரசாணைகளாலேயே செயற்படுத்தப்பட்டுள்ளன. அந்த ஆணைகள் மோகன் குழு அறிக்கையுடன் இணைத்து அளிக்கப்பட்டுள்ளன. சட்டமன்றத்தின் வாயிலாக நிறைவேற்றப்படும் சட்டம் இந்த முடிவினை வலியோடு நிறைவேற்றிட உதவும் என்றாலும், இதில் அதிகப்படியான காலச் சுமைக்கும் ஏற்படும் ஒரு சிலவற்றில் மத்திய அரசின் ஒப்புதலும் தேவைப்படும். அதனால்தான் சட்டமன்றச் சட்டத்தைவிட, அரசு ஆணையாலேயே செயற்படுத்த முனைகின்றது.

56ஆவது பிரிவு அனைத்துலகச் சட்டத்தையும், பயிற்றுமொழி மாற்றத்திற்கு நகராட்சிச் சட்டம் இயற்றப்படவேண்டிய தேவையையும் அலசுகிறது.

ஐநாவின் மனித உரிமைகள் சங்கம் குழந்தைகள் கல்வி கற்பதற்கான உரிமைகளை மட்டுமே எடுத்துச் சொல்கிறது. அதே ஐ.நா. அதனுடைய படைப்புகளில் மற்றோர் சங்கமான யுனெஸ்கோவுக்குக் கல்வியில் பயிற்றுமொழியின் நிலைமை குறித்து ஆராய்வதற்காக 1953இல் ஒரு தீர்மானத்தின் வாயிலாக அதிகாரம் அளித்துள்ளது. கல்வித் துறையின் வல்லுநர்களும், மொழியியலாளர்களும், சம்பந்தப்பட்ட பிற துறையினரும், இத்துறையில் பெரிய அளவில் களப்பணி செய்த பலரும் கூடி ஆராய்ந்து அடிப்படைக் கல்வியின் அடித்தளமாகிய 1953, கல்வியின் வட்டார மொழிகளின் பயன்பாடு, எனும் ஓர் ஆவணத்தை உருவாக்கினார். அந்த வரைவில் ஒரேயடியாக ஒரு கருத்து வலியுறுத்தப் பட்டுள்ளது. அது இதுதான். தாய்மொழியில் கல்வியை வழங்கிட எல்லாவகையான முயற்சிகளும் மேற்கொள்ளப்படவேண்டும் என்பது மிக முக்கியமானதாகும்.

அந்தத் தெளிவான அறிவிப்போடு யுனெஸ்கோ தாய்மொழி என்பதற்கு அருமையான விளக்கமும் தந்துள்ளது.

அரசியல் சட்டத்தின் 350அ பிரிவு பின்வருமாறு கூறுகிறது.

மொழிச் சிறுபான்மைத் தொகுதியினரைச் சார்ந்த சிறுவர்களுக்குக் கல்வியின் தொடக்க நிலையில் தாய்மொழியில் கற்பிப்பதற்காகப் போதிய நலப்பாடுகளுக்கு வகை செய்வது மாநிலங்களில் உள்ள உள்ளூர் அதிகார அமைப்பு ஒவ்வொன்றின் பெருமுயற்சியாக இருக்க வேண்டும். குடியரசுத் தலைவர், அத்தகைய நலப்பாடுகளை உறுதியாகக் கிடைக்கச் செய்யத் தேவையானவை அல்லது முறையானவை எனத் தாம் கருதும் ஏவுரைகளை மாநிலம் எதற்கும் பிறப்பிக்கலாம்.

75ஆவது பிரிவில், உச்ச நீதிமன்றத்திலும் பிற நீதிமன்றங்களின் தீர்ப்புகளிலும் மேதகு நீதிபதிகள் சுட்டிக்காட்டியுள்ளனர்.

கல்வி பெறுவதற்கான உரிமை என்பது அடிப்படை உரிமையாக, இது பயிற்றுமொழியைத் தேர்ந்தெடுப்பதற்கான உரிமையை உள்ளடக்கியதாகும். இந்த உரிமை தங்கள் குழந்தைகளின் சார்பில் அவர்தம் பெற்றோர்களால் செயற்படுத்தப்படுவதற்கு உரியதாகும்.

குழந்தைகள் மீது பெற்றோர்க்குரிய உரிமை என்பது இயன்றவரை அவர்கள் நல்வாழ்வு பெறுவதற்கான வகையில்தான் அமையும். ஆனால் அவர்களது விலகிச் செல்லும் வளர்ச்சி குறித்தது ஆகாது. தாய்மொழிக்கு மாறாக வேறு மொழியைப் பயிற்று மொழியாகத் தேர்ந்தெடுத்தால், அதனால் குழந்தைகளுக்கு ஏற்படும் காயங்களால் படிப்பைப் பாதியிலேயே விட்டு விடும் தீங்கு பற்றியும், அயல்மொழி வாயிலாகப் பயில்வதால் குழந்தைகளுக்கு ஏற்படும் நரம்பியல் முறையிலான விளைவுகள் குறித்தும், யுனெஸ்கோ ஆவணம் விரிவாக விவாதித்துப் பதிவு செய்திருக்கிறது. துரதிருஷ்டமாக வாதிட்ட வழக்கறிஞர்களும் மேதகு நீதிபதிகளும் இந்த ஆவணம் பற்றி அறியாமல் இருக்கிறார்கள். மேலும் வயது வந்தோரில் 35%னர் இந்த நாட்டில் இன்றும் கல்வி அறிவு பெறாதவர்களாகவே இருக்கும் நிலையில் தங்கள் குழந்தைகள் தேர்ந்தெடுக்கும் கல்வி மொழி எது என்பது குறித்துக் காரண காரியங்களோடு சிந்தித்துத் தேர்ந்தெடுப்பவர்கள் என்று எதிர்பார்க்க முடியாது.

டார்வின் கோட்பாட்டிலிருந்து தீர்ப்பு ஒரு மேற்கோள் காட்டியுள்ளது. 'மாறுதலுக்கு இடமளிக்கும் நுண் கூறுகள் தாம் காலப்போக்கில் நிலைத்து நிற்கும்' என்பது அது. இது கூட ஒரு வகையில் யுனெஸ்கோ

வல்லுநர்கள் கண்டுபிடிப்புகளை மேலும் வலுவுள்ளதாக்குகிறது. அவர்கள் கண்டுபிடிப்பு இதுதான். தொடக்க நிலை வகுப்புகளில் தாய்மொழிக் கல்வி என்பதும் கூட நுண்கூறுகள் தங்கள் முன்னேற்றத்திற்குப் பயன்படுத்திக் கொள்ளும் ஒரு மாறுதல்தான்.

77ஆவது பிரிவு ஆங்கிலப் பயிற்றுமொழி குறித்தும், அப்பயிற்று மொழியில் படிப்பதில் சில மாணவர்கள் எதிர்கொள்ளும் இடர்ப்பாடுகள் குறித்தும் பேசுகிறது. ஆனால் தீர்ப்பு வலியுறுத்திப் பேசுவது நகர்ப்புற மாணவர்கள் குறித்து அதிக எண்ணிக்கையில் உள்ள கிராமப்புற மாணவர்களைப் புறக்கணித்தே இத்தீர்ப்பு அமைகின்றது. 'தினமலரில் வந்துள்ள செய்தியின்படி, நகர்ப்புறத்திலும், கிராமப்புறத்திலும் தாழ்த்தப்பட்ட வகுப்பு, பழங்குடியினர், பிற்பட்ட வகுப்புகளைச் சேர்ந்த மாணவர்கள் தாம் ஆங்கிலத்தில் பெருமளவு தோல்வியடைந்து தனிப்பயிற்சிக் கல்லூரிகளின் உதவியை நாடுபவர்களாக இருக்கிறார்கள். பள்ளிகளிலும் கல்லூரிகளிலும் ஆங்கிலப் பயிற்று மொழி எதில் போய் முடிகிறது என்றால் பெரும்பாலான முற்பட்ட வகுப்பினரை மேம்பட்ட வகுப்பினராக மாற்றவும், பெரும்பாலும் கிராமப்புறத்தில் வாழ்கின்ற பிற்பட்ட, தாழ்த்தப்பட்ட வகுப்பினர் அடங்கிய ஓர் ஏழை வகுப்பினரை உருவாக்கவுமே ஆகும். உண்மையில் நகர்ப்புற மாணவர்களைவிடக் கிராமப்புற மாணவர்களே அதிக எண்ணிக்கையில் உள்ளனர்.

மொழி வல்லுநர்கட்கு மிகவும் பழக்கமான முக்கியமான கூறுபாடு ஒன்றினை நீதிமன்றம் கவனிக்கத் தவறிவிட்டது. தனிநபர் வருமானத்தில் உயர்ந்துள்ள வளர்ச்சிபெற்ற நாடுகள் எல்லாமே தங்கள் மாநில மொழியைத்தான் பயிற்றுமொழியாகக் கொண்டுள்ளனவே தவிர, எந்த ஒரு அயல்மொழியையும் அல்ல. அமெரிக்கா, சப்பான், சீனா, இங்கிலாந்து, பிரான்சு, ஜெர்மனி (இசுரேல் நாடுகூட ஈப்ரு மொழியில் தான் முழுமையான கல்வியையும் வழங்குகிறது) போன்ற நமக்கு நன்கு அறிமுகமான பெரிய நாடுகள் எல்லாமே தொடக்க வகுப்புகளிலிருந்து பல்கலைக்கழகத்தின் உயர் வகுப்புகள் வரை தங்கள் தேசிய மொழிகளைத் தவிர வேறெந்த மொழிகளையும் பாடமொழியாக வைத்திருக்கவில்லை.

பயிற்றுமொழியாகத் தாய்மொழியாம் தமிழை வலியுறுத்தும் அதே நேரத்தில் பள்ளிகளிலும் கல்லூரிகளிலும் ஆங்கிலம் பயில்வதை மேலும் வலுப்படுத்தவேண்டும் என்று மோகன் குழு செய்த பரிந்துரை நீதிமன்றத்தால் கருதப்படவே இல்லை என்பதுதான் வருந்தத்தக்க உண்மையாகும்.

தீர்ப்பின் 157ஆம் பக்கத்தில் குறிப்பிட்டபடி, கருநாடக மாநிலத்தின் மொழிக்கொள்கை என்பது ஓர் அரசாணையால் தான் செயற்படுத்தப்பட்டுள்ளதே தவிர, சட்டத்தால் அல்ல.

91ஆவது பிரிவின் கடைசியில் குறிப்பிட்டபடி உச்சநீதிமன்றத்தின் முடிவு என்று தெரிவிக்கப்பட்டுள்ளது. கர்நாடக மாநிலத்தின் ஒரு பள்ளியில் பயிலும் ஒரு மாணவன் வட்டார மொழியை அறிந்திருக்கத் தேவையில்லை என்கிறது.

இது ஒரு தொலைநோக்கோடு கூடிய முடிவாகும், ஆனால் சென்னை உயர்நீதிமன்றத்தின் பெஞ்சு, இந்தக் கருத்து பயிற்று மொழியைக் குறித்தல்ல என்று கருதிவிட்டது. ஒரு வட்டார மொழியை ஒரு மாநிலம் மேம்படுத்துவது, அந்த மாநிலத்தின் கடமை என்பதை ஒப்புக் கொண்ட பிறகு, அம்மொழி ஒரு பாடமாக மட்டுமே சொல்லித் தரும் பயிற்றுமொழியாகக் கொள்ளப்படவேண்டுமா என்பதை வல்லுநர்கள் தாம் முடிவு செய்யவேண்டும்.

வட்டார மொழியை மேம்படுத்துவது என்பது ஒவ்வொரு மாநிலத்தின் விருப்பார்ந்த கடமையாகும் என்று கூறும் போதே, பள்ளிகளில் கன்னடத்தைப் பயிற்று மொழியாக வைத்துக் கொள்ளக் கூடாது என்று கர்நாடக மாநிலத்தின்மீது உச்ச நீதிமன்றம் எந்தக் கட்டுப்பாட்டையும் விதிக்கவில்லை.

கல்வி பெறுவதற்கான உரிமை ஒவ்வொருவர்க்கும் அடிப்படை உரிமை என்பதனை மேதகு நீதிபதிகள் பயிற்று மொழியைத் தேர்ந் தெடுப்பதும் அதில் அடங்கும் என்னும் போக்கில் பொருள் கொண்டு உள்ளார்கள். பிற மாநிலங்களில் இதுபற்றிய நீதிமன்றத் தீர்ப்புகள் இருக்கக்கூடும். ஆனால் அந்தத் தீர்ப்புகள் எல்லாம் தாய் மொழியானது ஒவ்வொரு தனிமனிதனின் சிந்தனைக்கும், அதனைப் பிறர்க்கு எடுத்துச் சொல்லும் திறமைக்கும் கிடைத்த இயற்கையான சாதனம் என்று யுனெஸ்கோவின் அறிக்கைகள் எவற்றையும் கருதாமல் அளிக்கப்பட்ட தீர்ப்புகளாகும் தன் தாய்மொழி எது? என்று சொல்லும் முழு உரிமை தொடர்புடைய அந்தத் தனிமனிதனுக்கு மட்டுமே உண்டே தவிர, வேறெவர்க்கும் அந்த உரிமை இல்லை. மோகன் குழு அறிக்கை ஆங்கிலத்தை ஒரு பாடமாக வல்லமையோடு சொல்லிக்கொடுக்க வற்புறுத்துகிறது. வட்டார மொழியின் வளர்ச்சி என்பது ஒரு மாநில அரசின் முழுப்பொறுப்பு என்பதால், அனைத்து அறிவுக் கூறுகளையும் விரிவாக எடுத்துச் சொல்லும் வகையில் அம்மொழி பயிற்றுமொழியாக்கப் படாவிட்டால், வட்டார மொழிகள் பெரும் வளர்ச்சியடைய வாய்ப்பே இல்லை. மற்றபடி, அந்த வட்டார மொழிப் புதினங்கள்

மற்றும் சிறுகதைகளுக்கு இடந்தரும் மொழியாகத்தான் இருக்கும். அறிவியல் மற்றும் கலைச் சார்பான கோட்பாடுகளுக்கும், சொல்லாட்சிகளுக்கும் மிகச் சிறிய இடமே கிடைக்கும்.

தமிழ் இலக்கிய மொழியாக நிற்குமே தவிர, வாழ்வியல் மொழியாக ஆகாமல் போய்விடும்.

இந்திய நாட்டின் தந்தை மகாத்மா காந்தி, கவியரசர் தாகூர் ஆகியோரது கருத்துக்கள் அடங்கிய படிகள் இணைக்கப்பட்டுள்ளன. மோகன் குழுவினரால் தாய்மொழியைப் பயிற்றுமொழியாக்கிட வலியுறுத்தப்பட்ட உயரிய குறிக்கோளுக்கு வலுச்சேர்க்கவும், உரிய ஆதாரமாகவும் அவை இங்கு இணைக்கப்பட்டுள்ளன என்று அறிஞர் வ.அய்.சு. அவர்களின் விவாதங்கள் எடுத்து வைக்கப்பட்டுள்ளன. *(தமிழ்க்குடிமகன்.2007:27)*

வழக்கு நிலுவையில் உள்ளது

உச்சநீதிமன்றத்தில் இவ்வழக்கு நிலுவையில் உள்ளது என்பது தான் இன்றைய நிலை. இதன்பிறகு கலைஞர் ஆட்சிக்கு வந்து முதல்வரான பிறகு தமிழ்நாட்டில் பொறியியல் படிப்புகள் தமிழில் தொடங்கப்பட்டன. அண்ணா பல்கலைக்கழகக் கல்லூரிகளில் (சென்னை, அரியலூர், பண்ருட்டி, ராமனாதபுரம், திருக்குவளை, திண்டுக்கல், பட்டுக்கோட்டை, நாகர்கோயில், திண்டிவனம், திருச்சி, தூத்துக்குடி) மட்டும் சிவில், மெக்கானிக் ஆகிய பிரிவுகளில் தமிழ்வழிப் பொறியியல் படிப்புகள் அறிமுகப்படுத்தப்பட்டு (2008) அதில் 900 மாணவர்களை அனுமதிக்க ஆணை பிறப்பிக்கப்பட்டது. ஆனால் அடுத்த ஆண்டிலேயே தமிழகத்தில் ஆட்சி மாற்றம் ஏற்பட்டது. கல்லூரிகளில் தமிழ் வழி பொறியியல் 2010இல் தொடங்கப்பட்டது. இந்நிலையில் பாடப்புத்தகங்கள் முழுமையாக தயாராகவில்லை. தயாரித்த நூல்களும் கையேடு போல் இருந்தன. அவைகளையே நகல் எடுத்து மற்றவர்களும் படிக்க நேர்ந்தது. இப்படியான ஆட்சி மாற்றங் களினால் தமிழ் வளர்ச்சிக்கு காலம் காலமாகத் தொடர் பேரிடிகளைக் காணவேண்டிய கட்டாயத்திற்கு தள்ளப்பட்டுள்ளதை, இந்த நூலில் உள்ள ஆவணங்கள் தெளிவாக எடுத்துரைக்கின்றன.

தமிழ் பயிற்றுமொழி ஆகாததற்கு யார் யார் தடைக் கற்களாக இருந்தார்கள் என்பதை இளைய தலைமுறையினர் புரிந்து கொள்ளவே இந்த வரலாற்று ஆவணம்.

பின்னிணைப்பு

15. தமிழ் ஆட்சிமொழி வரலாறு

[தலைமைச்செயலக அலுவலர்கள் தமிழில் ஆணைகள் பிறப்பிப்பதில் இன்றுவரை ஆர்வம் காட்டவில்லை.] ஆனால் இதற்கான முயற்சிகளை இன்றைய அரசு (2021) மேற்கொள்ள நடவடிக்கை எடுப்பது மகிழ்வை அளிக்கிறது.

"ஒரு நாட்டின் மக்களாட்சி, கலை, பண்பாடு, நாகரிகம், வரலாறு ஆகியவை போற்றிக் காக்கப்படவும் பின்பற்றப்படவும் அந்நாட்டின் மொழியே ஆட்சிமொழியாக இருக்க வேண்டும்."

சென்னை ராஜதானியில் சட்டமன்றத்தில் ஆங்கிலத்தில்தான் உரையாற்ற வேண்டி இருந்த காலகட்டத்தில் அ. கஜபதி நாயக்கர், ஏ. கோவிந்தசாமி நாயக்கர் ஆகியோர் தொடர்ச்சியாக தமிழுக்காகப் பல்வேறு முயற்சிகளை மேற்கொண்டனர். அந்தக் காலங்களில் அவர்கள் பேசிய பேச்சுக்கள் வைர வரிகளாக இன்றும் நிகழ்கின்றன. "ஒரு நாட்டின் கலாச்சாரத்தை அழிக்க வேண்டுமானால் அந்த நாட்டினுடைய மொழியை அழித்து விட வேண்டும் என்று சொல்லி யிருக்கிறார்கள்," என கோவிந்தசாமி நாயக்கர், பிரிட்டிஷார் கடைப் பிடித்த ஆங்கிலமயம் குறித்து கருத்து தெரிவித்து, "தமிழ் ஆட்சியே அதற்குத் தீர்வு காணும் சாவி" என்றார்.

"உத்தரவை முதலில் ஆங்கிலத்தில் போட்ட பிறகு அதை மொழி பெயர்ப்பதைவிடுத்து உத்தரவே தமிழில் போட வேண்டும் என்று மாவட்ட அதிகாரிகளுக்கு அரசியலார் ஓர் உத்தரவின் மூலம் தெரிவிக்க வேண்டும் என்று நான் கேட்டுக் கொள்கிறேன்," என்று கஜபதி நாயக்கர் கூறியது முக்கியமானது.

இன்றைக்கும் அரசு உத்தரவுகள் - ஆணைகளில் தமிழுக்கும் ஆங்கிலத்திற்கும் புரிதலில் வேறுபாடு ஏற்படுமாயின் ஆங்கிலமே இறுதியானது என்பது வழக்கில் உள்ளது. முதலிடம் தமிழுக்கு இல்லை. (தமிழ் ஆட்சிமொழி கல்வி மொழி, இரா. கண்ணகி, பக். 31, 34, 37)

இச்சூழ்நிலையில் மொழியெர்ப்பு வசதி சில மாவட்டங்களில் பரீட்சார்ந்த முயற்சி என்கிற அளவில் தமிழக சட்டமன்றத்தில் சில

முயற்சிகள் மேற்கொள்ளப்பட்டன. அதுவும் கஜபதி நாயக்கரின் தனி முயற்சியாகும்.

1947ஆம் ஆண்டு இந்தியத் துணைக் கண்டம் விடுதலை பெற்றது. அரசமைப்புச் சட்டம் 345, 346, 347 ஆகிய பிரிவுகள் வட்டார மொழிகளின் தகுதி குறித்துக் கூறுகின்றன. இச்சட்ட அமைப்பின்படி ஒரு மாநிலத்தின் அலுவலர்கள் அனைத்துக்கும், அந்த மாநிலத்தில் பயன்பட்டு வரும் மொழிகளுள் ஒன்று அல்லது பலவற்றை, அல்லது இந்தியைப் பயன்படுத்துவதற்கான சட்டத்தைச் சம்பந்தப்பட்ட மாநிலச் சட்டமன்றம் நிறைவேற்றலாம். எனினும் அத்தகைய சட்டம் நிறைவேற்றப்படும் வரையில், இந்திய அரசியல் சாசனம் நடைமுறைக்கு வருவதற்கு முன்பிருந்தது போல ஆங்கிலத்தைத் தொடர்ந்து பயன்படுத்தி வருதல் வேண்டும் என்பதாம்.

1953 டிசம்பர் 20ஆம் நாள் சென்னை மாகாண தமிழ்ச் சங்க ஆட்சிமொழி மாநாட்டில் கஜபதி நாயக்கர் உரையாற்றும் போது "இந்திமொழியைப் பல விதங்களிலும் வளர்ப்பதற்கான சட்டம் வருகிறது. ஆனால் நாட்டு மொழிகளை வளர்க்கவோ, காக்கவோ ஒரு சட்டமும் செய்யப்படாமல் இருக்கிறது. தமிழ் ஆட்சிமொழிச் சட்டம் சட்ட சபையில் நிறைவேறுவதற்கு எல்லா சட்டசபை உறுப்பினர்களின் உதவியும் வேண்டுமென்று கேட்டுக் கொள்கிறேன்" என்று கூறினார். (ஆட்சித்தமிழ் - சு.வெங்கடேசன், பக். 49)

1955ஆம் ஆண்டுவரை தமிழகச் சட்டப் பேரவையில் தமிழ் ஆட்சி மொழிச் சட்டம் விவாதப் பொருளாக இருந்தது. இந்த நிலையில் 19.3.1955 இல் கஜபதி நாயக்கர் தமிழ் ஆட்சி மொழிச் சட்டத்தின் தேவையினைத் தமிழக சட்ட மன்றத்தில் எடுத்துரைத்தார். அவருடைய தூண்டுதலின் காரணமாகத் தமிழ் ஆட்சி மொழிச் சட்டம், சட்டமாக்கப்பட்டது.

இந்திய அரசமைப்புச் சட்டம், பிரிவு 345ஆவது பிரிவில் கொடுக்கப்பட்ட உரிமையின்படி, தமிழ்நாடு ஆட்சிமொழிச் சட்டம் (XXXIX 1956) 1956ஆம் ஆண்டு தமிழ்நாடு சட்ட மன்றத்தில் நிறைவேற்றப்பட்டது. 1957ஆம் ஆண்டு சனவரித் திங்கள் 23ஆம் நாள் தமிழ்நாடு அரசிதழில் வெளியிடப்பெற்றது. இதன்படித் தமிழ்நாட்டில் தமிழ் ஆட்சி மொழியாக இருக்கும் உரிமை வரையறை செய்யப் பட்டது. வெளித் தொடர்புக்கு ஆங்கிலம் இணைப்பு மொழியாக இருக்கும் தன்மையில் சட்ட வரையறை செய்யப்பட்டது.

ஒரு தன்னாட்சி நிலவும் நாட்டின் முதல் தேவை மக்கள் மொழியில் ஆட்சி நடைபெறவேண்டும். நாம் 1947-இல் விடுதலை பெற்றோமெனினும் 1956-இல் தான் மக்கள் மொழியான தமிழ், ஆட்சி மொழி எனும் தீர்மானம் காங்கிரசாட்சியால் திரு.சி.சுப்ரமணியம் கொண்டு வந்த தீர்மானத்தின் மூலம் நிறைவேற்றப்பட்டது. 1978-இல் அன்றைய முதல்வர் எம்.ஜி.ஆர்., அலுவலர்கள் அனைவரும் தமிழில் தான் கையெழுத்திட வேண்டும். மேலும் சுருக்கொப்பம் (Initials) என்பனவும் தமிழில்தான் இருக்க வேண்டும் என உத்தரவிட்டார்.

தமிழை ஆட்சி மொழி ஆக்கும் 21.01.1957 நாளிட்ட முதல் ஆணையே ஆங்கிலத்தில் மட்டும் வந்திருக்கிறது. இவ்வாணையில் தமிழை ஆட்சி மொழியாக்குவதற்கு, அரசிற்கு அறிவுரை கூற ஒரு குழு நியமிக்கப்படுகிறது. அந்த ஆணையும் ஆங்கிலத்தில் மட்டும் தான். அதுமட்டுமன்று, 21.1.57 முதல் 20.12.66 வரை தமிழாக்கத்திற்காக வெளியிடப்பட்ட 128 ஆணைகளும் ஆங்கிலத்தில்தான். ஆனால் 1.5.66-க்குள் எல்லா மாவட்டங்களிலும் அனுப்பப்படும் அனைத்து அலுவலகக் கோப்புகளிலும் தமிழ் பயன்படுத்தப்பட வேண்டும் என்றே அரசாணைகள் அதிகாரத்தோடு ஆணையிட்டன. தமிழர்கள் சிங்கப்பூரில் 6 விழுக்காட்டிற்கும் குறைவு. தமிழர்கள் மண்ணின் மைந்தர்கள் அல்லர். குடியேறியவர்கள். ஆனால் அங்கு 9.2.56 அன்றே தமிழ் ஆட்சிமொழித் தகுதி பெற்றுவிட்டது. ஆனால் தமிழ் அதன் பிறந்த மண்ணில் ஆட்சி மொழியானது 27.12.56-இல் தான். ஏறத்தாழ ஆட்சிமொழித் தீர்மானம் நிறைவேற்றப்பட்டு, ஒரு மகாமகம் (பன்னிரண்டு ஆண்டுகள்) கழித்தும், கணிசமான முன்னேற்றம் காணப்படாத நிலையில், "தமிழகத்தில் தமிழ் பயிற்சி மொழியாகவும் பாட மொழியாகவும் எல்லாக் கல்லூரிகளும், நிருவாக மொழியாகப் பல்வேறு துறைகளிலும் ஐந்தாண்டு காலத்திற்குள் நடைமுறைக்கு வருவதற்கான விரைவான நடவடிக்கையை மேற்கொள்வது," என்று இம்மன்றம் தீர்மானம் இயற்றியது.

ஆட்சி மொழித் திட்டம் செயலாக்கம்

தமிழ் ஆட்சிமொழிச் சட்டத்தைச் செயற்படுத்த அரசுக்குக் கருத்துரைகள் வழங்கவும், ஆட்சி மொழிச் சட்டத்தை நிறைவேற்றவும் 'ஆட்சி மொழித் திட்ட நிறைவேற்றக் குழு' 1957 ஆம் ஆண்டு அரசால் அமைக்கப்பட்டது. மாநிலம் முழுவதும் உள்ள அலுவலகங்களில் தமிழில் எவ்வாறு அன்றாட அலுவலர்கள் நடத்தப்படுகின்றன எனக் கண்டறிந்து, அதில் ஏற்படும் இடர்ப்பாடுகளை நீக்குவது முதற்பணி, அடுத்த நிலையில் ஆட்சிமொழி அகராதியை வகைப்படுத்துதல், சட்ட

விதித் தொகுப்புகளை மொழி பெயர்க்கும் பணியை மேலும், மொழி பெயர்ப்புப் பணிகளைத் திறம்படச் செய்ய தனி அலுவலர் ஒருவர் பணியிடம் உருவாக்கல் எனப் பல பணிகள் மேற்கொள்ளப்பட்டன. 1968 ஆம் ஆண்டு 'ஆட்சி மொழித் திட்ட முறை நிறைவேற்றுக்குழு' தமிழ் வளர்ச்சித்துறை என மாற்றப்பட்டது.

1968இல் அண்ணா கொண்டு வந்த இரு மொழிச் சட்டம் நிறைவேறியது. இது இந்தி எதிர்ப்பு என்ற நோக்கத்தில் வெற்றி பெற்றது.

விரைவாக தமிழை அரியாசனத்தில் அமர்த்த வேண்டும்

அதாவது இந்தித் திணிப்பு, ஆங்கில மோகம் இரண்டுமே தமிழ் மொழி வளர்ச்சிக்குத் தடையாக உள்ளது என்பதை அறிய முடிகிறது.

தமிழ் ஆட்சி மொழித் திட்ட நிறைவேற்ற நிலைகள்

14.1.1958 பொங்கல் நாளன்று தமிழில் கடிதப் போக்குவரத்து மேற்கொள்ளுதல் வேண்டுமென்று ஆட்சி மொழித் திட்டத்தின் பிரிவு 4இன் கீழ் அறிக்கையொன்று வெளியிடப்பட்டது. இந்தப் பணிக்கு வேளாண்துறை முதலாக, வருவாய்த் துறை ஈறாகப் பத்தொன்பது துறைகள் தேர்ந்தெடுக்கப்பட்டன.

1961-1963ஆம் ஆண்டுக்கு உட்பட்ட காலத்தில் இத்திட்டம் மாவட்ட அரசு அலுவலகங்களுக்கு விரிவுபடுத்தப்பட்டது. துறைத் தலைமை அலுவலகங்களைப் பொறுத்தவரையில் கீழ்க்காணும் நான்கு நிலைகளிலானதொரு திட்டம் வகுக்கப்பட்டது.

முதனிலை

13.2.1964 ஆம் நாளில் அரசு பொதுத்துறை (எம்) நிலையாணை எண் 225 இல் கண்டுள்ளபடிப் பொது மக்களுக்கு எழுதப்படும் அனைத்துக் கடிதங்களுக்கும் தமிழைப் பயன்படுத்தப்படுதல் வேண்டும்.

இரண்டாம் நிலை

சார்நிலை மாவட்ட அலுவலகங்களுக்கு, எழுதப்படும் அனைத்துக் கடிதங்களுக்கும் தமிழைப் பயன்படுத்தப் பெறுதல் வேண்டும். (24.03.1965 நாளிட்ட அரசு பொதுத்துறை (ஓம்) நிலை ஆணை எண்.603 வரையறை செய்கிறது.)

மூன்றாம் நிலை

பிற துறைகளுக்கு எழுதப்பெறும் கடிதங்களுக்குத் தமிழைப் பயன்படுத்துதல் வேண்டும். 27.9.1969) ஆம் நாளிட்ட அரசுப் பொதுத்துறை (த.வ.1) நிலையாணை எண்.1796 வலியுறுத்துகிறது)

நான்காம் நிலை

அரசுச் செயலகத் துறைகளுக்கு எழுதப்படும் கடிதங்களுக்குத் தமிழைப் பயன்படுத்துதல் வேண்டும். (2.12.1971 ஆம் நாளிட்ட அரசுக் கல்வித்துறை (த.வ) நிலை ஆணை எண் 2070 தெளிவுபடுத்துகிறது.)

அரசு பிறப்பித்த மேற்குறிப்பிட்ட நான்கு நிலைகள் முறையே கீழ்க்காணும் நிலைகளில் பயன்படுத்தப்பட்ட வகை காணப்பட்டன. முதனிலை 1963 ஆம் ஆண்டு செயற்படுத்தப்பட்டது. இரண்டாம், மூன்றாம் நிலைகள் முறையே 1965, 1968 ஆகிய ஆண்டுகளில் செயற்பாட்டுக்கு வந்தன. 1971 ஆம் ஆண்டு நான்காம் நிலை நடைமுறைக்கு வந்தது.

1969 முதல் 1975 வரை இருந்த கலைஞர் ஆட்சிக் காலத்தில் 62 அரசாணைகள் பிறப்பிக்கப்பட்டுள்ளன. தமிழ் ஆட்சி மொழித் திட்டம் பல துறைகளுக்கும் விரிவுபடுத்தப்பட்டது. இ.ஆ.ப., இ.கா.ப. அலுவலர்களாகப் பணியாற்றுபவர்களில் தமிழைத் தாய்மொழியாகக் கொள்ளாதவர்கள், தமிழில் தகுதிபெற்றிருந்தால் சிறப்புப் பரிசுகள் வழங்கப்பட்டன. அரசுப் பணியாளர்கள் தமிழில் போதிய பயிற்சி பெற வகுப்புகள் நடத்தப்பட்டன.

தேர்வாணையத்தில் இனிமேல் தமிழில் தேர்வு எழுதலாம் என்ற ஆணையும் பிறப்பிக்கப்பட்டது. கமுக்கக் கோப்புகள் (Confidental files) யாவும் தமிழில் பேணப்பட வேண்டும். துறை ஆய்வுகளின் போது தரப்படும் வினாப்பட்டியலும், விடைகளும் தமிழிலேயே இருக்க வேண்டும். செயலகத் துறைகளுக்குள் தமிழிலேயே கடிதப் போக்குவரத்து அமைய வேண்டும் - அரசு சார்பில் வெளியிடப்படும் படிவங்கள் யாவும் தமிழிலேயே அமைதல் வேண்டும். இவை ஆணைகளின் சாரம்.

பணிப்பதிவேடுகள் தமிழிற் பேணுதல்

அரசு ஊழியர் நியமனம், மாறுதல், தகுதிகாண் பருவம், ஊதிய உயர்வு, ஈட்டிய விடுப்பு போன்ற ஆணைகள் தமிழில் வெளியிடும் நிலையில் அதற்கான பதிவுகள் பணிப்பதிவேட்டில் தமிழிலேயே மேற்கொள்ளலாம் என அரசு ஆணையிட்டுள்ளது. (அரசாணை (நிலை) எண், 1993 பொதுத்துறை நாள் 28.6.1971 இதற்கான கருத்துத் தெளிவினை விளக்குகிறது.

1977இல் (30.6.1977) ஆட்சிக்கு வந்த அ.தி.மு.க ஆட்சிக் காலத்தில் 64 அரசாணைகள் பிறப்பிக்கப்பட்டன. எம்.ஜி.ஆர் ஆட்சிக்

காலத்திலும் ஆட்சிமொழிச் செயலாக்கத்தில் பெரிதும் கவனம் செலுத்தப் பட்டது. 17.4.1984 இல் தமிழ் வளர்ச்சி, பண்பாட்டுத் துறைக்குத் தனியாக ஒரு செயலாளர் அமர்த்தப்பட்டதும் இதில் சிறப்பாகும்.

இக்கால கட்டத்தில் மூவாண்டு முனைப்புத் திட்டம் செயல் படுத்தப்படுவதற்கான பல ஆணைகள் பிறப்பிக்கப்பட்டுள்ளன. வழக்கம் போல் தமிழில் தேர்ச்சி பெற்ற தட்டச்சர்/சுருக்கெழுத்தாளர், வரைவுகள், குறிப்புகளைத் திறம்பட எழுதியோர் ஆகியோருக்கான ஊக்கத்தொகை வழங்கப்பட்டது.

ஆட்சிமொழிச் செயலாக்கம் பல துறைகட்கு விரிவுபடுத்தப் பட்டது. தமிழக அரசுப் பணிக்கு வந்து விட்டு, தமிழ் ஆட்சிமொழிச் சட்டப்படித் தமிழில் அனைத்து நடவடிக்கைகளையும் மேற்கொள்ள வேண்டிய கட்டத்தில் தமிழில் சிலர் போதிய தேர்ச்சியே பெறாதவர் களாக இருந்திருக்கிறார்கள். இவர்களுக்காகப் பல அரசாணைகள் பிறப்பிக்கப்பட்டுள்ளன.

1984இல் கடுமையான ஓர் அரசாணை வெளிவந்தது. தமிழில் தேர்ச்சி பெறாது, உள்ளாட்சி நிறுவனங்களில் பணியாற்றும் பணியாளர்கள் இரண்டாண்டு காலத்திற்குள் தமிழ் மொழித் தேர்வில் தேர்ச்சி பெறவேண்டும் எனவும் அவ்வாறு பெறாவிடில் பணியிலிருந்து நீக்கப்படுவர் என்றும் அறிவிக்கப்பட்டது. இஃது ஒரு சரியான ஆணையாகும்.

அரசு நிதியுதவி பெறும் தனியார் பள்ளிகளிலும் (Aided Schools) சிறுபான்மையினர் நடத்தும் பள்ளிகளிலும் (Minority Institutions) பணியாற்றும் அனைத்துப் பணியாளர்களும் தகுதிகாண் பருவம் முடிப்பதற்குள் தமிழில் போதிய அறிவு பெற இரண்டாம் மொழித் தேர்ச்சி பெறுதல் வேண்டும், நிர்வாகப் பொறுப்புகளை ஏற்க விரும்பாதவர் (அல்லது) பதவி உயர்வு வேண்டாமென்பவர் விதிவிலக்குப் பெற்றுள்ளனர்.

இந்த வகையில் நல்ல கவனம் செலுத்தப்பட்டுள்ளது. எனினும் அதில் அரசு கடுமையாக நடந்து கொள்ளவில்லை. தமிழக அரசுப் பணியில் இருக்கிறோம். தமிழ் ஆட்சி மொழியாக உள்ளது. எனவே தமிழில் போதிய தேர்ச்சி பெற்று வரைவுகள், குறிப்புகள், கோப்புகள் ஆகியவனவற்றைத் தமிழில் எழுதியாக வேண்டும் எனும் கட்டாய உணர்ச்சியைப் பெறாத சில அலுவலர்கள் இருக்கிறார்கள். பாதுகாக்கப் படுகிறார்கள் என்பது அன்றைய நிலையாக இருந்தது.

கடிதப் போக்குவரத்து தமிழில் இருக்க வேண்டுமென்பது வலியுறுத்தப்பட்டது. தேர்வு செய்யப்பட்ட துறைகளில் குறிப்பிட்ட சில இனங்களைத் தவிர மற்ற கடிதப் போக்குவரத்து முழுமையாகத் தமிழிலேயே இருக்க வேண்டும். அனைத்துக் கோப்புகளும் அதிகாரிகளின் கடிதப் போக்குவரத்தும் தமிழில்தான் இருக்கவேண்டுமென்று வலியுறுத்தப்பட்டது, இதில் பெரிய சிறப்பு. கோப்புகள் தமிழில் இருக்க வேண்டுமென்று ஆணை பிறப்பிக்கப்பட்டது, எம். ஜி. ஆர். ஆட்சிக் காலத்தில்தான்.

தமிழில் கையொப்பம்

21.6.1978இல் பிறப்பிக்கப்பட்ட 1134 என்ற எண்ணுள்ள அரசாணை என்றென்றும் பாராட்டுக்குரியதாகும். ஆம்! அரசு ஊழியர்கள் அனைவரும் தமிழில்தான் கையொப்பமிடுதல் வேண்டும் என்று ஆணை பிறப்பிக்கப்பட்டது. சரியாகச் சொல்லப் போனால் 'தமிழில் மட்டுமே கையொப்பம் இடவேண்டும்' என்று அரசாணை சொல்கிறது. ஆனால் இந்த அரசாணை ஆங்கிலத்தில் மட்டுமே பிறப்பிக்கப்பட்டு உள்ளது. All the Govt. officials should sign only in Tamil என்கிறது ஆணை.

தந்தை பெரியார் நூற்றாண்டு விழாவை ஒட்டி ஓர் அருமையான அரசாணை பிறப்பிக்கப்பட்டது (1875 / 19.10.1978) தந்தை பெரியார் குறிப்பிட்ட எழுத்துச் சீர்திருத்தம் ஏற்கப்பட்டு நடைமுறைப்படுத்துவதற்கான வரலாற்றுச் சிறப்புமிக்க அரசாணை பிறப்பிக்கப்பட்டது.

விளம்பரப் பலகைகளில் தமிழ் முதலிடம் பெற வேண்டும் என்பது குறித்துப் பிறப்பிக்கப்பட்ட அரசாணை வரலாற்று முத்திரை ஆகும். கடைகள் - நிறுவனங்கள் 15ஆவது விதியின்படி வெளியிடப்பட்ட அரசாணை: "பெயர்ப் பலகைகள் ஒவ்வொன்றும் தமிழில் அமைய வேண்டும். பிற மொழிகளிலும் எழுதப்படுமாயின் முதலில் தமிழ், இரண்டாவது ஆங்கிலம் - அடுத்துப் பிறமொழி என அமைய வேண்டும்; ஒவ்வொன்றுக்கும் இடைவெளி 5:32 என்ற அளவில அமைய வேண்டும். தமிழ் எழுத்துக்கள் சீர்திருத்த எழுத்துக்களால் அமைதல் வேண்டும்."

அரசு அலுவலர்களில் பெயர்ப்பலகைகள் தமிழில் அமைந்திட வேண்டுமெனும் அரசாணையும் பாராட்டுக் குரியதாகும். அரசுத் துறைத் தலைமை, மாவட்ட அலுவலகங்களில் 5:3 எனும் அளவில் தமிழிலும் ஆங்கிலத்திலும் பெயர்ப்பலகை அமையலாம். இவை தவிர ஏனைய அலுவலகங்களின் பெயர்ப் பலகைகள் தமிழில் மட்டும் அமைந்தால் போதுமானதாகும்.

தி.மு.க ஆட்சிக்காலம் (1989-91)

1989க்கும் 1991க்கும் இடையில் வெளியிடப்பட்ட அரசாணைகள் ஏழு.

27.6.1989இல் வெயிடப்பட்ட அரசாணை எண்:182 புகழ் பெற்றதாகும். 'அரசாணைகள்' தலைப்பில் அதன் சாரம் பேசப்படுகிறது. அனைத்தும் தமிழிலேயே வெளியிடப்பட வற்புறுத்துகிறது அந்த ஆணை.

தலைமைச்செயலக ஆய்வுக்காகக் குழு அமைப்பது குறித்து ஓர் அரசாணை பிறப்பிக்கப்பட்டது. ஆனால் குழு செயற்பட்டு, ஆய்வு செய்யவில்லை.

இந்த ஆட்சிக் காலத்தில் குறிப்பிடத்தக்க சிறப்பு என்னவென்றால் கடைகளிலும் நிறுவனங்களிலும் தமிழில் விளம்பரப் பலகை வைப்பது குறித்த ஆணைதான்.

விளம்பரப் பலகைகளில் பயன்படுத்தும் சொற்களைத் தொகுத்து வெளியிட ஒரு குழு அமைக்கப்பட்டது.

இதன் பின் 31.1.1991 முதல் 30.6.1991 வரை மறுபடியும் குடியரசுத் தலைவர் ஆட்சி தமிழ் வளர்ச்சி தொடர்பாக எந்த ஆணையும் பிறப்பிக்கப்படவில்லை.

அ.இ.அ.தி.மு.க ஆட்சிக்காலம் (1991-1996)

இக்கால ஆட்சியில் 15 அரசாணைகள் பிறப்பிக்கப்பட்டுள்ளன. அனைத்து வகைகளிலும் தமிழ் ஆட்சி மொழியாகப் பயன்படுவதை ஊக்குவிக்கும் வகையில் பரிசளிப்புகள்-தொடர்ந்து ஆட்சிமொழிக் கருத்தரங்குகள்-தமிழ் வளர்ச்சி, புதுப்பிப்பு போன்றனவாம்.

தலைமைச் செயலகத்தில தமிழ்ப் பயன்பாட்டை ஆய்வு செய்ய ஒரு குழு அமைக்க ஆணையிடப்பட்டது. 91-இறுதியில் 95 இறுதியில் இப்படிப்பட்ட ஆணைகள் பிறப்பிக்கப்பட்டாலும் தலைமைச் செயலக ஆய்வு நடைபெறவில்லை.

தஞ்சையில் 1.1.95இல் தொடங்கி நடந்த தமிழ் மாநாடு குறிப்பிடத் தக்கது. தமிழ் எழுத்துச் சீரமைப்பிற்கு முனைவர் வா.செ.குழந்தைசாமி தலைமையில் ஒரு குழு அமைக்கப்பட்டது. (15.3.1996) பயிற்சி மொழி தொடர்பாக, ஆட்சி மொழிச் செயற்பாடு தொடர்பாகக் குழுக்கள் அமைக்கப்பட்டன.

தஞ்சையில் 1.1.95இல் உலகத் தமிழ் மாநாடு பல பணிகளுக்கான அறிவிப்பைப் பெற்றது. முதல்வர் அறிவித்திருந்தாலும் இது தொடர்பான அரசாணைகள் பிறப்பிக்க 15 மாதங்கள் ஆகியுள்ளன.

7.2.96ஆம் நாளிட்ட ஆணை சிறப்பானதாகும். "இன்றும் தமிழ்! என்றும் தமிழ்" என்ற எழுச்சி முழக்கத்தின் தொடர்பாய் மாண்புமிகு முதல்வர் தலைமையில் அனைத்து அரசுச் செயலாளர்களின் கூட்டத்தைக் கூட்டித் தமிழ் ஆட்சி மொழித் திட்டச் செயலாக்கத்தை விரைவுபடுத்தவும், மற்றும் தலைமைச் செயலகத்தில் 65% தமிழ்த் தட்டச்சுப் பொறிகள் இருக்க வேண்டுமெனவும் ஆணை.

15.3.1996இல் மூன்று சிறப்பான ஆணைகள் பிறப்பிக்கப்பட்டன.

1. தமிழ் எழுத்துச் சீரமைப்பு வல்லுநர் குழு.
2. மழலையர் கல்வி தொட்டு எல்லா நிலைகளிலும் தமிழ் மொழிக் கல்வியைக் கடைப்பிடித்தல் மற்றும் தமிழை மட்டுமே பயிற்று மொழியாகக் கொண்டு வருதல் தொடர்பாக ஒரு குழு.
3. தமிழ் ஆட்சிமொழித் திட்டத்தை வலுப்படுத்தவும் செம்மையாக நிறைவேற்றவும் வழிவகைகளை வகுத்துக் கூற வல்லுநர் குழு. இக்குழுக்கள் ஆற்றிய பணிகள் குறித்து குறிப்புகள் இல்லை.

13.5.96இல் தி.மு.க ஆட்சி அமைந்தபோது, அதுவரை கல்வித் துறையிலேயே ஒரு பகுதியாக அமைந்து வந்த 'தமிழ் ஆட்சிமொழி, தமிழ்ப் பண்பாட்டுத்துறை' தனி அமைச்சகமாக அமைக்கப்பட்டது.

முதன்முதலாகத் தமிழை ஆட்சி மொழியாகப் பல துறைகளிலும் பயன்படுத்துவதற்காகப் பிறப்பிக்கப்பட்ட ஆணைகள் அனைத்தும் தமிழில் இருந்தனவா என்றால், இல்லை. 1956 முதல் 1968 வரை ஆட்சி மொழியாகத் தமிழைப் பயன்படுத்துவது பற்றிப் பிறப்பிக்கப்பட்ட ஆணைகள் அனைத்தும் ஆங்கிலத்தில்தான். 1968இல் அண்ணாவின் மொழித் தீர்மானம் வருகிறது. ஐந்து ஆண்டுகட்குள் ஆட்சி மொழிப் பீடத்தில் இருந்து ஆங்கிலம் அகன்று தமிழ் அரியணை ஏறும் என்பது பிரகடனம். 1968க்குப் பின் தமிழ் ஆட்சி மொழி தொடர்பான ஆணைகளாவது, எல்லாம் தமிழில் வந்தனவா என்றால் இல்லை. ஆட்சிமொழியைத் தமிழாக்கும் பணியில்,

1. 1956இல் அரசாணைகள் தமிழில் இருக்க வேண்டும் என்று சட்டம் வந்தது.

2. 1971இல் தி.மு.க பிறப்பித்த ஆணை எண்.2070 நாள் 21.12.71இல் இக்கருத்து மேலும் வலியுறுத்தப்பட்டது.
3. 6.3.67 முதல் 3.2.69 வரை அண்ணா, அதன் பின் 1975 வரை கலைஞர் என தி.மு.க ஆட்சிக்காலத்தில் ஆட்சிமொழி பற்றி 88 ஆணைகள் பிறப்பிக்கப்பட்டன. இவற்றின் வழி பல திட்டங்கள் நிறைவேற்றப்பட்டன. இவை அனைத்துக்கும் பின்னர் இருந்த நிலைமை பற்றி முனைவர் தமிழ்க்குடிமகன், "இந்த அளவிற்கு முயற்சிகள் எடுத்தும் தேவையான அரசாணைகள் பிறப்பித்தும் எதிர்பார்த்த அளவிற்கு முன்னேற்றம் இல்லை" என்று வருந்தினார்.
4. 1986இல் அ.தி.மு.க. ஆட்சியில் எண்.371 இல் இடப்பட்ட ஆணை அரசாணைகள் தமிழில் இருக்க வேண்டும் என்று மீண்டும் வலியுறுத்தியது.
5. 1989இல் தி.மு.க. ஆட்சியில் அரசாணை எண்.182 நாள் 27.6.89, அரசின் ஆணைகள் அனைத்தும் தமிழில் வரவேண்டும் என்றும், தலைமைச் செயலகத் துறைகள் ஆங்கிலத்தில் ஆணைகள் வெளியிட வேண்டும் என்ற கட்டாயம் ஏற்பட்டால், ஒரே நேரத்தில் தமிழிலும் ஆங்கிலத்திலும் அரசாணை சேர்ந்து வழங்கப்பட வேண்டும் என்றும் கூறியது.

இவை அனைத்திற்குப் பின் நிர்வாகச் சீர்திருத்தத்துறைச் செயலர் திரு.பாண்டியன் (இ.ஆ.ப), 18.8.96இல் பலதுறைகள் இவ்வாணைகளைக் கடைப்பிடிக்காமல் ஆங்கிலத்தில் மட்டுமே ஆணைகளை வெளியிட்டதால் அனைத்து அரசுத் துறைச் செயலர்களும் தங்கள் துறைகளில் வெளியிடப் படும் அனைத்து ஆணைகளையும் தமிழிலும், ஆங்கிலத்திலும் வெளியிடுமாறு அறிவுறுத்தினார்.

1996-இல் முதல்வராகப் பொறுப்பேற்ற கலைஞர், தமிழ் ஆட்சி மொழிச் செயலாக்கம் கொள்கையாகப் பிரகடனப்படுத்தப்பட்டு நாற்பது ஆண்டுகளாகியும் நிறைவு தரும் முன்னேற்றம் காணாததால் இஃது ஆணைகளின் மூலம் நிறைவேற்றப்படக் கூடிய மாற்றம் அன்று, இஃது ஓர் இயக்கமாக நடத்தப்படவேண்டும் என்பதை உணர்ந்து தமிழ் ஆட்சிமொழி, பண்பாட்டுத்துறை என ஒரு துறையையே தலைமைச் செயலகத்தில் உருவாக்கி அதற்கென ஓர் அமைச்சரை நியமித்தார். அந்தப் பொறுப்பை முனைவர் தமிழ்க்குடிமகனிடம் ஒப்படைத்தார்.

மந்த 'கதியில்' ஆட்சிமொழி இயக்கம் தொடர்ந்தது. தலைமைச் செயலகம் தான் ஆணைகளின் பிறப்பிடம். அங்குத் துறைதோறும் பிறப்பிக்கப்படும் ஆணைகள் தமிழில் அமையுமாயின் படிப்படியாகக் கீழ்மட்டங்களில் தமிழாக்கம் இயல்பாகவே அமைந்துவிடும் எனக்கருதிய அமைச்சர் தமிழ்க்குடிமகன், தலைமைச் செயலகத்துறை தோறும் பிறப்பிக்கப்படும் ஆணைகளைப் பார்த்து, தேவைக்கேற்ப துறைச்செயலருக்கு மடல் எழுத ஏற்பாடு செய்தார்.

ஆணைகளின் பிறப்பிடம் தலைமைச் செயலகம் என்றால் அவை உருவாவது கோப்புகளில் தான். எனவே கோப்புகளில் குறிப்புகள், பரிந்துரைகள் ஆகியன தமிழில் இருந்தால், அவற்றின் அடிப்படையில் அமையும் ஆணைகள் தமிழில் அமைவது இயற்கையாகவே நடந்து விடும். எனவே கோப்புகளில் தமிழ் எந்த அளவிற்கு இடம் பெறுகிறது என்பதைப் பார்வையிடத் தொடங்கினார். கோப்புகளில் பயன்படுத்தப் படும் மொழியையும் இயன்ற அளவில் தமிழ்ப்படுத்த முயற்சி மேற்கொண்டார்.

தமிழில் கையொப்பமிட வேண்டும் என்ற ஆணையைச் செயல் படுத்தப் பெரிதும் முயற்சி செய்யப்பட்டது. ஆணை எதுவாயினும் தட்டச்சு செய்துதான் வெளியிட வேண்டும். தமிழில் போதுமான அளவில் தட்டச்சுப் பொறிகள் இல்லை என்பதன் காரணமாகப் போதுமான அளவில் தமிழ்த் தட்டச்சுப் பொறிகள் வாங்க ஏற்பாடு செய்யப்பட்டது.

ஒரு பணியின் பயன்பாட்டில் முக்கியமான மாற்றம் வரும்பொழுது அதைச் செயல்படுத்த அதில் சம்பந்தப்பட்டவர்கட்குப் பயிற்சி தேவை. ஜூலை 1996-இல் தொடங்கி, அக்டோபர் 31, 2000 வரை 34 கருத்தரங்குகள் மாவட்டங்களில் அரசால் நடத்தப்பட்டுள்ளன. சில தன்னார்வ நிறுவனங்களும் கருத்தரங்குகள் நடத்தின. மேலும், கருத்தரங்குகள் தவிர, தமிழ்ப் பயிற்சிமொழி, ஆட்சிமொழி மாநாடு என நான்கு பெரிய மாநாடுகள் நடத்தப்பட்டன.

மாவட்டங்களில் நடக்கும் கருத்தரங்குகளால் பலவித நல்ல மாற்றங்கள் நிகழ்ந்தன. மேலும் 1.4.99 முதல் 21.3.2000 முடிய ஒவ்வோர் அலுவலகங்களிலும் உள்ள பலவகையான பதிவேடுகள், மேலும் கடிதப் போக்குவரத்து, வருகைப்பதிவேடு, ரப்பர் முத்திரைகள், பணிப்பதிவேடுகள், தட்டச்சுப்பொறிகள், காலமுறை அறிக்கை, கலந்துரையாடல் குறிப்புரை என அனைத்தும் ஒவ்வோர் அலுவலகத்திலும் ஆய்வு செய்யப்பட்டன. இவ்வாறாக 'எங்கும் தமிழ் எதிலும் தமிழ்'

என்ற கொள்கையை அமல்படுத்த அரசு பல்வேறு வழிகளில் பணியாற்றியது.

பின்னர் 21 ஆம் நூற்றாண்டுத் தொடக்கத்தில் அரசு, 'ஆட்சிச் சொல் அகராதி' என்றொரு நூலினை வெளியிட்டது.

மெடிக்கல் ஷாப்	-	மருந்தகம்
டீ ஸ்டால்	-	தேநீர்க்கடை
சில்க் ஹவுஸ்	-	பட்டு மாளிகை
ஸ்டேஷனரி	-	பல்பொருள் கடை, மாளிகை
சினிமா தியேட்டர்	-	திரையரங்கம்

என்று நீண்டதொரு பட்டியலையே தந்திருக்கிறார்கள். அவற்றை 'இன்று ஒரு தமிழ்ச்சொல்' என்ற முறையில் அரசு அலுவலகங்கள் தோறும் எழுதி வைப்பதற்கான நடவடிக்கைகள் மேற்கொள்ளப்பட்டன.

தமிழ் நாட்டின் ஆட்சிமொழி தமிழ் என அறிவித்து 1956ஆம் ஆண்டில் ஆட்சிமொழிச் சட்டம் இயற்றப்பட்டதையும், அச்சட்டத்துக் கிணங்க அரசு தொடர்ந்து மேற்கொண்டு வரும் நடவடிக்கைகளையும், அத்தகைய தமிழ்நாடு சட்டப் பேரவையில் நடைபெற்ற ஆளுநர் உரையில் மேதகு ஆளுநர் அவர்கள்,

"மாநில நிர்வாகத்தில் தமிழ்மொழி பயன்படுத்துவதை அதிகரிக்க நடவடிக்கை எடுக்கப்படும்" என அறிவித்தார். ஒவ்வோர் அலுவலகத்திலும் இது தொடர்பாக மேற்கொள்ளப்பட வேண்டிய பின்வரும் பணிகள் வரையறை செய்யப்பட்டன.

1. அலுவலகத்தின் பெயர்ப்பலகை, தகவற்பலகை, புள்ளி விவரப்பலகை, அலுவலர்களின் பதிவுப் பெயர்ப்பலகைகள், பிரிவுகள், இருக்கைகள் முதலியன தமிழில் அமைதல் வேண்டும்.

2. அலுவலகத்தில் பேணப்படும், பதிவேடுகள் அனைத்தும் தமிழிலேயே பேணப்படுதல் வேண்டும். ஆங்கிலத்தில் உள்ள பழைய பதிவேடுகளாயினும் அவற்றிலும் பதிவுகளைத் தமிழிலேயே மேற்கொள்ளுதல் வேண்டும்.

3. கோப்புகள், குறிப்புகள், ஆணைகள், வரைவுகள் முதலியன தமிழிலேயே அமைதல் வேண்டும்.

4. பொதுமக்களுக்கும், தலைமைச் செயலகம் உள்ளிட்ட அனைத்து அலுவலகங்களுக்கும் எழுதப்படும் கடிதங்கள், நேர்முகக்கடிதங்கள், கருத்துக்கள் முதலியன தமிழிலேயே அமைதல் வேண்டும்.

என்று குறிப்பிடப்பட்டது.

தமிழ் ஆட்சிமொழிச் சட்டம் இயற்றப்பட்டு ஐம்பது ஆண்டுகள் எட்டிய நிலையிலும், தமிழக அரசு தலைமைச் செயலகத்தில் பத்து விழுக்காடு அளவுக்குக் கூடத் தமிழ் ஆட்சிமொழிச் சட்டத்தைப் பயன்படுத்தவில்லை. அரசு ஆணைகள் அனைத்தும் தொடர்ந்து ஆங்கிலத்திலேயே வந்து கொண்டிருக்கின்றன. எனவே,

1. தமிழக அரசு - தலைமைச் செயலகம் தொடங்கி ஊராட்சி மன்றங்கள் வரை தமிழ் மட்டுமே ஆட்சி மொழி எனச் சட்டம் நிறைவேற்றுதல் வேண்டும்.
2. ஆட்சி மொழிச் சட்டத்தில் காணப்படுகின்ற விதி விலக்குகள் அனைத்தையும் உடனே நீக்க வேண்டும்.
3. தமிழக அரசு தமிழில் படித்தவர்களுக்கும், தமிழ் வழியில் படித்தவர்களுக்கும், வேலைவாய்ப்பில் முன்னுரிமை வழங்குதல் வேண்டும்.

போன்ற பல சட்டங்கள் மூலமே தமிழ் ஆட்சிமொழிக்கானவை ஓரளவு நனவாக்க முடியும் என்பதை இதன்வழி அறியலாம். (மேற்கண்ட பரிந்துரைகளை இன்றைய முதல்வர் மு.க.ஸ்டாலின் அரசு (2021) கவனத்தில் கொண்டு ஆணைகள் பிறப்பிப்பது, தமிழர்களுக்கு மிகுந்த மகிழ்ச்சியை அளிக்கிறது)

("அறிவியல் தமிழ்", ஈஸ்வரன், பக். 135 - 147)

16. தமிழ் பயிற்றுமொழி: வரலாறு

இந்தியாவில் முதன்முதலாகப் புத்தமடாலயங்களும் சமணப் பள்ளிகளுமே மக்களிடம் கல்வியறிவைப் புகட்ட ஆரம்பித்தன. நம் நாட்டில் ஆரம்பகால விஞ்ஞானக் கருத்துகள் சார்வாகர்களாலும் புத்த சமணவாதிகளாலும் மக்களிடம் பரப்பப்பட்டன. இதன்பிறகு கல்வியானது குருகுலக் கல்வியாக மாறிற்று. இக்குருகுலங்களில் குறிப்பிட்ட மக்களாகிய பிராமணர், சத்திரியர், வைசியர் ஆகியோருக்கு மட்டுமே கல்வி போதிக்கப்பட்டது. இக்கல்வி நில பிரபுத்துவச் சமூகத்தைப் பாதுகாப்பதற்கே பயன்பட்டது. குருகுலக் கல்விக்குப் பின் திண்ணைப் பள்ளிகள் உருவாயின. இக்கல்வி முறை விஞ்ஞான, தத்துவக் கருத்துகளை வளரவிடாமல் தடை செய்தது.

1673ஆம் ஆண்டில் முதல் பள்ளிக்கூடக் கல்விமுறை தொடங்கப் பட்டது. இதில் பிரெஞ்சு மொழியே பயிற்று மொழியாக இருந்தது. பின்னர் ஆங்கிலேயர் ஆட்சியின் கீழ் இந்தியா இருந்ததால் இந்தியாவில் ஆங்கில மொழி பயிற்றுமொழியாக அமைந்தது. மேலை நாடுகளில் ஏற்பட்ட தொழிற்புரட்சியின் காரணமாக வளர்ந்த அறிவியல், சமூகவியல் மற்றும் பிறதுறைகளின் கருத்துகளை ஆங்கிலத்தின் வாயிலாகவே பயிலும் வாய்ப்பும் அதிகரித்தது.

1717ஆம் ஆண்டில் சமய தேவ ஊழியர்கள்(Missionaries) சென்னையில் இரு தருமப் பள்ளிகளை நிறுவ, கிழக்கிந்தியக் கம்பெனி கடலூரில் இந்தியர்களுக்கென்று ஒரு பள்ளியை நிறுவியது. இப்பள்ளிகள் மக்களின் மொழியிலேயே அடிப்படைக் கல்வியைப் போதிக்கும் எண்ணத்தோடு தொடங்கப்பட்டன.

1770ஆம் ஆண்டில் தஞ்சையில் வசித்த 'ஜான்சலீவன்' என்பவரின் தூண்டுதலினால் தஞ்சை மகாராஜா, ராமநாதபுரராஜா, சிவகங்கை ராஜா ஆகியோரின் ஆதரவில் உள்ள மாகாணப் பள்ளிகளில் ஆங்கிலத்திலும், தமிழிலும் தமிழர்களுக்குக் கற்பிக்க முற்பட்டனர். இப்பள்ளிகளுக்கு மாநிலத் தலைநகர்களிலிருந்து ஆசிரியர்களைப் பயிற்றுவித்துக் கிராமங்களுக்கு அனுப்பினர். இதனால் ஆங்கில மொழியில் இருந்து வந்த அறிவியல் நுட்பச் செய்திகளைத் தாய்மொழியாகிய தமிழ்மொழி மூலம் அறிந்து கொள்ள வேண்டுமென்ற வேட்கையுணர்வு மக்களிடம் ஏற்பட்டது.

19-ஆம் நூற்றாண்டின் இடைக்காலத்தில் மக்களின் கல்வி வளர்ச்சியில் அக்கறை கொண்ட ஆட்சியினரும், கல்வியாளர்களும், பெருமக்களும் கிருத்துவ சமய அமைப்பினரும் நம் நாட்டின் கல்வி நிலையை அறிந்து தாய்மொழி மூலம் கல்வி புகட்டப் பெற்றால் மக்களின் அறிவுநிலை விரைவாக வளரும் என்று எண்ணினர்.

தமிழில் அறிவியல் கருத்துக்களை எடுத்துச் சொல்லப் பல்வேறு வழிமுறைகளை இவர்கள் கடைப்பிடித்தனர். இவ்வழிமுறைகளில் ஒன்றாகப் பாடநூல்களின் வழியாக மாணவர்களுக்குக் கல்வி பரப்புதல் என்பதை உணர்ந்தனர். பள்ளிக்கூடங்களில் கல்வி கற்கும் இளம் மாணவர்களுக்கு ஏற்ற முறையில் பாடத்திட்டத்தை அடியொற்றித் தமிழில் அறிவியல் பாடங்களை எழுதி வழங்க வேண்டும் என எண்ணினர்.

1830 ஆம் ஆண்டில் தமிழ்ப் பயிற்சி மொழித்திட்டச் செயல்பாடு, வேகமடையத் தொடங்கியது. இவ்வாண்டில்தான் சிறுவர்கட்குப் பாடம் புகட்டும் 'தமிழ்ப் பயிற்சி மொழித் திட்டம்' ஆட்சியாளர்களாலும் கல்வித்துறையினராலும் தொடங்கி வைக்கப்பட்டது.

இவ்வாண்டில்தான் 'முதல்' வகுப்பிலிருந்து எட்டாம் வகுப்பு வரை தமிழ்ப் பயிற்சி மொழியாக்கப்பட்டது. பாடமொழி தமிழாகியதால் அதற்கிணங்கப் பாடநூல்கள் தமிழில் எழுதவேண்டிய இன்றியமையாத தேவை ஏற்பட்டது. தொடக்கத்தில் ஆங்கிலத்தில் எழுதப்பட்டிருந்த அறிவியல் நூல்களைத் தமிழாக்கம் செய்து வெளியிடும் முயற்சிகள் மேற்கொள்ளப்பட்டன.

1835ஆம் ஆண்டில் (மெக்காலே) கல்வித்திட்டம் அறிமுகப்படுத்தப் பட்டது. இதன்வழி ஆங்கிலக் கல்வியை வலியுறுத்தும்படி இந்திய அரசுக்கு ஆணை விடுத்தது. இக்காரணத்தால் இந்தியாவில் ஆங்கில வழிக் கல்வி மிக வேகமாய்ப் பரவத் தொடங்கியது. ஆனால் இந்திய அரசு அந்தந்த வட்டாரங்களில் தாய்மொழியில் கல்வி போதிப்பதைத் தடை செய்யவில்லை. அரசு, குடிமக்கள் அனைவரும் தாய் மொழி களிலேயே கல்வி போதித்தலை விரும்பினர்.

1842ஆம் ஆண்டு சென்னையில் ஏழைக்குடி மக்களுக்காகப் பள்ளிகள் ஏற்படுத்தப்பட்டன. இப்பள்ளிகளில் ஆங்கில இலக்கியத்தையும், அறிவியல் பாடங்களைத் தமிழிலும் தெலுங்கிலும் போதிக்கலாயினர். எல்லாப் பள்ளிகளிலும் அடிப்படைக் கல்வி தாய்மொழியிலும், உயர்கல்வி ஆங்கில மொழியிலும் கற்பிக்கப்பட்டன.

ஆங்கிலத்திலுள்ள முக்கிய நூல்களை வட்டார மொழிகளில் மொழி பெயர்த்து வட்டார மொழிகளை விரிவடையச் செய்வதற்குக் கட்டளை பிறப்பிக்கப்பட்டது.

1968ஆம் ஆண்டில் சென்னைப் பள்ளிப்புத்தகச் சங்கம் மிகவும் தரமான தாய்மொழிப் புத்தகங்களை வெளியிடும் நோக்கத்தோடு தோற்றுவிக்கப்பட்டது.

1902ஆம் ஆண்டு எஸ்.எஸ்.எல்.சி.யும் அதற்குரிய வாரியமும் தொடங்கப்பட்டது. இவ்வாண்டியல் பல்கலைக்கழக ஆணைக்குழு அறிக்கைகள், தாய்மொழிக் கல்விக்கான பாடநூல்களின் எண்ணிக்கை போதுமான அளவு இல்லை என்பதைச் சுட்டிக் காட்டின.

1904ஆம் ஆண்டிற்கான கல்விக் கொள்கையில் 13 வயது வரையில் உள்ள குழந்தைகளுக்குத் தாய்மொழியே பயிற்று மொழியாகவும், உயர்நிலைப் பள்ளிவரை தாய்மொழியே கட்டாயப் பாடமாகவும் அமையவேண்டும் எனத் தீர்மானிக்கப்பட்டது.

1916ஆம் ஆண்டில் இராஜாஜி, வெங்கடசுப்பையா ஆகியோர் இணைந்து கலைச் சொற்களை உருவாக்குவதற்கென்று ஒரு கழகத்தைச் சேலத்தில் நிறுவினர்.

1917ஆம் ஆண்டில் கல்கத்தா பல்கலைக்கழகக் குழு உயர்நிலைப் பள்ளிகளில் ஆங்கிலமும், கணக்கும் தவிர மற்ற பாடங்களை இந்தியாவில் உள்ள முக்கிய மொழிகளில் பயிற்றுவிக்க வேண்டும் என்று பரிந்துரைத்தது. மேலும் கணக்குப் பாடத்தை ஆங்கிலம் அல்லது தாய்மொழியில் தேர்வுகள் எழுதவும் பல்கலைக்கழகப் பேரவை அங்கீகாரம் வழங்கியது. இவ்வாண்டிலேயே கல்கத்தா பல்கலைக்கழக ஆணைக்குழு அறிக்கையில் தாய் மொழிக்கல்விக்கான பாடநூல்களின் எண்ணிக்கை போதுமான அளவு இல்லை என்பதையும் சுட்டிக் காட்டியது.

1920ஆம் ஆண்டில் இந்திய தேசிய காங்கிரஸ் பள்ளி கல்லூரிகளில் ஆங்கிலத்தை அகற்றி அதற்குப் பதிலாகத் தாய்மொழியைப் புகுத்த வேண்டும் எனும் தீர்மானத்தை நிறைவேற்றியது.

1923இல் சென்னை மாநிலக்கல்வி இயக்ககம் தென்னிந்திய மொழிகளில் கலைச் சொற்களை ஆக்குதற்கென வட்டார மொழிகட்கான அறிவியல் கலைச் சொற்குழு ஒன்றினை அமைத்தது.

1924இல் சத்தியமூர்த்தி சென்னை மாகாணத்தில் கட்டாயத் தாய் மொழிப் பயிற்றுமுறை உயர்நிலைப் பள்ளிவரை இருக்கவேண்டும் என்று சட்டமன்றத்தில் முன் மொழிந்தார். பள்ளி நிர்வாகிகள் தாய்மொழி, ஆங்கிலப் பயிற்று மொழிகளில் பயிற்றுவிக்க அனுமதி பெற்றனர். தாய்மொழியில் படிப்பவர்களுக்குத் தாய்மொழியிலேயே தேர்விற்கான கேள்வித்தாள்கள் வழங்கப்பட்டன.

1930இல் வெளிவந்த சரீர சாஸ்திரம் என்ற நூல் தொடக்கப்பள்ளி, இடைநிலைப் பள்ளி, ஆசிரியர் பள்ளி மாணவர்களுக்காக எழுதப் பட்டதாகும். இவ்வாண்டை அறிவியல் தமிழ் வளர்ச்சிப் பாதைக்கு ஒரு திருப்புமுனையாகக் கருதலாம். இவ்வாண்டிற்குப் பின்னர் நடுநிலைப் பள்ளிவரை இருந்த தமிழ்ப் பயிற்சி மொழித்திட்டம் பள்ளி இறுதி வரைக்கும் நீடிக்கும் எண்ணத்திற்கு வித்திட்டது.

1931ஆம் ஆண்டில் மூன்று தொகுதிகளில் அறிவியல் கலைச்சொல் அகராதி ஒன்றினை டி.வி சாம்பசிவம் அவர்கள் வெளியிட்டார்.

1932ஆம் ஆண்டில் கலைச்சொற்களை உருவாக்குவதற்காகச் சென்னை அரசாங்கம் ஒரு குழுவை நிறுவியது. இக்குழு இயற்பியல், கணிதவியல் முதலான பத்துத் துறைகளுக்கான 7400 கலைச்சொற்கள் கொண்ட பட்டியலை வெளியிட்டது. பெரும்பாலான சொற்கள் ஒலிபெயர்ப்பாகவும், சமஸ்கிருதமாகவும் இடம் பெற்றிருந்தன.

1934இல் சென்னை மாகாணத் தமிழ்ச் சங்கத்தால் புதியகுழு உருவாக்கப்பட்டது. இது கலைச் சொற்களை உருவாக்கும் பணியில் முனைப்புக் காட்டி உழைத்தது. 1936 இல் இச்சங்கத்தால் கூட்டப்பட்ட மாநாட்டில் இயற்பியல், வேதியியல், கணிதம், உயிர் அறிவியல், சுகாதாரம், நிலவியல் போன்ற எட்டுத் துறைகளைச் சார்ந்த கலைச் சொல் தொகுதிகளை வெளியிட்டது. 1938 இல் 10,000/- கலைச் சொற்களைப் பயன்படுத்துமாறு ஆசிரியர்களுக்குச் சென்னை மாகாண அரசு பரிந்துரை செய்தது.

1937இல் ஜாகீர் உசேன் தலைமையில் நடைபெற்ற தேசீயக் கல்வி மாநாட்டில் கட்டாய அடிப்படைக் கல்வி தாய்மொழியில் வழங்கப்பட வேண்டும் என முன்மொழியப் பட்டது. இவ்வாண்டிலேயே உயர்நிலைப் பள்ளிகளில் பள்ளி இறுதி வகுப்பு வரை தமிழ் பயிற்சி மொழி ஆயிற்று.

1938இல் இராஜாஜி அமைச்சரவையில் கல்வி அமைச்சராக இருந்த டாக்டர் சுப்பராயன் அவர்கள் உயர்நிலைப் பள்ளிகளில் ஆங்கிலம் பாடமொழியாக இருந்ததை அகற்றி அதற்குப் பதிலாகத் தமிழைப் பாடமொழியாக்கினார். இவ்வாண்டில் உயர்நிலைப் பள்ளிகளில் ஆங்கிலம் தவிர பிற பாடங்களெல்லாம் தாய்மொழியிலேயே நடத்தப்படவேண்டும் என்ற புதுத்திட்டம் கொண்டுவரப்பட்டது. கல்லூரிகளிலும் தமிழ்ப் பாடமொழியாக வைக்கப்படும் என்று உறுதியும் கூறப்பட்டது. ஆனால் நாடு விடுதலை அடைந்த பிறகும் வெகுநாள் இம்முயற்சி கைகூடவில்லை.

முதன்முதலில் உயர்நிலைப் பள்ளிகளில் பள்ளி இறுதித் தேர்வுக்கான வகையில் அடங்கிய பாடங்களான வரலாறு, புவியியல், பொது அறிவியல் போன்றவை தாய்மொழியில் கற்பிப்பதும் தேர்வுகள் எழுதுவிப்பதுமான முறைகள் செயல்பட்டன. நாளடைவில் சி. வகையில் அடங்கிய வேதியியல், இயற்பியல், கணிதம் முதலிய விருப்பப் பாடங்களும் இம்முறையில் நீடிக்கப் பெற்றன. இவ்வாறு இருபதாம் நூற்றாண்டில் உயர்நிலைப்பள்ளி வரை பாடமொழி தமிழாக்கப்பட்ட பின்பே அறிவியல் பாடநூல்கள் பலவும் தமிழ் மூலமாகவும், தழுவலாகவும் வெளியிடப்பட்டன.

1938ஆம் ஆண்டில் அண்ணாமலைப் பல்கலைக்கழகம் அறிவியல் தமிழ் வளர்ச்சியில் தொடக்க முயற்சிகளை மேற்கொண்டது. இது இடைநிலை வகுப்புக்கான சில அறிவியல் பாடநூல்களை வெளியிட்டது. கல்லூரி நிலையில் தமிழில் அறிவியலைப் போதிக்கும் வகையில் வேதியியல் நூல்களின் இரு தொகுதிகளைத் தமிழில் தயாரித்து வெளியிட்டது.

1940ஆம் ஆண்டில் சீனிவாச சாஸ்திரி தலைமையில் அரசு ஒரு தமிழ்க் கலைச் சொல்லாக்கக் குழுவை உருவாக்கியது. இக்குழு இரசாயனம், வர்த்தகம், உடலியல் மற்றும் சுகாதாரம் முதலான பதினொரு துறைக்குரிய கலைச்சொல் தொகுதிகளை வெளியிட்டது. விடுதலை பெற்றபின் இக்குழுவால் தயாரித்து வெளியிடப் பெற்ற கலைச் சொற்களைப் பள்ளிப் பாடநூல்களில் பயன்படுத்த அரசு கலைச் சொற்களைப் பள்ளிப் பாடநூல்களில் பயன்படுத்த அரசு, அங்கீகாரமும் பரிந்துரையும் கிடைத்தது. 1941-1942இல் இயற்பியல், உயிரியல் நூல்கள் தமிழில் அண்ணாமலைப் பல்கலைக்கழகம் வெளியிட்டது.

1947ஆம் ஆண்டில் பல்வேறு துறைகளுக்கான கலைச்சொல் அகராதி வெளியிடப்பட்டது.

1948-49ஆம் ஆண்டில் இராதாகிருஷ்ணன் கல்விக்குழு ஆகியன வற்றை அரசு நியமித்தது. இக்குழுக்கள் உயர்கல்வியில் தாய்மொழி அல்லது மாநில மொழியே பயிற்சி மொழியாக அமைய வேண்டியதன் தேவையை வலியுறுத்தின.

1950ஆம் ஆண்டில் தமிழ்நாட்டில் தமிழை ஆட்சி மொழியாக ஆக்கும் முயற்சி மேற்கொள்ளப்பட்டது. 1955-ஆம் ஆண்டில் தாய் மொழியில் பயிற்றுவிக்கும் முறை முழுமை பெற்றது. 1959-ஆம் ஆண்டில் கல்லூரிகளில் தமிழைப் பயிற்சி மொழியாக்கலாம் என்று தமிழக அரசு ஓர் ஆணையைப் பிறப்பித்தது. இவ்வாண்டில் 'கல்லூரி

தமிழ்க்குழு' ஒன்று நியமிக்கப்பட்டது. இக்குழுவின் தலைவர் ஜி.ஆர்.தாமோதரன் ஆவார். இக்குழு 12 துறைகளுக்குரிய கலைச்சொல் தொகுதிகளை வெளியிட்டது.

1960 ஆம் ஆண்டில் காமராசர் அமைச்சரவையில் கல்வி அமைச்சராக இருந்த சி.சுப்பிரமணியம் முயற்சியினால் கல்லூரிகளில் தமிழ் பாடமொழியாக ஆயிற்று.

1962இல் எல்லா மாநிலங்களிலும் தாய்மொழிக் கல்வி வழங்கப்பட வேண்டும் என்று இந்திய மையக்குழு முடிவு செய்தது. இவ்வாண்டில் இளங்கலை வகுப்புகள் தமிழ்வழிக்கு மாற்றப்பட்டன.

1969ஆம் ஆண்டில் அறிவியல் பட்டப்படிப்புகளைத் தமிழ் வழியில் பயிற்றுவித்தல் அறிமுகப்படுத்தப்பட்டது.

1970ஆம் ஆண்டு மார்ச்சு மாதம் 4ஆம் தேதி தமிழ்நாட்டுப் பாடநூல் நிறுவனம் தொடங்கப்பட்டது. "தமிழ்நூல் வெளியீட்டுக் கழகம்" 1970ஆம் ஆண்டு ஏப்ரல் மாதம் 28ஆந்தேதி தமிழ்நாட்டுப் பாடநூல் நிறுவனத்துடன் இணைந்துவிட்டது. இந்நிறுவனம் புதுமுக, இளங்கலை, முதுகலைப் பட்டப்படிப்புக்கான நூல்களை வெளியிட்டது. 1975இல் பாடநூல்களின் எண்ணிக்கை 663 ஆக இருந்தது.

1971ஆம் ஆண்டில் காரைக்குடி தமிழியக்கப் பாசறை, பயிரியல், வேதியியல் முதலான பதினொரு துறைகளைச் சார்ந்த 3000 கலைச் சொற்களை வெளியிட்டது.

கல்வி அமைச்சர் சி.சுப்பிரமணியத்திற்குப் பின்னர் வந்த ஆட்சியர் காலத்தில் தமிழ் பயிற்றுமொழி அரசியல் பிரச்சினையாக்கப்பட்டதால் தமிழ் மொழிக்கல்வி விரும்புவோர் படிக்கலாம் என்றும் அவ்வாறு பயில்வோருக்கு ஊக்கத்தொகை அளிக்கப்படுமென்றும் அரசு ஆணைகள் பிறப்பிக்கப்பட்டன. இச்சட்டமே இன்றளவும் நடைமுறையில் உள்ளது.

1978ஆம் ஆண்டில் மேல்நிலைப் பள்ளிகள் தொடங்கப் பெற்று அறிவியல் பாடநூல்கள் உருவாக்கப் பெற்றன. அறிவியல் ஆய்வுக் கூடங்கள் மேனிலைப் பள்ளிகளில் நிறுவப்பட்டன. பள்ளிக் கல்வியை முடிக்கும் மாணவர்கள் போதுமான அறிவியல் அறிவினை அடைய முடியும் என்ற எதிர்பார்ப்பு மக்களிடையே நிலவி வருகிறது. (காலந்தோறும் அறிவியல் தொழில்நுட்பம், 1998, அனைத்திந்திய அறிவியல் தமிழ்க் கழகம், கோ.தமிழ்ச்செல்வி, 1998:218)

17. தமிழ் பயிற்றுமொழி: பாரதியார் முழு ஆதரவு

20ஆம் நூற்றாண்டின் தொடக்கத்தில் தமிழ்வழி அனைத்துப் பாடங்களையும் கற்பிக்க வேண்டும் என்பதில் பாரதியார் முனைப்பு காட்டினார். கல்விக்குரிய மொழியாக இந்திய மொழிகளைப் பயன்படுத்தவில்லை எனில் அது தேசவிரோதம் என்றும் கருதினார். 'பஞ்சபூதச் செயல்களின் நுட்பங்கள் கூறும் மேன்மைக் கலைகளைத் தமிழில் சொல்லவேண்டும் என்றும் எழுதினார். அறிவியல் கல்வியைத் தமிழ்வழிக் கற்பிக்குங்கால் தேவைப்படும் கலைச்சொற்கள் பற்றியும் ஆழமாகச் சிந்தித்தார். கலைச்சொல் பற்றி அவர் தந்துள்ள விளக்கம் இரத்தினச் சுருக்கமாக உள்ளது.

'பரிபாஷை, சங்கேதம், குழூவுக்குறி என்ற மூன்றும் ஒரே பொருளைப் பலவகையில் குறிப்பன. அதாவது ஒரு கூட்டத்தார் அல்லது ஒரு சாஸ்த்ரக்காரரர் விசேஷார்த்தம் தோன்றும்படி உடன்பட்டு வழங்கும் பொது வழக்கமில்லாத சொல்' (பாரதி கட்டுரைகள், பக்.268) என்பது அவரது விளக்கம். இந்த விளக்கம் இன்றைய கலைச்சொல்லியலார் விளக்கத்தோடு பெரிதும் ஒத்துவருவதைக் காணலாம்.

"By a terminology we understand a subset of the lexicon of a language, characterized by a relatively narrow sphere of applicability with respect to both the topics and the situation in connection with which the terminology is used" (International Journal of Sociology of Language, p.81)

தமிழ்வழிக் கல்வி, கலைச்சொல் பற்றிப் பாரதி கூறியிருப்பது இன்றும் மனதில் கொள்ளத்தக்கதாக உள்ளது.

ஐரோப்பாவில் வழங்கும் லௌகிக சாஸ்திரங்களைத் தமிழில் எழுத வேண்டும் என்று பல பண்டிதர்கள் மிகவும் ஆவலோடிருக் கிறார்கள். ஏற்கனவே சில பகுதிகளின் ஆரம்பம் தமிழில் மொழி பெயர்த்திருக்கிறது. இந்த முயற்சி மேன்மேல் வளரும். வளர்ந்து தீர வேண்டும். அந்த சாஸ்திரங்களை எல்லாம் ஏக காலத்திலே தமிழில் எழுதி முடிப்பதற்காக ஒரு பண்டித சங்கம் ஏற்படக்கூடும்... இதற்கெல்லாம் முன்னதாகவே பண்டிதர்கள் செய்து வைக்க வேண்டிய அடிப்படைக்காரியம் ஒன்றுண்டு. கூடியவரை சாஸ்த்ர பரிபாஷையை

நிச்சயப்படுத்தி வைத்தால், பிறகு மொழிபெயர்ப்புத் தொடங்கு வோருக்கு அதிகச் சிரமம் இராது. ஸங்கடமிராது' *(பாரதியார் கட்டுரைகள், பக்.268).*

"பௌதிக சாஸ்திரங்கள் கற்றுக் கொடுப்பதில் மிகவும் தெளிவான எளிய தமிழ்நடையில் பிள்ளைகளுக்கு மிகவும் சுலபமாக விளங்கும் படிச் சொல்லிக்கொடுக்க வேண்டும். இயன்ற இடத்திலெல்லாம் பதார்த்தங்களுக்குத் தமிழ்ப் பெயர்களையே உபயோகப்படுத்த வேண்டும். திருஷ்டார்த்தமாக, 'ஆக்ஸிஜன்', 'ஹைட்ரஜன்' முதலிய பதார்த்தங்களுக்கு ஏற்கனவே தமிழ்நாட்டில் வழங்கப்பட்டிருக்கும் 'பிராணவாயு', 'ஜலவாயு' என்ற நாமங்களையே வழங்கவேண்டும். தமிழ்ச்சொற்கள் அகப்படாவிட்டால் ஸமஸ்கிருத பதங்களை வழங்கலாம். பதார்த்தங்களுக்கு மட்டுமேயன்றிக் கிரியைகளுக்கும் அவஸ்தைகளுக்கும் (நிலைமைகளுக்கும்) தமிழ், சமஸ்கிருத மொழி களையே வழங்குதல் பொருந்தும். இந்த இரண்டு பாஷைகளிலும் பெயர்கள் அகப்படாத இடத்தில் இங்கிலிஷ் பதங்களையே உபயோகப்படுத்தலாம். ஆனால் குணங்கள், செயல்கள், நிலைமைகள் இவற்றுக்கு இங்கிலிஷ் பதங்களை ஒருபோதும் வழங்கக்கூடாது. பதார்த்தங்களின் பெயர்களை மாத்திரமே இங்கிலிஷில் சொல்லலாம் வேறு வகையில் உணர்த்த இயலாவிடின்." *(பாரதியார் கட்டுரைகள், ப.305)*

கலைச்சொல் தொகுப்பு பற்றிக் கீழ்வருமாறு எழுதுகிறார்.

"ஸ்ரீகாசியிலே, 'நாகரிப்ரசாரிணி சபையர்' ஐரோப்பிய ஸங்கேதங் களையெல்லாம் எளிய ஸம்ஸ்கிருத பதங்களில் போட்டு, மிகப் பெரியதோர் அகராதி உண்டாக்கி வருகிறார்கள். அந்தச் சொற்களை வேண்டிய வரை, இயன்றவரை, தேசபாஷைகள் எல்லாவற்றிலும் ஏககாலத்தில் கைக்கொண்டு வழங்கலாம். ஐரோப்பாவில் எல்லாப் பாஷைகளும் இவ்விதமாகவே லத்தீன், யவன பரிபாஷைகளைக் கைக்கொண்டிருக்கின்றன. இவ்வாறு செய்தால் நமது தேசபாஷைகளில் ஸங்கேத ஒற்றுமை ஏற்படும். அதனால் சாஸ்த்ரப்பயிர் தேச முழுவதிலும் வளர்ந்தோங்கி வருதல் எளிதாகும்." *(பாரதியார் கட்டுரைகள், பக்.269)*

கலைச்சொற்கள் பற்றிப் பாரதியார் கூறும் கருத்து டாக்டர் சாமுவேல் ஃபிஷ்கிறீன் கருத்தோடு ஒத்திருப்பதைக் காணலாம். ஆங்கிலக் கலைச் சொற்களை எந்தஅளவுக்கு, எந்நிலையில் பயன்படுத்தலாம் என்றும் பாரதி வரையறை செய்கிறார்.

அறிவியலைத் தமிழிவ் சொல்ல முடியுமோ? என கேள்வி கேட்டவர்களுக்குப் பாரதி சொன்ன பதில் இன்றும் நம் கவனத்திற்குரியது.

"தமிழ்நாட்டு ஜனங்களுக்குள்ளே, வழக்கமான பிறகல்லவோ அவை தமிழ் பாஷையிலே வழக்கமாவதற்குச் சுலபமாகும். நீராவியால் ஓட்டப்படும் ரயில் வண்டி இந்நாட்டிலே வழக்கமாயிருக்கிறது. இப்போது பொது ஜனங்கள் அதற்கு வார்த்தை ஏற்படுத்திக் கொள்ளாமலா இருக்கிறார்கள்? மின்சார சக்தியால் தந்தி ஏற்பட்டிருக்கிறது. அதற்குத் தமிழர்கள் வார்த்தை உண்டாக்கிக் கொள்ளவில்லையா? கோவண மில்லாத நிர்வாண தேசத்தாரின் பாஷையிலே பட்டு அங்கவஸ்திரத்திற்குப் பெயர் கிடையாது என்றால் அதற்கு அவர்களுடைய பாஷையின் மேல் என்ன குற்றமிருக்கிறது?" என்ற பாரதி யதார்த்தமான கேள்வி இன்றைக்கும் பொருத்தமானதே.

18. தாய்மொழியில் தொழில் கல்வி - அவசியம் - ஏன்?

தமிழ்ப் பல்கலைக்கழக மேனாள் துணை வேந்தர், உலகம் சுற்றிய முதுமுனைவர் வ.அய்.சுப்பிரமணியம் கருத்துரை,

"தொழில்நுட்பப் பயிலகங்களில் தமிழ் வழித் தேர்வு எழுதவும் பாடம் நடத்தவும் அரசு விரும்புகிறது. அதற்கான நடவடிக்கைகளையும் மேற்கொண்டு வருகிறது. இது வரவேற்கத்தக்க ஒரு நல்ல செய்தியாகும். பொருளாதாரச் செழிப்பு மிக்க வளர்ந்த நாடுகளான அமெரிக்கா, மேற்கு செர்மனி, இங்கிலாந்து, சப்பான், உருசியா முதலிய நாடுகளில் மக்கள் தொழில் கல்வியையும் தங்கள் தாய்மொழி வழிக் கற்கிறார்கள். தாய்மொழி வழிக் கற்பதால் தொழில் நுணுக்கங்களைப் புரிந்துகொள்ளவும் ஆழமாகச் சிந்திக்கவும், புதிய கண்டுபிடிப்புகளில் ஈடுபடவும் அவர்களால் முடிகிறது. தாமே தொழில் செய்து செல்வ வளம் பெருக்கவும் இயலுகிறது.

நமது நாடு முன்னேறுவதற்கு, முயலும் நாடு. பல மொழிகள் பேசப்படும் நம் நாட்டில், ஆங்கிலமும் இந்தியும் அரசு அலுவலகங்களிலும், கல்வி நிலையங்களிலும் காலூன்றிவிட்டன. எனினும், தாய்மொழி வழிக் கல்வி கற்பிக்கும் முயற்சியும் நடந்து வருகிறது.

நமது நாட்டில் 80% மக்கள் கிராமங்களில் வசிக்கிறார்கள். இவர்கள் நல்வாழ்வு பெற வேண்டுமெனில் ஊர்ப்புறங்களில் குடிசை எந்திரத் தொழில் வளர வேண்டும். கோவை, பெரியார், சேலம் மாவட்டங்களிலும், சிவகாசி, சாத்தூர் முதலிய ஊர்களிலும் எந்திரத் தொழிலால் கணிசமான பொருளாதார முன்னேற்றம் ஏற்பட்டுள்ளதை நாம் அறிவோம். எனவே, ஊர்ப்புறங்களில் வாழும் மக்களுக்கு எந்திரச் சிறுதொழில் செய்ய நாம் தொழில் கல்விக்கூடங்களில் கற்பிக்கிறோம். இது தாய் மொழியிலிருந்தால், மிக விரைவில் கற்க இயலும், புரிய இயலும், செயல்படுத்த இயலும்.

பிற நாட்டுக் கல்வி வரலாறு, இதை நமக்கு நன்கு விளக்குகிறது. இங்கிலாந்தில் எந்திரப் புரட்சி ஏற்பட்டதும், தொழில் செய்வோர் தாய்மொழியிலும் அறிஞர்கள் இலத்தீனிலும் கற்றனர். நியூட்டனின்

“ஈர்க்கும் சக்தி” பற்றிய விதி இலத்தீனில்தான் முதலில் வெளியானது. படிப்படியாக இலத்தீன் மொழி புறக்கணிக்கப்பட்டது. ஆங்கிலத்தைப் பயிற்றுமொழியாக்கும் முயற்சிகள் மேற்கொள்ளப்பட்டன. கலைச் சொற்களை இலத்தீனிலிருந்து பெற்றுக்கொண்டனர்.

சப்பானில் தாய்மொழியே 18ஆம் நூற்றாண்டிலிருந்து கல்வி பயிற்றும் மொழியாக இருந்து வருகிறது. பல நாடுகளுக்கும் சென்று பயிற்சி பெற்ற சப்பானிய இளைஞர்கள் தாய்நாட்டுக்குத் திரும்பித் தாய்மொழியில் நூல் இயற்றினர். தொழில் கல்வி பெருகியது. மக்கள் வளமாக வாழும் நிலை ஏற்பட்டது.

சோவியத் யூனியனிலும் இரஷ்யன் மொழி தவிர அங்குள்ள 133 மொழிகளிலும் அறிவியல் தொழில்நுட்ப நூற்கள் ஆக்கப்படுகின்றன. எனவே, தொழிற் கல்வியின் நோக்கம் ஊர்ப்புற வளர்ச்சிதான் என்றால் அக்கல்வி தாய்மொழி வழியே அமைய வேண்டும் என்பதில் நம்மிடையே கருத்து வேறுபாடு இருக்க இடமில்லை. தொழில் கல்வியின் நோக்கம் செல்வச் செழிப்பு, வசதியான வாழ்க்கை என்பதாகும். நம் நாட்டில் 63% ஏழ்மையில் வாடுகிறார்கள். நாம் எல்லாருமே ஏழ்மையின் எதிரிகள். ஏழ்மையைப் போக்கவே தொழில் கல்வியைத் தாய்மொழி வழிக் கற்பிக்க விரும்புகிறோம்.

தாய்மொழி வழிக் கல்வி எனும் போது இரு கேள்விகள் எழுகின்றன.

(1) போதிய பாட நூற்கள் தமிழில் உள்ளனவா?

(2) பிற மாநிலங்களில் அல்லது நாடுகளில் தொழில் செய்ய நினைப்பவர்களுக்கு இது தடையாகாதா? இவற்றைச் சிந்திக்க வேண்டும்.

போதிய அளவு நூல்கள் தமிழில் இருக்கின்றன அல்லது இல்லை என்று உறுதியாக நான் கூற மாட்டேன். தேவை ஏற்படும்போது, விற்பனை இருக்கும்போது, நிறைய நூல்கள் வரும், வெளியாகும். எல்லாம் தரமானவை என்று கூற முடியாது. அடுத்தடுத்த பதிப்புக்கள் தரமாக அமையலாம்.

மூட நம்பிக்கை ஒழிப்பு, பொருளாதார முன்னேற்றம், அறிவியல் கல்வி பற்றித் தந்தை பெரியார் அவர்கள் வற்புறுத்திச் சொன்னார்கள். தமிழ்ப் பல்கலைக்கழகம் தோன்றியதும் அறிவியல் வளர்ச்சிக்கெனச் சில திட்டங்களை வகுத்தது. அதன்படி பொறியியல் பட்டப் படிப்பில் முதல் இரண்டாண்டுத் தேவைக்கான 13 பாட நூல்களை உருவாக்கியுள்ளது.

அவற்றில் பல பாடல்கள் பல்துறைத் தொழில்நுட்பப் பயிலகங்களுக்கும் பொதுவானவை. கலைச்சொற்கள், வாய்பாடுகள் அனைத்தும் பன்னாட்டு எழுத்துக்களால் ஆக்கப்பட்டுள்ளன.

நம் காலில் நிற்பதற்காக தொழில் கல்வியை **நாம் தாய்மொழியில் பயிற்றுவோம் என்று சொல்லும்போது பிற மொழிகளைக் கற்க வேண்டியதில்லை என்பது பொருளன்று.** எந்த **ஒரு மொழியையும் விரைவில் கற்றுக்கொள்ளும் வண்ணம் மொழிப் படிப்பு எளிமைப் படுத்தப்பட்டுள்ளது.** ஒலிக் காட்சி, மொழிச் சோதனைக்கூடம் மூலம் சில வாரங்களுக்குள் ஒரு மொழியைக் கற்றுக்கொள்ளலாம். ஆறு வாரங்களில் மலையாளம், கன்னடம், மராத்தி முதலிய மொழிகளைக் கற்பித்துத் தமிழ்ப் பல்கலைக்கழகம் வெற்றி கண்டிருக்கிறது. எனவே, நம் முயற்சி அனைத்தும் ஊர்ப்புற மக்கள் செல்வ வளம்பெற, வாழ்க்கைத்தரம் பெருக உதவ வேண்டும். தமிழில் தாய்மொழியில் கற்பித்தால் பிரிவினை என்றோ பிறமொழி வெறுப்பு என்றோ கருதுவதைக் கைவிட வேண்டும்.

(முதுமுனைவர் வ.அய்.சுப்பிரமணியம் 1985இல் தமிழ்வழி தொழில்கல்வி கருத்தரங்கில் துணைவேந்தராகப் பணிபுரிந்தபோது ஆற்றிய தலைமை உரை) (தொழில்நுட்பத் தமிழ், இராம.சுந்தரம், (தொ), 1985).

19. தமிழ் பயிற்றுமொழி வெளிநாட்டிலும், தமிழ் நாட்டிலும் நடைபெற்றது; நடைபெறுகிறது

தமிழ் மக்களிடையே மேல்நாட்டு மருத்துவம் பரவ முதன் முதலில் விதைவிதைத்தவர் ஓர் அமெரிக்க பாதிரியான டாக்டர் ஃபிஷ்கிறீன். இவர் இந்தக் குறிக்கோளை எடுத்த காலம் அன்னியர் ஆட்சியில் இலங்கை அடிமையாக வாழ்ந்த காலம். தமிழை அறியாத இவர்தான் தமிழைப் படித்து பிறகு கலைச்சொல்லாக்க முறைகளைத் திட்டமிட்டு வகுத்தும், புத்தகம் எழுதி அல்லது மேற்பார்வையிட்டு சுமார் 180 ஆண்டுகளுக்கு முன்னரே முப்பத்து மூன்று மாணவர்களுக்குத் தமிழில் மருத்துவம் கற்பித்துள்ளார்.

தமிழில் படி இல்லாவிடில் வேறு தொழிலுக்குப் போ!!

ஆரம்பகாலத்தில் ஆங்கிலத்தில் பாடங்களை நடத்த எண்ணி நடத்தி, பிறகு தமிழில் பாடங்களை நடத்தியுள்ளார். மாணவர்கள் இந்நிலையில் மேல்நாட்டு மருத்துவக் கல்வியைத் தமிழில் படித்ததால் பயனுண்டா எனச் சற்று கவலை அடைந்துள்ளனர். இதைப் பற்றி டாக்டர் கிறீன் கூறுகையில், "எனது மாணவர்கள் ஆங்கிலத்திலிருந்து மாறி தமிழில் கற்பது பற்றி சலனமடைந்துள்ளனர். அரசு வேலையில் ஈடுபட்டுச் சம்பளம் பெறும் வாய்ப்புக் குன்றுமென அவர்கள் எண்ணுகிறார்கள். உண்மை, ஆனால் வைத்தியர்களை அவரவர்கள் கிராமத்தில் நிலைபெறச் செய்தலே எதிர்கால நோக்கமாகும். எனவே பத்து நாட்கள் ஓய்வு கொடுத்து வைத்திய கல்வியைத் தொடர்வார்களா அன்றேல் வேறு தொழிலை நாடுவார்களா எனத் தீர்மானிக்க அவர்களுக்கு அவகாசம் கொடுத்துள்ளேன்" எனக் கூறுகிறார். இதை எண்ணும் பொழுது தமிழில் தான் நீங்கள் மருத்துவம் படிக்க வேண்டும் என்ற ஓர் தீர்வான முடிவு அவர் சொற்களில் தென்படுகிறது என்பதை அறியமுடிகிறது.

இலங்கையில் மருத்துவப்படிப்பு

"நலம் பேணற் கலை பயிலக் கல்லூரிகளில் சேர்பவர்களும் தாய்மொழியில் கல்வி கற்றவரே. இப்பொழுது கல்வி புகட்டலும் தாய்மொழியில் தான் நடைபெறுகிறது. எனவே, தமிழ் மொழியில்

கல்வி பயில்வோர் குறையை எப்படித் தீர்க்கலாம்? என்று எண்ணினேன். தமிழ் மொழியில் நலம் பேணற் கலை அறிவைப் பெருக்கினர். தமிழ் நல்லியர் என்ன செய்வர்?

"தமிழ் நல்லியர் நலம் ஒன்றை எண்ணி இவர்கள் குறையைத் தீர்ப்பதற்கு இந்த நூலை எழுதத் துணிந்தேன்" (1972) என டாக்டர் அ.சின்னத்தம்பி அவர்கள் தனது நலம் பேணல் விஞ்ஞானம் (Text Book of Nursing) நூலில் கூறும்பொழுது இலங்கையில் செவிலியர் பாடம் தமிழில் சொல்லிக் கொடுக்கப்பட்டு வந்துள்ளது என அறிய முடிகிறது. இச்செய்திகளால் நாம் அறிவது நம்மவரால் எழுதப்பட்ட புத்தகங்களை நாம் நாட்டமின்றி படிக்காது இருந்த நிலையில் வேற்று நாட்டு அரசு குடியேறிகளின் முன்னேற்றத்திற்குத் தான் தாய்மொழியில் படிக்க 18ஆம் நூற்றாண்டிலேயே அறிவியலை கற்றுணர அனுமதி அளித்துள்ளது மற்றும் அந்நாட்டிலே எழுதப்பட்ட புத்தகங்களும் (இலங்கை) அங்கு பாடப் புத்தகமாக மருத்துவப் பள்ளிகளில் சொல்லிக் கொடுக்கப்பட்டு வந்துள்ளது. நூலினுள் இது குறித்த செய்தி விரிவாக உள்ளது.

தமிழ்நாட்டில் மேனிலைப்பள்ளிகளில் செவிலியர் பாடத்திட்டம்: தமிழ்வழியில்

தமிழ்நாடு மேனிலைப் பள்ளிகளில் 12ஆம் வகுப்பு வரை, செவிலியருக்கான மருத்துவ பாடத்திட்டத்தை ஒட்டிச் சிறப்புப் பாடமாகப் படிக்கும் மாணவ, மாணவியர்க்கு, தனிப்பாட புத்தகங்களை அரசு வெளியிடவில்லை. எனினும் கிறிஸ்துவ இலக்கிய சங்க வெளியீடான "துணைச் செவிலி-மருத்துவப் பெண்கள் பாடப்புத்தகம்" எனும் 2 நூல் தொகுதி பாடப்புத்தகமாகப் படிக்கப்பட்டுத் தேர்வுகளும் தமிழிலேயே நடைபெறுகின்றன. இப்புத்தகம் இந்திய செவிலியர் பாடத்திட்டத்தின் படி எழுதப்பட்டது என்பது குறிப்பிடத்தக்கது. (இவ்வகை படிப்பு பள்ளிகளில் தற்பொழுது நிறுத்தப்பட்டுள்ளது கவலை அளிக்கிறது.)

மலேயா பள்ளியில் தமிழ் பயிற்றுமொழி

யோகி சுத்தானந்த பாரதியார் இயற்றிய உடலுறுதி எனும் "மேல் நாட்டு மருத்துவத்தை ஒட்டி எழுதப்பட்ட புத்தகம், மலேயா பள்ளிக் கூடங்களில் 1938ஆம் ஆண்டிலேயே கற்பிக்கப்பட்டது. இதனை அதன் புத்தக முன் பக்கத்தில் உள்ள Approved for class use of F.M.S என்ற வாசகங்களின் மூலம் அறிய முடிகிறது.

கிறித்துவத் துணைச் செவிலியர் பள்ளிகளில் தமிழில் பாடம்

இதே பாடநூல் இந்திய கிறித்துவ மருத்துவக் கழகத் தென்னிந்திய கிளையினரால் நிறுவப்பட்ட துணைச் செவிலியருக்கான பள்ளிகளிலும் MIBS இன் மூன்று துணைச் செவிலியர் பள்ளியிலும் நடத்தப்பட்டு வருகின்றன.

இணை மருத்துவத்திலும் தமிழில் பாடம் (B.P.T)

இப்பொழுது நடைபெற்றுவரும் மேலை நவீன மருத்துவம் சார்பான கல்லூரிகளில் இணை மருத்துவக் கல்லூரி ஆசிரியர்களால் பாடங்கள் தமிழில் எழுதப்பட்டுத் தட்டச்சு செய்யப்பட்டுப் பாடமாக நடத்தப்படுகிறது.

தமிழ்நாட்டில் அறிவியல் தமிழ்க் கலைக்கல்லூரிகளிலும் தானாக வளர்கிறது

ஆங்கிலம் வழியாக அறிவியல் பாடங் கற்பிக்கும் ஆசிரியர்களையும், மாணவர்களையும் இரண்டு வகையாகப் பிரிக்கலாம். ஒன்று பெருநகரங்களில் படிப்பவர்கள். மற்றவர்கள் சிறு நகரங்களிலும் கிராமப்புற சூழ்நிலையிலும் படிப்பவர்கள். இதில் பெருநகர ஆசிரியர், மாணவர்களுக்கு ஆங்கில அறிவு மேம்பட்டு இருப்பதால் ஆங்கிலத்திலேயே பாடங்கள் சொல்லிக் கொடுக்கப்பட்டு தேர்வும் ஆங்கிலத்திலேயே எழுதப்படுகிறது. இதற்கு மாறாகச் சிறுநகர், கிராமப்புற சூழ்நிலையில் உள்ள ஆசிரியர்கள் ஆங்கில வழியில் கல்வி பயிலும் மாணவர்களுக்கு ஆங்கிலத்தில் பாடம் நடத்துவது கிடையாது. அப்படி நடத்தினாலும் அந்த ஆங்கிலம் மிகவும் சீர்மை பெற்றதாக இல்லை என்று கூறப்படுகிறது. இது போலவே மாணவர்களும் ஆங்கிலத்தில் எளிதாக எழுதவோ புரிந்து கொள்வதோ கடினமாக உள்ளதால் தமிழில் பாடம் சொல்லிக் கொடுப்பதையே விரும்புகின்றனர். இம்மாணவர்களில் பலர் தமிழ் வழியில் படித்தவர்கள் இதற்கு உதவியாகத் தமிழில் அவ்வறிவியல் பாடநூல்களுக்கான கையேடுகளும் வெளி வந்துள்ளன என்பது குறிப்பிடத்தக்கது. பொருளாதாரத்திற்கு, தஞ்சாவூர் பேரா. முனைவர் பொன்னம்மாளினால் 10 ஆண்டுகளுக்கு முன்னரே எழுதப்பட்டு பெரும் வரவேற்பைப் பெற்றது. இது போலவே தஞ்சாவூர் பேரா.முனைவர் சந்திரசேகரனால் "கரு வளர்ச்சி" குறித்த அறிவியல் நூல் வெளிவந்துள்ளது.

இம்மாணவர்கள் தேர்வை ஆங்கிலம், ஆங்கிலமும் தமிழும் கலந்து அல்லது தமிழிலேயே எழுதலாம் என்ற ஆணை பாரதிதாசன்

பல்கலைக்கழகத்தில் உள்ளது. இது போலவே சட்டக் கல்லூரியிலும், பல் தொழில்நுட்பக் கல்லூரிகளிலும் (பாலிடெக்னிக்) நடைமுறையில் உள்ளது. பாலிடெக்னிக்குகளில் தமிழ் நூல்கள் வெளிவந்துள்ளன. இதைப் பார்க்கும் பொழுது தமிழ் வழி வேண்டாம் என்பவர் தமிழிலேயே படித்து, தேர்வு எழுதி, தாய்மொழியில் பயின்றவர். தேர்வு எழுதியவர் என்று சொல்லிக் கொள்வதைவிட ஆங்கில வழி கற்றவர் என்று சொல்லிக்கொண்டு பட்டம் பெறுவதைப் பெருமையாகக் கொள்ளும் அவலநிலையை என்னவென்று சொல்வது? என்று புரியவில்லை.

இவ்வளவு நடந்து கொண்டிருக்கும் பொழுது தமிழில் அறிவியல் முக்கியமாக மருத்துவம், பொறியியல் போன்ற பாடங்களைச் சொல்லிக் கொடுக்க இயலாது. கலைச் சொற்கள் இல்லை என்ற வெற்று ஆரவாரம் தொடர்ந்து ஒலித்துக் கொண்டே இருக்கின்றபோது தமிழ்ப் பல்கலைக்கழகத்தில் மருத்துவம், பொறியியலில் 27 புத்தகங்கள் வெளிவந்துள்ளன.

1999ஆம் ஆண்டு 5ஆம் வகுப்பு வரை எல்லாப் பள்ளிகளிலும் தமிழில் பாடங்கள் நடத்தப்படவேண்டும் என்றவுடன் நீதிமன்றத்திற்குச் சென்று தடை வாங்கப்பட்டுள்ளது. இதற்கு எதிர்ப்புகள் வந்தனவா என்றால் மிக மிகக் குறைவான விழுக்காட்டினரே எதிர்த்தனர். மற்றவரெல்லாம் உலகாயத யுகத்தில் மாட்டிக் கொண்டு தவிக்கின்றனர். அறிவியல் தமிழ்நாட்டில் ஒருபுறம் வளர்ந்தாலும் தமிழ் பள்ளிகள் வெற்றிகரமாக ஆங்காங்கே தமிழ்ப் பற்றாளர்களால் நடத்தப்பட்டாலும் இந்நாட்டில் இருவித சாதிகளை ஆங்கிலம் தெரிந்த உயர்சாதி தமிழ்ப்படித்த ஓர் சாதி என்று நமக்குத் தெரியாமலேயே நாம் உருவாக்கி வருகிறோம் என்பது தெளிவாகத் தெரிகிறது.

20. உலக நாடுகளில் தாய்மொழிக் கல்வி

இந்தியாவுக்கு ஒரு பாடம்!

மொழி என்பது வெறும் தொடர்பாடலுக்கான ஊடகம் மட்டுமல்ல. அதைப் பேசுவோரின் பண்பாட்டு, வரலாற்றுத் தொடர்ச்சியின் மதிப்பீடும் அதில் உள்ளது! ஆகவேதான், ஐரோப்பிய நாடுகள், அமெரிக்கா, ஆஸ்திரேலியா போன்றவை, தங்கள் நாடுகளுக்கு இடம்பெயர்ந்து வாழும் பெரும்பான்மையான இனக்குழுவினருக்கு அவரவர் தாய்மொழிகளைப் பள்ளிக்கல்வி முதலே வழங்கி வருகின்றன.

ஃபின்லாந்தின் ஆய்வு ஒன்று, "தாய்மொழிக் கல்வி என்பது அவரவர் வாழும் குடும்பச் சூழலோடு தொடர்புடையது என்பதால், குழந்தை தன்னை நெறிப்படுத்திக் கொள்ளவும், வாழ்க்கை நிகழ்வு களைத் திட்டமிட்டபடி முறைப்படுத்திக் கொள்ளவும் உதவுகிறது. அத்துடன், தன் பண்பாட்டில் உணரும் நல்லொழுக்கங்களையும் கற்பதால், பன்மொழிச் சூழலில் அக்குழந்தையால் வெற்றிகரமாகவும் திகழமுடிகிறது. எந்தவொரு மனிதரும் தங்கள் இன அடையாளம் மற்றும் சமூக விழுமியங்களைப் பேணிக்காக்கத் தாய்மொழி மிகவும் அவசியமாதலால், தாய்மொழிக் கல்வியானது அடிப்படை மனித உரிமையின் கீழ் உள்ளடக்கப்படுகிறது" என்று கூறுகிறது. தமிழர்கள் பல்வேறு நாடுகளில் புலம் பெயர்ந்து வாழ்ந்து வரும் சூழலில், தமிழ்க் கல்விக்கான வாய்ப்புகள் உலக அரங்கில் எப்படி இருக்கின்றன என்பதை இந்தக் கட்டுரை அலசுகிறது.

நார்வே, ஸ்வீடன், ஃபின்லாந்து, ஆஸ்திரேலியா போன்ற நாடுகளில் அரசுப் பள்ளிகளில் தமிழ் வகுப்புகளை அந்தந்த நாட்டு அரசுகளே நடத்தி வருகின்றன. நார்வே, ஸ்வீடன் போன்ற நாடுகளிலும் மற்றும் ஜெர்மனி, அமெரிக்கா, கனடா, ஆஸ்திரேலியா போன்ற நாடுகளில் சில மாநிலங்களிலும் தமிழ் மதிப்பெண்ணானது பல்கலைக்கழக (மருத்துவம்/பொறியியல்/அறிவியல்) நுழைவு மதிப்பீட்டில் கணக்கில் கொள்ளப்படுகிறது.

கேம்பிரிட்ஜ் சர்வதேசப் பாடத்திட்டத்தில், உயர்நிலை வகுப்பு, மேல்நிலை வகுப்புத் தேர்வுகளில் சர்வதேச மொழிப் பிரிவின் கீழ் தமிழுக்கான தேர்வும் நடத்தப்பட்டு, உலகெங்கும் இருக்கும் 25 நாடுகளின் முன்னணிப் பல்கலைக்கழகங்களில் உயர் கல்விக்கான நுழைவு மதிப்பீட்டில் அது அனுமதிக்கப்படுகிறது. அமெரிக்காவின் ‘சீல் ஆஃப் பைலிட்டரஸி’ தேர்வின் கீழ் கணக்கில் எடுத்துக் கொள்ளப் படும் 22 மொழிகளுக்கான பாடத் தேர்வுகளிலும் அமெரிக்காவின் ‘ஏசிடிஎஃப்எல்’ நடத்தும் 122 மொழிகளுக்கான தேர்வில் தமிழ் மொழியும் அடங்கியுள்ளது.

டென்மார்க்கைப் பொறுத்தவரை 1980களில் இருந்து 2000 வரை தமிழுக்கு அரசுப் பள்ளிகளில் பயிற்சி வழங்கியிருக்கிறார்கள். ஒரு கிராமத்தில், ஒரே ஒரு தமிழ் மாணவர் வாழ்ந்து வந்தாலும், அவருக்கான சிறப்புப் பயிற்சிக்காக வாகனத்தை அனுப்பிப் பள்ளிக்கு அழைத்து வந்து தமிழ் கற்றுக் கொடுத்திருக்கிறார்கள். தற்போது, புலம் பெயர்ந்த தமிழர்களின் அமைப்புகள் 20 ஆண்டுகளுக்கும் மேலாக 15 தமிழ்ப் பள்ளிகளை நடத்தி வருகின்றன. ஸ்வீடன் தலைநகரத்தில் (ஸ்டாக்ஹோம்) ‘ஈழத் தமிழர் ஒன்றியம்’ 90 மாணவ, மாணவிகளோடு 1ஆம் வகுப்பு முதல் 12ஆம் வகுப்பு வரையில் தமிழ்ப் பள்ளி நடத்தி வருகிறார்கள்.

ஃபின்லாந்திலும் தமிழுக்கென்று அரசுப் பள்ளிகளில் சிறப்பு வகுப்புகள் நடக்கின்றன. ஜெர்மனியில் 110க்கும் மேற்பட்ட தமிழ்ப் பள்ளிகள் இயங்கி வருகின்றன. சில மாவட்ட நிர்வாகங்கள் மொழிப் பாடத்துக்கான மதிப்பெண் அங்கீகாரத்தைத் தமிழுக்கும் வழங்குகின்றன.

நார்வேயில் தாய்மொழிகளின் கல்விக்கென்று ஒரு இணைய தளத்தை நார்வே கல்வித்துறை நடத்துகிறது. (www.morsmal.no <http://www.morsmal.no>) அதில், நார்வேயில் கற்பிக்கப்படும் மொழிகளுக்கான தனித்தனிப் பக்கங்கள் உள்ளன. தமிழுக்கான பக்கத்தில், தமிழ் மொழிக் கல்விக்கான பாடத்திட்டம், துணைச் செய்திகள், துணைப் பாடங்கள் உள்ளன. கூடவே, 7-9ஆம் வகுப்புகளுக்கான பாடத் திட்டத்தின் கணிதம், அறிவியல் உள்ளிட்ட பாடங்களுக்கான தமிழ் மொழிபெயர்ப்புப் பக்கங்களையும் இணைத்து வருகின்றனர்.

நார்வேயில் பள்ளி மேல்நிலை வகுப்பில், இயற்பியல், வேதியியல், உயிரியல், கணிதம் உள்ளிட்ட பாடப் பிரிவுகளோடு சர்வதேச மொழிகள் (ஜெர்மன், பிரெஞ்சு, ஸ்பானிஷ், தமிழ், பாரசீகம், அரபி உள்ளிட்ட மொழிகளில்) ஒன்றை மாணவ, மாணவியர்கள்

தேர்ந்தெடுத்துத் தேர்வெழுத வேண்டும். மேனிலை வகுப்பு மூன்று ஆண்டுகளிலும் இந்த மொழிப் பாடங்களில் ஒன்றில் தேர்வெழுதினால் இயற்பியல், வேதியியல், கணிதம், உயிரியல் பாடங்களில் மதிப்பெண் குறைந்திருந்து, இம்மொழிப் பாடத் தேர்வில் அதிக மதிப்பெண் வாங்கியிருந்தால், மருத்துவம்/பொறியியல் சேர்க்கைக்கான கூட்டு மதிப்பெண்ணில், குறைந்த மதிப்பெண் வாங்கிய பாடத்தை நீக்கிவிட்டு மொழிப் பாட மதிப்பெண்ணைச் சேர்த்துக் கொள்ளலாம். அதாவது, நார்வேயில் தமிழ் மொழிப் பாடத்தில் பெறும் மதிப்பெண், அந்நாட்டின் மருத்துவக் கல்வி நுழைவுக்கு உதவுகிறது.

அரசுப் பள்ளிகளில் தமிழ்ப் பாடங்கள் தவிர்த்து, தமிழர் அமைப்புகளின் செயல்பாடுகளால், நார்வேயில் 18 தமிழ்ப் பள்ளிகள் இயங்குகின்றன. தோராயமாக, 2000-க்கும் மேற்பட்ட மாணவ, மாணவிகள் 1ஆம் வகுப்பு முதல் 10ஆம் வகுப்பு வரையில் கல்வி கற்கின்றனர்.

தமிழின் தொன்மை, தமிழர்களின் அரசியல் உறவு, புலம் பெயர்ந்த தமிழர்களின் வலிமை போன்ற காரணங்களால் இந்த நாடுகளில் தமிழ் கற்பிக்கப்படுவதில்லை. ஐரோப்பிய ஒன்றியம், ஸ்காண்டிநேவிய நாடுகளின் மொழிக் கல்வி, ஐ.நா.உள்ளிட்ட பல சர்வதேச அமைப்புகள் ஆகியவை வலியுறுத்தும் 'அனைவருக்குமான தாய்மொழிக் கல்வி' என்ற அடிப்படையில்தான் இந்த நாடுகளில் தமிழ்க் கற்பிக்கப்படுகிறது.

ஸ்வீடன் கல்வித் துறையைப் பொறுத்தவரை, ஸ்வீடனுக்குப் புலம் பெயர்ந்து வருபவரின் குழந்தைகளுக்கு மட்டுமல்ல, ஸ்வீடன் நாட்டுத் தம்பதியர், வேறு ஒரு நாட்டிலிருந்து ஒரு குழந்தையைத் தத்தெடுத்து வளர்த்து வந்தாலும், அக்குழந்தை தன் தாய்மொழியை வீட்டில் பேசாமல் இருந்தாலும்கூட, அக்குழந்தை தன் தாய்மொழியில் பேச, எழுதும் வகையில் கல்வித் துறையின் சட்டங்களை அமைத்துள்ளனர்.

பல மொழி மக்கள் செறிந்து வாழும் நிலப் பகுதிகளில், அந்தந்த நிலங்களின் 'தேசிய', 'அலுவல்' மொழியே பயிற்று மொழியாக இருக்கும் நிலையில், சிறுபான்மை மொழியினர் எதிர்கொள்ளும் சவால்கள் குறித்த நீண்ட கால ஆய்வை யுனெஸ்கோ மேற்கொண்டு வருகிறது. இடம்பெயர்ந்தோ, மொழிச் சிறுபான்மையினராகவோ வாழ்பவர்களின் குழந்தைகள் தங்கள் குடும்பம், சமுகம் சாராத மொழியில் கல்வி கற்கும் போது, பெரும்பான்மை சமூகத்திலிருந்து

விலகி நிற்க வேண்டிய அவலத்துக்குத் தள்ளப்படுவதோடு, சமூக, அரசியல் ஓட்டத்தில் பங்குகொள்ள முடியாமலும் போவதாக யுனெஸ்கோ கண்டறிந்தது.

‘காமன் யூரோப்பியன் ஃப்ரேம்வொர்க் ஆஃப் ரெஃபரென்ஸ்’ (சி.ஈ.எஃப்.ஆர்) போன்ற அரசுகளுக்கு இடையிலான அமைப்புகளின் வழிகாட்டுதலில் இன்று ஐரோப்பிய நாடுகளில் ஐரோப்பிய மொழி யல்லாத நூற்றுக்கும் மேற்பட்ட மொழிகளில் கல்வி வழங்கப்பட்டு வருகிறது. எடுத்துக்காட்டாக, ஸ்வீடனில் நான் வசிக்கும் கோத்தென்பர்க் நகரில் மட்டும் 70 மொழிகளில் பாடங்கள் கற்பிக்கப்படுகின்றன. ஒட்டுமொத்த ஸ்வீடனில் 200 சிறுபான்மை மொழி பேசும் பிரிவினர் வாழ்கிறார்கள். இனிவரும் காலத்தில் குறைந்தது 110-140 மொழிகளில் கல்வி வழங்க ஏற்பாடாகி வருகிறது.

ஐரோப்பிய ஒன்றிய நாடுகள் 1998, 2004, 2006, 2007 ஆகிய ஆண்டுகளில் வெளியிட்ட கல்வி வழிகாட்டல் நெறிமுறைகள், “எந்த வொரு குழந்தையும் அதன் குடும்பச் சமூகத்தின் முதன் மொழியைக் கற்காமல் இரண்டாவது மொழியைக் கற்கும் நிலை இருக்கக் கூடாது. அது, அக்குழந்தையின் இரண்டாவது மொழியைக் கற்கும் திறனையே பாதிக்கும். அதே போல, பன்மொழிச் சமூகத் திறனையே பாதிக்கும். அதே போல, பன்மொழிச் சமூக வாழ்க்கைச் சூழலில், அவரவர் தாய்மொழியை முறையே கற்று, புலம்பெயர்ந்த சூழல் அலுவல் மொழியையும் கற்பது, புலம்பெயர்ந்த நாட்டினுள் நல்லிணக்கத்துடன் வெற்றிகரமாகவும் இருப்பதற்கு அந்தக் குழந்தைக்கு வழி அமைத்துக் கொடுக்கும்” என்று எடுத்துக்கூறின.

இங்கிலாந்தின் தேசியக் கல்விப் பாடத்திட்டத்தில் பல்வேறு இனக் குழுக்களின் மொழிகளைக் கற்றுக் கொடுக்க வேண்டிய அவசியம் குறித்தான ஆய்வுகள் வெளிவந்த பின் ஏப்ரல் 22, 2016இல் பல மொழிகளுக்கான கல்வித் திட்டம் அறிமுகமானது. இந்திய மொழிகளில் குஜராத்தி, வங்க மொழி, பஞ்சாபி ஆகியவை கற்றுக் கொடுக்கப்படுகின்றன. இம்மூன்று இனக்குழுக்களுக்கு இணையாகத் தமிழர்களும் இங்கிலாந்தில் வாழ்ந்து வரும்போதும், இன்னும் அங்கே தமிழ்மொழி இங்கிலாந்தின் தேசியக் கல்விப் பாடத்திட்டத்தில் சேர்க்கப் படவில்லை. அதற்குரிய முயற்சிகள் தொடர்ந்து மேற்கொள்ளப்பட்டு வருகின்றன.

ஆகவே கல்வித் துறையில், இருமொழிக் கல்வி முறை, பன்மொழிக் கல்வி முறையை எவ்விதப் பிரித்தாலும், மேலாதிக்கத் தன்மையற்ற,

'நல்லிணக்க' வடிவிலும், அறிவியல் அடிப்படையிலும், வருங்காலத் தேவை அடிப்படையிலும் அமைத்தல் அவசியமாகிறது. அதனை விடுத்து, ஆட்சி அதிகாரத்தின் பேராளுமை கொண்டு மொழிக் கொள்கையைக் கல்வியில் புகுத்த நினைத்தால் பன்மைக் கலாச்சார, பன்மை மொழிச் சூழலுக்கு மிக மோசமான விளைவுகளே ஏற்படும். (இந்து-தமிழ் திசை 26.11.21 விஜய் அசோகன் அறிவியல் ஆராய்ச்சியாளர் ஸ்வீடன்.)

21. தமிழர்களே செயல்படுங்கள் - உணர்வு கொள்வீர்

காந்தி, பாரதியார், தாகூர் ஆகியோரைப் பற்றி அறிவோம். எல்லாரினும் மேலாக இராமேசுவரத்து தமிழரும் மேனாள் இந்தியக் குடியரசுத் தலைவருமான அப்துல்கலாம் பற்றி அண்மைக் காலத்திலேனும் நன்றாக அறியலாம். இதுபோல் சந்திரயான் புகழ் மயில்சாமி அண்ணாதுரையையும் நாம் அறிவோம். இவர்கள் எல்லாரும் தாய்மொழி வழிக் கல்வியை வற்புறுத்தியவர்கள். அப்துல்கலாமும், மயில்சாமி அண்ணாதுரையும் தமிழ் வழிப் படித்து உயர்ந்தவர்கள். அறிவு வளர்ச்சிக்குத் தாய்மொழி வழிக் கல்வியே சிறந்தது என்பதே இவர்கள் அனைவரும் எடுத்துரைக்கும் கருத்தாகும். சொல்லால் மட்டுமின்றிச் செயலாலும் காட்டியவர்கள். இவர்கள் கருத்துக்கு நாம் இன்றும் சரியாகக் காது கொடுக்கவில்லை. காது கொடுக்க நினைத்த பொழுதும் பல சருக்குகள். இதனால் நமது கல்வியும், மனப்பாடக் கல்வியாகி ஒரு வட்டத்துக்குள் நின்றுவிட்டது. இந்திய அரசு அமைத்த பல்வேறு குழுக்கள் தாய்மொழி வழிக் கல்வியின் நன்மை குறித்து கருத்துரைத்துள்ளன. இது இன்னும் எதிர்பார்த்தபடிச் செயல் வடிவு பெறவில்லை. இதற்குக் காரணம் எல்லாம் அறிந்தவர்களாகத் தங்களைக் கருதிக் கொள்ளும் மேட்டுக்குடி மக்களின் மனப்பாங்கு தான். தங்களின் வளமான வாழ்வுக்குப் போட்டியாக மற்றவர்கள் வந்துவிடக்கூடாது என்பதில் உள்ள அவர்களின் தன்னலம் தான். இந்தத் தன்னலம் இந்தியக் கல்விச் சூழலையே கெடுத்துக் கொண்டிருக்கிறது.

தாய்மொழி வழிக் கல்விக்கு முதன்மை கொடுத்து தேவையான நடவடிக்கைகளை அரசுதான் மேற்கொள்ள வேண்டும்.

கல்வி போதிப்பதைக் குறித்துக் கூறும் மகாகவி பாரதி “கல்வி போதிப்பதற்கு ஒருவருக்குச் சொந்த தாய்ப்பாஷை மட்டுமே இயற்கை யானதும் மனிதப் பண்பிற்கு ஏற்றதுமான போதனாப் பாஷையாகும்” என்கிறார். தாய்மொழியில் கல்வி கற்பது குழந்தைகளின் உணர்ந்தறிதல் வளர்ச்சிக்கும் பெரிதும் உதவுகிறது என்று யுனெஸ்கோ வலியுறுத்துகிறது. நோபல் பரிசு பெற்ற பல விஞ்ஞானிகளுக்கு ஆங்கிலமே தெரியாது. உலகில் வளர்ந்த நாடுகள் அனைத்தும் தமது தாய்மொழி வழிக்

கல்வியினாலேயே வளர்ந்த நாடுகளாயின. இன்றும் மேற்கூறிய நாடுகளைத் தவிர்த்து ஜெர்மன், ஜப்பான், சீனா, துருக்கி, ரஷ்யா, தாய்லாந்து, அயர்லாந்து போன்ற பல முன்னேறிய நாடுகளும், கியூபா, வியட்நாம், நைஜீரியா போன்ற வளரும் நாடுகளிலும் தாய்மொழி யிலேயே அனைத்து உயர் கல்விகளையும் பெறுகின்றனர்.

சின்னஞ்சிறு நாடாகிய சோமாலியாவில் தனது நாட்டு மொழி வழிக் கல்விதான் நடைமுறையில் உள்ளது. இந்தியாவில் நடை முறையில் உள்ள ஆங்கில வழிக் கல்வியால் பயனடைவது இந்தியா அல்ல. இந்தியா தொழில்நுட்பங்களை (Techno Crates) உருவாக்குவதற்குப் பதிலாகத், தொழில் கூலிகளை (Techno Coolies) உருவாக்கியுள்ளது என்று ஒரு இதழ் குறிப்பிட்டுள்ளது. இது சரியென்றே படுகிறது. இந்தியாவில் கல்வி வணிகப் பொருளானதே இந்த இழிநிலைக்குக் காரணம் (டாக்டர் இராம.சுந்தரம்).

கர்நாடக அரசு கன்னடம் வழிப் பயின்ற மாணவர்களுக்குச் சில இடங்களைப் பொறியியல், மருத்துவக் கல்லூரிகளில் ஒதுக்கியுள்ளது. இதுபோல தமிழகத்தில் ஒதுக்கீடு இல்லை. அமைதியாகவும், ஆக்கப் பூர்வமாகவும் அவர்கள் செயல்படுகிறார்கள். ஆனால் அதற்கு எதிர் மறையாக நாம் வாழ்ந்து கொண்டிருக்கிறோம். இதனால் பாதிக்கப் படுபவர்கள் தமிழ் வழிப் பயின்ற ஏழை எளிய கிராமப்புற மாணவர்கள் தற்பொழுது நீட் தேர்வு முறை மருத்துவக் கல்வியை இவர்கட்கு எட்டாக் கனியாக்கி விட்டது. இன்னொரு நடைமுறை சிக்கலாக அனைத்திந்திய தொழில்நுட்பக்குழு (AICTE) தாய்மொழியில் கல்வி கற்பிக்க ஒப்புதல் தராது என்று கூறப்பட்டது. ஆனால் மத்திய தேர்வாணையம் (UPSC) எந்த ஒரு தேர்வையும் அறிவியலுட்பட ஆங்கிலத்திலும் எழுதலாம். தாய்மொழியிலும் எழுதலாம் என நடைமுறைப்படுத்தி முப்பது ஆண்டுகளுக்கு மேலாகிறது. காசி, அலிகார், பஞ்சாப் உட்படப் பிற மாநிலப் பல்கலைக்கழகங்கள் அனைத்தும் உச்சபட்சத் தேர்வு வரை எதனையும் ஆங்கிலம் என்று எண்ணாமல் இந்தி அல்லது ஆங்கிலம் என்பது போல விதி வகுத்து இரு விருப்பத்தார்க்கும் சமய உரிமை நல்குகின்றன. இதை டில்லியிலுள்ள மருத்துவப் பொறியியல் கல்வி ஆணையம் தடுக்கவில்லை.

"பல்கலைக்கழகம் விரும்பினால் புதிய உயர் தொழில்நுட்பக் கல்வியைத் தொடங்கலாம். அதற்கு அகில இந்திய தொழில்நுட்பக் கவுன்சில் (AICTE) அனுமதி தேவையில்லை" என்று திருச்சி பாரதிதாசன் பல்கலைக்கழக வழக்கின் தீர்ப்பில் உச்சநீதிமன்றம் கூறியுள்ளது.

எனவே, அதன் அடிப்படையில் தமிழ் வழி மருத்துவம், பொறியியல் கல்வியைத் தொடங்க தமிழில் பாடங்கள் ஆயத்தமாக

உள்ள நிலையும் அல்லது ஆசிரியர்கள் விருப்பத்துடன் எழுதிக் கொடுத்த நிலையில் அரசும், தமிழகப் பல்கலைக்கழகங்களும் விரைந்து நடவடிக்கை எடுக்க முடியும். நல்ல வாய்ப்பு நீதி மூலமே கிடைத்துள்ளதைப் பயன்படுத்திக் கொள்ள வேண்டும்.

இதைப் பார்க்கும் பொழுது பயிற்றுமொழி, ஆட்சி மொழிபற்றி பேசும் பொழுது நேரு உறுதிமொழியைச் சொல்லி ஏமாற்றவோ, குழப்பவோ, குழம்பவோ தேவையில்லை. ஒவ்வொரு மாநிலத்திலும் அவரவர் பயிற்று மொழியைத் தேர்ந்தெடுத்துக் கொள்வதும், மொழிப் பயிற்சிக்கான மொழியைத் தேர்ந்தெடுத்துக் கொள்வதும், காலங்காலமாக நடந்து கொண்டு வருகிறது. பல மாறுதல்களும் கல்வியாளர்களின் துணையுடன் நடந்து வருவதும் வரலாறு. இன்றைய நிலையில் மற்ற மாநிலத்தில் நடைபெறும் பயிற்சி மொழி நடைமுறைகளைச் சரிவர அறிந்து கொண்டால் நம் பின்னடைவு விளங்கும். நாம் செய்ய வேண்டியது என்ன என்பது தெளிவாகப் புலப்படும். இதைவிட நம் பொய்மை வெளிப்படும். ஏனெனில் நாம் பிறமொழிக்கு ஏற்றம் கொடுத்தே பல நூற்றாண்டுகள் வாழ்ந்திருக்கிறோம்.

தமிழ்வழிக் கல்வி வேண்டும் என்பவர்கள் தமிழகத்தில் தொடக்கப் பள்ளி முதல் பல்கலைக்கழகம் வரை மாணவர்களுக்குத் தமிழ் வாயிலாகவே கல்வி வழங்கப்பட வேண்டும் என்று வற்புறுத்து கிறார்களே தவிர ஆங்கிலம், ஜெர்மன் போன்ற பிற மொழிகளை மாணவர்கள் படிக்கக்கூடாது என்று யாரும், எங்கும், எப்போதும் சொன்னதில்லை. தமிழுக்கு உள்ள இடத்தை இழக்காமல் தமிழுக்கு உள்ள உரிமைகளைப் பறிகொடுக்காமல் யாரும் எத்துணை மொழிகளையும் படிக்கட்டும். பயிற்று மொழி வேறு, மொழி அறிவு வேறு என்பதை நினைவில் கொள்ள வேண்டும்.

தமிழ் சமூகம் ஒன்றை உணரவேண்டும். சொந்த மொழியில் கல்வி கற்க முடியாது. சொந்த மொழியில் படித்தால் சொந்த தாய்நாட்டில் வேலை வாய்ப்பு இல்லை. தமிழ்நாட்டில் தமிழிலேயே நிர்வாகத்தை நடத்தமுடியாது தமிழகத்தில் நீதிமன்றங்களில் நீதிமொழியாகத் தமிழை எவ்வளவு மன்றாடினாலும் கொண்டு வரமுடியாது. தமிழ்க் கோயில்களில் வழிபாட்டு மொழியாகத் தமிழ் இருக்காது என்றால் தமிழர்கள் உரிமை மறுக்கப்படுகிறது என்று தானே பொருள். *(2021 ஏப்பிரல் தமிழ் வழிபாடு அரசு ஆணை ஆறுதலை அளிக்கிறது.)*

ஓர் இனத்தின் அடிப்படை உரிமையும் அவ்வினத்தின் மொழி-இன அடையாளத்தைப் பாதுகாக்க சிறந்த வழியும், அதன் தாய் மொழியைக் கல்வி மொழியாகக் கொள்வதும் அதை ஊக்குவிக்க

வேலைவாய்ப்பில் முன்னுரிமை அளிப்பதுமே ஆகும். தாய்மொழிக் கல்வி என்பது ஒவ்வொருவரின் அடிப்படை உரிமையாகும். தாய் மொழிவழிக் கல்வி பற்றிய தெளிவு இல்லாமல் பயிற்று மொழிக்கும், மொழிப் பயிற்சிக்கும் உள்ள வேறுபாடுகளை உணராது. எம்மொழி வழிக்கல்வி என்று தேவையில்லாத வீண் விவாதம் தமிழகத்தில் மட்டுமே காலம் காலமாய் நடந்து கொண்டிருக்கிறது.

இதற்கான காரணம் என்னவென்று ஆராய்கையில் ஆங்கில வழியில் கல்வி கற்றால் தான் ஆங்கிலப் புலமை கிடைக்கும், வேலை பெறுவது எளிது என்ற உளப்பாங்கைப் பொதுமக்கள் பெற்றுவிட்டனர். ஆங்கிலம் என்பது தங்கள் சமூக வகுப்பின் தகுதிக் குறியீடாக உயர்குடி நிலையை அடையாளப்படுத்துவதாகக் கருதப்படுகிறது. கல்விப் பாரம்பரிய மற்ற கிராம மக்கள், பிற்படுத்தப்பட்ட வகுப்பினர் இதனால் பெரும் பாதிப்புக்கு உள்ளாகி வருகின்றனர். இதை விடக் கொடுமை ஒன்று நடந்து கொண்டு வருகின்றது. சிறுநகரங்களில் உள்ள ஆங்கிலப் பள்ளிகளில் படிக்கும் மாணவர்கள் ஆங்கிலம் அறியாதவர்களாகவும், தமிழ் அறியாதவர்களாகவும் உற்பத்தி செய்யப்பட்டு வருகிறார்கள். ஆகையால் இப்பள்ளிகளில் படித்தவர்கள் பெரும்பான்மையோர் சமூக அக்கறை இல்லாதவர்களாகவும் மொழிஉணர்வு அற்றவர்களாகவும் உள்ளனர்.

இதனால் மக்கள் தமிழ்வழிக் கல்வியை எதிர்க்கும் உளநிலையைப் பெற்றுவிட்டார்கள். இதற்கு மற்றொரு மூலகாரணம் வேலை வாய்ப்பில் தமிழுக்கு முன்னுரிமை வழங்கப்படாதது. தமிழில் படித்தால் வேலை கிடைக்காது என்று மக்கள் நம்புகின்றனர்.

மொழிப் போராட்டங்கள், உயிர்ப் பலிகள் நடந்தவைகள் தெரியாதா? என்ன? எதிர்மறையாகவே உங்கள் கருத்துக்களைச் சொல்லுகிறீர்களே? என்று கேட்பது என் காதுகளில் விழுகின்றது. இதற்கான பதிலை டாக்டர் மு.வ.வின் ‘அன்னைக்கு’ என்ற நூலில் கூறியுள்ளதைப் பார்ப்போம்.

“தமிழர்கள் உணர்ச்சி அளவில் ஊக்கம் மிகுந்தவர்கள், வாய்ச் சொல் அளவில் வீரம் மிகுந்தவர்கள். இந்த இரண்டு மட்டும் பெற்றவர் களால் ஒரு நாடு முன்னேற்றம் அடைய முடியாது. கடமை, ஒழுங்கு ஒன்று வேண்டும். இந்த ஒன்று மட்டும் இருந்து மற்ற இரண்டும் இல்லாது இருந்தாலும், தமிழ்நாடு எப்போதோ தலையெடுத்திருக்கும். நீ ஒரு தமிழன், பழங்காலப் பிற்போக்குத் தமிழனாய் இருந்து, வாயால் மட்டும் விளங்காதே உணர்வால் மட்டும் உயராதே, செயலாலே சீர்படு” என்பது தான் அவர் வாக்கு

செயலால் சீர்படுவோம் ஆமாம். தமிழ், தமிழன் தலைநிமிர்ந்து வாழ எளியவழி உறுதி ஏற்போம்.

22. தமிழ் பயிற்றுமொழியானால் நீட் தேர்வுக்கு நாம் பயப்படத் தேவையில்லை

தமிழகத்தில் தமிழ்மொழி வளர்ச்சிக்கெனத் தமிழ்ப் பல்கலைக் கழகம் அமைக்கப்பட வேண்டும் என்ற முதல் குரல் 1920ஆம் ஆண்டு தொடக்கத்தில் எழுந்தது. அவ்வப்போது தமிழறிஞர்களால் வைக்கப்பட்ட வேண்டுகோள் 1981இல் செயல்வடிவம் பெற்றது. தமிழ்ப் பல்கலைக் கழகத்தின் முதல் துணைவேந்தராக வ.அய்.சுப்பிரமணியம் பொறுப் பேற்ற பின் தமிழ்வளர்ச்சி இயக்ககம் என்ற பிரிவை உருவாக்கினார். இவ்இயக்ககம் பொறியியல், மருத்துவம் பாடநூல்களைத் தயாரித்து வெளியிடுவதை முதன்மை நோக்கமாகச் செயல்பட்டு, பயிற்சி மொழித் திட்டத்தைக் கல்லூரி நிலையிலிருந்து உயர் தொழில்நுட்பக் கல்வியை (Professional Studies) நோக்கி நகர்த்தியது.

நாளிதழ்களில் வெளியிடப்பட்ட விளம்பரத்தைத் தொடர்ந்து நூலாசிரியர்கள் தேர்வு செய்யப்பட்டு 14 பொறியியல் நூல்களும், 14 மருத்துவம் நூல்களும் எழுதி வாங்கப்பட்டன.

திராவிட முன்னேற்றக் கழக அரசு 1997ஆம் ஆண்டு பதவியேற்ற பிறகு தமிழ் வளர்ச்சிப் பண்பாட்டுக்காகத் தனி அமைச்சகத்தைத் தோற்றுவித்தது. இது 1997-1998ஆம் ஆண்டு முதல் தமிழ்வழிப் பொறியியலைக் கற்பிக்க அரசாணை வெளியிட்டது.

தமிழில் பொறியியல் கற்பிப்பதற்கான முயற்சிகளின் முதல் பணியாகப் பொறியியல் ஆசிரியர்களுக்குப் பயிற்சி வகுப்புகள் தமிழ்ப் பல்கலைக்கழகத்தில் நடத்தப்பட்டன. இப்பயிற்சி வகுப்புகளுக்கான தொடக்க விழாவில் தொடக்கவுரை நிகழ்த்திய சென்னைப் பல்கலைக் கழகத் துணைவேந்தர் ப.க.பொன்னுசாமி, "இத்திட்டம் 150 ஆண்டு கால போராட்டத்தின் வெற்றி. தமிழில் பொறியியல் பட்டப்படிப்பு என்பது சரியான முயற்சி. இதில் வெற்றி பெற ஆசிரியர்கள் கடினமாக உழைக்க வேண்டும். இம்முயற்சி வெற்றி பெறாவிட்டால் தமிழைப் பலிகடா ஆக்கியவர்களாவோம்" என்று கூறினார். (தினமணி. 23.06.1997)

தமிழ்வழிப் பொறியியல் கல்வி வகுப்புகளுக்கான அரசு வெளியிட்டிருந்த விளம்பரத்தில் மொத்த இடங்கள் 350 என அறிவிக்கப்பட்டது. ஆனால் சுமார் 700க்கும் மேற்பட்ட விண்ணப்பங்கள் வந்தன. விண்ணப்பங்களின் அடிப்படையில் மாணவர் பட்டியல் தயாராகிக் கொண்டிருக்கும்போது அனைத்திந்தியத் தொழில்நுட்பக் கல்விக்குழு (AICTE) ஒப்புதல் தரவில்லை என அரசு அறிவித்தது.

இதனைத் தொடர்ந்து மறுமுறை கலைஞர் கருணாநிதி முதல்வரான பிறகு தமிழ்நாட்டில் பொறியியல் படிப்புகள் தமிழில் தொடங்கப்பட்டன. அண்ணா பல்கலைக்கழகக் கல்லூரிகளில் (சென்னை, அரியலூர், பண்ருட்டி, இராமநாதபுரம், திருக்குவளை, திண்டுக்கல், பட்டுக்கோட்டை, நாகர்கோவில், திண்டிவனம், திருச்சி, தூத்துக்குடி) மட்டும் சிவில், மெக்கானிக் ஆகிய பிரிவுகளில் 2008இல் தமிழ்வழிப் பொறியியல் படிப்புகள் அறிமுகப்படுத்தப்பட்டு அதில் 900 மாணவர்களை அனுமதிக்க ஆணை பிறப்பிக்கப்பட்டது. ஆனால் அடுத்த ஆண்டில் தமிழகத்தில் ஆட்சி மாற்றம் ஏற்பட்டது. எனினும் கல்லூரிகளில் தமிழ்வழிப் பொறியியல் 2010இல் தொடங்கப்பட்டது. ஆனால் இக்காலகட்டத்தில் பாடப்புத்தகங்கள் தயாராகவில்லை. தயாரித்த நூல்களும் கையேடுகளைப் போல் இருந்தன. அவைகளை நகல் எடுத்து மற்றவர்களும் படிக்க நேர்ந்தது.

தற்பொழுது எந்த இந்திய தொழில்நுட்பக் குழு ஒருமுறை தமிழகத்திற்கு பொறியியலைத் தொடங்க அனுமதி மறுத்ததோ அதே கல்விக்குழு பொறியியல் கல்லூரிகளில் தமிழ் உள்ளிட்ட பிராந்திய மொழிகளில் பாடங்களைத் தொடங்க கல்லூரிகளுக்கு அனுமதி அளித்துள்ளது. இதையொட்டி இக்கல்வியாண்டு முதல் தமிழ், மலையாளம், தெலுங்கு, கன்னடம், குஜராத்தி, பெங்காலி, அசாமி, பஞ்சாபி, ஒரியா, இந்தி ஆகிய 11 பிராந்திய மொழிகளில் பி.டெக் பயிற்றுவிக்க ஒப்புதல் வழங்கியுள்ளதை AICTEயின் தலைவர் அனில்சகஸ்ரபுதே அறிவித்துள்ளார்.

தற்பொழுது தமிழ்நாட்டில் ஆட்சி மாற்றத்திற்குப் பிறகு முதல்வர் மு.க.ஸ்டாலின் அரசு (2021) தமிழ் வழிக் கல்லூரி மாணவர்களை ஊக்கப்படுத்த வேளாண்மைப் பல்கலைக்கழகத்தில் கோவைக் கல்லூரியில் ஒரு வகுப்பில் தமிழ்வழியில் பாடம் நடத்தப்படும் என்று அறிவித்துள்ளது. இதனைத் தொடர்ந்து பொறியியல் பட்டயப் படிப்பில் (டிப்ளமோ) முதல்கட்டமாக அடுத்த ஆண்டு முதல் சிவில், மெக்கானிக்கல் இன்ஜினியரிங் ஆகிய பொறியியல் பட்டயப் படிப்புகள் தமிழ்வழியில்

தொடங்கப்படும் என்பதும், படிப்படியாக இதர பட்டயப் படிப்புகளும் தமிழ்வழியில் தொடங்கப்படும் என்ற அரசின் அறிவிப்பும் நம் காதுகளில் தேனாகப் பாய்கிறது.

அகில இந்திய தொழில்நுட்பக் கல்விக்குழு பொறியியல் படிப்புகளை தமிழ் உட்பட வட்டார மொழிகளில் நடத்த ஒப்புதல் அளித்ததோடு இதற்கான பாடநூல்களையும் தயாரித்து வழங்க விருப்பதாகவும் அறிவித்த நிலையில் மருத்துவக் கல்வி தொடங்குவதில் எந்த சிக்கலும் தமிழ்நாட்டிற்கு ஏற்படாது என்பது வெளிப்படையாகத் தெரிகிறது. எனினும் இது முடியுமா? என்ற கேள்விக்கு இலங்கையில் 190 ஆண்டுகளுக்கு முன் ஒரு தனிமனிதன் டாக்டர் ஃபிஷ்கிறீன் மேலை மருத்துவத்தைத் தமிழில் கற்பித்த வரலாறு உண்டு.

இதற்கு முன்னேற்பாடாக 1983ஆம் ஆண்டு ஆணைப்படி தமிழ்ப் பல்கலைக்கழகத்தால் 9 மருத்துவ நூல்கள் வெளிவந்துள்ளன. மருத்துவ அகராதிகளும் மிகுதியாகவே உள்ளன. சான்றாக மணவை முஸ்தபா மருத்துவக் களஞ்சிய பேரகராதி, அ.கி.மூர்த்தி அறிவியல் அகராதி, டாக்டர் சம்பத் குமாரின் மருத்துவ அகராதி, டாக்டர் சாமி சண்முகத்தின் மருத்துவ, கால்நடை சட்ட சொற்கள் அகராதி, தமிழ் இணைய இயக்ககத்தின் மருத்துவ அகராதி ஆகியவைகளைக் கூறலாம்.

தாய்மொழியில் மருத்துவக்கல்வி பயிற்றுவிக்கப்படும் என்று தமிழக பா.ஜ.க. தேர்தல் வாக்குறுதி தந்திருக்கிறது. தேசிய கல்விக் கொள்கை குறித்த மாநாடு ஒன்றில் உரையாற்றிய பிரதமர் மோடி “மொழி என்பது வெறும் கருவிதான். அதுவே கல்வியாகிவிடாது. மருத்துவம், பொறியியல் உள்ளிட்ட தொழிற்படிப்புகளைத் தாய்மொழியில் கொண்டுவருவது தான் எங்கள் இலக்கு” என்று சொன்னதையும் இங்கு நினைவு கூர வேண்டியதாக உள்ளது. இப்படிப்பட்ட எண்ணம் ஒன்றிய அரசை ஆளும் பா.ஜ.க.விற்கு இருக்கும் நிலையில் 12ஆம் வகுப்பு மதிப்பெண் அடிப்படையில் மருத்துவக்கல்வி, கற்க தகுதி படைத்தவர் என்பது போய் நாட்டில் உள்ள அனைவரும் நீட் தேர்வு எழுதியே அதனடிப்படையில் மருத்துவக்கல்வி பயில முடியும் என்ற நிலை தற்போது நடைமுறைக்கு வந்துவிட்டது.

இதன் விளைவாகத் தனியார் பயிற்சி மையங்கள் ஊக்குவிக்கப் பட்டுள்ளன. பழங்குடி, தமிழ்வழி கிராமப்புற மாணவர்கள் வாய்ப்புகளை இழந்தார்கள். இதன் காரணமாக மாணவி அனிதா போன்ற 19 மாணவர்கள் உயிரை மாய்த்துக் கொண்டனர். இதற்கான காரணம் என்ன? என்பதைக் கண்டறிய தற்பொழுது பொறுப்பேற்றிருக்கும் தமிழ்நாடு

அரசு ஓய்வு பெற்ற நீதிபதி ஏ.கே.ராஜன் தலைமையில் ஒரு குழுவை அமைத்து ஆராய பரிந்துரைத்தது. அந்த அறிக்கையில் உள்ள கணக்கீடுகள் கிராமப்புற மற்றும் ஏழ்மை நிலையில் உள்ள தமிழ்வழி மாணவர்களை எவ்வாறு பாதித்துள்ளது? என்பதைப் புள்ளி விவரத்துடன் விவரித்துள்ளது. அதன் 165 பக்க அறிக்கையின் சுருக்கம் இதுதான்.

நீட் தேர்விற்கு முன்பாக 2016-2017 கல்வியாண்டில் எம்.பி.பி.எஸ்., சேர்க்கையில் 537ஆக இருந்த தமிழ்வழிப் படித்த மாணவர்களின் எண்ணிக்கை நீட் தேர்வு வந்த பிறகு 2017-2018 கல்வியாண்டில் 56ஆகக் குறைந்துள்ளது. 2020-2021 கல்வியாண்டில் (92.5%) 82 பேரும் அரசுப் பள்ளி மாணவர்களுக்கு வழங்கப்பட்ட (7.5%) இடஒதுக்கீட்டின்படி 217 பேரும் என மொத்தம் 209 மாணவர்களே தமிழ்வழிப் படித்தவர்கள். நீட்டுக்கு முன்பாக 500க்கும் மேற்பட்ட தமிழ்வழி மாணவர்கள் படித்து வந்த நிலையில் இடஒதுக்கீடு வழங்கியும் பாதியை மட்டுமே நெருங்க முடிந்து இருக்கிறது.

மாநில பாடத்திட்டம் மற்றும் சி.பி.எஸ்.இ. பாடத்திட்டப் பிரிவில் பார்த்தால், 2016-2017ஆம் ஆண்டில் 3544 மாணவர்கள் என மாநிலப் பாடத்திட்டத்தின் கீழ் படித்தவர்களின் எண்ணிக்கை நீட் தேர்விற்குப் பிறகு 2017-2018இல் 2303, 2109-2020இல் 2762 என குறைந்து இருக்கிறது. ஆனால் சி.பி.எஸ்.இ-அய் எடுத்துக் கொண்டால், நீட்டுக்கு முன்பாக இரட்டை இலக்கத்தை தாண்டாமல் இருந்தது. நீட் தேர்விற்குப் பிறகு ஆயிரத்திற்கும் மேல் சென்றுள்ளதைப் பார்க்கலாம்.

நீட் தேர்விற்கு முன்பாக 2016-2017இல் அரசு மருத்துவக் கல்லூரிகளில் மாநில பாடத்திட்டத்தில் பயின்றவர்கள் 65.66%ஆக இருந்த நிலையில் நீட் தேர்விற்குப் பிறகு 2020-21இல் 43.13%ஆகக் குறைந்துள்ளது. அதே நேரத்தில் 0.309ஆக இருந்த சி.பி.எஸ்.இ. மாணவர்களின் எண்ணிக்கை 26.83%ஆக உயர்ந்து இருக்கிறது.

நீட் தேர்வுக்குப் பிறகு தமிழ்வழியில் படித்தவர்கள் மருத்துவப் படிப்பில் சேருவது குறைந்து உள்ளது. 2016-2017இல் அரசு மருத்துவக் கல்லூரிகளில் 12.14%ஆக இருந்த தமிழ் வழியில் பயின்றவர்களின் சதவீதம் 2020-2021இல் வெறும் 17%ஆக இருக்கிறது. அரசு மற்றும் தனியார் மருத்துவக் கல்லூரிகளின் மொத்த சதவீதத்தில், நீட்டிற்கு முன்பாக ஆங்கில வழி பயின்றவர்கள் 84.12% மற்றும் தமிழ் வழி பயின்றவர்கள் 14.88%ஆக இருந்த நிலையில் நீட்டுக்குப் பிறகு 2020-2021இல் ஆங்கில வழி பயின்றவர்கள் 98.01%ஆக அதிகரித்தும் மற்றும் தமிழ் வழி பயின்றவர்கள் 19.9%ஆகக் குறைந்தும் உள்ளது.

நீட்டிற்கு முன்பாக 2016-2017இல் அரசு மருத்துவக் கல்லூரிகளில் 65.17%ஆக இருந்த கிராமப்புற மாணவர்களின் சதவீதம் தேர்விற்குப் பிறகு 49.91%ஆக குறைந்துள்ளது. அதே நேரம் 34.83%ஆக இருந்த நகர்ப்புற மாணவர்களின் சதவீதம் 50.09%ஆக உயர்ந்துள்ளது.

தமிழ்நாட்டில் நீட் தேர்வு அறிமுகப்படுத்தப்பட்ட பிறகு முதல் தலைமுறை பட்டதாரிகளின் மருத்துவப் படிப்பு சேர்க்கை எண்ணிக்கை குறைந்துள்ளது. 2016-2017இல் அரசு மருத்துவக் கல்லூரிகளில் 18.26% ஆக இருந்தது, 2020-2021இல் 10.46%ஆக குறைந்துள்ளது.

பெற்றோரின் ஆண்டு வருமானம் 2.5 லட்சத்துக்கும் குறைவாக இருக்கும் மாணவர்கள் நீட் தேர்வுக்கு முன் 2016-2017இல் 47.42%இல் இருந்தது. இந்த சதவீதம் நீட் தேர்வுக்குப் பிறகு 30% அளவிற்கும் குறைந்து சென்றதைப் பார்க்கலாம்.

நீட் தேர்விற்கு முன்பாக, அதே ஆண்டில் பள்ளிப் படிப்பை முடித்த 87.53% மாணவர்கள் மருத்துவக் கல்லூரிகளில் நுழைந்தனர். மீண்டும் முயற்சித்தவர் 12.47%ஆக உள்ளனர். இது நீட் தேர்விற்குப் பிறகு மீண்டும் மீண்டும் முயற்சிப்பவர்கள் மட்டுமே மருத்துவப் படிப்பில் இடங்களைப் பெறமுடிகிறது என்பதைக் காட்டுகிறது.

நீட் தேர்வில் வெற்றி பெற்ற மாணவர்களில் மூன்றில் இரண்டு பகுதி மூன்றாவது நான்காவது தேர்வு எழுதியவர்கள். அவர்களும் எப்படித் தேர்வு எழுதியவர்கள் என்றால் இரண்டு இலட்சம் ரூபாயிலிருந்து பத்து லட்சம் ரூபாய் வரை செலவு செய்து கார்பரேட் கோச்சிங் சென்டரில் பயிற்சி பெற்றவர்கள். (விடுதலை. 25.09.2021)

இதனையொட்டி தமிழ்நாட்டரசு நீட் தேர்விலிருந்து தமிழ்நாட்டுக்கு விலக்குப் பெறவேண்டும் என்று தவியாய்த் தவிக்கிறது. ஒரு உண்மையை நாம் இப்பொழுது உணரவேண்டும். கையில் வெண்ணெயை வைத்துக் கொண்டு நெய்க்கு அலைகிற கதையாக உள்ளதை அறிய வேண்டும். ஒன்றிய அரசின் அறிக்கை, சுதேச மொழியிலும் தொழில்நுட்பக் கல்வியைக் கற்பிக்கலாம் என்று சொல்லும் நிலையில் நாம் ஏன் மருத்துவக் கல்வியைத் தமிழில் தொடங்கக் கூடாது? தமிழ்நாட்டில் மருத்துவக் கல்வியைத் தொடங்கும் நிலையில் நிச்சயமாக வெளி மாநிலத்தவர்கள் நீட் எழுதி தமிழ்வழியில் படிக்க முன்வர மாட்டார்கள். 100 விழுக்காடு இடங்களும் நமக்கே கிடைத்துவிடும். இக்காலகட்டத்தில் தமிழ்நாட்டிற்கு நீட் தேர்வுக்கு விலக்கு கிடைத்தாலும் அதையும் மனமுவந்து ஏற்றுக் கொள்வோம்.

தற்பொழுது தமிழக அரசு அறிவிப்பின்படி வெவ்வேறு பாடப் பிரிவுகளில் 100 பாடநூல்கள் 2 கோடி செலவில் தமிழில் மொழி பெயர்க்கப்படும் என்பதோடு நில்லாது இன்னும் சில கோடிகளை ஒதுக்கி மருத்துவ அறிஞர் குழுவைக் கூட்டி தக்க நூல்களை விரைவாக எழுதிவாங்கி அதைத் தமிழறிஞர், மொழியியல் அறிஞர், மருத்துவ நுண் ஆய்வாளர் துணையுடன் திருத்தம் செய்து தரமாக வண்ணப் படங்களுடன் வெளியிட வேண்டும். இத்துடன் இம்மருத்துவ நூல்களை இரண்டு ஆண்டுகளுக்கு ஒருமுறை புதுப்பித்து மறுபதிப்பு செய்யவேண்டும். இதைக் கண்காணிக்க ஒரு மொழிபெயர்ப்புக் குழு கண்ணும் கருத்துமாய் செயல்பட வேண்டும். ஏனெனில் மருத்துவ அறிவியலை இலக்கியங்களைப் போல் நாம் எண்ண முடியாது. மேலும் நாளும் முன்னேற்றம் அடைவது அதன் சிறப்பியல்பு. இதைவிட முக்கியமானது தமிழ்வழியில் மருத்துவம் படித்துத் தேறிய மாணவனுக்கு அரசுப்பணியில் முதலிடம் தரவேண்டும்.

இத்துடன் தமிழ்வழி மருத்துவக்கல்வி சிறப்புடன் நடைபெற மொழித்திட்டக்குழு அமைக்கப்பட வேண்டும். இதன் உட்பிரிவாக அறிவியல் தொழில்நுட்பக் கலைச்சொல் தரப்படுத்துதல் குழுவும் அமைக்கப்பட வேண்டியது இன்றியமையாதது ஆகும்.

எச்சரிக்கை தேவை

இந்நிலையில் தமிழ்வழி மருத்துவக்கல்விக்குத் தடைகள் எப்பொழுதும் போல ஏற்பட நேரிடும். இதற்குச் சில அரசியல் சமூகக் காரணங்கள் உண்டு. இன்னும் பள்ளிக் கல்வியே முழுமையாகத் தமிழில் இல்லாதபோது மருத்துவக் கல்வியில் தமிழைக் கொண்டு வரமுடியுமா? என்னும் ஒரு கேள்வி எழக்கூடும். மருத்துவத் தேர்வை எழுதி வெற்றி பெறுபவர்களில் 90 விழுக்காடுக்கு மேல் ஆங்கிலவழி படித்தவர்களே என்பதை ஏ.கே.ராஜன் அறிக்கை உறுதி செய்கிறது. இரண்டு மூன்று தலைமுறையாக ஆங்கிலம் படித்து தங்களைத் தாங்களே மேட்டுக் குடிகளாகக் கருதிக் கொண்டிருக்கும் சிலர் தமிழ்வழி மருத்துவப் படிப்பை நிச்சயம் எதிர்ப்பார்கள். காரணம் தங்களது வளமான வாழ்வுக்குப் போட்டியாக மற்றவர்கள் அதுவும் சாதாரணமானவர்கள் வந்துவிடக்கூடாது என்பதால் நீதிமன்றம் கூட ஏறுவார்கள்.

இதற்கு முன்னுதாரணங்கள் பல உண்டு. 1970களில் கலைஞர் கருணாநிதி கல்லூரிகளில் தமிழ் பயிற்சி மொழித் திட்டத்தை விரிவு படுத்தும் ஆணையை சிண்டிகேட் காங்கிரஸ்காரர்களும், டாக்டர் ஏ.லெஷ்மணசாமி முதலியார் போன்றவர்களும் எதிர்த்தனர்.

கலைஞரின் கொடும்பாவியை எரித்தனர். ஆங்கில ஆதரவு குறித்த மாநாட்டை சென்னையில் நடத்தினர். 1999இல் 1ஆம் வகுப்பு முதல் 5ஆம் வகுப்பு வரை தமிழ் அல்லது தாய்மொழிக் கல்வி என்று கலைஞர் அரசு ஆணை பிறப்பித்தது. இதற்கு மெட்ரிகுலேஷன் பள்ளி நடத்துபவர்கள் எதிர்ப்பு தெரிவித்து நீதிமன்றத்தில் வாதாடி அதற்கு தடை வாங்கினர். நாம் மொழிப் போராட்டத்தில் கூட *English ever Hindi Never* என்று கூறியவர்கள்தான் *Tamil Ever* எனக் கூறத் தயங்கியவர்கள் அல்லது மறந்தவர்கள். இதன் காரணம் 200 ஆண்டுகள் ஆங்கிலேயரின் அடிமை வாழ்வு வாழ்ந்த மரபணுக் கோளாறாக இருக்கக் கூடும்.

கர்னாடகம் வழியாக வரும் காவிரி நீரை நாமும் கர்னாடக மக்களும் குடிக்கின்றோம். ஆனால் கர்னாடக மக்களுக்குள்ள தாய் மொழிப் பற்று ஏன் தமிழ் நாட்டினருக்கு அவ்வளவாக வருவதில்லை என்பது ஒரு புதிரே ஆகும்.

23. தமிழ்நாட்டில் வழக்காடு மொழியாக தமிழ் வர ஏற்பாடு

300 சட்ட நூல்கள்: தமிழாக்கம் செய்து சாதனை

உயர்நீதிமன்றத்தில் தமிழை வழக்காடு மொழியாக்கும் முயற்சிக்கு முன்னோடியாக 20 ஆண்டுகளுக்கு முன்னரே தொடங்கிய பணிகளால் மதுரையில் செயல்படும் ஏடிசி சட்ட நூல் மய்யம் 300 நூல்களை தமிழாக்கம் செய்து வெளியிட்டு சாதித்துள்ளது.

உயர்நீதிமன்றத்தில் தமிழை வழக்காடு மொழியாக்க வேண்டும் என்ற கோரிக்கை நாளுக்கு நாள் வலுப்பெற்று வருகிறது. உச்சநீதிமன்ற தலைமை நீதிபதி பங்கேற்ற விழாவின் போது நேரடியாகவும், பிரதமருக்கு கடிதம் மூலமும் முதலமைச்சர் மு.க.ஸ்டாலின் இக்கோரிக்கையை வலியுறுத்தியுள்ளார்.

முதலமைச்சர் சுட்டிக்காட்டியபடி தமிழில் சட்ட நூல்களை மொழியாக்கம் செய்யும் முயற்சியை மதுரையிலுள்ள ஏடிசி சட்ட நூல் மய்யம் 20 ஆண்டுகளுக்கு முன்னரே தொடங்கிவிட்டது. இதுவரை 300 நூல்கள் வரையில் இந்த மய்யம் பல்வேறு சட்ட நூல்களை தமிழில் மொழி மாற்றம் செய்து வெளியிட்டுள்ளது.

இது குறித்து ஏடிசி சட்ட நூல் மய்யத்தின் நிறுவனர் ஏ.டி.சி. ராதாகிருஷ்ணன் கூறுகையில், "2002ஆம் ஆண்டு புதுடில்லி சென்ற போது ஆங்கிலத்திலிருந்து இந்தியில் மொழி மாற்றம் செய்யப்பட்ட சட்ட நூலைப் பார்த்தேன். இதுபோல் தமிழிலும் வெளியிட வேண்டும் என தீர்மானித்தேன். 'முப்பெரும் குற்றவியல் சட்டங்கள்' என்ற நூலை தமிழில் 2002இல் வெளியிட்டோம். நூலின் இடது கை பக்கம் ஆங்கிலம், வலதுபக்கம் தமிழ் மொழியாக்கம் என எளிமையாக அச்சிடப் பட்டிருந்தது. சிவகாசியிலுள்ள பிரியதர்ஷினி அச்சகம் வெளியிட்ட இந்த நூல் பெரும் வரவேற்பைப் பெற்றதுடன் தமிழ் வளர்ச்சித் துறையின் பரிசையும் வென்றது.

வி.ஆர்.பூ.பாலன், ஞானகுருநாதன், கு.சாமிதுரை, எம்.அஜ்மல்கான், ஆர்.காந்தி உள்பட 20க்கும் மேற்பட்ட வழக்குரைஞர்கள், ஓய்வுபெற்ற

நீதிபதிகள், ஏடிசி நிறுவன ஆசிரியர் குழுவில் இணைந்து செயலாற்றுகின்றனர். 20 ஆண்டுகளில் மொழி மாற்ற நூல்கள் 200, இருமொழி பதிப்பாக 100 நூல்கள் என 300 புத்தகங்களை வெளியிட்டுள்ளோம். அனைத்திற்குமே நல்ல வரவேற்பு உள்ளது.

இவை சட்ட மாணவர்கள், கிராமப்புற மாணவர்கள், தமிழில் வாதிடும் வழக்குரைஞர்களுக்கு நல்ல பலனை அளித்துள்ளன. ஆங்கிலத்தை எளிதாக புரிந்து கொள்ளவும், ஆங்கில புலமையை வளர்க்கவும் இந்த நூல்கள் பயன்படுகின்றன. சட்ட நூல்கள் மொழி மாற்றத்தில் முதலமைச்சரின் ஆசை நிறைவேற மாநில சட்டத் துறையும், தமிழ்த் துறையும் இணைந்து செயல்பட வேண்டும். சிவில், குற்றவியல், வருவாய் என பல்வேறு துறை சார்ந்த சட்ட நூல்கள் பல ஆயிரம் உள்ளன. தமிழில் வெளியிடுவதற்கு சரியான கட்டமைப்பும் உள்ளது" என்றார்.

ஏடிசி நூல் ஆசிரியர் குழுவைச் சேர்ந்த உயர்நீதிமன்ற மதுரை கிளை அரசு வழக்குரைஞர் தங்க அரவிந்த் கூறுகையில், "உயர் நீதிமன்றம், உச்ச நீதிமன்ற தீர்ப்புகள் இருமாதத்திற்கு ஒருமுறை 'தீர்ப்பு திரட்டு' என்ற பெயரில் தமிழில் இதழாக வெளியாகிறது. இதில் பயன்படுத்தும் வார்த்தைகளை மய்யப்படுத்தி சட்ட நூல்களை தமிழில் மொழி மாற்றம் செய்கிறோம்.

தமிழ்ச் சொற்கள் குறித்து எந்த சந்தேகமும் எழாது, கடந்த 3 ஆண்டுகளில் மட்டும் 20 நூல்கள் வெளியிடப்பட்டுள்ளன. தற்போது 25 நூல்கள் வெளியீட்டுக்கு தயாராக உள்ளன. சட்ட நூல்களைத் தமிழில் அனைவரிடமும் சேர்க்க வேண்டும் என்ற ஒரே நோக்கத்துடன் அர்ப்பணிப்பு உணர்வோடு பணியாற்றுகிறோம். தமிழ் வழக்காடு மொழியானால் உயர் நீதிமன்றத்திற்கு மேலும் திறமையான பல நூறு வழக்குரைஞர்கள் கிடைப்பார்" என்றார்.

(நன்றி: விடுதலை - ஜூன் 15, 2022)

24. நம்பிக்கை நாற்றுகள்

அரசு அலுவலகங்களில் தமிழ் மணம் கமழட்டும்!

தமிழ்நாட்டில், பொதுமக்கள் அரசின் அனைத்து அலுவலகங்களோடும் தொடர்பில் இருக்கிறார்கள். எனவே, அரசு அலுவலகங்களில் முழுமையாகத் தமிழ் மணம் கமழ்ந்தால்தான், பொதுமக்கள் தங்களின் தேவைகளைப் பூர்த்தி செய்துகொள்ள முடியும். அதனால்தான் தமிழ் ஆட்சி மொழிச் சட்டம் 1956ஆம் ஆண்டு இயற்றப்பட்டு 23.1.1957இல் தமிழ்நாடு அரசிதழில் வெளியிடப்பட்டது. அதனடிப்படையில், தமிழக அரசு அலுவலகங்களில் முழுமையாகத் தமிழ்மொழி பயன்படுத்தப்பட வேண்டும். எனினும், சுப்ரீம் கோர்ட்டு, ஐகோர்ட்டு, மத்திய அரசு, பிற மாநில அரசு அலுவலகங்கள், பொதுத்துறை நிறுவனங்கள், அயல்நாட்டு தூதரகங்கள், மிகத் தொழில்நுட்பம் வாய்ந்த இனங்கள் போன்றவற்றில் மட்டும் ஆங்கிலத்தில் பயன்பாடு இருக்கலாம் என விதிவிலக்கு அளிக்கப் பட்டுள்ளது. மறைந்த அண்ணா ஆட்சிப் பொறுப்புக்கு வந்தபிறகு, 1968இல் பிறப்பிக்கப்பட்ட ஒரு அரசாணையில், பொதுமக்களிடம் இருந்து தமிழில் வருகிற கடிதங்களுக்குத் தமிழிலேயே பதில் எழுதுவதோடு மட்டுமல்லாமல், அவை பற்றிய குறிப்புகள் யாவும் தமிழிலேயே இருக்கவேண்டும் என்று திட்டவட்டமாகக் குறிப்பிடப் பட்டிருந்தது. அதன்பிறகு கலைஞர், எம்.ஜி.ஆர் ஆகியோர் தலைமையில் அரசு அமைத்த நேரங்களில் எல்லாம், மேலும் 8 அரசாணைகள் பிறப்பிக்கப் பட்டன. இதன்படி, எல்லா அரசு அலுவலகங்களிலும் விலக்கு அளிக்கப் பட்ட இனங்கள் நீங்கலாக, எல்லா கோப்புகளும் தமிழ் மொழியிலேயே இருக்கவேண்டும். அரசுப் பணியாளர்களும் அனைத்து இனங்களிலும் தமிழில் மட்டுமே கையெழுத்திட வேண்டும்.

தமிழக அரசு அலுவலகங்களில் வெளியிடப்படும் கடிதங்கள், அலுவலக ஆணைகள், செய்தி, வெளியீடுகளிலும் கிறிஸ்தவ ஆண்டுகள், தமிழ் ஆண்டு திங்கள், நாள், திருவள்ளுவர் ஆண்டையும் பயன்படுத்த வேண்டும். அனைத்து நடவடிக்கைகள், பதிவேடுகள் தமிழில் அமையவேண்டும். அரசின் துறைத்தலைமை, மாவட்ட அலுவலகங்களில் பெயர்ப்பலகைகள் தமிழ், ஆங்கிலத்தில் முறையே 5:3 விகிதத்தில் அமையப்பெறவேண்டும்.

அரசு தலைமைச் செயலகத்துறைகள் வெளியிடும் அரசாணைகள் ஆங்கிலத்தில் வெளியிடப்படும் தேர்வுகளில், ஆங்கிலத்துடன் தமிழிலும் அவ்வாணைகள் வெளியிடப்பட வேண்டும். பொதுவாக அரசாணைகள் தமிழில் மட்டும் வெளியிடப்பட வேண்டும். சுற்றாணைக் குறிப்புகள் தமிழிலேயே இருக்கவேண்டும். துறைத் தலைமை அலுவலகங்களில் இருந்து அரசு, பிற அலுவலகங்களுக்கு அனுப்பப்படும் கருத்துரைகள் தமிழிலேயே இருக்கவேண்டும். துறைத் தலைமை அலுவலகப் பயன்பாட்டில் உள்ள கணினிகள் அனைத்திலும் தமிழ் மென்பொருள் பொருத்தப்பட வேண்டும். துறைத் தலைமை அலுவலகத்தில் பயன்படுத்தப்படும் படிவங்கள் முடிந்த வரை தமிழிலேயே இருக்கவேண்டும் என்று உத்தரவிடப்பட்டிருந்தது.

இப்படி, அரசு ஆணைகள் இவ்வளவு தெளிவாக இருந்தாலும் நடைமுறையில் பல அரசு குறிப்புகள், ஆணைகள், செய்திக் குறிப்புகள், கடிதங்கள் எல்லாம் ஆங்கிலத்திலேயே இருப்பது யதார்த்த உண்மை யாகும். மேலதிகாரிகள் அரசு கோப்புகளில், பல நேரங்களில் ஆங்கிலத்திலேயே குறிப்புகள் எழுதுகிறார்கள். இந்த நிலையை மாற்ற தலைமைச் செயலாளர் வெ.இறையன்பு மிகத் தெளிவாக, அனைத்து துறை செயலாளர்கள், தலைமை அலுவலகங்களுக்கு ஒரு கடிதம் எழுதியிருக்கிறார். அதில், 'ஏற்கனவே பிறப்பிக்கப்பட்ட அரசாணைகளில் குறிப்பிட்டுள்ளபடி, தமிழ் ஆட்சி மொழிச் சட்டத்தை முழுமையாக நடைமுறைப்படுத்த வேண்டும். அரசு அலுவலகங்களில் அனைத்து நடவடிக்கைகளிலும் தமிழ்ப் பயன்படுத்த வேண்டும். ஏதாவது சமயங்களில், ஆங்கிலத்தில் அரசாணைகள் வெளியிட அவசியம் ஏற்பட்டால், அது தமிழிலும் மொழி பெயர்க்கப்படவேண்டும்" என்று குறிப்பிட்டுள்ளார்.

தமிழ் ஆட்சி மொழி மற்றும் தமிழ்ப் பண்பாட்டுத்துறை அமைச்சர் தங்கம் தென்னரசும், இதுகுறித்து உறுதியான நடவடிக்கைகள் மேற்கொள்ளப்படும் என்று அறிவித்திருக்கிறார். இது நிச்சயமாக வரவேற்கத்தக்கது. அரசு அலுவலகங்களில் தமிழ் பயன்பாடு இருந்தால்தான் பொதுமக்களுக்கு மிக எளிதாக இருக்கும்.*(தினத்தந்தி, 28.07.2021)*

தமிழகம் உட்பட 14 மாநில கல்லூரிகளுக்கு அனுமதி

புதுடெல்லி, ஜுலை 23-இந்திய தொழில்நுட்ப கல்விக்குழு அளித்த அனுமதியைத் தொடர்ந்து, பொறியியல் கல்லூரிகளில் தமிழ் உள்ளிட்ட பிராந்திய மொழிகளில் பாடங்களைத் தொடங்குவதற்கு 14 கல்லூரிகள் அனுமதி பெற்றுள்ளன.

ஒன்றிய அரசின் புதிய கல்விக் கொள்கையின்படி, வரும் கல்வியாண்டில் இருந்து பிராந்திய மொழிகளில் பொறியியல் கல்வி பயிற்றுவிக்கப்படும் என ஒன்றிய கல்வி அமைச்சகம் கடந்தாண்டு நவம்பர் மாதம் அறிவித்தது.

தமிழ் உட்பட 11 பிராந்திய மொழிகளில் பாடங்களை அறிமுகம் செய்யவும் சமீபத்தில் அனுமதி அளித்தது. இதைப் பின்பற்றித், தாய் மொழிவழிக் கல்வி கற்பதை ஊக்கப்படுத்தும் வகையில், 8 மாநிலங்களில் உள்ள 14 பொறியியல் கல்லூரிகள், இந்தக் கல்வியாண்டு முதல் தமிழ், மலையாளம், தெலுங்கு, கன்னடம், மராத்தி, குஜராத்தி, பெங்காலி, அசாமி, பஞ்சாபி, ஒரியா, இந்தி ஆகிய 11 பிராந்திய மொழிகளில் பி.டெக் பயிற்றுவிக்க அகில இந்திய தொழில்நுட்ப கல்விக்குழுவின் அனுமதியைப் பெற்றுள்ளன.

அதன்படி உத்தரப் பிரதேசத்தில் 4, ராஜஸ்தானில் 2, மத்தியப் பிரதேசம், உத்தரகாண்ட் மாநிலங்களில் இருந்து தலா ஒரு கல்லூரி இந்தியில் கற்பிக்க உள்ளன. அதே போல், தமிழ்நாடு, ஆந்திரா, மகாராஷ்டிரா, மேற்கு வங்கத்தைச் சேர்ந்த கல்லூரிகள் முறையே தமிழ், தெலுங்கு, மராத்தி, பெங்காலி ஆகிய மொழிகளில் பாடங்களைக் கற்பிக்க உள்ளன.

அகில இந்திய தொழில்நுட்பக் கல்விக் குழுவினரின் ஒப்புதலின் படி, கணினி அறிவியல், எலெக்ட்ரானிக், சிவில், மெக்கானிக்கல் இன்ஜினியரிங், ஐ.டி ஆகிய தேர்ந்தெடுக்கப்பட்ட குறிப்பிட்ட பொறியியல் படிப்புகள் பிராந்திய மொழிகளில் பயிற்றுவிக்கப்பட உள்ளன. தமிழகத்தில் ஈரோட்டைச் சேர்ந்த செங்குந்தர் பொறியியல் கல்லூரி மெக்கானிக்கல், சிவில், பி.டெக் படிப்புகளை முழுக்க முழுக்கத் தமிழில் அளிக்க அனுமதி பெற்றுள்ளது.

கோவை வேளாண் கல்லூரியில் தமிழ் வழியில் பாடத்திட்டம்

தமிழ்வழிப் பயிலும் மாணவர்களை ஊக்கப்படுத்துவதற்காகத் தமிழ்நாடு வேளாண்மைப் பல்கலைக்கழகத்தின் கோவை கல்லூரியில் தமிழ் வழியில் பாடத்திட்டம் நடத்தப்படும் என்று அறிவிக்கப்பட்டுள்ளது. ‘நம்மாழ்வார்’ பெயரில் இயற்கை வேளாண்மை ஆராய்ச்சி மையம் அமைக்கப்படும் என்று வேளாண் பட்ஜெட்டில் (2021) கூறப்பட்டு உள்ளதாவது

தமிழ்நாடு வேளாண் பல்கலைக்கழக வேளாண் ஆராய்ச்சியையும், வேளாண் கல்வியையும் மேம்படுத்த நடப்பு 2021-2022ஆம் நிதியாண்டில்

573 கோடியே 24 லட்சம் ரூபாய் ஒதுக்கீடு செய்யப்படும். தமிழ்வழிப் பயிலும் மாணவர்களை ஊக்கப்படுத்துவதற்காகத் தமிழகத்தில் வேளாண்மை, தோட்டக்கலை இளநிலை பாடத் திட்டத்தைத் தமிழ்நாடு வேளாண்மை பல்கலைக்கழகத்தின் கோவையில் உள்ள ஒரு கல்லூரியில் ஒரு வகுப்பு தமிழ்வழியில் பயிற்றுவிக்க இந்த அரசு முடிவு எடுத்துள்ளது. இதற்கென மாநில அரசு 25 லட்சம் ரூபாய் நிதியை முதல்கட்டமாக ஒதுக்கீடு செய்யும் என்ற அறிவிப்பு வந்துள்ளது மகிழ்ச்சியைத் தருகிறது.

அரசுப்பணிகளில் 20 விழுக்காடு - தமிழக அரசு அறிவிப்பு

தமிழ் வழியில் பயிலும் மாணவர்களுக்கு அரசுப் பணிகளில் 20 விழுக்காடும் ஒதுக்கீடு வழங்கப்படுகிறது. பட்டயப் படிப்பில் (டிப்ளமா) பயிற்றுமொழியாக ஆங்கிலம் மட்டுமே உள்ளது. முதல் கட்டமாக அடுத்தகல்வி ஆண்டில் 'சிவில் இன்ஜினீயரிங்' 'மெக்கானிக்கல் இன்ஜினீயரிங்' ஆகிய பொறியியல் பட்டயப் படிப்புகள் தமிழ் வழியில் தொடங்கப்படும். படிப்படியாக இதர பட்டயப் படிப்புகளும் தமிழ்வழியில் தொடங்கப்படும் என்பதும் இன்பத்தேன் வந்துக் காதினில் பாய்வதுபோல் உள்ளது.

இத்துடன் மற்றொரு அறிவிப்பு "தமிழ்வழியில் பயிலும் மாணவர்களை ஊக்குவிக்கும் வகையில் தமிழ்நாடு பாடநூல் நிறுவனம் மற்றும் கல்வியியல் பணிகள் கழகத்துடன் ஒருங்கிணைந்து வெவ்வேறு பாடப்பிரிவுகளில் 100 பாடப்புத்தகங்கள் ரூ.2 கோடி செலவில் தமிழில் மொழிபெயர்க்கப்படும்" என்பது நமக்கு மேலும் மகிழ்ச்சியை அளிப்பதுடன் பல தொழில்நுட்ப படிப்புகள் தமிழில் இதன்வாயிலாக நடைபெற ஏதுவாக இருக்கக்கூடும் என்று நாம் எதிர்நோக்கலாம்.

தமிழ் பாடமொழியாக்க தமிழ்நாடு அரசின் முன்முயற்சிகள் பாராட்டப்பட வேண்டியவைகள்

Dr.T.சங்கர சரவணன், M.V.Sc., Ph.D.,
இணை இயக்குநர்
தமிழ்நாடு பாடநூல் மற்றும் கல்வியியல் பணிகள் கழகம்
ஆற்றும் அரிய பணிகள்

மாணவர்களின் அறிவுத் திறனை மேம்படுத்தும் நோக்கத்துடன், உயர்கல்வி தொடர்பாக பிற மொழிகளில் இருக்கும் நூல்களை தமிழாக்கம் செய்து வெளியிடும் நோக்கத்துடன், 'தமிழ் வெளியீட்டுக் கழகம்' 1961ஆம் ஆண்டு உருவாக்கப்பட்டது. 1970ஆம் ஆண்டில் தமிழ் வெளியீட்டுக் கழகத்தை உள்ளடக்கிய தமிழ்நாடு பாடநூல் நிறுவனம் அமைக்கப்பட்டது. இக்கழகம் பாடநூல்களை அச்சிட்டு விநியோகம் செய்வது மட்டுமல்லாமல், இலக்கியம், அறிவியல், தொழில்நுட்பம் மற்றும் பிறமொழி பாடநூல்களையும் அச்சிட்டு விற்பனை மற்றும் விநியோகம் செய்வதையும் கருத்திற் கொண்டு 1993ஆம் ஆண்டு 'தமிழ்நாடு பாடநூல் கழகம்' எனப் பெயரிடப்பட்டது. இதனைத் தொடர்ந்து விலையில்லா கல்வி உபகரணங்களை கொள்முதல் செய்யும் பணியும் இக்கழகத்திடம் ஒப்படைக்கப் பட்டதால், 2013ஆம் ஆண்டு 'தமிழ்நாடு பாடநூல் மற்றும் கல்வியியல் பணிகள் கழகம்' என பெயர் மாற்றம் செய்யப்பட்டது.

1969களில் கல்லூரிகளில் அறிவியல், பொருளாதாரம், வணிகவியல், வரலாறு மற்றும் பல பாடங்களுக்கான வகுப்புகள் தமிழ்வழியில் அறிமுகப்படுத்தப்பட்டன. அதற்காக அப்போது தமிழ்நாட்டுப் பாடநூல் நிறுவனம் நூற்றுக்கணக்கான நூல்களை வெளியிட்டது. அந்த நூல்களில் சில பல்வேறு பேராசிரியர்களைக் கொண்டு நேரடியாக எழுதப்பட்டவையாகவும் வேறு சில நூல்கள், புகழ்பெற்ற ஆங்கில நூல்களின் மொழிபெயர்ப்பு உரிமையை வாங்கி மொழி பெயர்க்கப்பட்டவையாகவும் அமைந்துள்ளன.

சுமார் 32 துறைகளைச் சேர்ந்த 875 நூல்களைத் தமிழ்நாட்டுப் பாடநூல் நிறுவனம் வெளியிட்டிருக்க வேண்டும் என்பதை பின்னாளில் திரு.த.உதயசந்திரன் இ.ஆ.ப., அவர்கள் முயற்சியால் தமிழ் இணையக் கல்விக் கழகத்தில் இந்நூல்கள் மின்மயமாக்கப்பட்டதன் அடிப்படையில் அறிந்து கொள்ள முடிகிறது.

தமிழ் இணையக் கழகம் (TVA) இணையதளத்தில் தமிழ்நாடு பாடநூல் நிறுவனத்தின் நூல்கள் மென்படிகளாகக் கிடைக்கின்றன. இருப்பினும் அவற்றின் வன்படிகளை ஆய்வு மாணவர்களும் பேராசிரியர்களும் அரிய நூல் சேகரிப்பாளர்களும் போட்டித் தேர்வர்களும் கோரி வந்தனர். அதன் பொருட்டு 2017 பாடநூல் மற்றும் கல்வியியல் பணிகள் கழகம் முடிவு செய்தது.

முதற்கட்டமாக ஒவ்வொரு தலைப்பில் அமைந்த நூலையும் 100 பிரதிகள் ஆவணப்பதிப்பாகக் கேட்பின் அடிப்படையில் அச்சிட முடிவு செய்யப்பட்டது. அவ்வாறு கேட்பின் அடிப்படையில் இதுவரை 636 தலைப்பிலான நூல்கள் மறுஅச்சு செய்யப்பட்டுள்ளன.

மறுஅச்சு செய்யப்பட்ட புத்தகங்கள் மாவட்ட நூலகங்கள், அண்ணா பல்கலைக்கழகம், அண்ணா நூற்றாண்டு நூலகம், கன்னிமரா நூலகம், அகில இந்திய குடிமைப்பணி பயிற்சி மையம், தமிழ்நாடு அரசுப் பணியாளர் தேர்வாணையம், அண்ணா மேலாண்மை நிறுவனம், தமிழ் இணையக் கல்விக் கழகம், சென்னைப் பல்கலைக்கழகம், சென்னைப் பல்கலைக்கழக நூலகம் போன்ற நிறுவனங்களுக்கு அனுப்பி வைக்கப்பட்டுள்ளது.

மேற்படி நூல்களில் நீலகண்ட சாஸ்திரியின் தென்னிந்திய வரலாறு 2 பாகங்கள் (மூன்றாம் பதிப்பு), தமிழ்நாட்டு வரலாற்றுக்குழு தொகுத்த தமிழ்நாட்டு வரலாறு (அரசியல், தொல்பழங்காலம், சங்ககாலம் - வாழ்வியல்), கே.கே.பிள்ளை எழுதிய தமிழக வரலாறு மக்களும் பண்பாடும், வின்செண்ட் ஏ.ஸ்மித் எழுதிய ஆக்ஸ்போர்டின் இந்திய வரலாறு (பாகம் 1,2,3,4) அனுமந்தன் எழுதிய இந்திய சிறப்பு வரலாறு (பாகம் - 1,2,3), மாணிக்கவேலு எழுதிய இந்திய தேசிய இயக்க வரலாறு போன்ற நூல்கள் பிரபலமானவை.

2018 முதல் தொடர்ந்து ஒவ்வொரு ஆண்டும் சென்னை புத்தகக் கண்காட்சியில் இந்நூல்கள் காட்சிக்கு வைக்கப்பட்டு, வாசகர்களின் பெரும் வரவேற்பைப் பெற்றுள்ளன. 2022 முதல் பிற மாவட்டங்களில் நடைபெற்று வரும் புத்தகக் கண்காட்சிகளிலும் தமிழ்நாடு பாடநூல் மற்றும் கல்வியியல் பணிகள் கழகத்தின் வெளியீட்டுப் பிரிவின்

மூலம் வெளியிடப்படும் பல்துறை தொடர்பான மறுஅச்சு நூல்கள், இலக்கிய மொழிபெயர்ப்பு நூல்கள், தமிழகத்தின் தொன்மையை விளக்கும் கீழடி, பொருநை போன்ற நூல்கள், அகில இந்திய நுழைவுத் தேர்வுகளுக்கான நூல்கள் விற்பனை செய்யப்பட்டு வருகின்றன.

2021இல் வ.உ.சி.யின் 150ஆவது பிறந்தநாளை முன்னிட்டு 18 விதமான முன்னெடுப்புகளை மாண்புமிகு தமிழ்நாடு முதலமைச்சர் அவர்கள் அறிவித்தார்கள். அவற்றுள் ஒன்று வ.உ.சி.யின் பல்வேறு படைப்புகளை தமிழ்நாடு பாடநூல் மற்றும் கல்வியியல் பணிகள் கழகத்தின் மூலம் வெளியிட்டு, மக்களுக்கு மலிவு விலையில் கிடைக்கச் செய்வது என்பதாகும்.

இந்த அறிவிப்பின் அடிப்படையில், பேராசிரியர் வீ.அரசு தொகுத்து அளித்த வ.உ.சி.யின் தொகுதி 1- பன்னூல் திரட்டு, தொகுதி 2 திருக்குறள் உரை ஆகியவை மாண்புமிகு தமிழ்நாடு முதலமைச்சர் அவர்களால் வ.உ.சி.யின் நினைவு நாளான 19.11.2021 அன்று வெளியிடப்பட்டன.

2021 ஆம் ஆண்டு சட்டமன்றக் கூட்டத் தொடரின்போது பள்ளிக் கல்வித்துறையின் அமைச்சர் மாண்புமிகு திரு. அன்பில் மகேஷ் பொய்யாமொழி அவர்களால் 3 அறிவிப்புகள் வெளியிடப்பட்டன.

1. திசைதோறும் திராவிடம்
2. முத்தமிழறிஞர் மொழிபெயர்ப்புத் திட்டம்
3. இளந்தளிர் இலக்கியத் திட்டம்

1. திசைதோறும் திராவிடம்

திராவிட மொழிகளிலேயே தொன்மை மிக்க மொழியான தமிழின் வரலாறு, பண்பாட்டு மரபு மற்றும் தமிழ்ச் சமூகத்தின் சிறப்புகளை வெளிப்படுத்தும் வகையில் சிறந்த தமிழ் நூல்கள் (மாபெரும் தமிழ்க் கனவு ஆங்கிலத்திலும், பொன்னியின் செல்வன், வைக்கம் போராட்டம் ஆகிய நூல்கள் மலையாளத்திலும் திருக்குறளுக்கான கலைஞர் உரை தெலுங்கிலும். தி.ஜானகிராமனின் சிறுகதைகள் கன்னடத்திலும்) மொழி பெயர்க்கப்பட்டு ஆங்கிலம் மற்றும் சம்பந்தப்பட்ட மாநில மொழிப் பதிப்பகங்களோடு தமிழ்நாடு பாடநூல் மற்றும் கல்வியியல் பணிகள் கழகத்தால் கூட்டு வெளியீடுகளாகக் கொண்டு வரப்படும். இதே போல், பிற திராவிட மொழிகளிலிருந்து சிறந்த நூல்கள் தமிழுக்கு மொழிபெயர்க்கப்படவுள்ளன.

2. முத்தமிழறிஞர் மொழிபெயர்ப்புத் திட்டம்

உயர்கல்வி பயிலும் மாணவர்களுக்குப் பயன்படக்கூடிய இலக்கியம், இயற்பியல், மருத்துவம், பொருளாதாரம், பொறியியல், வேதியியல், வேளாண்மை போன்ற துறைகளில் ஆங்கிலத்தில் வெளிவந்துள்ள தலைசிறந்த நூல்களைத் தமிழில் மொழிபெயர்த்து சம்பந்தப்பட்ட பதிப்பகங்களோடு தமிழ்நாடு பாடநூல் மற்றும் கல்வியியல் பணிகள் கழகம் கூட்டு வெளியீடாக ரூ.2 கோடி செலவில் வெளியிடும் திட்டமே முத்தமிழறிஞர் மொழிபெயர்ப்புத் திட்டம் எனும் மாபெரும் திட்டத்தின் தொடக்கமாகும்.

3. இளந்தளிர் இலக்கியத் திட்டம்

“குழந்தைகளின் படைப்பாற்றலை மேம்படுத்தவும் (பேச்சாற்றல், எழுத்தாற்றல், ஓவியம் தீட்டும் ஆற்றல்) நன்னெறிக் கல்வியைக் கற்பிக்கவும் மற்றும் அறம்சார் சமூக விழுமியங்களை வளர்த்தெடுக்கவும் இளந்தளிர் இலக்கியத் திட்டம் செயல்படுத்தப்படுகிறது. இத்திட்டத்தின் கீழ், முதல்கட்டமாக 100 குழந்தை இலக்கிய நூல்கள் தமிழ்நாடு பாடநூல் மற்றும் கல்வியியல் பணியில் கழகத்தால் வெளியிடப்படும்” என்று மாண்புமிகு பள்ளிக் கல்வித்துறை அமைச்சர் அவர்கள் அறிவித்தார்கள். இத்திட்டத்தின்கீழ் முதற்கட்டமாக மாண்புமிகு தமிழ்நாடு முதலமைச்சர் அவர்களால் 23 நூல்கள் வெளியிடப்பட்டுள்ளன. அடுத்து 28 நூல்கள் ஜுன் 2022இல் வெளியாகவுள்ளன.

2020இல் தொல்லியல் துறையுடன் இணைந்து 24 மொழிகளில் வெளியிடப்பட்ட கீழடி நூல் வாசகர்களின் பெரும் வரவேற்பைப் பெற்றது. அதில் கீழடி நூல் மட்டுமே 2020ஆம் ஆண்டு நடைபெற்ற சென்னை புத்தகக் கண்காட்சியில், 24,000 பிரதிகளுக்கு மேல் விற்று சாதனை படைத்துள்ளது.

மேலும், நூற்றுக்கு மேற்பட்ட நூல்கள் தமிழில் தயாராகி வருகின்றன. இவற்றுள் சில நூல்கள் தனி வெளியீடுகளாகவும், சில கூட்டு வெளியீடுகளாகவும் கொண்டு வரப்பட உள்ளன. மருத்துவ நூல்களைப் பொருத்தமட்டில் கலைமாமணி டாக்டர் சு.நரேந்திரன் அவர்களின் பங்களிப்பு குறிப்பிடத்தக்கது.

இந்தப் பணிகளுக்காக 15க்கும் மேற்பட்ட புகழ் பெற்ற தேசிய மற்றும் பன்னாட்டுப் பதிப்பகங்களோடு தமிழ்நாடு பாடநூல் மற்றும் கல்வியியல் பணிகள் கழகம் ஒப்பந்தம் மேற்கொண்டுள்ளது.

பொறியியல், மருத்துவம், கால்நடை மருத்துவம், சட்டம், வேளாண்மை, இயற்பியல், வேதியியல், உயிரியல், வரலாறு, புவியியல், கல்வியியல், பொருளாதாரம், வணிகவியல், வானியல், புள்ளியியல், அரசியல், அறிவியல் உள்ளிட்ட பல்வேறு துறை சார்ந்த பிரபல நூல்கள் தமிழில் மொழிபெயர்க்கப்பட்டு வருகின்றன.

இந்நூல்கள் தமிழ் வழியில் பள்ளிப் படிப்பை முடித்துவிட்டு கல்லூரியில் சேரும் மாணவர்கள் எளிதாகப் புரிந்துகொள்ள நல்லதொரு கருவி நூல்களாகவும் இணைப்பு நூல்களாகவும் அமையும்.

புத்தகக் கண்காட்சியில் வந்து பாடநூல் கழக அரங்கைப் பார்வையிட்டு மாண்புமிகு தமிழ்நாடு முதலமைச்சர் அவர்கள் பாராட்டினார்கள். தமிழ்நாடு பாடநூல் கழகத் தலைவர், மேலாண்மை இயக்குநர் மற்றும் உறுப்பினர் செயலாளர் ஆகியோரின் வழிகாட்டுதலில் பணிகள் தொடர்கின்றன.

திட்டங்களின் முன்னேற்றம் குறித்து மாண்புமிகு பள்ளிக் கல்வித்துறை அமைச்சர், முதன்மைச் செயலாளர் ஆகியோர் சீராய்வு மேற்கொள்கிறார்கள். மாண்புமிகு தமிழ்நாடு முதலமைச்சர் அவர்களின் முதன்மைச் செயலாளர் அவர்களின் சிறப்பு சீராய்வும் இத்திட்டங்களுக்கு நடைபெறுவது குறிப்பிடத்தக்கது.

முத்தமிழ் அறிஞர் மொழிபெயர்ப்புத் திட்டம்

(உயர்கல்வி நூல்கள்)

தமிழ் நூல்கள் எழுதும் அறிஞர் பெருமக்கள்

இலக்கு - 50 நூல்கள் (ஜுன் 3, 2022க்கு முன்பாக) முதல் வளர்ச்சிப்படி

இலக்கு - 50 நூல்கள் (ஜுன் 3, 2023க்கு முன்பாக) இரண்டாம் வளர்ச்சிப்படி

வ.எண்	பாடம்	நூல் எண்ணிக்கை
1.	மருத்துவம் (மொழிபெயர்ப்பு)	07
2.	மருத்துவம் (புதிது)	13
3.	மொழியியல்	01
4.	இயற்பியல்	05
5.	இயற்பியல் (புதிது)	14
6.	வேதியியல் (புதிது)	01
7.	வேதியியல்	08
8.	உயிரியல்	12
9.	வேளாண்மை (புதிது)	15
10.	வேளாண்மை	06
11.	வணிகவியல்	13
12.	சட்டம்	01
13.	வரலாறு	17
14.	வரலாறு (புதிது)	01
15.	பொருளாதாரம்	38
16.	புள்ளி தொகுப்பியல்	07
17.	தத்துவம்	05
18.	அரசியல் அறிவியல்	07
19.	விலங்கு அறிவியல்	03

20.	சமூகவியல்	03
21.	பொறியியல் (புதிது)	02
22.	சிவில்	10
23.	இயந்திரவியல்	10
24.	நிலஇயல்	02
25.	நில இயல் (புதிது)	02
26.	தொல்பொருள்	01
27.	போட்டித் தேர்வுக்குரியது	02
	மொத்தம்	206

மொழிபெயர்ப்பு நடந்து கொண்டிருக்கும் – 30 நூல்கள். (முதல் வளர்ச்சிப்படி)

இயற்பியல் - 17 நூல்கள், வேதியியல் - 5 நூல்கள், மருத்துவம் - 6 நூல்கள், உயிரியல் - 3 நூல்கள், வேளாண்மை - 1 நூல், வணிகவியல் - 3 நூல்கள்

மொழிபெயர்ப்பு நடந்து கொண்டிருக்கும் – 65 நூல்கள் (இரண்டாம் வளர்ச்சிப்படி)

பொருளியல் - 20 நூல்கள், புள்ளி தொகுப்பியல் - 7 நூல்கள், பொறியியல் - 20 நூல்கள், தத்துவம் - 5 நூல்கள், அரசியல் அறிவியல் - 5 நூல்கள், விலங்கு அறிவியல் - 5 நூல்கள், சமூகவியல் - 3 நூல்கள்

தமிழ்நாடு பாடநூல் கல்வியியல் பணிகள் கழகம்
மொழிபெயர்ப்பு நூல் பட்டியல்

மருத்துவம் (மொழி பெயர்ப்பு)

உடல் இயங்கியல் - டாக்டர் எஸ்.பி.சாந்தகுமாரி, திருவள்ளூர்; உடலியங்கியல் - டாக்டர் கே.வெங்கடேசன், சென்னை; மகப்பேறியல் - டாக்டர் ஜெயஸ்ரீ சர்மா, சென்னை; மகளிர் மருத்துவம் - டாக்டர் சாந்தா-தாமோதரன், கோயமுத்தூர்; நுண்ணுயிரியல்-I - டாக்டர் என்.ஏ.ஜெயவேலன், சென்னை; நுண்ணுயிரியல்-3 - டாக்டர் டி.ராஜலிங்கம், தூத்துக்குடி; அறுவை சிகிச்சை - டாக்டர் ச.குமாரவேல், டாக்டர் சு.நரேந்திரன், டாக்டர் ந.ஜூனியர் சுந்தரேஷ் - தஞ்சாவூர்; கண் மருத்துவம் - டாக்டர் ஆர்.செல்வரங்கன், சேலம்.

மருத்துவம் (புதிய நூல்கள் - ஆய்வுக்கட்டுரை அடிப்படையில்)

தோல் நோய்கள் - டாக்டர் பி.நிர்மலா தேவி, திருநெல்வேலி; எலும்பியல் மற்றும் காயஇயல் - டாக்டர் ச.குமாரவேலு, தஞ்சாவூர்; மருத்துவ தொழில்நுட்பவியல் - டாக்டர் கு.கணேசன், இராஜபாளையம், நீரிழிவு - டாக்டர் பரூக் அப்துல்லா, சிவகங்கை; பாக்டீரியா - டாக்டர் இளவஞ்சி இராஜகோபால், சென்னை; குழந்தைகள் நல மருத்துவம் - டாக்டர் அருண்குமார் குப்புசாமி, இங்கிலாந்து; மயக்கியல் - டாக்டர் காப்பியன், கோயமுத்தூர்; குழந்தைப் பருவ இரத்த நோய்கள் மற்றும் புற்றுநோய்கள் - டாக்டர் பி.ஜான் சாலமன்;, சென்னை; புற்றுநோய் மருத்துவம் - டாக்டர் பாண்டியன் பாஸ்கர் ராவ், கோயமுத்தூர்; இயன்முறை மருத்துவம் - எம்.ஐ. மைக்கேல் காலின்ஸ், சென்னை, பிரபு சங்கர்-கிருஷ்ணகிரி; நோய்க்கான உணவு மருத்துவம் - டாக்டர் சு.நரேந்திரன், தஞ்சாவூர்.

இயற்பியல்

Elements of properties of matter – டாக்டர் எஸ். அரவிந்தன், சென்னை; Heat, Thermodynamics and Statistical Physics – டாக்டர் நலங்கிள்ளி, சென்னை; Elements of Quantum Physics – டாக்டர் ஜெ.ஶ்ரீவித்யா, சென்னை; Classical mechanics Godstein – டாக்டர் டி. அழகேசன், சென்னை; Mathematical Physics – டாக்டர் லியோ ராஜேஷ், திருச்சி; Solid State Physics – டாக்டர் பர்வீன் குமார், சென்னை; At The Speed of Light – டாக்டர் ஜெசிந்தா ராணி, மேலூர்; Bhabha & His Magnificient Obsessions – டாக்டர் பி.பர்வீன் குமார், சென்னை; Big & The Small, Vol-I – டாக்டர் உத்ரா, சென்னை; Big and The Small Vol -II – டாக்டர் ஏ.கந்தசாமி, பொன்னேரி; Chandrasekhar and His Limit – டாக்டர் வானதி விஜயலெட்சுமி, சென்னை; A Hot Story – டாக்டர் நைனா முகமது, உடுமலைப்பேட்டை; The Many Phases of Matter – டாக்டர் எஸ்.சேஷாஸ்திரி, சென்னை; Quantum Revolution-I – டாக்டர் எம்.ஹரி சின்னு; Quantum Revolution –II The Jewel of Physics – டாக்டர் பசீர், மதுரை; Quantum Revolution – III What is Reality? – டாக்டர் தேவசங்கர், சென்னை; Raman and his effect – டாக்டர் ஏ.டி.ரவிச்சந்திரன், திருச்சி; Saha and his formula – டாக்டர் ரவிக்குமார், சென்னை; Why are things The way They are? – டாக்டர் பி.அனிதா, சென்னை.

வேதியியல் (புதிது)

மேம்பட்ட இயற்பு வேதியியல் - டாக்டர் ஃப்ரீதாகானராணி, சென்னை.

வேதியியல்

Inorgani Chemistry – டாக்டர் எஸ்.குகநாதன், வேலூர்; Selected Topics in Inorganic Chemistry – டாக்டர் பி.மகாலிங்கம், ஈரோடு; A text book of Organic Chemistry – டாக்டர் ஜி.ரமேஷ் மற்றும் டாக்டர் பி.கிருஷ்ணமூர்த்தி, சென்னை; Pharmaceutical Chemistry – டாக்டர் பி.எஸ்.சாந்தி, சென்னை; Organic Chemistry – டாக்டர் ஜி.நடராஜன், தர்மபுரி; Text Book of Inorganic Chemistry – டாக்டர் ஜி.இளங்கோ, திருவண்ணாமலை; Physical Chemistry – டாக்டர் ஃப்ரீதாகானராணி, சென்னை.

உயிரியல்

Cell Biology (Zoology) – ஆர்.அமலி, பண்ருட்டி; Genetics – எம்.சிவகுரு, சிதம்பரம்; Molecular Biology – எஸ்.மகேஸ்வரன், விருதுநகர்; Evolution – டாக்டர் முத்தழகு, செய்யாறு; Ecology – டாக்டர் என்.அழகுசாமி, சிவகங்கை; Immunology – டாக்டர் பழனிவேல், கும்பகோணம்; Vertebrates – டாக்டர் ஜெயக்கொடி, தஞ்சாவூர்; Animal Physiology – டாக்டர் எஸ்.துரைராஜ்; Plant Anatomy – டாக்டர் ஜி.மணிகண்டன்; Cell Biology (BOTANY) – டாக்டர் வி.மாரியப்பன்.

வேளாண்மை (புதிது)

BIC 101 Fundamentals of Plant Biochemistry – டாக்டர் டி.உமா மற்றும் டாக்டர் கே.சந்திரகுமார்; MAT 111 Elementary Mathematics – டாக்டர் எம்.ஆர்.துரைசாமி மற்றும் டாக்டர் ஆர்.ரவிக்குமார்; SAC 101 Fundamentals of Soil Science – டாக்டர் எம்.இளையராஜன்; AGR 101 Fundamentals of Agronomy and Agricultural Heritage – டாக்டர் இ.சோமசுந்தரம், டாக்டர் என்.வடிவேலு, டாக்டர் கே.திருக்குமரன்; HOR 111 Fundamentals of Horticulture – டாக்டர் ஜே.ஆக்சிலியா, டாக்டர் எம்.காவ்யா, டாக்டர் பி.முரளிதரன்; Introduction to Agricultural Botany – டாக்டர் ஆர்.கலையரசி; Rural Sociology and Education Psychology – டாக்டர் பி.பாலசுப்பிரமணியம், டாக்டர் எஸ்.ஸ்ரீவரபோதி புவனேஸ்வரி; Introdutcory Microbiology – டாக்டர் எம்.ஞானசித்ரா, டாக்டர் அனந்தரங்கன்; Principles of Horticulture – டாக்டர் எம்.எஸ்.அனிசாராணி, டாக்டர் எம்.காவ்யா, ஜெ.யி.அதலின் வினிலா; Plant Propagation and Nursery – டாக்டர் சி.இந்துராணி, டாக்டர் வேல்முருகன், டாக்டர் எம்.குமார்; VSC 101 Botany of Horticultural Crops – டாக்டர் டி.சரஸ்வதி, டாக்டர் எம்.பிரபு, டாக்டர் டி.சண்முக சுந்தரம்; NSS 101 National Service Scheme – டாக்டர் எஸ்.மனோன்மணி,

டாக்டர் பட்டீல் சந்தோஷ் கணபதி; Physical Education – டாக்டர் ஜி.ராகவன்; Yoga for Human Excellence – டாக்டர் ஜி.ராஜேந்திரன், திருமதி ராம ராஜேந்திரன்.

வேளாண்மை

Fundamentals of Genetics – டாக்டர் எஸ்.திருஞானகுமார், டாக்டர் சதீஷ்குமார், எஸ்.டி.பொன்சிவா; Principles of Agronomy – டாக்டர் கே.சார்மிளா-கோயமுத்தூர், டாக்டர் எம்.யசோதா; Introductory Soil Science – டாக்டர் பாக்கியது சலிகா, டாக்டர் எம்.இளையராஜன், டாக்டர் கே.சிவகுமார்; Extension Communication and Management – டாக்டர் எம்.வெண்ணிலா, டாக்டர் எஸ்.சங்கீதா; Introduction to Horticulture – டாக்டர் டி.வித்யா, டாக்டர் எஸ்.ஸ்ரீவித்யா; Elements of Economic Entomology – டாக்டர் சி.துரைராஜ், திருச்சி, டாக்டர் கே.இளங்கோ-துறையூர், டாக்டர் கே.முருகஸ்ரீதேவி - துறையூர்.

வணிகவியல்

Essentials of Business Communication – டாக்டர் பி.முருகன், சென்னை; Practical Auditing – டாக்டர் ஏ.சித்ரா; Banking Theory Law & Practice – டாக்டர் ஜி.சுமதி, சென்னை; Management Theory & Practice – டாக்டர் கே.கிருஷ்ணமூர்த்தி, கடலூர்; Business Laws – டாக்டர் ஆர்.பாக்கியலெஷ்மி, சென்னை; Business Communication – டாக்டர் என்.ரமணி மற்றும் டாக்டர் ஜி.ரவி, சென்னை; Principles of Management – டாக்டர் ஜெயந்தி லெட்சுமணசாமி, சென்னை; Essential of Financial Services – டாக்டர் எம்.செல்வகுமார், சிவகாசி; Financial Accounting – டாக்டர் முருகதாஸ் மற்றும் டாக்டர் ஜி.தமிழ் செல்வன், கடலூர்; Cost Accounting – டாக்டர் எம்.மனோகர், கல்லிகுளம்; Management Accounting – டாக்டர் ஜி.பாலு; Corporate Accounting – டாக்டர் யூ.பார்த்திபன், சென்னை; Practical Costing – டாக்டர் ஜி.ரவி மற்றும் டாக்டர் என்.ரமணி, சென்னை.

சட்டம்

Ten Judgements that changed India – கே.கிருஷ்ணவேணி.

வரலாறு

India Unbound: From Independence to The Global Information Age – வடகரை ரவிச்சந்திரன், திருமங்கலம்; Ancient Indian Social History – சாம் ஜார்ஜ், சென்னை; Understanding Caste – கே.காமராஜ்; Ashoka in Ancient India – டாக்டர் பி.கற்பகவள்ளி, உடுமலைப்பேட்டை;

The Strangeness of Tamilnadu – க.காமராசன்; Imperialists, Nationalists Democrats – எஸ்.கணபதி முருகன்.திருத்தணி; India's Foreign Policy: Coping with the Changing World India and the world – கன்னையன் தெஷ்ணாமூர்த்தி, திருநெல்வேலி; History of Kerala – க.காமராசன்; View from Below – வினோத் வின்செண்ட் ராஜேஷ், திருநெல்வேலி; சிதம்பரம்; Three Ways to be Alien – ஜெ.ரகு அந்தோணி, தூத்துக்குடி; From People To Citizen: Democracy's Must Take Road – செல்வ புவியரசன்;

புள்ளி தொகுப்பியல்

Foundations and Applications of Statistics: An Introduction – டாக்டர் விஸ்வநாதன், டாக்டர் எம்.ராமகிருஷ்ணன், சென்னை; Business Statistics – டாக்டர் கே.எம்.சக்திவேல், கோயமுத்தூர்; Statisctical Methods – டாக்டர் ஆர்.கண்ணன், சிதம்பரம்; Fundamentals of Mathematician of – டாக்டர் சுந்தரம், சென்னை; Fundamentals of Applied Statistics – டாக்டர் மஞ்சமுத்து, சென்னை; Statistical Methods – டாக்டர் செந்தாமரை, திருநெல்வேலி; Business Statistics – டாக்டர் ராவணன்-சென்னை, டாக்டர் எஸ்.தீபபிரியா.

பொருளாதாரம்

Micro Economics – டாக்டர் அனிதா செல்வராஜ்; Wesley International Economics: Theory and Policy – டாக்டர் ஏ.மாரிமுத்து, மேலூர்; Monetary Economics – டாக்டர் கே.ஜெயராமன், சேலம்; A History of Economics – டாக்டர் எஸ்.இராமமூர்த்தி; Managerial Economics – டாக்டர் எஸ்.கணேசன், சிவகாசி; Demonetization and black Money – நிழல்வண்ணன், டாக்டர் ராதாகிருஷ்ணன்; Women and Work – டாக்டர் ஜனகம், சேலம்; India's New Capitalists – அ.சி.விஜிதரன், அண்ணாமலை நகர்; The Dravidian Model: Interpreting the Political Economy of TamilNadu – பா.பிரவீன்ராஜ், சென்னை; Battles Half Won: India's Improbable Democracy – டாக்டர் சுப்பிரமணியன், சந்திரன், ராசிபுரம்; India Legal System கன்னையன் தெஷ்ணாமூர்த்தி; Completing Equalities: Law and the Background – பூ.கோ.சரவணன்; A Handbook of Rural India – ஆர்.செம்மலர், சென்னை; The Problem of Caste – டாக்டர் க.காமராசன், சென்னை - டாக்டர் எஸ்.தீப பிரியா; Philosophy of the vedas and the Upanishads – டாக்டர் வெங்கடாசலபதி, சென்னை; Systems of Indian Philosopy – டாக்டர் கே.ஆர்.ஆறுமுகம்; Republic by Plato – டாக்டர் எஸ்.என்.முத்துமோகன், மதுரை; The Problems of Philosophy – டாக்டர் ஆர்.ஜெயந்தி, சென்னை.

அரசியல் அறிவியல்

Political Theory – டாக்டர் கே.ரகு, சேலம்; Constitutional Development and National Movement of India – டாக்டர் எஸ்.டி.கிறிஸ்டோபர் சந்திரன், சென்னை; Constitutional History of Music (1600-2010) – டாக்டர் ரகுபதி, திண்டுக்கல்; Select Constitutions (UK, USA, China, Japan, canada. France, Switzerland and India, – டாக்டர் டி.தேவநாதன்; Indian Administration – டாக்டர் டி.கிருஷ்ணகுமார், சென்னை; New Horizons of Public Administration – டாக்டர் ஆர்.சிவகுமார், சென்னை; International Relatives – டாக்டர் கே.இளங்கோ, சென்னை.

பொறியியல்

இணைப்பியல் வெல்டிங் செயல்முறைகள் - டாக்டர் எம்.காமராஜ், சென்னை; வார்ப்பியல் - டாக்டர் எம்.காமராஜ், சென்னை.

சிவில் பொறியியல்

Strength of Materials – டாக்டர் வி.கார்த்திகேயன்-சேலம், டாக்டர் எஸ்.லோகநாதன்-சேலம், டாக்டர் பி.வேணுகோபால்-சேலம், டாக்டர் கே.என்.ஜனார்த்தனன்-சென்னை, டாக்டர் கே.கந்தசாமி-பழனி, டாக்டர் எஸ்.ஈஸ்வரன், பழனி; Surveying Volume I, II, III – டாக்டர் எம்.அய்யப்பன், புதூர்; Construction Engineering & Management – டாக்டர் எம்.லெஷ்மி, உசிலம்பட்டி; Fluid Mechanics & Hydraulic Machines – டாக்டர் பி.நளினா, கோயமுத்தூர், டாக்டர் குணசந்திர போஸ், கோயமுத்தூர்; Environmental Engineering – டாக்டர் தன்ராஜ், சென்னை; Civil Engineering Drawing – டாக்டர் ஓ.ஜி.பரணிபதி; Water Resources Engineering – டாக்டர்.அருண்குமார், சென்னை; Highway Engineering – டாக்டர் எம்.லெஷ்மி, உசிலம்பட்டி; Advanced Structural Analysis – டாக்டர் வி.கார்த்திகேயன், சேலம், டாக்டர் ஆர்.கந்தசாமி பழனி; Principles of Geotechnical Engineering – டாக்டர் பி.கலைச்செல்வி-சென்னை, டாக்டர் ஏ.அலாவுதீன்-காரைக்கால்.

இயந்திர பொறியியல்

Manufacturing Technology- Volume I, II, and III – டாக்டர் ஆர்.பூங்கோதை-ஜோலார்பேட்டை, டாக்டர் ஏ.கனகராஜ்-சேலம், டாக்டர் கண்ணன்-சேலம்; Basic and Applied Thermodynamics – டாக்டர் என்.தங்கவேலு-சக்திநகர், டாக்டர் ஏ.கண்ணன்-சேலம்; Refrigeration and Air Conditioning – டாக்டர் என்.தங்கவேலு-சக்திநகர், டாக்டர் பி.செல்வராணி-தர்மபுரி, டாக்டர் என்.ஸ்ரீதர்-

கந்தர்வகோட்டை; A Text Book of Mechatronics – டாக்டர் வி.தேன்மொழி-கரூர், டாக்டர் கே.தியாகராஜன்-சிவகங்கை, டாக்டர் சங்கர சுப்பிரமணியன், கோயம்புத்தூர்; A Text Bppl pf cjome DC Sign – டாக்டர் பி.செல்வராணி, தர்மபுரி, டாக்டர் எஸ்.முருகேசன்-வணவாசி, டாக்டர் பி.பி.கோவிந்தராஜ்-கிருஷ்ணகிரி, டாக்டர் ஜி.கே.பாலமுருகன், டாக்டர் எஸ்.ஆறுமுகவேல், டாக்டர் எம்.ஜெயசந்தர்; Mechanical Measurment எ Machine Drawing – டாக்டர் எம்.ஜெயசந்தர்-நாமக்கல்; Industrial Engineering & Operations Management – டாக்டர் பி.செல்வராணி, தர்மபுரி, டாக்டர் கே.கே.கலாதரன்-சென்னை; Fluid Mechanics – டாக்டர் ஜி.கோபு, சென்னை; A Text Book of Automobile Engineering – டாக்டர் கே.கே.கலாதரன், சென்னை மற்றும் டாக்டர் எம்.சுகுமாரன், சென்னை.

நிலஇயல் (புதிது)

Geography of Tamilnadu- TNTB&ESC – பேராழியியல் - டாக்டர் ஆர்.சுப்பிரமணியன் - நாமக்கல்.

நிலஇயல்

Economic and Commercial Geography – டாக்டர் என்.ரூபலிங்கேஸ்வரி-சென்னை; Certificate of Physical and Human Geography – டாக்டர் பி.ரவிக்குமார், சென்னை.

அரசியல்

அரசியல் தத்துவம் - டாக்டர் சிவகுமார், *வணிகவியலுக்கு ஓர் அறிமுகம்*-டாக்டர் இளங்கோ.

●●●

"நனவு 206 நூல்களுடன் முடிவடையவில்லை. தொடரும் என நம்பிக்கை வைப்போம். சாதனை அரசு சமத்துவத்தை நிச்சயமாக நிறைவேற்றும்"

- சு.நரேந்திரன்

முடிவுரை

மாண்புமிகு முதல்வர் மு.க.ஸ்டாலின் தமிழக அரசு முத்தமிழ் அறிஞர் மொழி பெயர்ப்புத் திட்டத்தின் கீழ் ஜுன் 2022க்கு முன்பாக 50 நூல்களையும், முதற்கட்டமாகவும், ஜுன் 2023க்கு முன்பாக இரண்டாம் கட்டமாக 50 நூல்களை வெளியிட திட்டமிட்டு அதில் மருத்துவம், பொறியியல், இயற்பியல், வேதியியல், உயிரியியல், வேளாண்மை வணிகவியல், பொருளியல், புள்ளி தொகுப்பியல், தத்துவம், அரசியல் அறிவியல், சமூகவியல் எனும் துறைகளில் 205 நூல்கள் வெளியிடப்பட உள்ளன. இதில் முதல் வளர்ச்சிப்படியாக, 35 நூல்களும், இரண்டாம் வளர்ச்சிப் படியாக 65 நூல்களும் வெளியிட்டு, மொழிபெயர்ப்பு பணிகள் நடைபெற்றுக் கொண்டு வருகின்றன. இதில் ஏதும் எழுதுபவர்களுக்குத் தொய்வு ஏற்பட்டு விடக்கூடாது அல்லது மொழிபெயர்ப்பிற்கு தேவை என்ன என்று இணைய வழியாக வாரந் தோறும் கேட்டு அறிந்து முனைப்புடன் டாக்டர் சங்கர சரவணன் பணியாற்றுவது பாராட்டும் படியாக உள்ளது.

இந்த நூல்களின் வழியாக மருத்துவம் பொறியியல் தமிழ் வழியாக வரும்போது நீட் தேர்வுக்கு நாம் பயப்படத் தேவையில்லை. கிராமப்புற மாணவர்களிலிருந்து நகர்ப்புற மாணவர் வரை கல்வி சீராக நடைபெறும். சமத்துவம் நிலைநாட்டப்படும். தமிழைப் பயன்பாடுள்ள மொழியாக, வருமானம் தரும் மொழியாக, வேலை வாய்ப்புத்தரும் மொழியாக உயர்த்தவே இத்திட்டங்கள் என்பது வெட்டவெளிச்சமாகும்.

இந்நிலையில் “புட்டிப்பால் அருந்தும் மாணவருக்கு / மக்களுக்குத் தெரியப் போகிறது, தாய்பால் உயிரின் சூடு”. இத்துடன் மற்றொன்றும் எண்ணத் தோன்றுகிறது.

“தமிழ்க் கல்வி தமிழ் நாட்டில்
கட்டாயம் என்பதோடு
சட்டம் செய்க”

என்ற புரட்சிக்கவிஞர் பாரதிதாசனின் ஆணையை அரசும் நினைந்து நிறைவேற்ற வேண்டும். “ஆரவாரமின்றி 206க்கும் மேற்பட்ட அறிவியல், கலை பாட நூல்களை வெளியிடும் இச்சாதனை அரசு தமிழைப் பயிற்றுமொழிக்குச் சட்டத்தையும் நிறைவேற்றும்” என்பதே நம் நம்பிக்கை. அந்நிலையில் நம் கனவு உறுதியாக நனவாகும்.

துணைநூற் பட்டியல்

1. அகத்தியலிங்கம்.சு.பொ., 2010, பொதுவுடைமை வளர்த்த தமிழ், சென்னை, நியூ செஞ்சுரி புக் ஹவுஸ்.
2. இராம சுந்தரம் டாக்டர் (தொகு), தொழில்நுட்பத் தமிழ், 1985, தஞ்சாவூர், தமிழ்ப் பல்கலைக்கழகம்.
3. ஈஸ்வரன்.சா.2009, அறிவியல் தமிழ், சென்னை, சாரதா பதிப்பகம்.
4. கல்யாணி.பா., 1990, பள்ளிக்கூடங்களில் பயிற்றுமொழி தமிழா? ஆங்கிலமா?, திண்டிவனம், மக்கள் கல்வி இயக்கம்.
5. கருணாநிதி.மு., பட்டமளிப்பு விழா உரை, சென்னைப் பல்கலைக்கழகம், 20.09.1975, சென்னை.
6. காமராஜ்.கு., 1965, நமது பணி, சென்னை, தமிழ்ப் பண்ணை.
7. கண்ணகி.இரா.பெ., 2008, தமிழ்மொழி ஆட்சிமொழி, சென்னை நியூ செஞ்சுரி புக் ஹவுஸ்.
8. கேசவன்.கோ., 1991, திராவிட இயக்கமும் மொழிக் கொள்கையும், சிவகங்கை, செல்மா.
9. கோதண்டராமன், பொன்., 1963, செந்தமிழ், சென்னை, தமிழ் நூலகம்.
10. சந்தானம்.எஸ்., 1976, கல்வி வரலாறு, சென்னை, தமிழ்நாடு அரசு பாடநூல் நிறுவனம்.
11. சத்தியமூர்த்தி, 1946, சத்தியமூர்த்தி பேசுகிறார், சென்னை, தமிழ்ப் பண்ணை
12. சாமிநாதய்யர்.உ.வே., 1986, ஸ்ரீ மீனாட்சி சுந்தரம் பிள்ளையவர்களின் சரித்திரம், தஞ்சாவூர், தமிழ்ப் பல்கலைக்கழகம்.
13. சாமுவேல்.ஞா., 1906, தரங்கை மிசியோன் சரித்திரம், தரங்கம்பாடி, தரங்கை மிசியோன் அச்சகம்.
14. சதாசிவன்.து., 1983, சென்னை மாகாணத்தில் பொதுமக்கள் கருத்து வளர்ச்சி சென்னை, சென்னைப் பல்கலைக்கழகம்.
15. சிவஞானம்.ம.பொ., 1961, தமிழா? ஆங்கிலமா?, சென்னை, இன்பநிலையம்.
16. சிவஞானம்.ம.பொ., 1978, விடுதலைக்குப் பின் தமிழ் வளர்ந்த வரலாறு, சென்னைப் பூங்கொடி பதிப்பகம்.
17. சிவஞானம்.ம.பொ., 2000, விடுதலைப் போரில் தமிழ் வளர்ந்த வரலாறு, சென்னைப் பூங்கொடி பதிப்பகம்.
18. சிவனுபாண்டியன், 1967, மதுரை, முத்துப்பதிப்பகம்.
19. சுந்தர்ராஜன்.த., 1988, தமிழ்வழிக் கல்வி, சென்னை வளனரசு பதிப்பகம்.
20. சுந்தரேசன்.துரை.1986, தமிழ் ஆட்சிமொழி - ஒரு வரலாற்று நோக்கு, தஞ்சாவூர், தமிழ்ப் பல்கலைக்கழகம்.
21. சுப்பிரமணியம்.சி., 1962, தமிழால் முடியும், சென்னை, வள்ளுவன் பண்ணை
22. சுப்பிரமணிய பாரதியார், 1977, பாரதியார் கட்டுரைகள், சென்னை, பூம்புகார் பிரசுரம்.
23. தமிழ்க் குடிமகன், தமிழ்வழிக் கல்வி, 2007, சென்னை, பாவாணர் ஏடகம்.

24. நரேந்திரன்.சு., 2004, தமிழ்வழிக்கல்வி ஓர் கானல் நீரா?, சென்னை, கற்பகம் புத்தகாலயம்.

25. பக்தவச்சலம், 1962, பயிற்சி மொழி பிரச்சனை, சென்னை, தமிழ்நாடு காங்கிரஸ் கமிட்டி வெளியீடு

26. பயிற்றுமொழி மாநாடு, 1971, சிறப்பு மலர், தஞ்சாவூர்.

27. பெரியாண்டான், 1990, ஆட்சித்தமிழ், சென்னை, வளர்தமிழ்ப் பதிப்பகம்.

28. பொற்கோ, 1986, தமிழ் வளர்ச்சி, தமிழ் உணர்ச்சி, தமிழ் ஆட்சிமொழி, சென்னை தமிழ் நூலகம்.

29. மலையமான், 1994, தமிழ் ஆட்சிமொழி-சிக்கல்களும் தீர்வுகளும், சென்னை, அன்பு பதிப்பகம்.

30. முத்தையா.க., 2000, தாய்மொழியில் படிக்க வைப்போம், சென்னை, நியூ செஞ்சுரி புக் ஹவுஸ்.

31. வரதராசன்.மு., 1980, அன்னைக்கு, சென்னை, பாரி நிலையம்.

32. வானமாமலை.நா., 1980, தமிழால் முடியும், சென்னை, நியூ செஞ்சுரி புக் ஹவுஸ்.

33. வானமாமலை.நா., 1981, தமிழர் பண்பாடும் வரலாறும், சென்னை, நியூ செஞ்சுரி புக் ஹவுஸ்.

34. வெங்கட்ராமையா.கே.எம்., 1984, தஞ்சை மராட்டிய மன்னர் வரலாறும் சமுதாயமும், தஞ்சாவூர், தமிழ்ப் பல்கலைக்கழகம்.

35. ஜீவபாரதி.கே., 2000, மேடையில் ஜீவா, சென்னை, வைரம் வெளியீடு.

36. ஜோகாசிங், 2015, மொழிச் சிக்கல்கள் குறித்த சர்வதேசக் கருத்துக்கள், கனகுறிஞ்சி (பொ), ஈரோடு, புதுமலர் பதிப்பகம்.

37. அழகரசன்.த., இந்தி எதிர்ப்பு வரலாறு, சென்னை வளனரசு பதிப்பகம்.

மடல்கள்

1. கிருஷ்ணமூர்த்தி.வை., 2000, பயிற்சி மொழியும் உயர்நீதிமன்றத் தீர்ப்பும், சென்னை

2. தமிழ்ச் சான்றோர் பேரவைச் செய்திமடல், 2002, சென்னை

3. தமிழண்ணல், 2000, தமிழ்வழிக்கல்வி கலைஞர் அவர்களுக்கு மனந்திறந்த மடல், சென்னை

4. தமிழே ஆட்சி மொழி, கல்வி மொழி, தொடர்பு மொழி - தமிழ் உரிமைக் கூட்டமைப்பு, 1999, சென்னை

இதழ்கள்

1. The Hindu - 04.01.1961

2. தினத்தந்தி - 18.08.2021.

3. தினத்தந்தி - 28.07.2021.

4. விடுதலை - 18.08.2011

5. விடுதலை - 31.12.1970.

6. விடுதலை - 20.12.1970.

7. தினமலர் - 24.05.2001.
8. தினமணி - 20.12.1970
9. தினமணி - 23.06.1997
10. தினமணி - 21.04.2000
11. தினமணி - 04.04.2002.
12. இந்து தமிழ் திசை - 26.11.2021.

ஆங்கில நூல்கள்

1. Avinasilingam.T.S., 1960, Gandiji's Experiment in education, New Delhi, Govt of India, Press
2. Dhanapal, The Beautiful Tree, Indegenous Indian education in the eighteenth century, New Delhi, Bible complex private Ltd.
3. Gandhi.M.K., 1974, Medium of Instruction Ahamedabad, Navajeevan Publishing House.
4. Madean, 1888, Mannal of administration of madras residency Vol-II, madras government press
5. Mohanavelu.C.S., 1993, German Tamilology, Madras, Saiva Siddhantha, Chennai
6. Mahajan, 1986, Advanced History of India Part III, New Delhi, S.Chand & Company Ltd.
7. Mudaliar.Al., 1960, Education in India, Bombay, Asia Publising House.
8. Mukerji S.K., 1951, History of Education in India, New Delhi, PNF.
9. Panchamukhi.P.R., 1989, Studies in Educational Reform in India, Pune, Himalaya Publishing House.
10. Pattan nayak.D.P. 1981, Multi Lingualism and Mother Tongue education, New Delhi, Oxford University Press.
11. Sathya Natha Iyer, 1956, Tamilagam in the 17th Century, Madras, Madras University
12. Santhosh Aggarval, 1991, Three language formula and education problem, New Delhi, Gain publishing House.
13. Subramanian.D., 1996, The Social History of Tamils (1707-1947), New Delhi, D.K.Print world Private Ltd.

Research Paper

1. Thaninayagam.S., The First books printed in Tamil - Tamil culture Vol-II, P.288-308.
2. இன்னாசி.சூ., கிறித்தவத்தின் தமிழ்க் கொடை, உலகத் தமிழ் செம்மொழி மாநாடு கோவை, தமிழக அரசு.
3. தமிழ்செல்வி.கோ., 1998, காலந்தோறும் அறிவியல் தொழில்நுட்பம், தஞ்சாவூர், அனைத்திந்திய அறிவியல் தமிழ்க்கழகம்.

★★★